அழகர்கோயில்

தொ. பரமசிவன்

நியூ செஞ்சுரி புக் ஹவுஸ் (பி) லிட்.,
41-பி, சிட்கோ இண்டஸ்டிரியல் எஸ்டேட்,
அம்பத்தூர், சென்னை - 600 050.
☎: 044 - 26251968, 26258410, 48601884

Language : Tamil
AzhagarKoil
Author: **T.Paramasivan**
N.C.B.H. First Edition: July, 2022
Second Edition: September, 2023
Copyright: Publisher
No.of Pages: 376
Publisher:
New Century Book House Pvt. Ltd.,
41-B, SIDCO Industrial Estate,
Ambattur, Chennai - 600 050.
Tamilnadu State, India.
Email: info@ncbh.in
Online: www.ncbhpublisher.in

ISBN : 978 - 81 - 2344 - 294 - 5
Code No. A 4647
₹ **400/-**

Branches

Ambattur (H.O.) 044 - 26359906 **Spenzer Plaza (Chennai)** 044-28490027
Trichy 0431-2700885 **Pudukkottai** 04322- 227773 **Thanjavur** 04362-231371
Tirunelveli 0462-4210990, 2323990 **Madurai** 0452 2344106, 4374106
Dindigul 0451-2432172 **Coimbatore** 0422-2380554 **Erode** 0424-2256667
Salem 0427-2450817 **Hosur** 04344-245726 **Krishnagiri** 04343-234387
Ooty 0423 2441743 **Vellore** 0416-2234495 **Villupuram** 04146-227800
Pondicherry 0413-2280101 **Nagercoil** 04652-234990

அழகர்கோயில்
ஆசிரியர்: தொ.பரமசிவன்
என்.சி.பி.எச். முதல் பதிப்பு: ஜூலை, 2022
இரண்டாம் பதிப்பு: செப்டம்பர், 2023

அச்சிட்டோர்: **பாவை பிரிண்டர்ஸ் (பி) லிட்.,**
16 (142), ஜானி ஜான் கான் சாலை, இராயப்பேட்டை, சென்னை - 14
☎: 044-28482441

All rights reserved. No part of this book may be reprinted or reproduced or utilised in any form or by any electronic, mechanical, or other means, now known or hereafter invented, including photocopying and recording, or in any information storage or retrieval system, without permission in writing from the publishers.

பதிப்புரை

தமிழின் மிக முக்கியப் பண்பாட்டு ஆய்வாளரான தொ.பரமசிவன் அவர்கள் கள ஆய்வு அடிப்படையில் தொகுத்து வெளியிட்ட முதலாவது நூலே ‘அழகர்கோவில்‘ எனும் இந்நூல். காலகாலமாக தமிழ்ச்சமூகப் பண்பாட்டு வரலாற்றில் அழுத்தமான தடங்களைப் பதித்து இன்றளவும் நிலைத்திருக்கும் சாதி, சமயம், கோவில் ஆகியவற்றுக்கான இருப்பையும் அவற்றிற் கிடையேயான பிணைப்புகளையும் உறவுகளையும் விரிந்து ஆராய்கிறது இந்நூல். மதுரை காமராசர் பல்கலைக்கழக ஆய்வுக்காக தொ,பவால் விரிவாக ஆய்ந்தறிந்து எழுதப்பட்ட இந்நூல் அதிகபட்சமான வாசகர்களாலும் ஆய்வாளர்களாலும் வாசித்தறியப்பட்ட மிக முக்கியமான பண்பாட்டு ஆய்வு நூலாகும்,

தமிழ்ச்சமூக வரலாற்றையும் பண்பாட்டையும் கோயில் வரலாறு வாயிலாக களஆய்வு நிகழ்த்தி பல்வேறு தரவுகளைத் திரட்டித் தொகுக்கப்பட்ட இந்நூல் 11 இயல்களைக் கொண்டுள்ளது. அழகர் கோயிலின் அமைப்பு, தோற்றம் ஆகியவற்றை நூல் விவரிப்பதோடு கோயில் குறித்த இலக்கிய சான்றுகளையும் ஆதாரத்துடன் விளக்குகிறது. சித்திரைத் திருவிழா, அதன் பழமரபுக்கதை, வர்ணிப்புப் பாடல்கள், நாட்டுப்புறக்கூறுகள் என அழகர் கோயில் குறித்த ஏராளமான செய்திகளுடன் அக்கோயில் குறித்த முழுமையான தகவல்களையும் முன்வைக்கிறது.

இந்நூலில் அறுபடைவீடுகளும் பழமுதிர்ச்சோலையும், அழகர் அகவல், பதினெட்டாம்படிக் கருப்பன் கல்வெட்டுக் குறிப்புகள் உள்ளிட்ட நான்கு பின்னிணைப்புகளில் நிறைய சான்றாதாரங்களும் புதுமையான பல செய்திகளும் இடம் பெற்றுள்ளன,

சமீபத்தில் மறைந்த தமிழ்ச் சமூகப் பண்பாட்டு ஆய்வாளர் தொ.ப,வின் நூல்களைத் தொடர்ந்து வெளியிட்டு வரும் நியூ செஞ்சுரி புத்தக நிறுவனம் தற்போது அழகர் கோவில் குறித்த இவ்வாய்வு நூலை வெளியிடுகிறது.

பதிப்பகத்தார்

முதற் பதிப்புக்கான நன்றியுரை

இந்த நூல் மதுரை காமராசர் பல்கலைக்கழகத்தில் நான் துறைவளர்ச்சித் திட்டத்தின் கீழ் 1976-79 ஆம் ஆண்டுகளில் நிகழ்த்திய ஆய்வின் விளைவாகும்.

பெரும்பாலும் கள ஆய்வின் அடிப்படையில் எழுந்த இந்த நூல் உருவானபோது துணை நின்றவர் பலராவர். முதற்கண் துறை வளர்ச்சித் திட்டத்தின் கீழ் ஆய்வு செய்ய வாய்ப்பளித்த மதுரை காமராசர் பல்கலைக்கழகத்தார் என் நன்றிக்குரியர்.

எனக்கு ஆய்வு வழிகாட்டியாக அமைந்த, பல்கலைக்கழகத் தமிழியல் துறையின் முன்னாள் தலைவர் டாக்டர் முத்துச் சண்முகனார் அவர்களின் விரிந்த மனமும் நிறைந்த பரிவுணர்ச்சியும் என்னால் மறக்கவியலாதவை.

இந்த ஆய்வு நூலின் கருத்துச் செம்மைக்குத் துணை நின்ற டாக்டர்.கோ.விசயவேணுகோபாலன். வரலாற்றுத்துறைப் பேராசிரியர் டாக்டர். வேங்கடராமன், தட்டச்சுப் படிகளையும், இப்போது அச்சுப்படிகளையும் திருத்தி உதவிய அன்பினர் டாக்டர் மு.மணிவேல், டாக்டர் ம. திருமலை, சில புகைப்படங்களைத் தந்து உதவிய புகைப்படக் கலைஞர் இராமச்சந்திரன், தொல்லியல் துறை அதிகாரி ரா.சுந்தரமூர்த்தி, வரைபடங்களை உருவாக்கித் தந்த இளங்கோவன், டாக்டர் மு. இராமசாமி ஆகியோரை நான் நன்றியுடன் நினைக்கின்றேன்.

கள ஆய்வில் உதவிய நண்பர்கள், ஆய்வு வாய்ப்பும் பட்டமும் அளித்ததுடன் நூலாகவும் வெளியிட்டு உதவிய மதுரை காமராசர் பல்கலைக்கழகத்தார் ஆகியோர்க்கும் என் நெஞ்சம் நிறைந்த நன்றி உரியது.

இந்நூலை செம்மையாக அச்சிட்டு உதவிய மதுரை காமராசர் பல்கலைக்கழக கூட்டுறவு அச்சகத்தார்க்கும் நான் நன்றியன்.

மதுரை-9   தொ.பரமசிவன்

களஆய்வில் உதவிய அன்பர்கள்

ஆண்டார் (காலஞ்சென்ற) சந்தான கிருஷ்ணையங்கார், மதுரை.

திரு.இராகவையங்கார், அழகர்கோயில்

திரு.சீனிவாசையங்கார், அழகர்கோயில்.

தோழப்பர் அழகரையங்கார், மதுரை.

வெள்ளியக்குன்றம் ஜமீன்தார் இம்முடி கனகறாம செண்பகராஜ பாண்டியன்

டாக்டர் மு.இராமசாமி

திரு.இராதாமணி, காரமடை

டாக்டர் ப.க.இராசாராம்

டாக்டர் திரு.பா.அ.ம.மணிமாறன்

புலவர் திரு.தமிழேந்தியார், திருமுட்டம்

டாக்டர் திரு.கு.அழகேசன்

திரு.செல்வின்குமார்

திரு.சௌந்தரராஜன்

திரு.சீனிவாசன்

திரு.ரவிகுமார்

திரு.சங்கர்

அழகர்கோயில் பக்தர் - வர்ணிப்பாளர் மகாசபையினர்

ஆரப்பாளையம் மாரியப்பன், வர்ணிப்பாளர்

பிச்சைக்கோனார், வர்ணிப்பாளர்

பொருளடக்கம்

முன்னுரை	13
1. அழகர்கோயிலின் அமைப்பு	19
2. அழகர்கோயிலின் தோற்றம்	27
3. இலக்கியங்களில் அழகர்கோயில்	37
4. ஆண்டாரும் சமயத்தாரும்	57
5. அழகர் கோயிலும் சமூகத் தொடர்பும்	70
5.1. கோயிலும் கள்ளரும்	71
5.2. கோயிலும் இடையரும்	89
5.3. கோயிலும் பள்ளர்-பறையரும்	96
5.4. கோயிலும் வலையரும்	105
6. திருவிழாக்கள்	111
7. சித்திரைத் திருவிழாவும் பழமரபுக் கதையும்	129
8. வர்ணிப்புப் பாடல்கள்	151
9. சித்திரைத்திருவிழாவில் நாட்டுப்புறக் கூறுகள்	171
10. கோயிற் பணியாளர்கள்	191
11. பதினெட்டாம்படிக் கருப்பசாமி	203
முடிவுரை	221
I. பிற்சேர்க்கை	
1. ஆறுபடை வீடுகளும் பழமுதிர்சோலையும்	224
2. தமிழ்நாட்டில் வாலியோன் (பலராமன்)வழிபாடு	233
3. கல்வெட்டுக் குறிப்புகள்	241
II. பிற்சேர்க்கை	
1. அழகர் அகவல்	251
2. அழகம்பெருமாள் வண்ணம்	253
3. அழகர் வர்ணிப்பு (அச்சிடப்படாதது)	254

4.	வலையன் கதை வர்ணிப்பு	265
5.	பதினெட்டாம்படிக் கருப்பன் உற்பத்தி வர்ணிப்பு	270
6.	கருப்பன் பிறப்பு வளர்ப்பு வர்ணிப்பு	279
7.	ராக்காயி வர்ணிப்பு	287
8.	கருப்பசாமி சந்தனம் சாத்தும் வர்ணிப்பு	298

III. பிற்சேர்க்கை

1.	வெள்ளியக்குன்றம் பட்டயம் 1	302
2.	வெள்ளியக்குன்றம் பட்டயம் 2	305
3.	தொழில் அட்டவணை (28-6-1803)	308
4.	ஆட்டவிசேஷம் - கோடைத்திருநாள் சித்திரைப் பெருந்திருவிழா	325
5.	வெள்ளையத்தாதர் வீட்டுப் பட்டய நகலோலை	334

IV. பிற்சேர்க்கை

1.	வேடமிட்டு வழிபடும் அடியவர்கள் - வினாப்பட்டியும் விடையளித்தோர் பட்டியலும்	343
2.	சித்திரைத் திருவிழாவிற்கு மாட்டுவண்டி கட்டிவந்த அடியவர்களின் ஊர்கள் - ஒரு மாதிரி ஆய்வு	350
	துணைநூற் பட்டியல்	357

சுருக்கக் குறியீடுகளின் விளக்கம்

1. அகம் - அகநானூறு
2. ஆண் - ஆண்டாள்
3. உ.வே.சா.பதிப்பு - உ.வே.சாமிநாதையர் பதிப்பு
4. கழகப் பதிப்பு - திருநெல்வேலித் தென்னிந்தியச் சைவ சித்தாந்த நூற்பதிப்புக் கழகப் பதிப்பு
5. சிலம்பு - சிலப்பதிகாரம்
6. சீனி. வே. - மயிலை, சீனி.வேங்கடசாமி
7. திருமங். - திருமங்கையாழ்வார்
8. தொ. ஆ. - தொகுப்பாசிரியர்
9. தொழில் சுதந்திர அட்டவணை - திருமாலிருஞ்சோலை ஸன்னதி கைங்கர்ய பரானின் தொழில் சுதந்திர அட்டவணை
10. நம் - நம்மாழ்வார்
11. ப - பக்கம்
12. ப.ஆ. - பதிப்பாசிரியர்
13. பக். - பக்கங்கள்
14. பூத. - பூதத்தாழ்வார்
15. பெரி. - பெரியாழ்வார்
16. மு.நூல். - முற்காட்டிய நூல்
17. மேலது. - மேற்காட்டிய நூல்
18. A.R.E. - Annual Report on Epigraphy
19. Chap. - Chapter
20. Ed. - Edition
21. Ibid. - Ibidem
22. Op Cit. - operacited
23. P. - page
24. PP, - pages
25. S.I.I. - South Indian Inscriptions
26. Trans. - Translation
27. Vol. - Volume

முன்னுரை

கோயில் பற்றிய ஆய்வுகள் நாட்டு வரலாற்றாய்வாக மட்டுமன்றிச் சமூக, பண்பாட்டாய்வுகளாகவும் விளங்கும் திறமுடையன. தமிழ் நாட்டில், கோயில்களில் காணப்பெறும் கல்வெட்டுக்கள் தரும் செய்திகளும், கோயில்களின் கட்டிடக்கலை, சிற்பக்கலைச் சிறப்புகளுமே பெரிதும் ஆராயப்படுகின்றன. கே.கே. பிள்ளையின் 'சுசீந்திரம் கோயில்', கே.வி. இராமனின் 'காஞ்சி வரதராஜஸ்வாமி கோயில்' ஆகிய நூல்களும், சி.கிருஷ்ணமூர்த்தியின் 'திருவொற்றியூர்க் கோயில்' எனும் அச்சிடப்படாத ஆய்வு நூலும் குறிப்பிடத் தகுந்தவையாகும். தமிழ்நாடு தொல்பொருள் ஆய்வுத் துறையினரும் திருவெள்ளறை, திருவையாறு ஆகிய ஊர்க்கோயில்களைப் பற்றி நூல்கள் வெளியிட்டுள்ளனர்.

இவையன்றி, ஒரு கோயிலுக்கும் அதனை வழிபடும் அடி யவர்க்கும் உள்ள உறவு. கோயிலைப் பற்றிச் சமூகத்தில் வழங்கும் கதைகள், பாடல்கள், வழக்குமரபுச் செய்திகள், அக்கோயிலை ஒட்டி எழுந்த சமூக நம்பிக்கைகள். திருவிழாக்களில் அவை வெளிப்படும் விதம் ஆகியவை பற்றிய ஆய்வுகள் தமிழ்நாட்டில் பெருகி வளரவில்லை. பினாய் குமார் சர்க்கார் என்பவர் கிழக்கிந்தியப் பகுதிகளில் கொண்டாடப்பெறும் 'கஜல்' 'கம்பீரா' எனும் இரண்டு திருவிழாக்களை மட்டும் ஆராய்ந்து 'இந்துப் பண்பாட்டில் நாட்டுப்புறக் கூறுகள்' எனும் ஆங்கில நூலை 1917-இல் எழுதினார். இவ்வகையான ஆய்வு நெறி தமிழ்நாட்டில் பிள்ளைப்பருவம் தாண்டாத நிலையிலேயே உள்ளது.

நோக்கம்

'அழகர்கோயில்' என்பது இந்த ஆய்வின் தலைப்பாகும். இக்கோயில் மதுரைக்கு வடகிழக்கே பன்னிரண்டு கல் தொலைவில் உள்ளது. கோயில்கள் வழிபடும் இடங்களாக மட்டும் ஆகா. அவை சமூக நிறுவனங்களுமாகும். எனவே சமூகத்தின் எல்லாத்தரப்பினரோடும் கோயில் உறவு கொள்கிறது. ஒரு குறிப்பிட்ட கோயிலோடு அரசர்களும் உயர்குடிகளும் கொண்ட உறவினைப் போலவே, ஏழ்மையும் எளிமையும் நிறைந்த அடியவர்கள் கொண்ட உறவும் ஆய்வுக்குரிய கருப்பொருளாக முடியும். அவ்வகையில் அழகர்கோயிலோடு அடியவர்கள் - குறிப்பாக

நாட்டுப்புறத்து அடியவர்கள் கொண்டுள்ள உறவினை விளக்க முற்படும் முன் முயற்சியாக இந்த ஆய்வுக் கட்டுரை அமைந்துள்ளது. இந்த உறவின் வளர்ச்சியில் கோயிலின் பரம்பரைப் பணியாளர்க்கும் பங்குண்டு என்பதால் அவர்களும் உளப்படுத்தப் பட்டுள்ளனர்.

அழகர்கோயில் ஆழ்வார்களால் பாடப்பெற்ற தமிழ்நாட்டு வைணவத் திருப்பதிகளில் பழமை சான்ற ஒன்றாகும். இக்கோயிலுக்கு மதுரை மாவட்டத்தின் சில பகுதிகளோடு முகவை மாவட்டத்தின் தெற்கு, கிழக்குப் பகுதிகளிலிருந்தும் பல்லாயிரக்கணக்கான நாட்டுப்புற அடியவர்கள் வருகின்றனர். பொதுவாகச் சமூகத்தோடும், குறிப்பாகச் சிறுதெய்வநெறியில் ஈடுபாடுடைய சாதியாரோடும் இப்பெருந்தெய்வக் கோயில் கொண்டுள்ள உறவினையும் உறவின் தன்மையினையும் விளக்க முற்படுவதே இந்த ஆய்வுக் கட்டுரையின் நோக்கமாகும்.

ஆய்வுப் பரப்பு

இக்கோயிலை ஒட்டிய நிலப்பரப்பில் வாழும் வலையர், கள்ளர் ஆகிய சாதியாரோடும், கோயிலுக்கு வரும் அடியவர்களில் பெருந் தொகையினரான அரிசனங்கள், இடையர் ஆகிய சாதியாரோடும், கோயிற் பணியாளரோடும் இக்கோயில் கொண்டுள்ள உறவு தமிழ் நாட்டு வைணவ சமயப் பின்னணியில் ஆராயப்பட்டுள்ளது. சமூக ஆதரவினைப் பெறுவதற்காகத் தமிழ்நாட்டு வைணவம் சிறுதெய்வ வழிபாட்டு நெறிகளுக்கு நெகிழ்ந்து கொடுத்த நிலையும் இக்கோயிலை முன்னிறுத்தி விளக்கப்பட்டுள்ளன.

ஆய்வு மூலங்கள்

சமூக நிறுவனமாகிய கோயில் பிற்படுத்தப்பட்ட, தாழ்த்தப்பட்ட சாதியாரோடு கொண்ட உறவினையறியக் கல்வெட்டுக்கள் போதிய அளவு துணை செய்யவில்லை. இக்கோயிலைப் பற்றிய இலக்கியங்களும், கோயிலில் காணப்படும் நடைமுறைகளும், திருவிழாச் சடங்குகளும், திருவிழாக்களில் வெளிப்படும் கதைகள், பாடல்கள், நம்பிக்கைகள் முதலியனவும், ஆய்வாளர் களஆய்வில் கண்டுபிடித்த இரண்டு செப்பேடுகளும், செப்பேட்டு ஓலைநகல் ஒன்றும் ஆய்வு மூலங்களாகக் கொள்ளப்பட்டுள்ளன. கோயிற் பணியாளர் வசமுள்ள சில ஆவணங்களும், நூல்களும் துணைநிலைச் சான்றுகளாகக் கொள்ளப்பட்டுள்ளன. இவை தவிர, வினாப்பட்டி ஒன்று உருவாக்கப் பட்டுச் சித்திரைத் திருவிழாவில் வேடமிடும் வழிபடும் அடியவர்கள் அவ்வினாப்பட்டிக்கு அளித்த விடைகளும் சான்றுகளாகக் கொள்ளப் பட்டுள்ளன.

தொ.பரமசிவன்

அணுகுமுறை

கோயில், சமூகத்தோடு கொண்டுள்ள உறவு பற்றிய ஆய்வுப் பகுதிகள் விளக்கமுறையிலும் மதிப்பீட்டு முறையிலும் அணுகப்பட்டு உள்ளன. 'ஆண்டாரும் சமயத்தாரும்' என்ற இயலும், திருவிழா நிகழ்ச்சிகளை ஆராயும் பகுதிகளும் விளக்கமுறையில் அமைந்தவை. 'சித்திரைத் திருவிழாவும் பழமரபுக்கதையும்' என்ற இயலில் டென்னிஸ் அட்சனின் கருத்துக்கள் மதிப்பிடப்பட்டுள்ளன. 'பதினெட்டாம் படிக் கருப்பசாமி', 'கோயிலும் இடையரும்', 'கோயிலும் பள்ளர் பறையரும்', 'கோயிலும் வலையரும் ஆகிய இயல்கள் விளக்கமுறையிலும் மதிப்பீட்டு முறையிலும் அமைந்துள்ளன. கோயிலுக்கும் கள்ளர்க்குமுள்ள தொடர்பு விளக்கமுறையிலும் வரலாற்று முறையிலும் அணுகப்பட்டுள்ளது.

அமைப்பு முறை

பன்னிரண்டு இயல்களைக் கொண்டதாக இந்த ஆய்வேடு அமைந்துள்ளது.

1. அழகர்கோயிலின் அமைப்பு
2. கோயிலின் தோற்றம்
3. இலக்கியங்களில் அழகர்கோயில்
4. ஆண்டாரும் சமயத்தாரும்
5. கோயிலும் சமூகத்தொடர்பும் (கள்ளர், இடையர், பள்ளர்-பறையர், வலையர்)
6. திருவிழாக்கள்
7. சித்திரைத் திருவிழாவும் பழமரபுக்கதையும்
8. வர்ணிப்புப் பாடல்கள்
9. நாட்டுப்புறக் கூறுகள்
10. கோயிற் பணியாளர்கள்
11. பதினெட்டாம்படிக் கருப்பசாமி
12. முடிவுரை

'அழகர்கோயிலின் அமைப்பு' என்னும் முதல் இயலில் கோயில் அமைந்துள்ள நிலப்பரப்பின் தொன்மை, கோயிலின் கட்டிடங்கள், மண்டபங்கள் முதலியவை கல்வெட்டுச் சான்றுகளுடன் விளக்கப்பட்டு உள்ளன.

'கோயிலின் தோற்றம்' என்னும் இரண்டாவது இயலில் இக்கோயிலைப் பற்றிய மயிலை, சீனி, வேங்கடசாமியின் கருத்து மதிப்பிடப்படுகிறது. 'இக்கோயில் பௌத்தக் கோயிலாக இருந்தது' என 1940-இல் அவர் வெளியிட்ட கருத்து கோயில் ஆய்வாளர்களால் ஏற்கப்படவுமில்லை; மறுக்கப்படவுமில்லை. இவ்வியலில் அவரது கருத்து மதிப்பீடு செய்யப்பட்டு ஏற்றுக் கொள்ளப்பட்டுள்ளது.

'இலக்கியங்களில் அழகர்கோயில்' என்னும் மூன்றாவது இயலில் இக்கோயிலைப் பற்றிய பரிபாடல் பாட்டு ஒன்றும், ஆழ்வார்களின் பாகரங்களும், பாசுரங்களுக்கான உரையும், இக்கோயில் மீதெழுந்த குறவஞ்சி, பிள்ளைத்தமிழ், கலம்பகம், அந்தாதி, மாலை, வருகைப்பத்து ஆகிய பலவகைப்பட்ட சிற்றிலக்கியங்களும் ஆராயப் படுகின்றன. மேலும் கோயில் இறைவன் பெயர், மலைப்பெயர், விமானம், தலவிருட்சம் முதலிய செய்திகள், இத்தலம் குறித்த பாசுரங்களில் காணப்படும் பிறமத எதிர்ப்புணர்ச்சி முதலியவையும் இவ்வியலில் விளக்கப்பட்டுள்ளன.

'ஆண்டாரும் சமயத்தாரும்' என்ற நான்காவது இயலில் ஆய்வாளர் கள ஆய்வில் கண்ட அமைப்புமுறை விளக்கப்பட்டுள்ளது. 'ஆண்டார் என்பது இக்கோயிலில் தல குருவாக மதிக்கப்பெறும் பிராமணப் பணிப்பிரிவொன்றின் பெயராகும். இப்பணிப்பிரிவினர்க்கு மதுரை, முகவை மாவட்டக் கிராமப்புறங்களில் 'சமயத்தார்' எனப்படும் பிராமணரல்லாத 18 பிரதிநிதிகள் உள்ளனர். இவர்கள் நாட்டுப்புற மக்களை வைணவ அடியாராக்கி ஆண்டாரிடம் சமய முத்திரைபெறச் செய்வர். பெருமளவு சிதைந்துவிட்ட இவ்வமைப்பு களஆய்வில் கண்டுபிடிக்கப்பட்டு விளக்கப்பட்டுள்ளது.

'கோயிலும் சமூகத் தொடர்பும்' என்ற ஐந்தாவது இயலில் அழகர் கோயிலோடு மேலநாட்டுக் கள்ளர், இடையர், பள்ளர்-பறையர், அழகர்கோயிலை ஒட்டிய சிற்றூர்களில் வாழும் வலையர் ஆகிய சாதியார் கொண்டுள்ள உறவு விளக்கி மதிப்பிடப்பட்டுள்ளது. மேலநாட்டுக்கள்ளரும் வலையரும் வைணவ சமயத்தில் ஈடுபாடு உடையவராக அன்றிப் பிற சமூகக் காரணங்களால் கோயிலோடு உறவு கொண்டனர். இடையரும், பள்ளர்-பறையரும் வைணவத்தில் நாட்டமுடையவர்களாய்க் கோயிலோடு உறவு கொண்டுள்ளனர். பள்ளர் பறையர் ஆகிய உழுதொழிலாளர் இந்திர வழிபாட்டிலிருந்து பலராம வழிபாட்டின் வழியாகத் திருமால் நெறிக்குள் அழைத்து வரப்பட்டனர் என்ற செய்தி விளக்கப்பட்டுள்ளது.

'திருவிழாக்கள்' என்ற ஆறாவது இயலில் சித்திரைத் திருவிழா தவிர்ந்த பிற திருவிழாக்கள் விளக்கப்படுகின்றன. அவற்றுள் சமூகத் தொடர்புடைய சில திருவிழாக்கள் விரிவாக விளக்கப்பட்டு மதிப்பிடப் பெறுகின்றன.

இக்கோயில் சித்திரைத் திருவிழா ஏழு, எட்டு, ஒன்பது ஆகிய மூன்று இயல்களில் விளக்கப்படுகின்றது. 'சித்திரைத் திருவிழாவும் பழமரபுக்கதையும்' என்னும் ஏழாவது இயலில் சித்திரைத் திருவிழா நிகழ்ச்சிகள் விளக்கப்பட்டு மதிப்பிடப் பெறுகின்றன. இப்பழமரபுக் கதை பற்றிய டென்னிஸ் அட்சனின் கருத்துக்கள் மதிப்பிடப் பெறுகின்றன.

'வர்ணிப்புப் பாடல்கள்' எனும் எட்டாவது இயலில் அழகர் கோயில் சித்திரைத் திருவிழாவில் பாடப்பெறும் வர்ணிப்புப் பாடல்கள் ஆராயப்படுகின்றன. நாட்டுப்புற மக்களால் பாடப்பெறும் இவ்வகைப் பாடல்களின் தோற்றமும், மதுரை வட்டாரத்தில் அழகர்கோயில் சித்திரைத் திருவிழாவினால் இவை வளர்க்கப்பட்ட செய்தியும் விளக்கப்படுகின்றன.

'நாட்டுப்புறக் கூறுகள்' எனும் ஒன்பதாவது இயலில் இக்கோயில் சித்திரைத் திருவிழாவில் நாட்டுப்புற அடியவர்கள் வேடமிட்டு வழிபடும் முறைகள், காணிக்கை செலுத்துதல் போன்றவை வினாப்பட்டி வழியாகப் பெற்ற செய்திகளைக் கொண்டு விளக்கப்படுகின்றன.

'கோயிற் பணியாளர்கள்' எனும் பத்தாவது இயலில் கோயிற் பரம்பரைப் பணியாளர் பற்றிய ஆவணச் செய்திகளும், நடை முறைகளும் விளக்கப்படுகின்றன.

'பதினெட்டாம்படிக் கருப்பசாமி' என்னும் பதினோராவது இயலில் இக்கோயிலில் அடைக்கப்பட்ட இராசகோபுர வாசலிலுள்ள கருப்பசாமி எனும் தெய்வம் பற்றிய செய்திகள் ஆராயப்படுகின்றன. இக்கோயில் கோபுரக் கதவு அடைக்கப்பட்ட செய்தி, கருப்பசாமியின் தோற்றம் முதலிய செய்திகள் ஆராயப்படுகின்றன.

'முடிவுரை' என்னும் இறுதி இயலில் ஆய்வு முடிவுகள் தொகுத்துத் தரப்பட்டுள்ளன. அதனையடுத்துத் துணைநூற்பட்டியல் தரப்பட்டுள்ளது.

பின்னிணைப்பு

'அழகர்கோயில் ஆறுபடைவீடுகளில் ஒன்றான பழமுதிர் சோலை இருந்தது' எனும் நம்பிக்கை பின்னிணைப்பில் உள்ள 'ஆறுபடை வீடுகளும் பழமுதிர் சோலையும்' எனும் கட்டுரையில் ஆராயப்பட்டு மறுக்கப்பட்டுள்ளது.

பின்னிணைப்பில் உள்ள மற்றொரு கட்டுரையான 'தமிழ்நாட்டில் வாலியோன் (பலராமன்) வழிபாடு', உழுதொழில் செய்வோர் பலராம் வழிபாட்டின் மூலம் திருமால் நெறிக்குள் அழைத்துவரப்பட்டனர் என ஆய்வுக்கட்டுரையில் கூறப்படும் கருத்துக்கு விளக்கமாகத் தரப்பட்டுள்ளது.

ஆய்வாளர் களஆய்வில் ஒலிப்பதிவு செய்த அச்சிடப்படாத ஐந்து வர்ணிப்புப் பாடல்கள் தரப்பட்டுள்ளன.

சமயத்தாரின் ஆட்சி எல்லைகளை விளக்கும் இரண்டு வரை படங்களும், அழகர்கோயில் அமைப்பினைக் காட்டும் வரைபடம் என்றும் தரப்பட்டுள்ளன.

கோயில் அமைப்பு, திருவிழா நிகழ்ச்சிகள் இவற்றுள் சிலவற்றைக் காட்டும் புகைப்படங்களும் தரப்பட்டுள்ளன.

1. அழகர்கோயிலின் அமைப்பு

1.1. இருப்பிடம்

தமிழ்நாட்டில் ஆழ்வார்களால் பாடப்பெற்ற வைணவத் திருப்பதிகளில் ஒன்று அழகர்கோயில் ஆகும். நிலக்குறுங்கோட்டில் *(*Latitude*) 10.5*^{0} *பாகையிலும், நிலநெடுங்கோட்டில் (*Longitude*) 78.14*^{0} பாகையிலும் அமைந்துள்ள *அழகர்கோயில்.*[1] மதுரை மாவட்டத்தில் மேலூர் வட்டத்தைச் சேர்ந்ததாகும். மதுரையிலிருந்து வடக்கு-வடகிழக்குத் திசையில் பன்னிரண்டு கல் தொலைவில் இக்கோயில் அமைந்துள்ளது.

இப்போது கோயிற் பணியாளர் குடியிருப்புக்களைத் தவிர மக்கள் வசிக்கும் ஊர்ப்பகுதி எதுவும் இக்கோயிலை ஒட்டி இல்லை. அண்மையிலுள்ள வலையப்பட்டி, கோனாவரையான், ஆயத்தப்பட்டி ஆகிய மூன்று சிற்றூர்களும் இணைக்கப்பெற்று, அழகர்கோயில் ஊராட்சி எனப் பெயரிடப்பட்டுள்ளது. "இரணியமுட்டநாடு என்பது பாண்டி மண்டலத்திலிருந்து உள்நாடுகளுள் ஒன்று என்பதும், அந்நாடு மதுரை மாநகர்க்கு வடகிழக்கேயுள்ள ஆனைமலை, அழகர் கோயில் (திருமாலிருஞ்சோலை) முதலான ஊர்களைத் தன்னகத்தே கொண்ட ஒரு பெருநிலப்பரப்பு என்பதும் கல்வெட்டுக்களால் அறியக் கிடக்கின்றன என்பர் தி.வை.சதாசிவ பண்டாரத்தார்.[2] அழகர் கோயிலிலுள்ள ஒரு கல்வெட்டும், ‘கீழீரணிய முட்டத்துத் திருமாலிருஞ்சோலை’ எனக் குறிப்பதால், இந்நிலப்பகுதி அக்காலத்தே, ‘கீழீரணியமுட்டநாடு’ என வழங்கப்பட்ட செய்தியை அறியலாம்[3].

1.2. கோட்டைப்பகுதிகள்

இந்நிலப்பகுதியில் தென்கிழக்கிலிருந்து வடகிழக்குத்திசை நோக்கிச் செல்லும் ஒரு மலையும், கிழக்கேயிருந்து வரும் ஒரு மலையும் சந்திக்கின்ற இடத்தில் தென்திசையில் மலைச்சரிவில் கிழக்குத் திசையினை நோக்கியதாக அழகர்கோயில் எனப்படும் கோயில் அமைந்துள்ளது. கோயிலுக்கு மேற்கிலும் வடக்கிலும் மலைப்பகுதிகள் உள்ளன. கோயில் இரண்டு கோட்டைகளால் சூழப்பட்டுள்ளது. கோயில் அமைந்துள்ள உட்கோட்டை இரணியன் கோட்டை எனவும், வெளிக்கோட்டை அழகாபுரிக்கோட்டை எனவும் வழங்கப்படுகின்றன.[4] நாட்டுப்புறப்பாடல்கள் உட்கோட்டையினை. ‘நளமகாராஜன்

கோட்டை' என்று குறிப்பிடுகின்றன.[5] இரு கோட்டைகளும் ஏறத்தாழ 100 ஏக்கர் பரப்பளவில் அமைந்துள்ளன. வட பக்கத்திலுள்ள உட்கோட்டையினை விடத் தென்புறத்திலுள்ள வெளிக்கோட்டை ஏறத்தாழ நான்கு மடங்கு பெரிதாக உள்ளது. இதன் கிழக்குச் சுவரின் ஒரு பகுதி இடிந்த நிலையிலுள்ளது. மதுரையிலிருந்து வடக்குநோக்கி வரும் சாலையும் மேலூரிலிருந்து மேற்கு நோக்கி வரும் சாலையும் வெளிக்கோட்டையின் தெற்கு வாசலில் சந்திக்கின்றன.

'மதில் சூழ் சோலைமலை' என இத்தலத்தினைப் பெரியாழ்வார் பாடுவதால்[6], அவர் காலத்திலேயே இக்கோயிலைச் சுற்றி ஒரு மதில் இருந்திருக்க வேண்டுமெனத் தெரிகிறது. அழகர்கோயில் வெளிக் கோட்டை பதினான்காம் நூற்றாண்டில் வாணாதிராயர்களால் கட்டப் பட்டிருக்கலாம் என இரா. நாகசாமி கருதுவர்.[7] எனவே பெரியாழ்வார் குறிப்பிடும் மதில் இரணியன் கோட்டை எனப்படும் உட்கோட்டை மதிலாக இருக்கலாம்

1.3. வெளிக்கோட்டைப் பகுதி

வெளிக்கோட்டையின் தெற்குவாசல் வழியாகக் கோட்டைக்குள் செல்ல வேண்டும். இவ்வாசலிலிருந்து நேர்வடக்காக உட்கோட்டையினை நோக்கி ஒரு சாலை செல்கிறது. சாலையின் இரு பக்கங்களிலும் வெளிக் கோட்டைப் பகுதியில் மரங்களே நிறைந்துள்ளன. இக்கோயிலிலுள்ள கல்வெட்டுக்களால் 'சாமந்த நாராயணச் சதுர்வேதிமங்கலம்' என்னும் பெயருடைய ஓர் அக்கிரகாரம் இங்கு இருந்தது எனவும், பிள்ளைப் பல்லவராயன் என்பான் அதனை அமைத்துக் கொடுத்தான் எனவும் தெரிகின்றது.[8] இப்போது இக்கோயிலின் பிராமணப் பணியாளர் மதுரையில் தல்லாகுளத்தில் குடியிருக்கின்றனர். திருவிழாக் காலங்களில் மட்டும், நாற்பதாண்டுகட்கு முன்னர் கோயில் நிருவாகத்தால் கட்டப்பட்டு தமக்கு ஒதுக்கப்பட்டுள்ள வீடுகளில் தங்குகின்றனர். இடைக்காலத்தில் ஏற்பட்ட அரசியற் படையெடுப்புக்கள் காரணமாக வெளிக்கோட்டையில் குடியிருந்த பிராமணர்கள் தல்லாகுளம் பகுதிக்குக் குடியேறியிருக்க வேண்டும். வெளிக் கோட்டையின் வடபகுதியில் இப்போது கோயில் அலுவலகப் பணியாளர் குடியிருப்பும், அடியவர் தங்கும் விடுதியும் உள்ளன.

சாலையின் மேற்புறத்தில் அலுவலகப் பணியாளர் குடியிருப்பினை அடுத்துச் சிதைந்த நிலையில் ஒரு மண்டபம் காணப்படுகிறது. இம்மண்டபத்தின் ஒரு தூணில் திருமலை நாயக்கரின் சிலை உள்ளது. ஆகவே இம்மண்டபம் அவரால் கட்டப்பட்டிருக்கலாம் எனத் தோன்றுகிறது.

சாலையின் கீழ்ப்புறத்தில் தேர்மண்டபம் உள்ளது. இக்கோயிலுள்ள ஒரு கல்வெட்டால், 'அமைத்த நாராயணன்' என்பது இக்கோயில் தேரின் பெயர் என்பதும், தேரோடும் வீதிகளில் ஒன்றின் பெயர் 'தியாகஞ் சிறியான் திருவீதி' என்பதும் தெரிகின்றன.[9] ஆடிமாதம் பௌர்ணமி அன்று தேரோட்டம் நடைபெறுகிறது. கோயிலமைந்த உட்கோட்டைக்கு வடக்கிலும் மேற்கிலும் மலைகள் இருப்பதால் இக்கோயிலின் தேர் கோயிலைச் சுற்றிவர இயலாது. மரங்களடர்ந்த வெளிக்கோட்டையின் நான்கு சுவர்களையும் ஒட்டித் தேர் ஓடுகின்றது.

1.4. இரணியன் கோட்டைப்பகுதி

தேர்மண்டபத்தைத் தாண்டிச்சென்றால் உட்கோட்டையின் தெற்கு வாசலான இரணியன் வாசலை' அடையலாம். இவ்வாசலைத் தாண்டி உள்நுழைந்தால் இடப்புறம் இருப்பது யானைவாகன மண்டபமாகும். திருவிழா நாட்களில் கள்ளர் சமூகத்துக்குரியதாக இம்மண்டபம் உள்ளது. இதையும் தாண்டி வடக்கே சென்றால் இக்கோயிலின் இராஜகோபுர வாசலை அடையலாம். இக்கோபுர வாசலிலுள்ள கல்வெட்டுக்களில் சகம் 1435 (கி.பி. 1513) இல் எழுந்த விசயநகர மன்னர் கிருஷ்ணதேவ மகாராஜாவின் கல்வெட்டே காலத்தால் முந்தியதாகும்.[10] எனவே இக்கோபுரம் பதினாறாம் நூற்றாண்டின் தொடக்கத்தில் கட்டப் பட்டிருக்கலாம் எனத் தோன்றுகிறது. இக்கோபுர வாசலை மக்கள் பயன்படுத்த முடியாது. எப்பொழுதும் அடைத்துக் கிடக்கும். இதற்கு முன்னர் பக்கச் சுவர்களோடு கூடிய இரட்டைக் கதவுகள் உள்ளன. இவையே பதினெட்டாம்படிக் கருப்பசாமியாக வழிபடப் பெறுகின்றன. இதனெதிரில் உள்ள பதினாறுகால் மண்டபம் 'சமய மண்டபம்' அல்லது 'ஆண்டார் மண்டபம்' எனப்படும். ஆடி, சித்திரைத் திருவிழாக்காலங்களில் இக்கோயில் ஆசாரியரான ஆண்டார் இம்மண்டபத்தில் வீற்றிருப்பார். இதனையடுத்து வடபுறத்தில் உள்ளது கொண்டப்ப நாயக்கர் மண்டபமாகும். சித்திரைத் திருவிழாவில் மதுரைக்குப் புறப்படும் அழகர் இம்மண்டபத்தில் எழுந்தருளி இரவு உணவை முடித்துக் கொள்வார். இதனையடுத்து வடக்கே முப்பதடி தூரத்தில் மலை செங்குத்தாக நிற்கிறது. மேற்கே இராஜகோபுர மதிலின் வட எல்லையில் அம்மதிற்சுவர் உடைக்கப் பட்டு ஒரு வாசலாக்கப் பட்டிருக்கிறது. இவ்வாசலுக்கு, 'வண்டி வாசல்' என்ற பெயர். இவ்வாசலே மக்கள் கோயிலுக்குள் செல்லப் பயன்படுத்தும் வாசலாகும். திருவிழாக் காலங்களில் இறைவனின் பல்லக்கு, கோயிலிலிருந்து இவ்வாசல் வழியாகத்தான் வெளியே வரும்; உள்ளே செல்லும்.

வண்டி வாசல் வழியாக, மேற்கு நோக்கி இராஜகோபுர மதிலின் உட்பகுதிக்கு வந்தால், மதிலின் வெளிப்பகுதியினைவிட உட்பகுதி

சமதளமாக்கப்பட்டு இருப்பதனை உணரலாம். கோயில் மலைச்சரிவில் அமைந்துள்ளது. எனவே இம்மதிலுக்கு வெளிப்புறப் பகுதி வடக்கில் இருந்து தெற்கு நோக்கிச் சரிந்ததாக உள்ளது.

1.5 யதிராஜன் திருமுற்றப்பகுதி

இராஜகோபுர மதிலுக்குள் காணப்படும் பரந்தவெளி யதிராஜன் திருமுற்றம் என வழங்கப்படும் . இம்முற்றத்தின் நடுவில் அமைந்துள்ள மிகப்பெரிய மண்டபம் திருக்கலியாண மண்டபமாகும். பங்குனி உத்தரத்தன்று இக்கோயில் இறைவனின் திருமணம் இம்மண்டபத்திலேயே நடைபெறும். இம்மண்டபத்தை விசயநகர மன்னர் காலச்சிற்பங்கள் அணி செய்கின்றன. இரணியவதம் செய்யும் நரசிம்மரின் இரண்டு தோற்றங்கள், குழலூதும் வேணுகோபாலன், திரிவிக்கிரமன், பூமிவராகர், ரதி, மன்மதன் ஆகிய சிற்பங்கள் இம்மண்டபத்திலுள்ளன. அவற்றுள் சில உடைக்கப்பட்டுள்ளன. 1757 இல் ஹைதர் அலி... அழகர்கோயில் கலியாண மஹாலில் உள்ள விக்கிரகங்களை உடைத்துக் கோயிலில் இருந்த ஏராளமான பணத்தையும் சொத்தையும் கைப்பற்றிக் கொண்டான்' என 'ஸ்ரீகள்ளழகர் கோயில் வரலாறு' கூறுகின்றது.[11]

யதிராஜன் திருமுற்றத்தில் தென்கிழக்கு மூலையிலுள்ளது கோடைத் திருநாள் மண்டபமாகும். சித்திரைத் திருவிழாவில் முதல் மூன்று நாட்களும் இம்மண்டபத்தில் திருவிழா நடைபெறும். இதனையடுத்து மேற்கே மதுரையைச்சேர்ந்த இடைச் சாதியினர்க்குச் சொந்தமான ஒரு மண்டபம் உள்ளது. இதன் மேற்கில் உடையவர், திருக்கச்சி நம்பி ஆகியோரின் சன்னிதிகள் உள்ளன. இதன் மேற்கே கோயிற் பிராமணப் பணியாளர் குடியிருப்பு உள்ளது. யதிராஜன் திருமுற்றத்துக்கு வடக்கே மேற்கூரை வட்டவடிவிலான ராமகளஞ்சியம், லட்சுமண களஞ்சியம்[12] எனப்படும் இரண்டு பெரிய கட்டிடங்கள் உள்ளன. இப்பொழுது நீர்த்தொட்டிகளாகப் பயன்படும் இவற்றில் முற்காலத்தில் தானியங்களைக் கொட்டிவைப்பார்கள் எனத் தெரிகிறது. அதற்கு மேற்கே ஒரு மண்டபம் உள்ளது. அதனையடுத்துக் கோயில் அலுவலகம் உள்ளது.

1.6 தொண்டைமான் கோபுரம், சுந்தரபாண்டியன் மண்டபம்

திருக்கலியாண மண்டபத்தினையடுத்து மேற்கே தொண்டைமான் கோபுர வாசல் உள்ளது. இவ்வாசலில் கல்லினால் ஆன இரண்டு துவாரபாலகர் உருவங்கள் உள்ளன. மதிலோடுகூடிய இக்கோபுரம், 'தொண்டைமான் கோபுரம்' என வழங்கப்படுகிறது. இக்கோபுரச் சுவரிலுள்ள ஒரு கல்வெட்டால் இதனைச் செழுவத்தூர் காலிங்கராயர் மகனான தொண்டைமானார் என்பவர் கட்டிய செய்தி தெரிய வருகின்றது.[13] இக்கோபுர வாசல் வழியே கோயிலுக்குள் நுழைந்தால்,

வலபுறத்தில் உயரமாக அமைக்கப்பட்ட ஒரு மண்டபத்தைக் காணலாம். இம்மண்டபச் சுவரிலுள்ள ஒரு கல்வெட்டால் இம்மண்டபத்தைச் சுந்தரபாண்டியன் கட்டினானென்றும் இதற்குப் பொன்மேய்ந்த பெருமாள் மண்டபம்' என்பது பெயர் என்றும் தெரிய வருகின்றது.[14] இம்மண்டபத்தின் வடபுறத்தில் கிருஷ்ணர் சன்னிதி உள்ளது. உயரமான மண்டபத்திலிருப்பதால் இதற்கு "மேட்டுக்கிருஷ்ணன் கோயில்' என்ற பெயர் வழங்கப்படுகிறது.

1.7. படியேற்ற மண்டபம்

தொண்டைமான் கோபுர வாசலிலிருந்து நேராகச் சென்றால் கொடிக் கம்பத்தையடுத்துள்ள ஆரியன் மண்டபத்தையடையலாம். இம்மண்டபமும் மிக உயரமானதே. சிற்பத்திறன் மிகுந்த இருயாளிகள் இம்மண்டபத்தின் தூண்களில் உள்ளன. உயரமாக இருப்பதனால் இதற்குப் 'படியேற்ற மண்டபம்' என்றும் பெயர் வழங்கப்படுகிறது. இம்மண்டபத்திலுள்ள ஒரு கல்வெட்டால் தோமராசய்யன் மகனான ராகவராஜா என்பவன் இம்மண்டபத்தைக் கட்டிய செய்தியை அறியலாம்.[15]

1.8. மகாமண்டபம்

படியேற்ற மண்டபத்தைத் தாண்டிச் சென்றால் இக்கோயிலின், மகாமண்டபமான முனையதரையன் திருமண்டபத்தை அடையலாம். இம்மண்டபத்திலுள்ள ஒரு கல்வெட்டால், மிழலைக்கூற்றத்து நடுவிற்கூறு புள்ளூர்க்குடி முனையதரையனான பொன்பற்றியுடையான் மொன்னைப்பிரான் விரதமுடித்த பெருமாள்' என்பவன் இம்மண்டபத்தைக் கட்டிய செய்தி தெரிகின்றது.[16] இம்மண்டபத்திற்கு 'அலங்காரன் திருமண்டபம்' என்ற பெயரும் வழங்கப்படுகிறது.

1.9. கருவறை

மகாமண்டபத்தை அடுத்துள்ள சிறிய அர்த்த (இடைசுழி) மண்டபத்தைத் தாண்டிச்சென்றால் வட்டவடிவமான கருவறையை அடையலாம். 'நங்கள்குன்றம்' எனப் பெயர் வழங்கப்படும் இக்கருவறைக்குள்ளே ஒரு சிறிய வட்டவடிவிலான திருச்சுற்றும் உண்டு. கருவறையில் சீதேவி, பூதேவி ஆகிய இரு தேவியருடன், நின்ற திருக்கோலத்தில் கிழக்கு நோக்கிய வண்ணம் அழகர், சுந்தரராஜர் என்ற பெயர்களால் அழைக்கப்பெறும் இறைவன் காட்சி தருகிறார். இறைவனின் வலமேற்கையில் சக்கரம், இட மேற்கையில் சங்கு, வல கீழ்க்கையில் கதை, இட கீழ்க்கையில் சார்ங்கவில், இடையில் நாந்தகவாள் ஆகியவை உள்ளன. வல மேற்கையிலுள்ள சக்கரம், பொதுவாக வைணவக் கோயில்களில் மூலத்திருமேனிகளில்

காணப்படுவது போல் அணியாக அமையாமல் பயன்படுத்தும் (பிரயோக) நிலையிலுள்ளது குறிப்பிடப்பட வேண்டிய செய்தியாகும்.

1.10. முதல் திருச்சுற்று

முனையதரையன் திருமண்டபத்திலிருந்து கருவறையைச் சுற்றி வரும் முதல் திருச்சுற்றுக்குள் செல்ல வேண்டும். இத்திருச்சுற்றிலிருந்து இக்கோயிலின் வட்டவடிவக் கருவறைமேல் உள்ள வட்டவடிவ விமானத்தைக் காணலாம். இவ்விமானத்துக்குச் 'சோமசந்த விமானம்' என்பது பெயர். சோமனை (சந்திரனை)ப் போல வட்ட வடிவிலிருப்பதால் இப்பெயர் ஏற்பட்டதெனக் கொள்ளலாம்.

1.11. இரண்டாம் திருச்சுற்று

மீண்டும் கிழக்குநோக்கிப் படியேற்ற மண்டபத்துக்குள் வந்தால் அங்கிருந்து இரண்டாம் திருச்சுற்றுக்குள் செல்லலாம். இவ்விரண்டாம் திருச்சுற்றுக்குத் தென்திசையில் உள்ளது. 'கலியாண சுந்தரவல்லித் தாயார்' சன்னிதியாகும். இத்தாயார் சன்னிதியின் பின்புறம் உள்ளது. 'திருவாழி ஆழ்வார்' எனப்படும் சுதர்சனர் சன்னிதியாகும். இரண்டாம் திருச்சுற்றில் தென்பகுதியில் வடதிசையிலுள்ள தூண்களில் இக்கோயிலுக்குத் திருப்பணி செய்தவர்களின் சிலைகள் உள்ளன. இரண்டாம் திருச்சுற்றில் வடக்கு நோக்கித் திரும்பும் இடத்தில் 'பள்ளியறை' உள்ளது. பள்ளியறைக்கு வடக்கே கருவறைக்கு நேர் பின்னாக உயர்ந்த ஒரு மண்டபத்தில் கிழக்கு நோக்கி 'யோகநரசிம்மர்' அமர்ந்துள்ளார். இவருக்கு 'உக்கிர நரசிம்மர்', 'ஜ்வாலா நரசிம்மர்' முதலிய பெயர்களும் உண்டு. இவரது சினம் தணிய நாள்தோறும் இவர்க்கு எண்ணெய்க் காப்பிடுவர். இரண்டாம் திருச்சுற்றில் கிழக்குநோக்கித் திரும்புமிடத்தில் ஆண்டாள் சன்னிதி உள்ளது. அதற்கு முன்னால் யாகசாலையும், வாகன மண்டபங்களும் உள்ளன.

1.12. ஆடிவீதியும் வசந்தமண்டபமும்

கலியாண மண்டபத்திலிருந்து கோயிலைச் சுற்றி வரும் நான்கு வீதிகளும் 'ஆடிவீதி' என்றும், 'யதிராஜன் திருவீதி' என்றும் வழங்கப் பெறும், ஆடித்திருநாட்களில் இறைவன் இவ்வீதி வழியே வருவார். தென்திசையிலுள்ள ஆடிவீதியில் கோயில் இராஜகோபுர மதிலில் ஒரு வாசல் உள்ளது. இவ்வாசலின் வழியே தெற்குநோக்கி இறங்கினால் இக்கோயில் வசந்தமண்டபத்தை அடையலாம். வசந்த மண்டபத்தின் நடுவில் நீராழிமண்டபம் போல் அமைக்கப்பட்டுள்ள மண்டபத்தில் வைகாசி மாதம் நடைபெறும் வசந்தத்திருவிழா நாட்களில் இறைவன் நாள்தோறும் எழுந்தருளுவார். இவ்வசந்த மண்டபத்தின் மேற்கூரை முழுவதும் நாயக்கராட்சிக்கால ஓவியங்கள் காணப்படுகின்றன; இவ்வோவியங்கள் இராமாயணக் கதைகளைச் சித்திரிக்கின்றன.

ஒவ்வொரு ஓவியத்தின் கீழும் அக்காட்சி நாயக்கர் காலத் தமிழ் எழுத்தில் ஓரிரண்டு வரிகளில் விளக்கப்பட்டுள்ளது.

1.13. ராயகோபுரம்

வசந்த மண்டபத்திற்குக் கிழக்கே சற்றுத் தொலைவில் கட்டி முடிக்கப்படாமல் பாதியிலே நின்றுபோன ஒரு கோபுரம் தெற்கு நோக்கி அமைந்துள்ளது. இதிலுள்ள ஒரு கல்வெட்டு விசயநகர மன்னர்களின் ஆரவீடு வம்சத்து அரசர்களைக் குறிப்பிடுகிறது. இக்கல்வெட்டின் காலம் சகம் *1468* (கி.பி.*1546*) ஆம் ஆண்டாகும்.[17] எனவே கி.பி. பதினாறாம் நூற்றாண்டில் தொடங்கப்பெற்றுப் பாதியிலே நின்றுபோன இக்கோபுரத் திருப்பணியைப் பின்வந்த மன்னர்களும் நிறைவு செய்ய முடியாமல் போய்விட்டனர் என்பதை அறியலாம். இக்கோபுரத்துக்கு ராயகோபுரம் என்பது பெயராகும்.

1.14. நீர்நிலைகள்

வெளிக்கோட்டைக்கு மேற்புறத்தில் உள்ள இக்கோயிலுக்குரிய ஒரு குளம், ‘ஆராமத்துக்குளம்’ என வழங்கப்படுகிறது. மலை மீதிருந்து வரும் சிலம்பாறு, இக்கோயில் மேற்கு மதிலை ஒட்டி இக்கோயிலுக்கு அருகில் ஓடுகிறது. கோயிலுக்குத் தெற்கேயுள்ள ஆராமத்துக்குளத்தில் பாய்ந்து, அதன்பின் சிற்றோடைபோல மதுரையை நோக்கிச் செல்லும் சாலையை ஒட்டிச் செல்கிறது. பதினெட்டாம்படிச் சன்னிதிக்கெதிரிலிருந்த குளம் இருபத்தைந்து ஆண்டுகளுக்கு முன்னர் மூடப்பட்டுவிட்டது. கோயில் வடக்குக் கோட்டைச் சுவரையடுத்து மலைமீது செல்லும் சிறுபாதையினை அடுத்துள்ள குளம் ‘நாராயணராயர் தெப்பக்குளம்’ என்ற பெயரில் வழங்கப்படுகிறது.

ஆராமத்துக்குளத்துக்கு வடக்கேயுள்ள நந்தவனம் ‘பெரியாழ்வார் நந்தவனம்’ என்றழைக்கப்படுகிறது. இறைவனுக்குத் திருமாலை கட்டித்தரும் பணியில் பெரியாழ்வார் ஈடுபட்டிருந்ததனால், கோயில் நந்தவனத்துக்கு அவர் பெயர் சூட்டப்பட்டது போலும்.

கோயிலை ஒட்டியுள்ள பகுதிகள் தவிர, கோயிலுக்குத் தெற்கே ஒரு கல் தொலைவில் பொய்கைக்கரைப்பட்டி என்னும் சிற்றூரிலுள்ள தெப்பக்குளமும் இக்கோயிலுக்கு உரியதாகும். இக்கோயில் இறைவனின் தெப்பத் திருவிழா அங்குதான் நடைபெறும்.

கோயிலின் வடபுறத்தில் மலைமீது செல்லும் சிறுபாதையில் இரண்டு கல் தொலைவு சென்றால் மலைமீது ‘மாதவி மண்டபம்’ என்ற பெயருள்ள ஒரு மண்டபம் உள்ளது. ஐப்பசி மாதம் தலையருவித் திருவிழாவில் இக்கோயில் இறைவன் அம்மண்டபத்திற்குச் சென்று மலைமீதிருந்து வரும் சிலம்பாற்றில் நீராடுவார்.

குறிப்புகள்

1. Imperial Gazetteer of India, Provincial series: Madras, 1908, p.240.
2. திரு.வை.சதாசிவப்பண்டாரத்தார், "பத்துப்பாட்டும் கல்வெட்டுக்களும்", செந்தமிழ்ச் செல்வி, சிலம்பு 26, ப. எண்
3. A. R. E. *4* of *1932*
4. ஸ்ரீ கள்ளழகர் கோயில் வரலாறு (கோயில் வெளியீடு), ப.*45.*
5. பார்க்க: பிற்சேர்க்கை, எண் 11:8 வரி.
6. நாலாயிர திவ்விய பிரபந்தம் (திருவேங்கடத்தான் திருமன்றப்பதிப்பு), பாடல்,71.
7. 1976-இல் மதுரையில் நடைபெற்ற கோடைக்காலக் கல்வெட்டு பயிற்சி முகாமில் தெரிவித்த கருத்து, நாள் 21.5.1976.
8. A.R.E. *321* and *322* of *1930.*
9. A.R.E. *84* of *1929.*
10. A.R.E. of *1929.*
11. ஸ்ரீ கள்ளழகர் கோயில் வரலாறு, ப. 24.
12. மேலது, ப. 47.
13. A.R.E. *331* of *1930.*
14. A.R.E. *84* of *1929.*
15. A.R.E. *83* of *1929.*
16. A.R.E. *270* of *1930.*
17. A.R.E. *93* of *1929.*

2. அழகர்கோயிலின் தோற்றம்

2.0 தமிழ்நாட்டு வைணவத் திருப்பதிகளில் அழகர்கோயில் பழமை சான்ற ஒன்றாகும். சங்க இலக்கியங்களில் ஒன்றான பரிபாடலில் பெயர் சுட்டிச் சொல்லப்பெறும் திருமால் திருப்பதி இதுவாகும்.[1] முதலாழ்வார்கள் மூவரில் ஒருவரான பூதத்தாழ்வாரும் இக்கோயிலைப் பாடியுள்ளார்.[2] இக்கோயிலின் தோற்றம் இங்கு ஆராயப்படுகின்றது.

2.1. தோற்றம் குறித்த சான்றுகள்

இக்கோயிலில் காணப்பெறும் கல்வெட்டுக்களில் இக்கோயிலின் தோற்றம் குறித்து அறிவதற்கான சான்று(கள்) ஏதும் இல்லை. இலக்கியச் சான்றுகளை நோக்குமிடத்து, பரிபாடலில் புலவர் இளம்பெருவழுதியார், இம்மலையில் திருமாலும் பலராமனும் இணைத்து வழிபடப்பெற்ற செய்தியினைக் கூறுகின்றார். ஆனால் இத்தலம் குறித்தெழுந்த ஆழ்வார்களின் பாசுரங்களில் இங்குப் பலராம வழிபாடு நிகழ்ந்த செய்தியோ, குறிப்புக்களோ காணப்படவில்லை. ஆழ்வார்களின் காலத்தில் இங்குப் பலராம வழிபாடு மறைந்துவிட்டது போலும். எனவே இளம்பெருவழுதியாரின் பரிபாடல் ஆழ்வார்களின் காலத்திற்கு முற்பட்டது எனக் கொள்ளத்தகும். அப்பாடலில் இக்கோயிலின் தோற்றம் குறித்த செய்தி ஏதும் காணப்படவில்லை.

2.2. சீனி. வே. கருத்து

இக்கோயிலின் தோற்றம் குறித்து மயிலை, சீனி, வேங்கடசாமி ஒரு கருத்தினைக் கூறுகின்றார். "அழகர்மலை என்று வேறு பெயருள்ள இந்த இடம் (திருமாலிருஞ்சோலை) இப்போது வைணவத் திருப்பதிகளில் ஒன்று. இங்குள்ள மலைக்குகையில் பிராமி எழுத்துக்கள் பொறிக்கப்பட்டுள்ளன. இங்குள்ள பெரியாழ்வார் நந்தவனத்துக்கு . எதிரிலுள்ள குளம் ஆராமத்துக்குளம் என்று பெயர் வழங்கப்படுகிறது. ஆராமம் என்பது சங்காராமம், அஃதாவது பௌத்த பிட்சுகள் வசிக்கும் இடம். அன்றியும் இக்கோயிலின் பழைய ஸ்தல விருக்ஷம் போதி (அரச) மரம் என்று கூறப்படுகிறது. இக்குறிப்புக்கள் யாவும் இக்கோயில் பண்டைக்காலத்தில் பௌத்தக் கோயிலாக இருந்ததென்பதைக் காட்டுகின்றது".[3]

2.3. சீனி. வே. கருத்தின் ஏற்புடைமை

பக்தி வழிப்பட்ட நோக்கில் இக்கருத்து கற்பனையாகத் தோன்றலாம். ஆனால் ஒரு சமயத்தார்க்குரிய கோயில் மற்றொரு சமயத்தாருடைய கோயிலாக மாறுவதோ மாற்றப்படுவதோ சமய இயக்கங்களின் வரலாற்றில் வியப்பான செய்தியாகாது. தஞ்சை மாவட்டத்தில் சிக்கல், வலிவலம், கீழ்வேளூர். தேவூர் ஆகிய ஊர்களிலுள்ள கோயில்கள் ஒரு காலத்தில் பௌத்தக் கோயில்களாக இருந்திருக்கலாம் என்பர் சுரேஷ் பி.பிள்ளை.[4] புதுக்கோட்டை மாவட்டம் நார்த்தாமலையிலுள்ள விசயாலயச் சோழீசுவரம் கோயிற் பரப்பினை (Temple complex) பற்றி எழுதும் எஸ்.ஆர்.பாலசுப்பிரமணியம், "வலப்பக்கத்திலுள்ள சமணக்குடகு என்ற குடபோகக் கோயில் பிற்காலத்தில் வைணவக் கோயிலாக மாறவே, அதன் அர்த்த மண்டபத்தில் திருமாலின் பன்னிரண்டு உருவங்கள் மிக்க சிற்பத்திறனுடன் செதுக்கப்பட்டுள்ளன என்கிறார்.[5] "பஞ்ச ஆராமங்கள் என்று ஒரு சிவதலக்கூட்டம் ஆந்திராவில் உண்டு. இவை சங்காராமங்கள் என்ற பண்டைக்காலத்தில் பௌத்தர்கள் வசித்த இடங்கள் என்று கூறுவர். சங்காராம் என்று விசாகப்பட்டின மாவட்டத்தில் ஒரு ஊரிருப்பதும் இதற்குச் சான்றாகும் என்கிறார் பி.ஆர்.ஸ்ரீநிவாசன்,[6] "பூரியிலுள்ள செகநாதர் கோயில் ஒரு காலத்தில் பௌத்தக் கோயிலாக இருந்ததை ரைஸ்டேவிட்ஸ் ஒத்துக்கொள்கிறார்" என்று செகதீசன் குறிக்கிறார்.[7] கேரளத்திலும் இதற்குச் சான்று உண்டு. "மதிலகம் கோயிலும், பிற சமணக் கோயில்களும், சமணமதம் வீழ்ந்து, அம்மதத்தவர் இந்துக்களான போது இந்துக் கோயில்களாக மாற்றப் பட்டன" என்று ஸ்ரீதரமேனன் குறிப்பிடுகிறார்.[8] எனவே சீனி. வேங்கடசாமியின் கருத்தினை மிக எளிதாகப் புறந்தள்ளிவிட இயலாது. அவர் தரும் சான்றுகளைக் கூர்ந்து நோக்க வேண்டும்.

"ஆய்வாளர்கள் தொன்மையல்லாத கூறுகளை உடையது (heterodox) எனக் கருதும் ஒரு கோயில் அல்லது கோயிற் பரப்பு வேறொரு சமயத்திற்கு, பௌத்தத்திற்கோ அல்லது சமணத்திற்கோ உரியதாக இருக்க வேண்டும். ஆனால் அதை யாரும் பெரிதாகக் கருதுவதில்லை" என்பர் சுரேஷ் பி. பிள்ளை.[9] சீனி.வே.குறிப்பிடும் தலவிருட்சமும், குளமும் கோயிற் பரப்பின் பகுதியாவன. ஆனால் அவர் குறிப்பிடும் பிராமி எழுத்துக்கள் பொறிக்கப்பட்டுள்ள குகை, கோயிலிலிருந்து ஒரு மைல் தொலைவில் அமைந்துள்ளது. எனவே அதனைக் கோயிற் பரப்பின் பகுதியாகக் கொள்ளவியலாது.

2.4. முதற்சான்று - 'ஆராமம்'

தம் கருத்துக்கு ஆதரவாகச் சீனி, வே. தருகின்ற முதற்சான்று, கோயிலையடுத்த குளம் ஆராமத்துக்குளம் என வழங்கப்படுவது ஆகும். இவ்வழக்கு மரபு உண்மையே. இவ்வழக்கினை ஆய்வாளர்

பலமுறை கேட்கும் வாய்ப்புக் கிடைத்தது. 'ஆராமம் என்பது தமிழ்ச் சொல் இல்லை, இது பாலிமொழிச் சொல். பௌத்த சங்கத்துக்குரிய குளம் உடைய நந்தவனத்தினை இச்சொல் குறிக்கும்' எனச் சீனி. வே. ஆய்வாளரிடம் விளக்கினார்.[10] 'ஆராமஞ் சூழ்ந்த அரங்கம்' என்ற தொடருக்கு, 'மற்றைய கோயில்களால் சூழப்பட்ட அரங்கம்' என்றும் நாலாயிர திவ்வியப் பிரபந்த அகராதி பொருள் கூறுகின்றது.[11] எனவே 'ஆராமம்' என்ற சொல் தோட்டமும் சோலையும் கோயிலும் இணைந்த ஒரு பகுதியினைக் குறிப்பதாகக் கொள்ளலாம்.

பௌத்த சங்கத்தாரைப் பற்றி எழுதும் உ.வே.சாமிநாதையர், "ஸ்ரீபிக்ஷுக்களுக்கு ஏதேனும் குற்றம் நேரிடுமாயின் அதற்குப் பரிகாரம் நந்தவனத்துக்கு நீரிறைக்கையென்று தெரிகிறது. இதனை பிக்ஷுக்களுக்கு பிழை புகுந்தாற் பிராயச்சித்தம் புத்தர் கோயில் முற்றத்துக்கு மணற்சுமக்கை; பிக்ஷுக்களுக்குப் பிராயச்சித்தம் நந்தவனத்துக்கு நீரிறைக்கை'(நீலகேசி-அருக்கத்திரவாதச் சருக்கம் 25 ஆம் பாட்டுரை) என்பதினாலுணர்க" எனச் சான்று காட்டி எழுதுவர்.[12] எனவே, சீனி. வே. கூற்றுப்படி குளம் உடைய நந்தவனங்கள் புத்தர் கோயில்களில் இருந்த செய்தி தெளிவாகின்றது.

2.5. இரண்டாவது சான்று - 'தலவிருட்சம்'

சீனி. வே. கூறும் அடுத்த சான்று, இக்கோயிலின் பழைய தலவிருட்சங்களில் அரச (போதி) மரமும் ஒன்று என்பதாகும். இக்கோயிலுக்கு யுகத்திற்கொன்றாக நான்கு யுகங்களில் நான்கு தல விருட்சங்கள் உண்டு எனும் செய்தியை அழகர் குறவஞ்சி, சோலை மலைக் குறவஞ்சி ஆகிய இலக்கியங்களும் குறிப்பிடுகின்றன. திரேதாயுகத்தில் அரச (போதி) மரம் தலவிருட்சமாயிருந்துள்ளது. வடமொழியிலமைந்த இக்கோயில் தலபுராணம். ஒரு மரத்தினடியில் தருமதேவனுக்குக் காட்சி தருகின்ற திருமால், "இந்த ஸ்ரீவிருக்ஷமானது க்ருதயுகத்தில் ஆலுவிருக்ஷமாகவும் த்ரேதாயுகத்தில் அச்வந்த (அரச) மரமாகவும், த்வாபரயுகத்தில் பில்வ விருக்ஷமாகவும் கலியுகத்தில் ஜ்யோதிர் (ப்ரதீப) விருக்ஷமாகவும் ஆகிறது. இந்த ஸ்யோதிர் விருக்ஷத்தினடியிலுள்ள என்னை என் பக்தர்களுங்கூட அர்ச்சிக்கக் கடவார்கள்" எனக் கூறுவதாகக் குறிக்கும்.[14]

தலபுராணத்திலிருந்து நமக்குக் கிடைக்கும் மற்றொரு செய்தி இதுவாகும். கலியுகத்தில் மட்டுமே ஜ்யோதிர் மரத்தடியில் பக்தர்கள் இறைவனை வழிபட முடிந்தது. நிரேதாயுகத்தில் அரசமரம் தலவிருட்சமாயிருந்தபோது, இத்தலத்திறைவனைப் பக்தர்கள் வழிபடக்கூடவில்லை என்பதாகும். பொதுவாக, ஒரு தலத்திற்கு நான்கு தலவிருட்சங்கள் இருந்ததாகக் கூறுவது ஒரு விதிவிலக்கான செய்தியேயாகும்.

2.6. நரசிம்ம வழிபாடு

"சமணக் கோயில்களையும், பௌத்தக் கோயில்களையும் வைணவர் கைப்பற்றும்போது முதலில் நரசிங்கமூர்த்தியை அமைப்பது வழக்கம்" எனப் பொதுவான ஒரு கருத்தினைக் கூறும் சீனி.வே.[13] தம் கருத்துக்கு ஆதரவாக, 'சமணர்கள் ஏவிய யானையினை மதுரை சோமசுந்தரக்கடவுள் நாரசிங்க வெங்கணை எய்து கொன்றார்' என்றும், "யானை மலையாக மாறியபின் அக்கணை 'கொடிய நாரசிங்கமாய்' அவ்விடத்தில் வீற்றிருந்தது" என்றும் கூறுகின்ற திருவிளையாடற் புராணத்து யானை எய்த படலச் செய்திகளை எடுத்துக் காட்டுகிறார்.[16] அவர் கருத்து மறுக்கவியலாத ஒன்றாகும்.

இதுபோலவே 'பௌத்தக் கோயில்' என அவர் கருதும் அழகர் கோயிலுக்கும் இக்கருத்து பொருந்திவருகிறதா என்று காணவேண்டும். அழகர்கோயிலுக்குள் மூன்றாம் திருச்சுற்றில் கருவறைக்கு நேர் பின்னாக, கருவறையை நோக்கியபடி யோக நிலையில் ஒரு நரசிம்மர் காணப்படுகிறார். "இரணிய கதை நிகழக் காரணமாக இருந்த சீற்றம் தன் யோகத்தால் தணியத் தானே யோக மூர்த்தியானார்" என யோக நரசிம்மத்தின் தத்துவத்தினை விளக்குகிறார் குமாரவாடி கே.ராமானுஜாசாரியார்." அழகர் கோயிலில் உள்ள யோக நரசிம்மரை, 'ஜவாலா நரசிம்மர்' என அழைக்கின்றனர். அவரது சினம் தலையிலிருந்து நெருப்புச் சுவாலையாக வெளிப்படுவதாகக் கூறுகின்றனர். இச்சிலைக்கு நேராக, கற்கூரையில் ஒரு திறப்பு வைத்துள்ளனர். நாள்தோறும் இச்சிலைக்கு எண்ணெய்க் காப்பிடுகின்றனர். யோக நரசிம்மரின் சினம் ஆவியாகி மேலே கற்கூரையிலுள்ள திறப்பு வழியாக வெளியேறுவதாகக் கூறுகின்றனர். இவ்வளவு சினத்துக்குரிய காரணம் யாது?

இது தவிர அதே பகுதியில் ஒரு லெட்சுமிநரசிம்மர் உள்ளார். கல்யாண மண்டபத்தில் இரணியனைக் கொல்ல எடுத்த கோலத்திலும், அவன் உடலைக் கிழித்த கோலத்திலுமாக இரு நரசிம்மர் சிலைகள் உள்ளன. உட்கோட்டை நுழைவாயிலின் மேலாக மற்றுமொரு நரசிம்மர் அமர்ந்த கோலத்தில் உள்ளார். "இத்தலம் நரசிம்ம வழிபாட்டிற்கு முக்கியமானது' என்பர் கே.என்.ராதாகிருஷ்ணன்.[18]

வைணவப் பகைவனாக விளங்கிய இரணியனை அழிப்பதே நரசிம்ம அவதாரத்தின் நோக்கமாகும். எனவே புறமதத்தவர்களை எதிர்க்க முற்படும் போதெல்லாம், நரசிம்மமூர்த்தத்தினை வைணவர் நிறுவி வழிபடுவது பொருத்தமுடையதே. அழகர்கோயிலிலும் நரசிம்ம வழிபாடு தனித்தன்மையுடன் விளங்குவதன் காரணம் புறமத எதிர்ப்பே என்று கொள்ளலாம்.

2.7. புறமதத்தவர் யார்?

அழகர்கோயிலில் வைணவத்தினால் எதிர்க்கப்பட்ட "புறமதத்தினர்' யாவர் என்பதை அடுத்துத் தெளிவுபடுத்துதல் வேண்டும். திருமங்கையாழ்வார் இக்கோயில்,

“புத்தியில் சமணர் புத்தரென் றிவர்கள்
ஒத்தன பேசவு முகந்திட்டு
எந்தை பெம்மானார் இமையவர் தலைவர்
எண்ணிமுன் இடங்கொண்ட கோயில்”[19]

எனக் குறிப்பதன் மூலம், இப்பகுதியில் சமணரும் பௌத்தருமே எதிர்க்கப்பட்ட புறமதத்தவர் என அறியலாம். இந்த இரு மதத்தவரிலும் அழகர்கோயிலில் எதிர்க்கப்பட்டவர் யார் என்பதனை மற்றுமொரு சான்றினால் அறியலாம்.

இக்கோயிலுக்கு ஒரு மைல் கிழக்கே பிராமி எழுத்துக் கல்வெட்டுக்களோடு காணப்படும் மலைக்குகை சமணருடையதாகும். அச்சணந்தி எனும் சமணப்பெரியாரின் உருவத்துடன், ‘அச்சணந்தி செயல்’ என்னும் மிகச் சிறிய வட்டெழுத்துக் கல்வெட்டு ஒன்றும் இங்கே காணப்படுகிறது. அச்சணந்தியைக் குறிப்பிடும் கல்வெட்டுக்களின் எழுத்தமைதி கொண்டு அச்சணந்தியின் காலம் கி.பி.எட்டு அல்லது ஒன்பதாம் நூற்றாண்டாகலாம் என பி.பி. தேசாய் கருதுகின்றார்.[20] எனவே அழகர்கோயில் ஆழ்வார்களால் பாடப்பெற்ற காலத்திலும் இங்குச் சமணர் வாழ்ந்திருந்ததனை அறியலாம். எனவே அழகர்கோயிற் பகுதியில் எதிர்க்கப்பட்டவர் அல்லது அழிக்கப்பட்டவர் பௌத்தர் களாகவே இருக்க முடியும்.

சீனி.வே. யின் கருத்தினை மறுப்பதற்கு வாய்ப்பில்லை; உடன்படுவதற்குச் சான்றுகள் உள்ளன. எனவே அழகர்கோயில் பௌத்தக் கோயிலாக இருந்தது என்று குறிப்பிடும் அவர் கருத்து ஏற்றுக் கொள்ளப்பட வேண்டியதே. அவர் கருத்தினை வலியுறுத்தும் வேறு சில சான்றுகளும் இத்தலத்தில் காணப்படுகின்றன. அவற்றினையும் தொகுத்துக் காண்பது பொருத்தமுடையதாகும்.

2.8 சக்கரத்தாழ்வார் - ‘பிரயோக சக்கரம்'

திருமாலின் போர்க் கருவியான திருவாழி ஆழ்வார்க்கு இக்கோயிலில் உள்ள சன்னிதி சிறப்பானதாகும். தனக்குரிய பதினாறு ஆயுதங்களை ஏந்தி இங்கு அவர் காட்சி தருகிறார். இக்கோயில் கல்வெட்டு ஒன்று மலைமீதிருந்த திருவாழி ஆழ்வார் கோயிலைக் குறிப்பிடுகிறது. இன்று மலை மீது திருவாழிக்குக் கோயில் ஏதும் இல்லை. எனவே மலை மீதிருந்த கோயிலே அழிந்து, பின்னர் அழகர் கோயிலுக்குள் கொண்டுவரப்பட்டதெனக் கருதலாம்.

திருமால் கோயிலுக்குரிய நிலங்களில் திருமாலின் சக்கரம் பொறிக்கப்பட்ட கல்லை நடுவது வழக்கம். இதற்குத் 'திருவாழிக்கல்' எனப் பெயர். மலைமீது திருவாழி ஆழ்வார்க்கும் - சக்கரத்தாழ்வார்க்கும் கோயில் இருந்ததென்பது, மலைமீது இக்கோயிலுக்குரிய உரிமையினை நிலைநாட்டவே ஆகும். சாதாரணமாக மனிதர் நடமாடாத மலைப் பகுதிகளில் உரிமையை நிலைநாட்ட வேண்டிய தேவை, பிறர் யாரேனும் மலைக்கு உரிமை கொண்டாட முற்படும் போதே ஏற்படுகிறது. பௌத்த எதிர்ப்பின் ஒரு பகுதியாகவே இக்கோயிற் பகுதியில் இது நிகழ்ந்திருக்க வேண்டும்.

இக்கோயிலில் மூலத்திருமேனியாக விளங்கும் திருமால், கையில் சக்கரத்தை, சுற்றிச் செலுத்தும் நிலையில் (பிரயோக நிலையில்) வைத்துள்ளார். வழிபடும் அடியார்க்கு அருள் சுரக்கும் இறைவன், எதிரிகளை அழிக்கச் செலுத்தும் சக்கரத்தை ஆயத்த நிலையில் வைத்திருப்பது யாரோ ஒரு பகைவனை அழிப்பதற்காகவே இருக்க முடியும். பொதுவாக, வைணவக் கோயில்களில் திருமாலின் கையில் சக்கரம் அணியாகவே விளங்கும்; செலுத்தும் நிலையில் இருப்பதில்லை. இக்கோயிலில் இது ஒரு விதிவிலக்கான செய்தியே.

2.9 இலக்கியச் செய்திகள்

சீனி. வே.யின் கருத்தினை மனத்திலிருந்து இத்தலம் குறித்த பரிபாடலை நோக்க வேண்டும். "பகைவர்களை வெற்றி கொண்டவனுடைய இருங்குன்றத்திற்கு மனைவியோடும், பெற்றாரோடும், பிறந்தாரோடும், உறவினரோடும் செல்லுங்கள்" என்பது இப்பாடல் தரும் செய்தியாகும்."[21] சங்க இலக்கியத்தில், 'இக்கோயிலுக்குச் சென்று வழிபடுங்கள்' என்னும் பிரச்சாரப் போக்கில் அமைந்த பாடல் இது ஒன்றேயாகும். இருங்குன்றம் சமயப் போராட்டக் களமாக விளங்கிய குறிப்பும், இக்கோயிலுக்கு மக்கள் ஆதரவினைத் திரட்ட வைணவம் முயன்றதும் இப்பாடலில் புலப்படுகின்றன.

இத்தலம் குறித்த பெரியாழ்வார், திருமங்கையாழ்வார், நம்மாழ்வார் ஆகியோரின் பாசுரங்கள் ஒவ்வொன்றிலும், 'இம்மலை திருமாலுக்குரியது; இக்கோயில் திருமாலுக்குரியது' என்னும் கருத்து பேசப்படுகிறது. இக்கருத்து மீண்டும் பேசப்படுவதற்குரிய காரணம் சிந்தனைக்குரியது.

இத்தலம் குறித்த ஆழ்வார்களின் பாசுரங்களில் பொதிந்துள்ள பிறமத எதிர்ப்புணர்ச்சியை அவற்றுக்கான வைணவ ஆசாரியர்களின் உடைகள் நன்கு வெளிப்படுத்திக் காட்டுகின்றன. இக்கோயில் தலபுராணம் தரும் செய்தியும் இவ்விடத்தில் எண்ணிப் பார்க்க வேண்டியதாகும்.

"…. யக்ஞ சீலர்களான பிராமணர்களைக் காப்பாற்றுவதன் நிமித்தமும், இராக்ஷஸர்களை நாசஞ் செய்வதன் பொருட்டும், ஸாது ஸம்ரக்ஷணத்திற்காகவும் க்ஷீராப்தி சயனத்தை (பாற்கடலை) விட்டு ஸ்ரீ பகவான் சோலைமலையையடைந்தார்".[22] 'இராக்ஷஸர்களை நாசஞ்செய்வது' எனப் பகையழிப்பு நோக்கத்தினைத் தலபுராணம் தெளிவாகக் குறிப்பிடுகிறது.

2.10. கருவறைப் பெயர்

இத்தலம் குறித்த நம்மாழ்வாரின் பாசுரத்தில் வரும். "நங்கள் குன்றம்' என்ற சொல் இக்கோயிலின் கருவறைக்குப் பெயராக வழக்கிலிருந்து வருகிறது. 'நாங்கள் குன்றம்' என்பது, 'நம்முடைய குன்றம்' என உரிமை சுட்டும் பெயராக அமைந்திருப்பது சிந்திக்கத் தகுந்தது. தவிரவும், கோயிலின் கருவறைப்பகுதிக்கு மட்டும் தனியே ஒரு பெயரிட்டு அழைப்பது தமிழ்நாட்டுச் சைவ, வைணவக் கோயில்களில் வழக்கத்தில் இல்லை. இக்கோயிலில் மட்டும் அமைந்திருப்பது விதிவிலக்கான ஒரு செய்தியே.

2.11. விமான அமைப்பும் கருத்தும்

இக்கோயிலின் விமானம் (கருவறை அடி முதல் முடி வரை) வட்ட வடிவமான அமைப்புடையது. இக்கட்டிடப்பகுதி மிகப் பிற்காலத்ததாகவே தோன்றுகிறது. அடிப் (அதிட்டானப்) பகுதியில் கல்வெட்டுக்களும் இல்லை. கட்டிடப் பொருள்கள் (materials) பிற்காலத்தனவாகத் தோன்றினாலும் இந்த அமைப்பு (Plan) காலத்தால் மாறியதாகத் தோன்றவில்லை. "தென்னகத்தில் புதுக்கிக் கட்டும் போது விமானத்தின் முந்திய அமைப்பை அப்படியே பின்பற்றுவது வழக்கம்" என்று சி.கிருஷ்ணமூர்த்தி கூறுகிறார்.[23] அழகர்கோயில் கருவறை அமைப்பு பிற்காலச் சோழர் (Imperial Cholas) காலத்திற்கு முந்தியதென்றும், அவ்வமைப்பில் குறிப்பிட்டுச் சொல்லும்படி பாண்டி மண்டலத்தில் இது ஒன்றே உள்ளது என்றும் கே.வி. சௌந்திரராஜன் கருதுவர்.[24]

வட்டவடிவமான இக்கருவறை அமைப்பு தமிழ்நாட்டின் பழங் கோயில்களில் 1. காஞ்சிபுரம் கரபுரீசுவரர் கோயிலிலும் 2.புதுக்கோட்டை நார்த்தாமலை விசயாலயச் சோழீசுவரம் கோயிலிலும் 3. அழகர்கோயில் கள்ளழகர் கோயிலிலும் மட்டுமே உள்ளதென்று சீனி.வே.கூறுகிறார்.[25] இவற்றுள் காஞ்சிபுரம் கரபுரீஸ்வரர கோயிலில் பௌத்தச் சாயல்களைத் தான் நேரில் கண்டதாக சீனி.வே. ஆய்வாளருடன் நடத்திய கலந்துரையாடலில் கூறினார்.[26] கோயில் ஆய்வின் பகுதியாக அது அமைந்த பகுதியினை ஆய்வு செய்ய வேண்டுமென்பர் சுரேஷ் பி.பிள்ளை.[27] விசயாலயச் சோழீசுவரம் கோயிலையடுத்து வலப்

பக்கத்திலுள்ள குடபோகக் கோயிலின் பெயர் சமணக்குடகு என்றும், பிற்காலத்தில் அது வைணவக் கோயிலாக மாறியதென்றும் எஸ்.ஆர். பாலசுப்பிரமணியம் கருதுவதை முன்னர்க் கண்டோம்.[28] அழகர் கோயில் பற்றிய சீனி.வே.யின் கருத்தினையும் கண்டோம். எனவே வட்டவடிவக் கருவறை அமைப்புடைய மூன்று கோயில்களும் ஐயத்துக்கிடமான சில கூறுகளைப் பெற்றிருக்கின்றன.

அழகர்கோயிலில் வட்டவடிவமான கருவறையைச் சுற்றி அதனுள்ளேயே வட்டவடிவில் ஒரு திருச்சுற்றும் (பிரகாரம்) உள்ளது. பௌத்த சைத்தியங்களைச் சுற்றி இவ்வாறு வட்டவடிவத் திருச்சுற்று உண்டு என்றும், "துறவிகள் கூடி வாழும் விகாரைகளையொட்டி, பெரும்பாலும் சைத்தியங்களிருக்கும்' என்றும் பர்கீஸ் (Burgess) கூறுவர்.[29] எனவே சைத்தியத்தை ஒட்டிய துறவிகள் வாழும் விகாரைகளில் நந்தவனமும் குளமும் இருக்க வேண்டும். அவ்வாறிருந்தால்தான் பிழை செய்த ஆண் துறவிகள் பிராயச் சித்தமாக நந்தவனத்துக்கு நீரிறைக்கவும், பெண் துறவிகள் கோயில் முற்றத்துக்கு மணற்சுமக்கவும் கூடும்.

2.12. தலை மழிக்கும் வழக்கம்

இக்கோயிலில் அடியவர்கள் தலையினை மொட்டையடித்துக் (மழித்துக்) கொள்கின்றனர். தமிழ்நாட்டுச் சைவ வைணவ நூல்களில் 'தலையினை மழிக்க வேண்டும்' என்பது போன்ற குறிப்புக்கள் ஏதும் இல்லை. தலைமுடியினைக் கையினாற் பறித்துக் கொள்ளும் வழக்கம் சமணத் துறவிகளுக்குண்டு. பௌத்தத் துறவிகளே தலை முடியினைக் கத்தி கொண்டு மழிக்கும் வழக்கமுடையவர். பௌத்தத் துறவியின் உடைமையாக அனுமதிக்கப்பட்ட மூன்று ஆடைகள் உள்ளிட்ட எட்டுப் பொருள்களில் மழிகத்தியும் ஒன்றாகும்.[30] தலைமுடியினை மழித்துக் கொள்ளும் பௌத்தர்களின் வழக்கம் இக்கோயிலில் இன்றும் அடியவர்களால் பின்பற்றப்பட்டு வருகின்றது.

முடிவுரை

சீனி. வே. தரும் இரண்டு சான்றுகளுடன், நரசிம்ம வழிபாடு பிரயோகசக்கரம், இலக்கிய தலபுராணக் குறிப்புக்கள், கருவறையின் பெயரும் அமைப்பும், தலைமழிக்கும் வழக்கம் ஆகிய செய்திகளும், 'இக்கோயில் பௌத்தக் கோயிலாக இருந்தது' என்னும் அவர் கருத்தினையே நிலைநிறுத்துகின்றன.

இம்மாற்றம் எக்காலத்தில் நிகழ்ந்திருக்கலாம் என்று காண்பதற்கும் சான்றுகளில்லை. முதலாழ்வார்களில் பூதத்தாழ்வார் இக்கோயிலைப் பாடியிருப்பதால் அவர் காலத்துக்கு முன்னர்; இம்மாற்றம் நிகழ்ந்திருக்க

வேண்டும். இத்தலம் குறித்த பரிபாடல் பூதத்தாழ்வார் காலத்துக்கு முந்தியதாயிருத்தல் வேண்டும். ஏனெனில் "இருங்குன்றம்' என்ற பெயரை நான்கிடங்களில் வழங்கும் இப்பாடலே. 'சோலையொடு தொடர்மொழி மாலிருங்குன்றம்' என்ற ஒரு புதிய பெயர் வடிவத்தைத் தருகின்றது. பூதத்தாழ்வார். 'இருஞ்சோலை' எனக் குறிக்கின்றார். இத்தலத்தினைப் பாடும் ஆழ்வார்கள் 'குன்றம்' எனும் பெயர் வழக்கினைப் பயன்படுத்தவேயில்லை. எனவே இருங்குன்றம் என்னும் பெயர் வழக்கு, இப்பெயரினைக் குறிக்கும் பதினைந்தாம் பரிபாடல் ஆசிரியர் இளம்பெருவழுதியார் காலத்திற்குப் பின் மறைந்துவிடுகிறது. அவர் காலத்தில் அல்லது அதற்கும் சற்று முன்னர் இக்கோயில் வைணவக் கோயிலாக மாற்றப்பட்டிருக்கிறது எனக் கொள்ளலாம்

குறிப்புக்கள்

1. 'சோலையொடு தொடர்மொழி மாலிருங்குன்றம்', பரிபாடல், *15:23.*
2. நாலாயிர திவ்விய பிரபந்தம், பாடல்கள் *3331, 3337*
3. மயிலை, சீனி. வேங்கடசாமி. பௌத்தமும் தமிழும். ப.*63.*
4. Suresh, B. Pillai, Introduction to the study of Temple Art, Part I, Chap.3, p. 60.
5. எஸ்.ஆர்.பாலசுப்பிரமணியம். சோழர் கலைப்பாணி, ப. *42.*
6. பி.ஆர்.ஸ்ரீநிவாசன், நாம் வணங்கும் தெய்வங்கள், பக்.*49-50.*
7. N. Jegadeesan, History of Srivaishnavism in the Tamil Country (post Ramanuja), p. 259.
8. A. Sreedhara Menon, Cultural Heritage of Kerala, pp.11-12.
9. Suresh B. Pillai, op. cit., Part I, p. 1.
10. ஆய்வாளர் - சீனி. வே. உரையாடல், நாள்:*5.8.1977.*
11. பார்த்தசாரதி ஐயங்கார். நாலாயிர திவ்விய பிரபந்த அகராதி ப.*138*, ஆராமம் என்ற சொல் தமிழிலக்கியத்தில் முதன் முதலாக மணிமேகலையில் காணப்படுகிறது. மணிமேகலை *3:32.*
12. உ.வே.சாமிநாதையர். புத்த சரித்திரம், பௌத்த தருமம், பௌத்த சங்கம். பக். *3443-144.*
13. அழகர் குறவஞ்சி. விருத்தம், *40*,
சோலைமலைக் குறவஞ்சி, பாடல் *110.*
14. K.N.Radhakrishna, Thirumalirunjolaimalai (Alagarkoil) thalapurana, Part III. விருஷபாத்ரி மஹாத்மியம், ப. *19.*
15. மயிலை, சீனி, வேங்கடசாமி, சமணமும் தமிழும், ப. *252.*
16. மேலது, பக். *252-253.*
17. கே.ராமானுஜாச்சாரியார், வட்டமேசை, கல்கி *9.9.1979.*ப.*12.*
18. K.N.Radhakrishna, op. cit. PartI, p.272.
19. நாலாயிர திவ்விய பிரபந்தம், பாடல் *1826.*
20. P.B. Desai Jainism in South India and Some Jaina Epigraphs, p.63.

21. பரிபாடல், 15:45 - 48.
22. K.N.Radhakrishna, op.cit. Part III. ஸ்ரீ விருஷபாத்ரி மஹாத்மியம், ப.12.
23. C.Krishnamurthy, Thiruvorriyur Temple (unpublished), p.88
24. K.V.Soundararajan, Art of South India - Tamil Nadu and Kerala, p. 103.
25. மயிலை, சீனி. வேங்கடசாமி, தமிழர் வளர்த்த அழகுக் கலைகள், பக் 17-19.
26. ஆய்வாளர் - சீனி. வே. உரையாடல், நாள். 5.8.1977.
27. Suresh B.Pillai, op. cit., Part I, p. 54.
28. எஸ்.ஆர்.பாலசுப்பிரமணியம், மு. நூல். ப.42.
29. J.A.S. Burgess, Buddhist Art in India, pp.20-21.
30. உ.வே.சாமிநாதையர், மு.நூல். பக். 142-143.

3. இலக்கியங்களில் அழகர்கோயில்

3.0. தமிழ்நாட்டு வைணவத் திருப்பதிகளில் திருமாலிருஞ்சோலை என்னும் அழகர்கோயில் பழமைசான்ற ஒரு திருப்பதியாகும். இத்தலத்தினைப் பற்றிய செய்திகள் தமிழ் இலக்கியங்களில் விரிவாகக் காணப்படுகின்றன.

3.1. இலக்கியங்களில் அழகர்கோயில்

3.1.1. பரிபாடலும் சிலம்பும்

சங்க இலக்கியத்தில் பெயர் சுட்டப்பெறும் ஒரே ஒரு வைணவத்தலம் இதுவேயாகும். பரிபாடலில் புலவர் இளம் பெருவழுதியார் இத்தலத்தினை 'மாலிருங்குன்றம்' என்று குறிப்பிடுகின்றார்'.[1] சிலப்பதிகாரம் இக்கோயிலமைந்த மலையினைத் 'திருமால் குன்றம்' என வழங்குவதோடு, இக்கோயிலினையும் குறிப்பிடுகின்றது.[2]

3.1.2. ஆழ்வார்களின் பாசுரங்கள்

ஆழ்வார்களில் ஐவர் இக்கோயிலைப் பாடியுள்ளனர். முதலாழ் வார்களில் ஒருவரான பூதத்தாழ்வாரும், பெரியாழ்வார், ஆண்டாள், நம்மாழ்வார், திருமங்கையாழ்வார் ஆகியோரும் மொத்தம் நூற்றெட்டுப் *(108)* பாசுரங்களில் இக்கோயிலைப் பாடியுள்ளனர்.[3]

பெரியாழ்வார் மூன்று திருமொழிகளும், ஆண்டாள் ஒரு திருமொழியும், நம்மாழ்வார் நான்கு திருமொழிகளும், திருமங்கை ஆழ்வார் இரண்டு திருமொழிகளும் இக்கோயிலின் மீது பாடியுள்ளனர். பூதத்தாழ்வார் இரண்டு பாசுரங்களில் மட்டும் இத்தலத்தினைக் குறிக்கின்றார். பூதத்தாழ்வார் தவிர்ந்த நால்வரும் பிற பாசுரங்களிலும் இத்தலத்தினை மொத்தம் பதினான்கு இடங்களில் குறித்துள்ளனர்.[4]

3.1.3. ஆசிரியர் பெயர் அறியப்பட்ட சிற்றிலக்கியங்கள்

ஆழ்வார்களுக்குப் பின்னர் இத்தலம் குறித்துச் சிற்றிலக்கியங்கள் பல எழுந்தன. அவற்றுள்,

1. பிள்ளைப் பெருமாள் ஐயங்கார் இயற்றிய 'அழகர் அந்தாதி'
2. வேம்பத்தூர் கவிகுஞ்சரமையரின் 'அழகர் கலம்பகம்'
3. பலபட்டடைச் சொக்கநாதப் புலவரின் 'அழகர் கிள்ளை விடு தூது'

4. வேம்பத்தூர் சாமி கவிகாளருத்திரரின் 'அழகர் பிள்ளைத் தமிழ்'.
5. பெருங்கரை கவிகுஞ்சர பாரதியின் 'அழகர் குறவஞ்சி'.
6. ஜம்புலிபுத்தூர் கிருஷ்ணையங்காரின் 'சோலைமலைக் குறவஞ்சி'.
7. நெற்குப்பை பைரவையரின் 'திருமாலிருஞ்சோலை பிள்ளைத்தமிழ்'.
8. மதுரகவி ஸ்ரீநிவாஸய்யங்காரின் 'அலங்காரர் மாலை' ஆகியவை ஆசிரியர் பெயர் அறியப்பட்ட சிற்றிலக்கியங்களாகும்.

பிள்ளைப் பெருமாளையங்கார் குறிப்பிடும் பத்மநாபப் பட்டர் மணவாளமாமுனிகளைப் பாராட்டியவர்; இராமானுசர் காலத்தவரல்லர் எனக் கூறி, ஐயங்காரின் காலம் கி.பி.பதினாறு அல்லது பதினேழாம் நூற்றாண்டாகலாம் என்பர் மு.கோவிந்தசாமி. பல பட்டடைச் சொக்கநாதப் புலவரின் "தேவையுலா'வினால் அக்காலத்தில் இராமநாதபுரத்தில் விஜயரகுநாதசேதுபதி (கி.பி.1711-1725) அரசாண்டதை அறியமுடிகிறது என உ.வே.சாமிநாதையர் குறிப்பிடுவதால்.[6] அப்புலவரின் அழகர் கிள்ளைவிடு தூதும் பதினெட்டாம் நூற்றாண்டின் முற்பகுதியைச் சேர்ந்ததென அறியலாம். அழகர் பிள்ளைத்தமிழ் நூலின் பதிப்பாசிரியர் திரு.நாராயணையங்கார், நூலாசிரியர் காலம் 'இற்றைக்குச் சுமார் நூற்றைம்பது வருஷங்களுக்கு முன்பு' என 1929இல் எழுதுகிறார்.[7] எனவே இந்நூல் பதினெட்டாம் நூற்றாண்டின் பிற்பகுதியிலெழுந்ததாகக் கருதலாம்.

அழகர் குறவஞ்சி ஆசிரியர் பெருங்கரை கவிகுஞ்சர பாரதியாரின் காலம் கி.பி. 1810-1896 ஆகும்.[8] எனவே நூலெழுந்த காலமும் இதுவேயாகும். சோலைமலைக் குறவஞ்சி நூலின் பதிப்பாசிரியர் குறிப்பிலிருந்து நூலாசிரியர் இருபதாம் நூற்றாண்டின் தொடக்கத்தில் வாழ்ந்தவரெனத் தெரிகிறது.[9] திருமாலிருஞ்சோலை பிள்ளைத்தமிழ் கி.பி.1923 இல் திருவல்லிக்கேணி தமிழ்ச்சங்கத்தாரால் வெளியிடப் பெற்றது. இந்நூலின் பதிப்புரையால், இந்நூல் 1904இல் 'திருமாலிருஞ் சோலை அழகர் பல்சந்த மாலை' என்ற பெயரோடு வெளியிடப் பெற்றதையும், நூலாசிரியர் இந்நூற்றாண்டின் தொடக்கத்தில் வாழ்ந்தவரென்பதையும் அறிய முடிகிறது."[10]

அழகர் கலம்பக ஆசிரியர் கவிகுஞ்சரமையரின் காலம் அறியப் படவில்லை. ஆசிரியர் பெயர் அறியப்பட்ட இச்சிற்றிலக்கியங்கள் அனைத்தும் அச்சிடப்பட்டவையாகும்.

3.1.4. ஆசிரியர் பெயர் அறியப்படாத சிற்றிலக்கியங்கள்

ஆசிரியர் பெயர் அறியப்படாத நூல்களில் 'அழகர் வருகைப் பத்து' என்ற நூல் மட்டும் அச்சிடப்பட்டதாகும். கி.பி.1953இல் சக்திவேல் ஆசாரி என்பவர் ஏட்டுச் சுவடியிலிருந்து இந்நூலைப் பதிப்பித்துள்ளார்.

சென்னை கீழ்த்திசைச்சுவடி நூலகத்திலுள்ள திருமாலிருஞ்சோலை மலை அழகர் மாலை[11] அழகர் அகவல்[12] என்னும் இரு நூல்களும் அச்சிடப்படாதவை. இவற்றுள் அழகர்மாலை 57 பாடல்களாலாகிய சிறு நூலாகும். கள்ளர் சாதியார்க்கும் அழகர்கோயிலுக்கும் உள்ள உறவைக் குறிப்பிடுவதால் இந்நூல் சுமார் பதினெட்டாம் நூற்றாண்டின் பிற்பகுதியில் தோன்றியிருக்கலாம் எனக்கருத இடமுள்ளது.

'அழகர் அகவல்' இருபத்தெட்டு அடிகளையுடைய அகவற் பாவாகும். முதல் பதினான்கு அடிகள் பொருள் தொடர்புடையனவாக அமைந்துள்ளன. அடுத்த பதினான்கு அடிகளும் பொருள் தொடர் பின்றியும், மூன்றிடங்களில் சிதைந்தும் உள்ளன.

முதல் பதினான்கு அடிகளுக்குள். திருமால் நீர்நிலையொன்றில் முதலையிடமிருந்து யானையைக் காத்த கதையினைக் குறிப்பிடுவதால், இது திருமாலைப் பாடிய அகவல் எனத் தெரிகிறது. அழகர் கோயில், மதுரை, கூடலூர் (மதுரை மாவட்டம்), சீவலப்பேரி, கோயில்குளம், கடையநல்லூர் (நெல்லை மாவட்டம்), உறையூர் (திருச்சி மாவட்டம்), நாகப்பட்டினம் (தஞ்சை மாவட்டம்), பொன்னமராவதி (புதுக்கோட்டை மாவட்டம்) ஆகிய ஊர்களில் வைணவக் கோயில்களில் திருமாலுக்கு 'அழகர்' என்ற பெயர் வழங்கிவருகின்றது. 'மலை வள்ளல்' என்று ஓரிடத்தில் இப்பாடல் குறிப்பதால், மேற்குறித்த ஊர்களில் அழகர் கோயில் ஒன்றே மலைப்பதியாக அமைந்த ஊராதலால் இப்பாடம் இக்கோயிலில் எழுந்தருளியுள்ள இறைவனையே குறிக்கிறது எனலாம். ஆயினும் இப்பாடலின் பின்பாதியான பதினான்கு அடிகளில் 'சுடர்ப் பெருங் கடவுள்'. 'சைவ சிகா(மணி)', 'பனைக்கை வெண்மருப்பு' முதலிய தொடர்கள் சிவபெருமானையும். கணபதியினையும் குறிப்பதாக அமைகின்றன. கடைசி அடி, 'துறைவன் திருமகளே சரணம்' என முடிகிறது. இவை எழுதுவோர்ராலோ, ஏடுகள் சிதறிக் கிடந்ததாலோ வேறொரு பாடலின் அடிகள் இப்பாடலுள் புகுந்து விட்டனவோ என்ற ஐயத்துக்கு இடமளிக்கின்றன.

அடையாறு உ.வே.சா. ஏட்டுச்சுவடி நூலகத்தில் 'அழகம் பெருமான் வண்ணம்[13] என்னும் பெயருள்ள ஒரு நூல் ஏட்டுச் சுவடியாக உள்ளது. ஆய்வாளர் இச்சுவடியை முழுவதும் படித்தறிந்த போது அழகர்கோயில் பற்றிய குறிப்புகள் ஏதும் இந்நூலில் காணப்பட வில்லை. மாறாக, 'தென் குலசை யூரதிபா செங்கண் நெடுமாலழகர்' என்பது இந்நூலிலுள்ள ஒரு பாடலில் வரும் விளியாகும். எனவே இது குலசை என்னும் ஊரிலுள்ள அழகர் எனும் பெயர் பூண்ட திருமாலின் மீது பாடப்பட்டதெனத் தெரிகிறது.

'தென்குலசை' எனத் திசையினையும் சுட்டுவதால், நெல்லை மாவட்டத்துக் குலசேகரன்பட்டினமாகவோ, குமரி மாவட்டத்துக் குலசேகரமாகவோ இவ்வூர் இருக்கலாம். மதுரை மாவட்டத்து அழகர் கோயில் அன்று என்பது தெளிவு.

அழகர்கோயிலைப் பற்றிக் காலந்தோறும் எழுந்த இலக்கியங்களின் பரப்பினால், இக்கோயில் சமூகத்தோடு கொண்டிருந்த தொடர்பின் தன்மையை ஒருவாறு அறியலாம்.

3.2. இலக்கியங்களும் மலைப்பெயரும்

'நெடுங்குன்றம்' எனப் பொதுவாக மலைகளைக் குறிப்பிடும் பரிபாடற் புலவர் இளம்பெருவழுதியார், இருங்குன்றம். ஓங்கிருங் குன்றம், ஐயிருங்குன்றம், மாலிருங்குன்றம், சீர்கெழுதிருவிற் சோலையொடு தொடர்மொழி மாலிருங்குன்றம் என்று இத்தலமுடைய மலையினைக் குறிக்கின்றார்.[14] 'சீர்கெழுதிருவில்' எனும் பகுதிக்குப் பரிமேலழகர், 'அழகு பொருந்திய திருவென்னும் சொல்லோடும் சோலையென்னும் சொல்லோடும் மாலிருங்குன்றமென்னும் சொல் தொடர்ந்த மொழியாகிய 'திருமாலிருஞ்சோலைமலை' யென்னும் நாமம்" என்ற உரை எழுதுகிறார்.[15] திருமாலிருஞ்சோலை என்னும் பெயர் வழக்கு, இளம்பெருவழுதியார் காலத்தேயே வந்துவிட்டது என்னும் அவர் கருத்து ஏற்புடையதே. இருப்பினும் 'இருங்குன்றம்' எனும் பெயரே முதலில் பெருக வழங்கியதென்பதை அதே பாடலில் வேறு நான்கு இடங்களில் அப்பெயர் பயன்படுத்தப்பட்டமையால் அறியலாம்.

மதுரையைச் சுற்றிலுமுள்ள எட்டு சமணத் திருத்தலங்களைக் கூறும் தனிப்பாடல் ஒன்று இம்மலையை 'இருங்குன்றம்' என்றே குறிப்பதும்[16] இக்கருத்துக்கு அரண் செய்கிறது சமண முனிவர் தங்கிய மலைக்குகை இன்றும் பிராமிக் கல்வெட்டுக்களோடு இக்கோயிலுக்கு அருகில் உள்ளது.

சிலப்பதிகாரம் 'இருங்குன்றம்' என்னும் பெயரைக் குறிப்பிட வில்லை. 'திருமால் குன்றம்' என்றே இம்மலையைக் குறிக்கிறது.[17]

முதலாழ்வார் மூவருள் ஒருவரான பூதத்தாழ்வார். 'இருஞ்சோலை' 'இருஞ்சோலைமலை' என்று இம்மலையைக் குறிக்கின்றார். கி.பி. ஏழாம் நூற்றாண்டினரான பெரியாழ்வாரும் ஆண்டாளும், சோலைமலை, மாலிருஞ்சோலை, திருமாலிருஞ்சோலை, தென்திருமாலிருஞ்சோலை ஆகிய பெயர்களால் இம்மலையை அழைக்கின்றனர். பின்னர் வந்த நம்மாழ்வாரும் திருமங்கையாழ்வாரும் அப்பெயர்களையே பயன் படுத்தியுள்ளனர்.[18]

சிம்மாத்திரி, கேசவாத்திரி, வாசவுத்யானமலை முதலிய பெயர்களை இம்மலைக்கு வழங்கும் சிற்றிலக்கியங்கள் அவற்றை விளக்கவும் முற்படுகின்றன. ஆயினும் இப்பெயர் வழக்குகள் அதிகமாகக் குறிக்கப் படாதவையே.

தடமிசை யாவருஞ் சஞ்சரிக் காமையால்
வடிவுசேர் சிங்க மலையெனப் பகர்வார்
கேசரி தினம்பூ ஜிந்த கீர்த்தியினால்
கேசரி மலையெனக் கிளற்றுவ ரெவரும்
வாசவனிரவில் வந்து போற் றிடறால்
வாசவுத் யான மலையெனப் பகர்வார்[19]

என்று மூன்று பெயர்களை அழகர் குறவஞ்சி கூறும். அழகர் கிள்ளைவிடு தூது.

"ஏத்திருவர் நீங்கா திருக்கையாலே தேச
வாத்திரி யென்னு மணிபெற்றுக் கோத்திரமாம்
வெங்காத் திரியென்னுஞ் சீர்மருவி"

என இரு பெயர்களைக் குறிப்பிடும், "இம்மலையை இதரபர்வதங்கள் அதனதன் குணவிசேஷங்களால் ஐயிக்கப்படாமல் இருப்பதால் 'ஸிம்ஹாத்ரி' என்று ப்ரஸித்தமாயிற்று. மேலும் ஸ்ரீகேசவருடைய ஸாந்நித்யத்தால் இது. 'கேசவாத்ரி' என்றும் கருதப் படுகிறது"[21] என்பது தலபுராணம் தரும் விளக்கமாகும். மேலும் இம்மலையானது ஸகல பாபங்களையும் அடியோடு துலைப்பதால் ஸவநாத்ரி (யக்ஞபர்வதம்) என்ற ஒரு பெயரை அடைந்திருக்கிறது"[22] என்பது தலபுராணம் தரும் மற்றொரு செய்தியாகும்.

'ஸவநாத்ரி' என்ற பெயரைத் தலபுராணம் மட்டுமே குறிக்கிறது. 'வாசவித்யானமலை' என்ற பெயரை அழகர் குறவஞ்சி மட்டுமே குறிக்கிறது. கேசவாத்திரி, சிம்மாத்திரி ஆகிய பெயர்களுக்குச் சிற்றிலக்கியங்கள் தாம் கருதிய விளக்கத்தைத் தர முற்பட்டிருக்கின்றன. இப்பெயர்ப் பிறப்பின் காரணத்தைக் காட்டும் கதை ஏதும் வழக்கிலும் இல்லை; தலபுராணத்திலும் காணப்படவில்லை.

3.3 'விடைமலை' எனும் பெயர்

இம்மலைக்கு, மேற்குறித்த பெயர்கள் தவிரப் பெருவழக்குப் பெற்றுள்ள புராணப் பெயர் 'விருஷபாத்ரி' என்பதாகும். ரிஷபாத்திரி, இடபகிரி, இடபமலை. விடைமலை எனப் பல்வேறு வடிவங்களில் வழங்கும் இப்பெயராலேயே இக்கோயில் தலபுராணம். 'விருஷபாத்ரி மகாத்மியம்' என வழங்கப்படுகிறது. இப்பெயர்ப் பிறப்பின் காரணம்

ஆய்வுக்குரிய செய்தியாகும். அழகரந்தாதி ஏழு இடங்களில் 'விடைமலை' என்ற இம்மலையினைக் குறிக்கின்றது.[23]

"…..எங்கோமான்
மேய்த்த நிரைபோல வெற்புகளெல் லாஞ்சூழ
வாய்த்த நிரையில் ஒரு மால்விடையாய்ப் பார்த்திடலால்
இன்னியம் ஆர்க்கும் இடபகிரி என்னும்பேர்
மன்னிய சோலைமலை"[24]

என்று அழகர் கிள்ளைவிடு தூது இப்பெயர் பிறந்த காரணத்தைக் குறிப்பிட, அழகர் குறவஞ்சியோ.

"தரும தேவன்முன் தவம்புரி வாய்மையால்
திருநாமம் இடபாத் திரியெனப் புகல்வார்"[20]

என்கிறது. இக்கோயில் தலபுராணமும் இந்த இரண்டு காரணங்களையே இப்பெயர் பிறந்த காரணமாகக் கூறுகின்றது.

"இந்த விருஷபம்" என்ற கிரிக்கு இதர பர்வதங்களையெல்லாம் ஒப்பிடுகையில் அவைகளெல்லாம் கேவலம் பசுக்கள் போலாகின்றன. மேலும் யமதர்மன் 'விருஷ' என்ற தர்மரூபத்தோடு நபசு புரிந்து பகவானிடத்தில் - இம்மலைக்கு "விருஷபாத்ரி, என்று பெயரிடும்படி பிரார்த்தித்தான்"[28] என்கிறது தலபுராணம்.

இப்பெயர் வழக்குப் பற்றி சைவ நூலான பரஞ்சோதி முனிவரின் திருவிளையாடற் புராணத்திலும் ஒரு செய்தியினைக் காண்கிறோம். "சமணர் ஏவிய மாயப்பசுவினை அழிக்கச் சிவபெருமான் தன் அதிகார நந்தியினை ஏவினார். அது தன் அழகினைக் காட்டி மாயப்பசுவினை மயக்கி ஆற்றலை இழக்கச் செய்தது. ஆற்றலை இழந்த பசு கீழே விழுந்து மலையாயிற்று. பின் நந்தியாகிய விடையும் தன் உருவினை இடபக்குன்றாக நிறுவிவிட்டுச் சூக்கும உருவில் சிவபெருமானை அடைந்தது. தோல்வியுற்ற சமணர் கூட்டங்கள் சூரியன் முன் இருளாக நீங்கின[27] என்பது திருவிளையாடற் புராணத்தின் 'மாயப்பசுவை வதைத்த படலம்' கூறும் செய்தியாகும். இப்புராணம் இம்மலையின் பெயர்ப் பிறப்புக்குச் சைவச்சார்பான விளக்கத்தினைத் தருகிறது. விடைமலை எனப்படும் இடபக்குன்றுக்குச் சமண எதிர்ப்புப் போராட்டத்தில் பங்கிருந்தது என்பதை மேற்குறித்த புராணக் கதை தெளிவாக விளக்குகிறது.

இக்கோயிலுக்குக் கிழக்கே ஒருமைல் தொலைவிலுள்ள குகையில் காணப்பெறும் தமிழி (பிராமி) எழுத்துக் கல்வெட்டுக்களால் கி.பி முதல் நூற்றாண்டிலேயே இம்மலைப் பகுதியில் சமணத் துறவிகள்

வாழ்ந்த செய்தியை அறியலாம். எனவே சமய எதிர்ப்புப் போரில் அவர்கள் வாழ்ந்த விடைமலையின் பெயரினையும் திருவிளையாடற் புராணம் குறிப்பது ஏற்றுக் கொள்ளக் கூடிய செய்தியே.

விடையினை (எருதினை)த் தருமத்தின் அடையாளமாகக் கருதுவது சைவ, வைணவர்களைப் போலவே சமணர்க்கும் மரபாகும்.[28] இம்மலைப் பகுதியில் கிடைக்கும் வரலாற்றுச் சான்றுகளில் காலத்தால் முந்தியது. சமணத்துறவியரின் இருக்கை பற்றியதாகும். எனவே 'விடைமலை' என்ற பெயர் சமணராலேயே இம்மலைக்கு இடப் பட்டிருக்கலாம். சமணர்களாலே இடப்பட்ட பெயர் என்பதாலேயே. இப்பெயர் இத்தலம் குறித்த ஆழ்வார்களின் பாசுரங்களில் குறிக்கப் பெறாது போயிருக்கலாம் எனத் தோன்றுகிறது.

3.4 இறைவனின் பெயர்

இங்குக் கோயில்கொண்ட இறைவனின் பெயரைப் பரிபாடலும் சிலம்பும் குறிக்கவில்லை. அழகன், அலங்காரன், திருமாலிருஞ்சோலை நின்றான், சுந்தரத் தோளுடையான், ஏறுதிருவுடையான், நலந்திகழ் நாரணன் ஆகிய பாசுரத் தொடர்களே[29] பெயர் வழக்குகளாக நிலை பெற்றுவிட்டன. ஆழ்வார்கள் காலத்துக்குப் பிற்பட்ட சிற்றிலக்கியங் களிலும் இப்பெயர்கள் அனைத்தும் வழங்கப்படுகின்றது.

'சுந்தரத்தோளுடையான்' எனும் பெயர் இக்காலத்தே 'சுந்தரராஜன்' என வழங்கப்படுகிறது. அழகன், அலங்காரன் ஆகிய இரு பெயர்களும் சிற்றிலக்கியங்களில் பெருமளவில் வழங்கப்படுகின்றன. அழகரந்தாதி இருபத்து மூன்று இடங்களில் அழகன் என்ற பெயரையும் இருபத்தைந்து இடங்களில் அலங்காரன் என்ற பெயரையும் வழங்குகிறது.[30] அழகர் கலம்பகம் நாற்பத்திரண்டு இடங்களில் அழகன் என்ற பெயரையும் வழங்குகிறது.[31] குறவஞ்சிகள் இரண்டிலும், 'அழகன்' என்னும் பொருள் தரும் 'சுந்தரன்' என்ற பெயர் மிகுதியும் குறிக்கப்படுகிறது. சோலைமலைக் குறவஞ்சி, அறுபத்து நான்கு ஆசிரிய அடிகளையுடைய ஒரு பாடலில் ஆசிரீய 'சுந்தரன்' என்ற பெயரை முப்பது முறை வழங்குகிறது.[32]

திருமாலிருஞ்சோலை பிள்ளைத்தமிழ், செங்கீரைப் பருவப் பாடல்களிரண்டில் 'அழகமலைத்துரை' என்றும், முத்தப்பருவத்தில் மூன்று பாடல்களில் 'மோகனத்துரை' என்றும் குறிக்கிறது.[33] அழகர் பிள்ளைத்தமிழில். 'அழகன்' என்ற பெயரே மிகுதியும் வழங்குகிறது.

கள்ளர் சமூகத்தவர் தொடர்புக்குப் பின்னர் இக்கோயில் இறைவன் 'கள்ளழகர்' என்றும் அழைக்கப்படுகிறார். இருப்பினும் இத்தலம் குறித்த கலம்பகம், தூது, இரு குறவஞ்சி நூல்கள், இருபிள்ளைத் தமிழ் நூல்கள், அந்தாதி ஆகியவற்றில் இப்பெயர் காணப் பெறவில்லை.

அழகர்மலை 'கள்ளழகர்' என இருமுறை விளிப்பதோடு 'கள்ளர்க்குரிய அழகப்பிரான்' என அப்பெயரின் விளக்கத்தையும் தருகிறது.[34] 'கருமை அழகுக்குறையுள்'[35] எனக் கருமையழகினை வியந்து பாராட்டி, 'அழகினில் ஒப்பிலியே'[36] என்றும் விளக்குகிறது. மலையழகன், கலையழகன், கருத்தழகன், கனவழகன், அலையழகன், கடலழகன், அருளழகன், சிலையழகன்[37] ஆகியவை இத்தலத்திறைவனுக்கு அழகர்மாலை சூட்டும் பெயர்களாகும்.

வைணவம் அழகுணர்ச்சி மிக்க மதமாகும். ஆயர்பாடிக் கண்ணனின் குழந்தை விளையாட்டுக்கள் இவ்வுணர்ச்சி பெருகி வளரத் துணை செய்தன. வைணவ உரையாசிரியர்களும் அழகுணர்ச்சியினை வளர்த்து, வழிபடு பொருளாக்கினர். "அர்ஜுனனுக்கு உபதேசத்தாலே ஸம்ஸயத்தை அறுத்தான்; அத்தனை அளவில்லாதார்க்கு அழகாலே ஸம்ஸயத்தை அறுத்துக் கொண்டு வந்து தோன்றும்" என்பர் பெரியவாச்சான்பிள்ளை.[38] இறைவனின் அருள், அழகினை வழியாகக் கொண்டு வெளிப்படும்' எனும் இத்தகைய உணர்ச்சி நிறைந்த நம்பிக்கைகளே இறைவனை அழகனாகக் காட்டும் பெயர் வழக்குகளைத் தோற்றுவித்தன எனலாம்.

இத்தலத்திறைவனுக்குப் பாசுரங்களில் காணாத ஒரு பெயரினை அந்தாதியும் கலம்பகமும் முதல் முறையாகக் குறிக்கின்றன. "தெய்வசிகாமணி" எனும் பெயரை அந்தாதி ஓரிடத்திலும். கலம்பகம் இரண்டிடங்களிலும் குறிக்கின்றன.[39] இப்பெயர்ப் பிறப்பின் காரணம் தெரியவில்லை; கண்டறிய வேறு சான்றுகளும் கிடைக்கவில்லை.

3.5. நின்ற திருக்கோலம்

இத்தலத்துறையும் திருமாலை நின்ற கோலத்தவனாக இலக்கியங்கள் காட்டுகின்றன. கருவறையில் இறைவன் நின்ற கோலத்திலேயே உள்ளார். இத்தலம் குறித்த பரிபாடலில் 'அமர்நிலை' என்ற தொடர், அமர்ந்த (இருந்த) கோலத்தைக் குறிப்பிடுவது போலத் தோன்றினாலும், பரிமேலழகர், 'அமர்ந்து நிற்கும் நிலை' என்றே உரையெழுதுகிறார்.[40] 'அமர்' என்ற சொல் விருப்பத்தையும் குறிக்கும். எனவே 'விரும்பி நிற்கும் நிலை' என்பதே பரிமேலழகர் கருத்தாகும். அதுவே பொருத்தமுடையதாகவும் தோன்றுகிறது. 'திருமாலிருஞ் சோலை நின்றான்' என்ற பெயர் ஆழ்வார்களின் பாசுரங்களில் பல இடங்களில் வழங்கப்படுகிறது.

3.6. விமானப் பெயர்

"சோமசந்திர விமானம்" எனும் பெயருடைய இக்கோயில் விமானம் அரந்தை முதல் தூபிவரை வட்டவடிவமானது. பாசுரங்களில்

இவ்விமானம் பற்றிய குறிப்பில்லை. சிற்றிலக்கியமான அழகர் கலம்பகமே இப்பெயரை முதல் முதலில் குறிக்கின்றது.[41] சிற்றிலக்கியமான அழகரந்தாதி இப்பெயரைக் குறிப்பிடவில்லை.

3.7. தலவிருட்சம்

இக்கோயிலுக்கு நான்கு புறங்களிலும் நான்கு தலவிருட்சங்கள் அமைந்ததென்பர். இச்செய்தியைக் கிள்ளைவிடு தூதும், இரு குறவஞ்சி நூல்களும் குறிக்கின்றன.

> **"வடம் அரசு கூவிளமாய் வண்புத்ர தீபகமாய்த்**
> **தடம் மருவு சதுருகங்கள் தனிலும் ஒரு தருவுண்டு"[42]**

எனச் சோலைமலைக் குறவஞ்சி கூறும். அழகர் கிள்ளைவிடு தூதும் இச்செய்தியைக் கூறுகின்றது.[43] ஆனால் அழகர் குறவஞ்சி கிருதயுகத்தில் ஆலமரமும், திரேதாயுகத்தில் அரசமரமும். துவாபரயுகத்தில் சோதி மரமும் எனக் கூறி, கலியுகத்தில் தலவிருட்சம் எது என்பதைக் கூறாமல் விட்டுவிடுகிறது.[44] சோலைமலைக் குறவஞ்சியும், கிள்ளைவிடு தூதும் துவாபரயுகத்தில் கூவிளமரமும், கலியுகத்தில் சோதிமரமும் தலவிருட்சங்கள் எனக் குறிப்பிடுகின்றன, தலவிருட்சங் களைப் பற்றிய குறிப்பு இத்தலம் குறித்த பாசுரங்களிலும், அழகரந்தாதி, அழகர் கலம்பகம் ஆகிய நூல்களிலும் காணப்படவில்லை.

3.8. நதியின் பெயர்

இம்மலையில் பிறக்கும் சிலம்பாற்றினைப் பரிபாடலும், சிலப்பதிகாரமும் 'சிலம்பாறு' என்றே குறிக்கின்றன. இதே பொருளில் இப்பெயர் 'நூபுரகங்கை' எனவும் வழங்கப்படுகிறது. அழகர் கலம்பகம் 'மஞ்சீரந்தி' எனவும் இந்நதியினைக் குறிப்பிடுகின்றது.[45] கோயில் தலபுராணமோ இன்னும் மூன்று பெயர்களை இந்நதிக்கு இட்டு அப்பெயர்களை விளக்கவும் செய்கிறது. "இம்மலையின் சிகரத்தில் ஸ்ரீமந்நாராயணமூர்த்தியின் பாதச் சிலம்பிலிருந்து பெருகியதான நதி ஒன்றுண்டு..... புண்யத்தைத் தருகிறதும் இகபரசுகத்தைத் தருவதாகவும் இருத்தலால் இந்நதிக்கு இஷ்டஸித்தி என்று ப்ரஸித்தமுள்ள மற்றொரு பெயரும் உண்டு....ஆச்ரயிரத்தவர்களின் புண்ணியத்தை அபிவிருத்தி செய்வதால் "புண்யச்ருதி " என்ற மற்றோர் பெயருடனும். ஸகல ஜனங்களுடைய ஜனனமரண துக்கத்தினை நீக்கக் கூடியதால், 'பவஹாரீ நதி' என்ற மற்றும் ஒரு பெயருடனும் இந்த 'நூபுரகங்கா' நதியானது விசேஷக்யாதியுடன் ப்ரவஹிக்கிறது".[46]

பவகாரணி, இட்டசித்தி, புண்ணிய சரவணம் எனும் பெயருடன் இம்மலையில் மூன்று பொய்கைகள் இருந்ததாகச் சிலப்பதிகாரம் கூறும்.[47] ஆழ்வார்களின் பாசுரங்களிலோ சிற்றிலக்கியங்களிலோ

இச்செய்தி காணப்படவில்லை. எனவே தலபுராண ஆசிரியர் இப்பெயர் வழக்குகளைச் சிலப்பதிகாரத்திலிருந்தே பெற்றிருக்கக் கூடும். சிலப்பதிகாரம் குறிக்கும் பெயரோடு பொய்கைகள் எவையும் இப்போது இம்மலையில் இல்லை. எனவே தலபுராண ஆசிரியர் இப்பொய்கைப் பெயர் வழக்குகளைச் சிலம்பாற்றின் பெயராகக் கொண்டார் போலும்.

பவகாரணி எனச் சிலப்பதிகாரம் குறிப்பதை 'பவஹாரீ நதி' என்கிறது தலபுராணம்; 'புண்ணிய சரவணம்' எனும் பெயரை புண்யச்ருதி என்கிறது. 'பவஹாரி நதி என்ற பெயர் மாற்றத்துக்கான காரணம் புலப்படவில்லை.

3.9. பலராம வழிபாட்டுக் குறிப்புகள்

இத்தலத்தில் திருமாலும் பலராமனும் சேர்த்தே வழிபடப் பெற்றனர் என்பது பரிபாடல் தரும் செய்தியாகும். 'இருங்குன்றம் இருவரையும் தாங்கியுள்ளது' என்று கூறும் புலவர் இளம்பெருவழுதியார். "பெரும் பெயர் இரவரைப் பரவுதும் தொழூதே' என்று கூறியே பாடலை முடிக்கின்றார்.[48] இருப்பினும் வழிபாட்டுப் பயனைக் குறிக்குமிடத்து, 'நாறிணர்த் துழாயோன் தாராது துறக்கம் பெறலரிது' என்கிறார்.[49] பலராமனைத் திருமாலின் கூறாகக் கருதும் வியூகக் கோட்பாடு தமிழ்நாட்டிற் பரிபாடற் காலத்தில் பரவிவிட்டதை இப்பாடல் காட்டுகிறது.

இத்தலம் குறித்த ஆழ்வார்களின் பாசுரங்களில் இங்குப் பலராம வழிபாடு நிகழ்ந்ததைப் பற்றிய குறிப்புக்களே இல்லை. ஆழ்வார்களின் காலத்திலேயே பலராமனைத் தனித்து வழிபடும் வழக்கம் தமிழ்நாட்டில் மறைந்து போய்விட்டது. ஆழ்வார்கள் காலத்தில் தமிழ்நாட்டில் வியூகக் கோட்பாடு நடைமுறையில் இருந்ததற்குச் சான்றுகளேதும் இல்லை.

அழகரந்தாதியில் ஒரு பாடல்,

"திருவிளையாடு திண்டோள் செங்கண்மால் பலதேவருடன்
மருவிளையான திருமாலிருஞ்சோலை"[50]

எனக் குறிப்பிடும். இவ்வடிகளைக் கொண்டு அழகரந்தாதி ஆசிரியர் காலத்தில் இங்குப் பலதேவர் (பலராமர்) வழிபாடு நிகழ்ந்ததாகக் கொள்ளவியலாது. மேற்குறித்த அடிகளில், 'திருவிளையாடு திண்போள்' என்ற தொடரினை அழகரந்தாதி ஆசிரியர், ஆண்டாளின் 'திருமாலிருஞ் சோலைத் திருமொழியிலிருந்து எடுத்தாள்கிறார்.[51] அதைப் போலவே இத்தலத்தில் பலராம வழிபாடு நிகழ்ந்த செய்தியை இத்தலம் குறித்த பரிபாடலிலிருந்து அவர் பெற்றிருக்கலாம் என்று தோன்றுகிறது.

3.10. நடைமுறையில் பாசுரங்களின் செல்வாக்கு

கோயில் நடைமுறையில் பாசுரங்களின் செல்வாக்கு இன்றளவும் காணக்கிடக்கும் உண்மையாகும்.

பொதுவாகத் தமிழ்நாட்டுக் கோயில்களில் கருவறைக்கென்று தனிப்பெயர் இட்டு அழைக்கும் வழக்கம் இல்லை. இக்கோயில் கருவறைக்கு 'நங்கள் குன்றம்' என்ற பெயர் வழங்குகிறது. அதனுள் அமைந்த வட்டவடிவத் திருச்சுற்றும், 'நங்கள் குன்றம் பிரகாரம்' என்றே அழைக்கப்படுகிறது. இப்பெயர் 'நங்கள் குன்றம் கைவிடான[52] என்ற நம்மாழ்வாரின் திருவாய்மொழியிலிருந்து பெறப்பட்டதாகும்.

இக்கோயில் இறைவனின் உலோகத் திருமேனிகள் நான்கில் ஒன்றின் பெயர். 'ஏறு திருவுடையான்' என்பதாகும். இப்பெயர் ஆண்டாளின் பாசுரத்தில் வரும் தொடராகும். மேலும் 'சுந்தரத் தோளுடையான்' என்றும் இத்தலத்திறைவனை ஆண்டாள் பாடியதை யொட்டி, மற்றொரு திருமேனிக்குச் சுந்தரத் தோளுடையான். என்ற பெயர் வழங்குகிறது இன்னொரு திருமேனி, 'சோலைமலைக் கரசர்' என வழங்கப்படுகிறது.[58]

இவற்றுள் 'ஏழுதிருவுடையான்' 'நலந்திகழ் நாரணன்' எனப் பெயர் பெறும் இரண்டு திருமேனிகளும் வெள்ளியாலானவை. பதும பீடத்தில், நான்கு திருக்கைகளுடன் 1 6.5 உயரத்தில் நின்ற திருக்கோலத்தில் அமைந்த சோலைமலைக்கரசர்' என்ற திருமேனி, 'அயரஞ்சி' எனும் தங்கத்தாலானது. தமிழ்நாட்டில் இந்த அளவில் தங்கத்தாலான திருமேனி வேறு கோயில்களில் இருப்பதாகத் தெரியவில்லை.

மூலத்திருமேனிக்கும் உற்சவத் திருமேனிக்கும் வழங்கும் 'சுந்தரராஜன்' என்ற பெயரும் 'சுந்தரத்தோளுடையான்' எனவரும் ஆண்டாளின் பாசுரம் தரும் பெயரை நினைவுபடுத்துவதாகவே அமைந்துள்ளது.

மக்கள் இவ்விறைவனுக்கு வழங்கும் பெயர் 'அழகர்' என்பதே ஊரின் பெயரும் அழகர்கோயில் என்றே வழங்குகிறது. 'அதிர்குரல் சங்கத்து அழகர் தம்கோயில்' என இக்கோயிலை நம்மாழ்வார் பாடுகிறார்.[57] ஆழ்வார்களில் தலைமையிடம் பெறும் அவர் வாக்கே, ஊர்ப்பெயராகவும் இறைவன் பெயராகவும் இன்று வழங்குகிறது.

3.11. புறமத எதிர்ப்பு-பாசுரங்களிலும் அவற்றிற்கான உரைகளிலும்

இத்தலம் குறித்த ஆழ்வார்களின் பாசுரங்களுக்கு வைணவ உரையாசிரியர் தரும் விளக்கம் சிந்தனையைத் தூண்டுவதாக அமைகின்றது.

'திருமாலிருஞ்சோலை நம்பி' என்ற ஆண்டாளின் பாசுரத் தொடருக்கு, "ஆரியர்கள் இகழ்ந்த ம்லேச்ச பூமியிலுள்ளார்க்கு ஸுலபனானவன்" எனப் பெரியவாச்சான்பிள்ளை உரையெழுதுவார்.[58] 'சீராரும் மாலிருஞ்சோலை' என்ற திருமங்கையாழ்வாரின் சிறிய திருமடல் அடிக்கு, 'ஆர்யர்கள் இகழ்ந்த தெற்குத் திக்கிலே அங்குத்தை ஸ்தாவரங்களோடும் தன்னோடும் வாசியற நின்று ம்லேச்சர்க்ககப்பட முகங்கொடுக்கும் நீர்மையுடையவனாய் இருக்கின்றானிறே" என்பது அவர் தரும் உரை விளக்கம் ஆகும்.[59] பாசுரங்கள் கூறும் பெயர்களுக்கு இவ்வளவு விளக்கமெழுத ஒரு காரணம் இருந்திருக்க வேண்டும். பாசுரங்களில் வெளிப்படையாகக் காணமுடியாத சில செய்திகளை உரை வெளிப்படுத்த முயல்கிறது. ஆர்யர்கள் இகழ்ந்தது தெற்குத் திக்கையா, திருமாலிருஞ்சோலையையா? ஏன் இகழ்ந்தனர்? ம்லேச்சர் யார்? ஆகிய கேள்விகளை இவ்வுரைப்பகுதி நம் மனத்திலே தோற்று விக்கின்றது.

"தென்கொள்' திசைக்குத் திலகமாய் நின்றதிருமாலிருஞ்சோலை
நங்கள் குன்றம் கைவிடான் நண்ணா அசுரர் நலியவே"[60]

என்பது நம்மாழ்வாரின் திருவாய்மொழியாகும். தென்திசை பற்றிய உரையாசிரியர் கருத்து நம்மாழ்வார் கருத்தோடு முரண்படுகிறதா? 'நங்கள் குன்றம் கைவிடான்' எனில் கைவிடச் செய்ய முயன்றவர் யார்? நண்ணா அசுரர் யார்? ஆகிய கேள்விகளுக்கும் விடை காணவேண்டும்.

இவ்விடத்தில் மனங்கொள்ள வேண்டிய செய்தி ஒன்றுண்டு. பக்தி இலக்கியங்கள் எழுந்த காலத்தில் தமிழ்நாட்டில் சைவமும் வைணவமும் புறச் சமயங்களை எதிர்த்து நின்ற செய்தி வெளிப்படை ஆனதே. ஆனால் புறமத எதிர்ப்பில் ஆழ்வார் காலத்துக்கும் முன்னரே வைணவம் முனைந்து நின்றதற்குப் புறநானூற்றுப் பாடல் ஒன்று சான்றாகிறது.

புறநானூற்றில் 166ஆம் பாடல், சோணாட்டு பூஞ்சாற்றூர்ப் பார்ப்பான் கவுணியன் விண்ணந்தாயனை ஆவூர் மூலங்கிழார் பாடியதாகும். செங்கம் நடுகற்களில் ஒன்று பல்லவமன்னன் சிம்ம விஷ்ணுவை, "கோவிசைய சிங்க விண்ணபருமற்கு" எனக் குறிப்பதால்,[61] விண்ணந்தாயன்' என்ற இப்பார்ப்பனனின் பெயரும் 'விஷ்ணுதாயன்' என்பதன் தமிழ் வடிவம் என்று உணரமுடிகிறது. எனவே கவுன்டினிய கோத்திரத்தைச் சேர்ந்த இப்பார்ப்பனன் வைணவத்தைத் தழுவியவன் என்பது தெளிவாகும்

இவனைப் புகழும் புலவர் ஆவூர் மூலங்கிழார்.
"ஆறுணர்ந்த ஒருமுதுநூல்
இகல்கண்டோர் மிகல் சாய்மார்"[62]

இவன் பல வேள்வியைச் செய்ததாகக் குறிப்பிடுகின்றார். இவ்வடிகளுக்கு, "ஆறங்கத்தானும் உணரப்பட்ட ஒரு பழைய நூலாகிய வேதத்திற்கு மாறுபட்ட நூல்களைக் கண்டோராகிய, புத்தர் முதலாயின புறச் சமயத்தோரது மிகுதியைச் சாய்க்க வேண்டி" என்று புறநானூற்றின் பழைய உரைகாரர் பொருள் கூறியிருப்பதும் இங்கு உணரத்தகுந்தது. தமிழ்நாட்டில் புறச்சமயங்கள் செல்வாக்குப் பெற்றிருந்த நிலையினையும் இப்பாடலாலும் உரையாலும் அறிகிறோம்.

புறமத எதிர்ப்பில், தமிழ்நாட்டு வைணவத்திற்கு இப்படியொரு வரலாற்றுப் பின்னணி உண்டு. இச்செய்தியை மனத்தில் நிறுத்திப் பாசுரங்களின் உரைகளை உற்று நோக்க வேண்டும்.

'நண்ணா அசுரர் நலியவே' என்ற அடிக்கு நம்பிள்ளை ஈடுதரும் உரை விளக்கம் இது "நெடும்பகை தற்செய்யத் தானே கெடும் என்னுமாறு போல இவன் இவ்விடத்தினை விடாதே வசிக்க அசுரக் கூட்டம் முடிந்து போயிற்று. - திருமாலிருஞ்சோலைப் பகுதியிலே அசுரக்கூட்டம் இருந்த செய்தியை இவ்வுரைப்பகுதி விளக்குகிறது. "அடுத்தாற்போல, அசுரர்கள் யார் என்பதையும் உரைப்பகுதி தெளிவாக்குகிறது. "உலகத்தில் தெய்வப்பிறவி என்றும் அசுரப்பிறவி என்றும் உயிர்களின் படைப்பு இரண்டு விதம், விஷ்ணு பக்தியோடு கூடியது தெய்வப்பிறவி, விஷ்ணுபக்தி இல்லாதது அசுரப்பிறவி என்னக்கடவதன்றோ?"[65] உரையாசிரியர் கருத்துப்படி 'விஷ்ணுபக்தி இல்லாத புறமதத்தினர் அசுரர்களாகக் கருதப்படுவர். அவர்கள் இம்மலைப்பகுதியிலே இருந்தமையால் இவ்விடம் 'ம்லேச்சபூமி யாயிற்றுப் போலும்.

இம்மலைப்பகுதியில் விஷ்ணுபக்தி இல்லாத அசுரர்களான புறமதத்தவர் யார் இருந்தனர் என்பதனைத் திருமங்கையாழ்வாரின் திருமாலிருஞ்சோலைத் திருமொழி விளக்குகிறது. "சமணரும் பௌத்தரும் பழிப்பன பேசிடினும், இம்மலையில் திருமால் இடங் கொண்டான்" என்பது அவர் பாடல்தரும் செய்தியாகும்.[66] எனவே நம்மாழ்வாரின் திருவாய்மொழி கூறும் 'நண்ணா அசுரரும்' சமண பௌத்தராகவே இருத்தல் கூடும். நங்கள் குன்றத்தைக் கைவிடச் செய்ய முயன்றவரும் அவர்களாகவே இருக்க வேண்டும். உரையாசிரியர் கருத்துப்படி அந்த அசுரக்கூட்டம் முடிந்துபோமளவும் திருமால் இத்தலத்தை விடாதே வசித்தான்.

இக்கருத்தினை மனத்தில் கொண்டு இத்தலம் குறித்த திருமங்கை ஆழ்வாரின் பாசுரங்களைக் கூர்ந்து நோக்கினால் 'கோயில் கொண்ட இடம் எம் இடம்' என்ற உரிமையுணர்வு அப்பாசுரங்களில் தவறாது ஒலிக்கக் காணலாம்.

"எம் அடிகள் தம் கோயில்"
'அரவணைத்தயீன்ற...... அடிகள் கோயில்'
'அகலிடமுழுது மளந்த எம்அடிகள்தம் கோயில்'
'அமர்செய்த அடிகள் தம் கோயில்'
'கூத்தஎம் அடிகள்தம் கோயில்'
'கடல்வணர் எண்ணிமுன் இடங்கொண்ட கோயில்'
'மழைமுகில் வண்ணர்தம் கோயில்'[67]

இதே உணர்வும் இதே கருத்தும் நம்மாழ்வாரின் திருமாலிருஞ் சோலைத் திருவாய்மொழியிலும் நிறைந்திருக்கக் காணலாம்.

'வளரொளி மாயோன் மருவிய கோயில்'
'அதிர்குரல் சங்கத்து அழகர்தம் கோயில்'
'புயல்மழை வண்ணர் புரிந்துறை கோயில்'
'அறமுயல் ஆழிப்படையவன் கோயில்'
'பெருமலை எடுத்தான் பீடுறை கோயில்'
'உறியமர் வெண்ணெய் உண்டவன் கோயில்'
'நிலமுனம் இடந்தான் நீடுறை கோயில்'
'மாயவன் கோயில்'
'அழக்கொடி யட்டான் அமர்பெருங் கோயில்'
'வேதமுன் விரித்தான் விரும்பிய கோயில்'[68]

திருமங்கையாழ்வாரும் நம்மாழ்வாரும் திருமாலின் வீரதீரச் செயல்களையே இப்பாசுரங்களில் பேசுவது கருதத்தக்கது. பெரியாழ்வார் இத்தலம் குறித்துப் பாடிய இருபது பாசுரங்களில் 'இம்மலை திருமாலுக்குரியது' எனும் கருத்தையே மீண்டும் மீண்டும் முதல் இரண்டு அடிகளில் பேசுகின்றார்.[69] திருமாலின் பெருமைகளாக இப்பாசுரங்களில் அவர் கூறுவதெல்லாம் மாற்றார்க்கு அச்சம் விளைவிக்கும் திருமாலின் வீரதீரச் செயல்களே.

ஆகவே உரையாசிரியர்களின் கருத்துப் பின்னணியில் நோக்கும் போது, இத்தலம் குறித்த ஆழ்வார்களது பாசுரங்களில் உரிமை உணர்வும் போராட்ட உணர்வுமே நிறைந்திருக்கின்றன.

தமிழ்நாட்டு வைணவத் திருப்பதிகளில் அழகர்கோயில் மிகப் பழைய திருப்பதியாகும். சிலப்பதிகாரத்தில் திருவேங்கடம், திருவரங்கம் தவிர, குறிக்கப்பட்டுள்ள வைணவத்திருப்பதி இதுவேயாகும். வைணவர்களிடமும் தென்தமிழ்நாட்டுத் திருப்பதிகளில் மிகுந்த

ஏற்றத்தைப் பெறுவது இதுவே, “தென்திசையில் திருப்பாற்கடலும், திருமாலிருஞ்சோலையும் என் தலையும் இடமாகக் கொண்டான் திருமால்” என இத்தலத்தின் பெருமையினைக் குறிப்பர் நம்மாழ்வார்.’[70]

இத்தலத்தினைப் பற்றி நம்பிள்ளைஈடு தரும் மற்றொரு செய்தியும் இங்குச் சிந்திக்கத்தக்கது. ‘திருமாலிருஞ்சோலைக் கோனேயாகி’ எனும் தொடருக்கு ஈடு தரும் விளக்கம் இது. “இரண்டு உலகங்களையும் உடையனாய் இருத்தலால் வந்த ஏற்றத்துக்கும் அவ்வருகே ஓர் ஏற்றம் போலாயிற்று. திருமலையை *(அழகர் மலையை)* யுடையனாய் வந்த ஏற்றமும், இவரைப் பெற்ற பின்பே காக்கும் தம்மை நிறைந்ததாயிற்று. இல்லையாகில் ஸ்ரீவைகுண்டத்தில் இருப்போடு திருமலையில் *(வேங்கடமலையில்)* நிலையோடு வாசியற்றுப் போமேயன்றோ!”[71]

இத்தலத்தின் ஏற்றத்தைப் புலப்படுத்தும் இவ்வுரைப் பகுதி மற்றொரு குறிப்பைப் பெறவும் துணை செய்கிறது. "இவரைப் . பெற்றபின்பே காக்கும் தன்மை நிறைந்ததாயிற்று’ என்று உரையாசிரியர் இம்மலையைக் குறிப்பதனால், இம்மலை இவ்வழகரைப் பெறாத காலமும் ஒன்றுண்டு எனும் கருத்து புலப்படுகிறது. ஆழ்வார்களின் இட உரிமையுணர்வுப் பாசுரங்களை இக்கருத்தோடு இணைத்துப் பார்ப்பதால் சில செய்திகள் தெளிவாகின்றன.

ஆழ்வார்கள், சைவக்குரவர்கள் காலத்திற்கு முன்னர் தமிழ்நாட்டில் சமணமும் பௌத்தமும் வலிவு பெற்றிருந்தன. இக்காரணத்தால் வைதீக சமயத்தினரான ஆர்யர்கள் *(பெரியோர்கள்)* தெற்குத் திக்கினை இகழ்ந்தனர். திருமாலிருஞ்சோலைப் பகுதியிலும் சமண பௌத்தர்கள் இருந்தமையால், இது ‘ம்லேச்சபூமி’ என்ற நிலையில் இருந்தது. திருமால் இத்தலத்தில் கோயில்கொண்டு அசுரர்களான புறமதத்தினர் முடிந்து போகும்படி இம்மலையில் விடாதே வசித்தார்.

இக்கோயிலுக்குக் கிழக்கே ஏறத்தாழ ஒருமைல் தொலைவில் இம்மலையில் சமண முனிவர்கள் தங்கியிருந்த ஒரு குகை கல்வெட்டுக்களோடு உள்ளது. இதில் காணப்படும் ஒரு வட்டெழுத்துக் கல்வெட்டு கி.பி. எட்டு அல்லது ஒன்பதாம் நூற்றாண்டினதாகலாம். எனவே அக்காலத்திலும், அவர்கள் அங்கிருந்திருக்க வேண்டும். ஆழ்வார்களின் பாசுரங்களில் காணப்படும் எதிர்ப்புணர்வுக்கு இப்பகுதியில் வசித்த சமண-பௌத்தர்களை அவர்கள் எதிர்த்தது காரணமாகலாம். உரையாசிரியர் காலம்வரை இந்த எதிர்ப்புணர்வு வைணவர்களிடம் தொடர்ந்து நிறைந்திருந்ததால், பாசுரங்களில் மறைந்திருந்த உணர்வுகளை அவர்கள் உரையில் வெளிப்படுத்திக் காட்டினரெனலாம். மொத்தத்தில் சமண-பௌத்த எதிர்ப்பில்

இத்தலத்தின் பங்கினைத் திருமாலிருஞ்சோலை குறித்த பாசுரங்களும் அவற்றிற்கான உரைகளும் நன்கு வெளிப்படுத்திக் காட்டுகின்றன.

3.12. திருவிழாச் செய்திகள்

இக்கோயிலில் மிகச் சிறப்பாக நடைபெறும் திருவிழா சித்திரைத் திருவிழாவாகும். அழகர் அந்தாதி, அழகர் கலம்பகம், சோலைமலைக் குறவஞ்சி, அழகர் பிள்ளைத்தமிழ், திருமாலிருஞ்சோலை பிள்ளைத் தமிழ், அலங்காரர்மாலை ஆகியவை சித்திரைத் திருவிழா நிகழ்ச்சிகளைக் குறிப்பிடவே இல்லை.

அழகர் கிள்ளைவிடு தூது திருவிழா நிகழ்ச்சிகளைப் பாடுகிறது. அழகர் மதுரைக்கு வருதல், திருக்கண்களில் இறங்குதல். வண்டியூர் செல்லல், தேனூர் மண்டபம் செல்லல், வாணவேடிக்கை நடைபெறுதல் ஆகிய நிகழ்ச்சிகளையும், துருத்திநீர் தெளிப்போர். திரியெடுத்தாடுவோர். ஆகியோரையும் குறிப்பிடுகின்றது.[72] ஆனால் அழகர் கள்ளர்வேடம் பூண்டு வரும் செய்தி குறிக்கப்படவில்லை.

கோயில் திருவிழா அழைப்பிதழின்படி அழகர் மதுரை வருவதன் நோக்கங்கள் திருவில்லிபுத்தூரிலிருந்து ஆண்டாள் சூடிக்கொடுத்து அனுப்பிய மாலையினைச் சூடுவதும், மண்டுக முனிவருக்கு முக்தி தருவதும் ஆகும்.[73] தூது நூலில் மண்டபத்துக்கு அழகர் செல்வதைக் குறிக்கும் புலவர். மண்டுக முனிவருக்கு முத்தி தரும் திருவிழா நிகழ்ச்சியினைப் பாடவில்லை. ஆண்டாள் சூடிக் கொடுத்துவிட்ட மாலையினை அழகர் சூடுவதை ஓரிடத்தில் குறித்தாலும் - அதனைத் திருவிழா நிகழ்ச்சிகளில் ஒன்றாகப் பாடவில்லை.

அழகர்மலை ஒரே ஒரு இடத்தில் மட்டும், 'வையைப் பெருக்கிற் கருவூலத்தோடு வருமழகா' என அழகர் சித்திரைத் திருவிழாவில் வையை நதிக்குள் வருவதனைக் குறிக்கிறது.[75] திருவிழாவின் பிற நிகழ்ச்சிகளைக் குறிக்கவில்லை.

அழகர் வருகைப்பத்து நூலின் பெயரும், நூலின் இருபது பாடல்களும் 'வருக வருகவே' என முடிவதும் சித்திரைத் திருவிழாவிற்காக மதுரை வரும் அழகரை வரவேற்கும் முறையில் அமைந்திருக்கின்றன. இந்நூலும் திருவிழா நிகழ்ச்சி எதனையும் பாடவில்லை. இறைவனைப் போற்றிப் புகழும் பாடலாகவே உள்ளது. ஓரிடத்தில் மட்டும் அழகர் வையைநதி நோக்கி வருவதனை,

> **"ஆயாவருக வைகைநதி அடையச் சேவை செய்பவர்க்கு**
> **மாயாப்பிறவி மாற்றி வைக்கும் வண்ணாவருக"[78]**

எனக் குறிப்பிடுகிறது.

3.13. இலக்கியங்கள் ஒதுக்கிய செய்தி

இக்கோயிலோடு கள்ளர் சமூகத்துக்குரிய உறவு ஏறத்தாழப் பதினெட்டாம் நூற்றாண்டின் முதற்பகுதியில் ஏற்பட்டது எனக் கருதலாம். பதினெட்டாம் நூற்றாண்டிலெழுந்த கிள்ளைவிடு தூது, அழகர் பிள்ளைத்தமிழ் ஆகிய நூல்கள் இவ்வுறவினைக் குறிப்பிட வில்லை பத்தொன்பதாம் நூற்றாண்டிலெழுந்த அழகர் குறவஞ்சி இருபதாம் நூற்றாண்டின் முற்பகுதியிலெழுந்த சோலைமலைக் குறவஞ்சி திருமாலிருஞ்சோலை பிள்ளைத்தமிழ் ஆகிய நூல்களும் கோயிலோடு கள்ளர் சாதியார்க்குரிய உறவினை ஓரிடத்தில்கூட குறிப்பாகவேனும் சொல்லவில்லை.

ஆசிரியர் பெயர் தெரிந்த சிற்றிலக்கியங்களில், அழகர் கிள்ளை விடு தூது நூலாசிரியர் சாதியால் வேளாளராவார், ஏனையோர் அனைவரும் பிராமணர்களே. நாட்டுப்புற மக்களே பெருவாரியாகக் கலந்து கொள்ளும் சித்திரைத் திருவிழா நிகழ்ச்சிகளை அவர்கள் பாடாமைக்கு அவர்களின் உயர்சாதி மனப்பான்மை காரணமா யிருக்கலாம் எனத் தோன்றுகிறது. 'தொள்ளங்காது கள்ளர் நாடு' என ஓரிடத்தில் சோலைமலைக் குறவஞ்சி குறிப்பிட்டாலும்.[77] கள்ளர்க்கும் கோயிலுக்குமுள்ள தொடர்பினைக் கூறவில்லை. அழகர் குறவஞ்சி சோலைமலைக் குறவஞ்சி. திருமாலிருஞ்சோலை பிள்ளைத்தமிழ் ஆகிய நூல்களின் ஆசிரியர்கள் கடந்த நூற்றைம்பது ஆண்டுகளுக்குள் வாழ்ந்தவர்கள். எனவே அவர்கள் கோயிலோடு கள்ளர் கொண்ட தொடர்பினை அறியாதவராயிருக்க முடியாது. அறிந்த செய்திகளையே அவர்கள் பாடாது ஒதுக்கியுள்ளனர். இரண்டு குறவஞ்சி நூல்களும் குறத்தியின் குறிமுகத் தெய்வமாகப் பதினெட்டாம்படிக் கருப்பனைக் குறிப்பிடுகின்றன.[78] சோலைமலைக் குறவஞ்சி, மலைமீதுள்ள ராக்காயி அம்மனைக் குறத்தி வணங்கும் சக்கதேவியாகவும் குறிப்பிடுகிறது. பிற சிற்றிலக்கியங்கள் இத்தெய்வங்களைக் குறிப்பிடவில்லை.[79]

முடிவுரை

இத்தலம் குறித்த பரிபாடல் திருமாலும் பலராமனும் இக்கோயிலில் ஒன்றாக வழிபடப் பெற்ற செய்தியினை நமக்குத் தருகிறது. இத்தலத்தைப் பாடிய ஆழ்வார்களின் பாசுரங்களும், அவற்றிற்கான உரைகளும் தமிழ்நாட்டில் சமண, பௌத்த எதிர்ப்புணர்ச்சி நிறைந்திருந்த காலத்தையும், சமண, பௌத்த எதிர்ப்பில் இக்கோயில் பெற்றிருந்த பங்கினையும் காட்டுகின்றன. தலவிருட்சம், விமானத்தின் பெயர் முதலியவை பிற்காலத்தெழுந்தவை என்பதைச் சிற்றிலக்கியங்களே அவற்றை முதலிற் குறிப்பிடுவதாலறிகிறோம்.

இத்தலத்தின் மீதெழுந்த சிற்றிலக்கியங்கள் மரபு வழிப்பட்ட வையாகவே அமைகின்றன. பரிபாடல், ஆழ்வார்களின் பாசுரங்கள் ஆகியவற்றைப் போல இவை சமுதாய நடைமுறைகளைக் காட்டவில்லை. தனிமனிதப் பக்தி உணர்ச்சியின் வெளிப்பாடாக அன்றி. சமூகத்துக்கும் வரலாற்றுக்கும் உண்மையானவையாக இவை அமையவில்லை, இலக்கிய வடிவ மரபினைக் காக்கும் நூல்களாகவே இவை அமைந்து விட்டன.

குறிப்புகள்

1. பரிபாடல், 15.
2. சிலம்பு.. 11:91-98.
3. நாலாயிர திவ்விய பிரபந்தம். (திருவேங்கடத்தான்) பாடல்கள் 3331, 3337 (பூத.) 338-359, 453-46 (பெரி.); 587 -596 (ஆண்.); 22932325, 3140-3150 (ரும்.); 1818-1837 (திருமங்).
4. மேலது, பாடல்கள் 71.258 (பெரி.); 3151, 3156 (நம்.); 534(ஆண்); 1114, 1573, 1634, 1765, 1855, 2020, 2034, 3775,73,3815/124 (திருமங்).
5. மு.கோவிந்தசாமி, தமிழ் இலக்கிய வரலாறு (இலக்கியத் தோற்றம்), ப.75.
6. உ.வே.சாமிநாதையர் (ப.ஆ.), அழகர் கிள்ளைவிடு தூது, ப. V.
7. திரு.நாராயணையங்கார் (ப.ஆ.), அழகர் பிள்ளைத்தமிழ், ப.5.
8. கே.நாகமணி (ப. ஆ.), அழகர் குறவஞ்சி, ப. VIII.
9. எஸ்.கிருஷ்ணஸ்வாமி அய்யங்கார் (ப.ஆ.). சோலைமலைக் குறவஞ்சி.ப.IX.
10. அலங்காரர் மாலை, ப. III.
11. திருமாலிருஞ்சோலைமலை அழகர்மாலை, R 8551.
12. அழகர் அகவல், பார்க்க பிற்சேர்க்கை எண் 11:1.
13. அழகம்பெருமாள் வண்ணம், பார்க்க:பிற்சேர்க்கை எண் 1:2.
14. பரிபாடல், 15:14, 17,22-23, 26.
15. பரிமேலழகர் உரை, பரிபாடல், உ.வே.சா.பதிப்பு, 1.177.
16. 'பரங்குன் றொருவகம் பப்பாரம் பள்ளி
    அருங்குன்றம் பேராந்தை ஆனை-இருங்குன்றம்
    என்றெட்டு வெற்பும் எடுத்தியம்ப வல்லார்க்குச்
    சென்றெட்டுமோ பிறவித் தீங்கு"
    மு.இராகவையங்கார் (தொகுப்பாசிரியர்), பெருந்தொகை
    பாடல் 183.
17. சிலம்பு, 2:11:91.
18. நாலாயிர திவ்விய பிரபந்தம், பாடல்கள் 71, 333, 349, 453, 587,1818.
19. அழகர் குறவஞ்சி, விருத்தம் 44.
20. அழகர் கிள்ளைவிடு தூது, கண்ணிகள் 97-98.
21. K.N.Radhakrishnan, Thirumalirunjolaimalai(Alagarkoil) sithalapurana, Part III, விருஷபாத்ரி மஹாத்மியம். ப.4.

22. மேலது, ப.4.
23. அழகர் அந்தாதி, பாடல்கள் 7,19,29,30,42,77,82.
24. அழகர் கிள்ளைவிடு தூது, கண்ணிகள் 97-100
25. அழகர் குறவஞ்சி, விருத்தம் 41.
26. K.N.Radhakrishna, op. cit., Part Ill, ஸ்ரீவிருஷபாத்ரி மஹாத்மியம், ப.3.
27. பரஞ்சோதிமுனிவர், திருவிளையாடற் புராணம், பாடல்கள் 1626 - 1663.
28. "திணி இமிலேற்றினுக் கொதுக்கம்' சீவகசிந்தாமணி, உ...வே.சா.பதிப்பு, பாடல் 3100.

    'அறனுருவாகிய ஆனேறு'. பட்டினத்துப்பிள்ளையார் திருப்பாடல்கள், திருஒற்றியூர் ஒருபா ஒருபஃது. 6:3.
29. நாலாயிர திவ்விய பிரபந்தம், பாடல்கள் 353, 587, 592, 1836, 2294.
30. அழகரந்தாதி, பாடல்கள் (அழகன்) 2, 4, 9, 11, 12, 13, 15, 18, 34, 37, 38, 47, 51, 52, 55, 60, 65, 69, 75, 91, 93, 101; (அலங்காரன்) 1,3,5,8,10, 16, 17, 20, 25, 35, 37, 48, 50, 57, 62, 64, 65, 73, 79, 84, 90, 92, 93, 94, 96.
31. அழகர் கலம்பகம், பாடல்கள் (அழகன்) 2, 6,10,11,14,16, 20, 21,23, 25-28, 32-35, 39, 41, 42, 49, 54-58, 61, 64, 65, 67, 79,82, 84, 86, 87, 89, 90, 94, 95, 98, 99; (அலங்காரன்) 15,19,38,45,47, 63, 68,70, 72-74, 77, 92, 100, 101.
32. சோலைமலைக் குறவஞ்சி. பாடல் 76
33. திருமாலிருஞ்சோலை பிள்ளைத்தமிழ், செங்கீரைப் பருவம். பாடல்கள். 7.8 முத்தப் பருவம், பாடல்கள் 6,7.8.
34. அழகர்மலை, பாடல்கள், 26,47,12.
35. மேலது. பாடல் 30.
36. மேலது, பாடல் 12.
37. மேலது. பாடல் 7.
38. பெரியவாச்சான்பிள்ளை. திருமாலை வ்யாக்யானம், ப.88.
39. அழகர் அந்தாதி. பாடல் 54.

    அழகர் கலம்பகம், பாடல் 1,71.
40. பரிமேலழகர் உரை. பரிபாடல், உ.வே.சா.பதிப்பு (1918), பக்.120 - 121.
41. அழகர் கலம்பகம், பாடல்-1.
42. சோலைமலைக் குறவஞ்சி, பாடல் 110.
43. அழகர் கிள்ளைவிடு தூது, கண்ணிகள் 210-211.
44. அழகர் குறவஞ்சி, விருத்தம் 40.
45. அழகர் கலம்பகம், பாடல் 8.
46. K.N.Radhakrishna, op.cit., Part Ill, ஸ்ரீ விருஷபாத்ரி மஹாத்மியம், ப.4.
47. சிலம்பு, 11-91-97.
48. பரிபாடல். 15:13-14, 68.
49. மேலது, 15:15-16.
50. அழகர் அந்தாதி, பாடல் 58.
51. நாலாயிர திவ்விய பிரபந்தம், பாடல் 589.

52. மேலது, பாடல் 3143.
53. மேலது, பாடல் 353.
54. மேலது, பாடல் 592.
55. மேலது. பாடல் 1836.
56. மேலது, பாடல் 71.
57. மேலது, பாடல் 2294.
58. பெரியவாச்சான்பிள்ளை. நாச்சியார் திருமொழி வ்யாக்யானம். எஸ்.கிருஷ்ணசாமி (ப.ஆ.), ப. 195.
59. பெரியவாச்சான்பிள்ளை. சிறிய திருமடல் ஸ்யாக்யானம், எஸ்.கிருஷ்ணசாமி (ப.ஆ.), பக்.143-144.
60. நாலாயிர திவ்விய பிரபந்தம், பாடல் 3143.
61. ரா.நாகசாமி (ப.ஆ..) செங்கம் நடுகற்கள்.தொடர் எண்:1971-86.
62. புறநானூறு. 166:4-5.
63. புறநானூறு உ.வே.சா.பதிப்பு.ப.309.
64. ரா.புருஷோத்தமநாயுடு, ஈட்டின் தமிழாக்கம், பத்தாம் பத்து, 1962, ப.248.
65. மேலது.ப.252.
66. நாலாயிர திவ்விய பிரபந்தம், பாடல் 1826.
67. மேலது, பாடல் 1826.
68. மேலது, பாடல் 2293-2303.
69. மேலது, பாடல் 338-347, 349-358.
70. மேலது, பாடல் 3147.
71. ரா.புருஷோத்தமநாயுடு, மு.நூல், ப.240.
72. அழகர் கிள்ளைவிடு தூது, கண்ணிகள், 146, 157, 161, 165, 185.
73. சித்திரைப் பெருதிருவிழா அழைப்பிதழ், 1977, ப.1.
74. அழகர் கிள்ளைவிடு தூது. கண்ணி 237.
75. அழகர்மாலை, பாடல் 27.
76. அழகர் வருகைப்பத்து, பாடல் 12.
77. சோலைமலைக் குறவஞ்சி, பாடல் 105.
78. மேலது, பாடல் 119; அழகர் குறவஞ்சி, கீர்த்தனை 38. அழகர் குறவஞ்சி, கீர்த்தனை 38.
79. சோலைமலைக் குறவஞ்சி, பாடல் 119.

4. ஆண்டாரும் சமயத்தாரும்

4.0. அழகர்கோயில் பரம்பரைப் பணியாளர்களின் பதினான்கு பணிப்பிரிவுகளில் 'ஆண்டார்' என்பதும் ஒன்றாகும். இப்பணிப் பிரிவில் திருமாலை ஆண்டார். திருமலை தந்தான் தோழப்பன் என்ற இரண்டு திருவாகங்களும் அடங்கும். இத்தலத்தில் 'ஆசார்ய' மரியாதைக்குரியவர்கள் இப்பணிப்பிரிவினரேயாவர். இவர்கள் சாதியாற் பிராமணராவர்.

4.1. 'ஆண்டார்' - சொற்பொருள்

'ஆண்டார்'-எனுஞ் சொல் தமிழகக் கோயிற் கல்வெட்டுகளில் கோயிலுக்குப் பூ இடுவார், தலையிடுவார் ஆகியோரையே குறிக்கிறது.[1] ஆயினும் இக்கோயிலில் 'ஆண்டார்' பணிப்பிரிவினர் இப்பணிகளைச் செய்வதில்லை. மாறாகப் 'பண்டாரி' என்னும் பிராமணரல்லாத பணிப் பிரிவினர் இக்கோயிலில் இறைவனுக்கு மாலை கட்டித்தரும் பணியினைச் செய்து வருகின்றனர். இக்கோயிலில் ஆண்டார் பணிப் பிரிவினரின் தோற்றம் ஆய்வுக்குரிய ஒன்றாகும்.

4.2. 'திருமாலை ஆண்டான்' - பெயர்க்காரணக் கதையும், மறுப்பும்

இப்பணிப்பிரிவினரின் முன்னோரான திருமாலை ஆண்டானுக்கு அப்பெயர் ஏற்பட்டது குறித்து ஒரு கதை வழக்கில் இருந்து வருகிறது.

"திருமாலை ஆண்டான் கோயிலில் இராமானுசருக்குத் திருவாய் மொழிப் பாடஞ் சொல்லிவிட்டு இரவு நேரத்தில் வீடு திரும்புவார். ஒருநாள், இருளில் முன்னால் தீப்பந்தம் பிடித்து வழிகாட்டிச் செல்லும் சிறுவன் தூங்கிவிட்டான். இதையறிந்த திருமாலாகிய இறைவனே அச்சிறுவன் வேடத்தில் வந்து ஆண்டானுக்கு முன்னாகத் தீப்பந்தம் பிடித்து வழிகாட்டிச் சென்றான். மறுநாள் தான் திருமாலை ஆண்டான். முதல் நாள் இரவில் தீப்பந்தம் பிடித்து வழிகாட்டி வந்தவன் இறைவனே என்பதைத் தெரிந்து கொண்டார். இறைவன் கருணையை எண்ணி வியந்தார். இவ்வாறு திருமாலையே பணியாளாக ஆண்டமையால் இவர்க்குத் 'திருமாலை ஆண்டான்' என்ற பெயர் ஏற்பட்டது"[2] என்பது அக்கதையாகும். இக்கதையினை அழகர் கிள்ளைவிடு தூதும்,

"ஞானதீ பங்காட்டி நன்னெறிகாட்டென்றொருப
மானதீ பங்காட்டி வந்துநின்று - மேனாளில்

முத்தமிழ்க்குப் பின்போவார் முன்போகப் பின்போன
அத்தன் திருமாலை ஆண்டான்"[3]

எனக் குறிக்கிறது. இராமானுசர்க்குத் திருமாலை ஆண்டான் திருவாய் மொழிக் கற்பித்த செய்தியைக் குருபரம்பரை நூல் கூறுகின்றது.[4] அச்செய்தியிலிருந்து பிறந்ததே இக்கதையாகும். இக்கதைப் பொருளை 'இராமானுசர்க்காக அவருடைய ஆசிரியர்க்கு இறைவன் செய்த அருள்' என்றோ, 'திராவிட வேதமாகிய திருவாய் மொழியினைக் கற்பித்ததால், திருமாலை ஆண்டானின் தமிழறிவுக்கு இறைவன் செய்த அருள்' என்றோ விளக்கலாம். ஆனால் இக்கதை, திருமாலை ஆண்டானின் பெயர்ப் பிறப்புக் காரணம் என்பதை ஏற்றுக் கொள்ள முடியவில்லை.

இப்பெயரில் வரும் 'திருமாலை' என்ற சொல்லுக்கு, 'இறைவனுக்குச் சார்த்தும் பூமாலை' என்பதே பொருளாகும். வடமொழியில் திருமாலையாண்டானுக்கு 'மாலாதரர்' என்ற பெயர் வழங்குகிறது.[5] 'மாலை' என்ற தமிழ்ச் சொல்லுக்கு இணையான வடசொல் 'மாலா' என்பதாகும். 'திருமாலைப் பணிகொண்டவன்' என்ற பொருள் தரும் வடமொழிப்பெயர் ஏதும் இவருக்கு வழங்க வில்லை. மேலும் குருபரம்பரை நூல் கூறும் வைணவப் பெரியார்களின் பெயர்களை நோக்கும் போது ஒரு செய்தியினை உணரலாம். அவர்களனைவரும் ஆழ்வான், ஆச்சான், ஆண்டான், நம்பி, பட்டர், தாசர் ஆகிய பெயர்களில் ஏதேனும் ஒன்றைத் துணைப் பெயராகக் கொண்டுள்ளனர்.[6] பெரியாண்டான், சிறியாண்டான், முதலியாண்டான், மாருதி ஆண்டான், மாறொன்றில்லா ஆண்டான் முதலிய பெயர்களைக் காணும் போது 'திருமாலை ஆண்டான்' என்ற பெயரும் அவ்வாறே அமைந்திருக்க வேண்டுமெனத் தோன்றுகிறது. 'ஆண்டார்' என்னும் சொல் கல்வெட்டுகளில் பூ இடுவாரைக் குறிப்பதனைத் திருமாலை ஆண்டான் பெயரிலுள்ள 'திருமாலை' என்னும் சொல் உறுதிப் படுத்துகின்றது. எனவே திருமாலை ஆண்டான், இறைவனுக்குத் திரமாலை கட்டித்தரும் பணியினையும் செய்திருக்கலாம்; அதனால் இப்பெயரைப் பெற்றிருக்கலாம் என்று தோன்றுகிறது. திருமாலை யாண்டான் காலம் ஏறத்தாழக் கி.பி. 988 முதல். கி.பி. 1078 வரை என்பது வைணவ அறிஞர் கருத்து.[7]

4.3. ஆண்டார் பணிகள்

ஆண்டார், தோழப்பர் ஆகிய இரு நிருவாகத்தாரும் செய்யும் பணிகள் 'ஆண்டார் பணிகள்' என்றே பெயர்பெறும்.

கோயிலில் நாள்தோறும் அருச்சகருக்குப் பவித்திரம் கொடுத்தல் இறைவனுக்குப் புரிநூல் கொடுத்தல், ஒவ்வொரு பூசைக்கும் பஞ்சாங்கம் கணித்துச் சொல்லுதல், கோயிலைப் புண்ணியாவசனம்

(ஆகமவிதிப்படி தூய்மை) செய்தல் ஆகியவை மேற்குறித்த இரண்டு நிருவாகத்தாருக்குமுரிய பணியாகும். இவை தவிர நாள் வழிபாட்டிலும் திருவிழாக்களிலும் திருப்பாவை, நித்யானு சந்தானம், சூக்தாதி உபநிஷத்து, திருமஞ்சனஸ்லோகம், அலங்காரஸ்லோகம். திருமஞ்சனகவி, புஷ்பாஞ்சலி, வேதவிண்ணப்பம், இதிகாசபுராணம், ஸ்தலபுராணம் முதலியவற்றை உரிய நேரங்களில் படிப்பதும் இவர்களின் பணியாகும்.

திருவிழாக்களில் அடியார், கூட்டமாகத் தமிழ் வேதம் பாடுவதும் இவர்கள் தலைமையில்தான் நடைபெற வேண்டும்.

திருவிழாக் காலங்களுக்குரிய பொறுப்புக்களையும் உரிமையையும் மட்டும் இரு நிருவாகத்தாரும் ஆண்டுக்கொருவராக மாறிமாறிப் பெறுவது வழக்கம்.

கோயில் நடைமுறையும், தொழில், சுதந்திர, அட்டவணையும் மேற்குறித்த செய்திகளை உறுதி செய்கின்றன.

4.4 'திருமாலை ஆண்டான்' - நிருவாகப் பழமை

"திருமாலை ஆண்டான் பரம்பரைத் தனியன்களும் வாழித் திருநாமங்களும்" என்னும் சிறு நூல் 1975இல் வெளிவந்தது. அப்போது பட்டத்திலிருந்த கிருஷ்ணமாசாரியார் இருபத்து மூன்றாவது தலை முறையினர் ஆவார். அவர் 1976இல் காலமானதும் 1976இல் இருபத்து நான்காவது தலைமுறையினராகப் பட்டத்துக்கு வந்த அவரது மருகர் சந்தான கிருஷ்ணமாசாரியர் 1977இல் காலமானார். இவருக்கு வாரிசில்லை. எனவே இந்நிருவாகம் கோயில் ஆட்சித் துறையில் சேர்ந்துவிட்டது. 'திருமாலை ஆண்டான்' பரம்பரையினர் இக்கோயிலில் மொத்தம் இருபத்து நான்கு தலைமுறையாகத் தொடர்ந்து பணிபுரிந்து வந்திருக்கின்றனர்.

மேற்குறித்த சிறுநூலில், பதினான்கு தலைமுறையினர்க்குரிய வடமொழியிலமைந்த ஒவ்வொரு, தனியனும், தமிழிலமைந்த வாழித் திருநாமங்களும் உள்ளன. ஏழாவது, ஒன்பதாவது, பதின்மூன்றாவது முதல் பத்தொன்பது (7,9,13-19) வரையிலான தலைமுறையினர்க்குரிய தனியன்களும் வாழித் திருநாமங்களும் காணப்படவில்லை. 'தெரியவில்லை' என்ற குறிப்பு மட்டும் தரப்பட்டுள்ளது.

ஆழ்வார்களும், ஆசாரியர்கள் வாழ்க்கைக் குறிப்புக்களைச் சுருக்கமாகக் கூறும் பெரிய திருமுடியடைவு, "வாமநாம்ஸ பூதாரன திருமாலையாண்டானுக்குத் திருவவதார ஸ்தலம் அழகர்கோயில்.

திருநக்ஷத்ரம் ஸர்வதாரி வருஷம் மாசி மாஸத்தில் மகம். திருநாமங்கள் மாலாதரர், ஸ்ரீஜ்நாநபூர்ணர், குமாரர் சுந்தரத் தோளுடையார், திருவாராதனம் அழகர், ஆசார்யர் ஆளவந்தார், சிஸ்யம் ஸ்ரீபாஷியகாரர், இருப்பிடம் அழகர்கோயில்" என்று குறிப்பிடுகிறது.[10]

திருக்கோட்டியூர் நம்பி பணித்ததின் பேரில் இராமானுசர். திருமாலையாண்டானிடமே திருவாய்மொழி என்னும் பகவத் விஷயத்தைக் கேட்டறிந்தார். ஆண்டார் பரம்பரையின் முதல்வரான இவரைப் பற்றிய வாழித் திருநாமங்கள்,

"தேசுபுகழ் ஆளவந்தார் திருவடியோன்"[11]
என இவர் ஆளவந்தாரின் மாணவராக விளங்கியதையும்,
"திண்பூதூர் மாமுனிக்குத் திருவாய் மொழிப் பொருளை
உண்மையுடன் ஓதியருள் சீர்"[12]

என இவர் இராமானுசர்க்குத் திருவாய்மொழி கற்பித்ததையும் குறிப்பிடுகின்றன.

இவரது மகன் சுந்தரத்தோளுடையார் வைணவத்தின் எழுபத்து நான்கு சிம்மாசனாதிபதிகளில் ஒருவராக அழகர்கோயிலில் இராமானுசரால் நியமிக்கப்பட்டார்.[12] எனவே இராமானுசர் காலம் தொடங்கி, திருமாலை ஆண்டான் பரம்பரையினர் அழகர்கோயிலோடு உறவுபூண்டு இருபத்து நான்கு தலைமுறையாகத் தொடர்ந்து இக்கோயிலில் பணிபுரிந்த செய்தியினை அறியமுடிகிறது.

4.4. 'தோழப்பர்' நிருவாகப் பழமை

திருமலை தந்தான் தோழப்பன் என்ற நிருவாகம் எக்காலத்திலோ இடையில் சேர்க்கப்பட்டிருக்கிறது. இந்நிருவாகத்தாரின் முன்னோர் ஒருவர் ஒரு படையெடுப்புக் காலத்தில் இறைவன் திருமேனியை ஒரு குழிக்குள் மறைத்து வைத்திருக்கும் பணியில் ஈடுபட்டிருந்த போது, மணி சரிந்து விழுந்து உயிர்நீத்த தியாகத்தால் 'ஆண்டார்' பணியில் அவர் வழியினர்க்குப் பங்கு தரப்பட்டது என இப்போது இந்நிருவாகப் பணியிலுள்ளவர் கூறுகிறார்.[14] அழகர் கிள்ளைவிடு தூது,

"வையங்கார் வண்ணனையே வந்துதொழும் தோழப்
பையங்கார் என்னும் ஆசாரியரும்"[15]

எனக் குறிப்பதால் அந்நூல் பிறந்த காலத்தில் இந்நிருவாகம் இருந்த செய்தியை அறியமுடிகிறது. அழகர் பிள்ளைத்தமிழ் நூலாசிரியரும், "தோழப்பர் நற்றமிழ்ச் சீர்பதிப்போன்"[16] எனத் தன் ஆசாரியரைக்

குறிப்பிடுகிறார். இந்நூலின் பதிப்பாசிரியர் திருநாராயணையங்கார், அழகர்கோயிலில் தோழப்பர் நிருவாகம் ஏறத்தாழ நூற்றைம்பது ஆண்டுகட்கு முன்னர்த் தோன்றியது (1929இல்) என எழுதுகிறார்.[17] எனவே இக்குறிப்புக்களினால் கி.பி.18ஆம் நூற்றாண்டில் அல்லது அக்காலத்திற்குச் சற்று முன்னர் இந்நிருவாகம் பிறந்திருக்கலாம் எனத் தெரிகிறது.[18] இந்நிருவாகப் பழமையினை அறியப் பரம்பரைத். தனியன்கள். வாழித் திருநாமங்கள் முதலிய பிற சான்றுகள் கிடைக்கவில்லை.

4.6. நடைமுறை வழக்கு

வைணவ ஆசாரியரான பட்டரை, "ஸ்ரீரங்கேசப்புரோகிதர்" எனப் பெரிய திருமுடையடைவு கூறும்[19] இதைப்போல அழகர் கோயிலில், திருமாலை ஆண்டான் வழியினர் 'அழகப்புரோகிதர்' என வழங்கப் படுகின்றனர்.[20]

முதல் திருமாலையாண்டான் ஐப்பசி மாதம் வளர்பிறை பன்னிரண்டாம் நாளில் (சுக்கிலபட்ச துவாதசியில்) காலஞ்சென்றார். ஆண்டுதோறும் இக்கோயில் இறைவன் இந்நாளில் மலைமீதுள்ள அருகிக்கரை சென்ற அவரை நினைத்துத் தைலமிட்டு நீராடி வருகின்றார். இவ்விழா தலையருவி உற்சவம் என வழங்கப்படுகிறது. இத்தலத்திறைவனான அழகரை. இந்திரனாக உருவகிக்கும் அழகர் கிள்ளைவிடு தூது, திருமாலையாண்டானைத் "தேவ குரு என்கிறது.[21] முதல் திருமாலையாண்டானுக்கு அழகர் கோயிலில் தனிச் சன்னிதி ஒன்றும் உள்ளது.

சித்திரைத் திருவிழா ஊர்வலத்தில் அழகர் பல்லக்கிற்கு முன் ஆண்டார் பல்லக்கில் செல்வார். குருவின் பின்னால் மாணவர் செல்வதுபோல ஆண்டாரின் பின்னால் இறைவன் வருவார். 'ஆண்டார் முன்னால் அழகர் பின்னால்' என்பது மதுரைப்பகுதியில் வழங்கப் பெறும் ஒரு சொல்லடையாகும்.

குரு என்பதனால் அடியவர்தம் காணிக்கைகளை இவர் கைநீட்டிப் பெறுவதில்லை. திருவிழாக் காலங்களில் இவருக்கு முன்னால் ஓர் உண்டியல் வைக்கப் பெற்றிருக்கும். அதிலேயே அடியவர்கள் இவருக்குரிய காணிக்கையினை இடுவர்.

4.7. சமயத்தார்கள்

மதுரை, முகவை மாவட்டங்களின் கிழக்குப் பகுதிகளில் ஆண்டார்க்கு அடியாரும் பிரதிநிதிகளுமான பதினெட்டுப் பேர்

உள்ளனர். இவர்களனைவரும் பிராமணரல்லாத சாதியினர்; ஆண்டார்க்கு இவர்கள் மந்திரியாகவும் தளபதியாகவும் அவருடைய சமய அரசாங்கத்தின் கோமாளிகளாகவும் கூடக் கருதப்படுகின்றனர். இவர்களனைவரும் 'சமயத்தூர்' என்ற பொதுப் பெயரைப் பெறுகின்றனர். தாம் வாழும் பகுதி மக்களை வைணவ நெறிக்குள் அழைத்துவந்து ஆண்டாரைக் குருவாக ஏற்கும் அடியாராகச் சேர்ப்பதே இவர்களின் பணியாகும். வைணவ சமய வளர்ச்சிக்குத் துணையாக இருப்பதால் இவர்கள் 'சமயத்தார்கள்' எனப் பெயர் பெற்றனர் போலும்.

4.8. சமயத்தார் - சான்று மூலங்கள்

கி.பி.1769 எனக் கொள்ளப் பெறும் "விரோதி" ஆண்டொன்றில், திருமாலை ஆண்டார். இப்போது சிவகங்கை வட்டம் கூட்டுறவு பட்டியிலிருக்கும் 'வெள்ளலூர்ச் சமயம்' வெள்ளையத்தாதர் என்பவருக்குச் சில உரிமைகளை ஒரு செம்புப் பட்டயத்தின் வாயிலாக அளித்துள்ளார்.[22] இந்தப் பட்டயத்தின் ஓலைநகல் ஒன்றே சமயத்தார் பற்றி அறியக்கிடைக்கும் ஆவணச் சான்றாகும். இலக்கியம், கல்வெட்டுகள் ஆகியவற்றில் சமயத்தார்கள் பற்றி யாதொரு குறிப்பும் காணப்படவில்லை. திருவிழா நிகழ்ச்சிகள் மட்டுமே சான்றுகளாக அமைகின்றன.

4.9. சமயத்தார் இருப்பிடம்

சித்திரைத் திருவிழாவில் அழகர் மதுரைக்குள் வந்தபின்னரே, இவ்விறைவனை வழிபடுவோரில் நகர்ப்புற மக்களைக் காண இயலும். இதுதவிர இக்கோயில் வழிபாட்டில் கிராமப்புற மக்களே மிகப்பெருந்தொகையினராக விளங்குவதைத் திருவிழாக்களில் காணலாம். "அழகரின் வைகை நோக்கிய ஊர்வலத்தில் கிராமப் புறத்தினரான தாழ்ந்த சாதியினரே பெருந்தொகையினர்' என்கிறார் டென்னிஸ் அட்சன். இவர்கள் மதுரைக்கு வடக்கிலுள்ள பகுதிகளைச் சேந்தவர்கள் என்பதும் அவர் கணிப்பாகும்.[23]

ஆய்வாளர் நடத்திய கள ஆய்விலிருந்து. சித்திரைத் திருவிழாவிற்கு வண்டி கட்டிக்கொண்டு வரும் அடியவர்களில் சிவகங்கை, முதுகுளத்தூர், அருப்புக்கோட்டை வட்டங்களிலிருந்து வருவோரின் எண்ணிக்கை மொத்தத்தில் முறையே 21%, 18.8%, 16.3% ஆக இருப்பதை அறியமுடிந்தது. மதுரைக்கு வடக்கேயுள்ள நிலக் கோட்டை வட்டத்திலிருந்து 5.1%, அடியவரே வண்டி கட்டித் திருவிழாவிற்கு வருகின்றனர். இப்பகுதியில் சமயத்தார்கள் இல்லை. ஆனால் சிவகங்கைக்கருகில் கூட்டுறவுபட்டியில் ஒருவரும், முதுகுளத்தூருக்கு வடக்கே சாம்பளக்குளத்தில் ஒருவரும், அருப்புக்

கோட்டைக்கருகே கானூரில் ஒருவரும், கட்டனூரில் ஒருவரும் ஆக, அதிகமாக வண்டி கட்டிக்கொண்டு வரும் அடியவர்கள் வாழும் பகுதியில் நான்கு சமயத்தார்கள் உள்ளனர். எனவே அட்சனின் கணிப்பு ஏற்புடையதாக இல்லை.

4.10. சமயத்தார் எண்ணிக்கை

ஆண்டார் பணிப்பிரிவின் இரண்டு நிருவாகத்தாரும் தங்களுக்குப் பதினெட்டுச் சமயத்தார்கள் இருந்ததாகக் கூறுகின்றனர். ஆயினும் திருப்புவனம், கானூர், கட்டனூர், சாம்பக்குளம். கலியாந்தூர், சுந்தரராஜன்பட்டி, எட்டிமங்கலம், கூட்டுறவுபட்டி, மணலூர், காரைசேரி, மேலமடை, கப்பலூர், முடுவார்பட்டி, பிள்ளையார் பாளையம் ஆகிய பதினான்கு சமயத்தார் பெயரையே அவர்களால் தரமுடிந்தது. இவர்களில் கலியாந்தூரார் திருப்புவனம் சமயத்தாருக்கு உதவி செய்யும் கொண்டித்தாதர் ஆவார். ஏனையோரைப் போலச் சமயத்தாராகக் கருதப்படுவதில்லை. வெள்ளையத்தாதர் வீட்டுப் பட்டய நகல் ஓலையும் "பாண்டிச்சமையம் பதுநெ (Sic) ட்டுக்கும்"[25] என்று ஆண்டாருக்குப் பதினெட்டுச் சமயத்தார் இருந்த செய்தியை உடன்படுகிறது. ஆயினும் பட்டய நகல் ஓலையில் ஆறு பேர்களே குறிப்பிடப்பட்டுள்ளனர். நகல் ஓலை குறிப்பிடும் பெரிய கோட்டை இருளன்தாதன், கொண்டையன் சென்னாதாதன், பளையனூர் ரெங்கதாதன் ஆகிய பெயர்கள் ஆண்டார் பணிப்பிரிவினர் தந்த பட்டியலில் இல்லை. நகல் ஓலை குறிப்பிடும் வெள்ளலூர் வெள்ளை நாயன் அம்பலக்காரர் சமயத்தாரா அல்லரா என்பது விளங்கவில்லை.

எனவே ஒரு சமயத்தாரின் பணி எக்காரணத்தாலோ நின்று போனால் புதிய ஒருவரை ஆண்டார் நியமித்துக் கொள்வாரென்று தோன்றுகிறது. எடுத்துக்காட்டாக, 1976 வரை பட்டத்திலிருந்த ஆண்டார் நிருவாகத்தாரான கிருஷ்ணமாசாரியர் பல்லக்கின் முன் கொம்பில் சிறிய மணி ஒன்றினைக் கட்டுவதற்கு, 'மணிகட்டிச்சமயம்' என்ற ஒன்றையும், 'சீகுபட்டி பட்டத்தரசி' என்றொரு சமயத்தினையும் உண்டாக்கினாரென்று ஆண்டார் பணியின் மற்றொரு நிருவாகத்தாரான தோழப்பர் அழகரையங்கார் கூறுகிறார்.[26] எனவே சமயத்தார் நியமனம் ஆண்டாரின் விருப்பங்களுக்கு ஏற்ப அமையும் என்று தெரிகிறது.

4.11. ஆண்டாரின் சமய அரசாங்கம்

ஆண்டாரின் சமயத்தலைமை அடியார்களிடத்தில் ஓர் அரசாங்கமாக உருவகிக்கப்பட்டுள்ளது. திருப்புவனம் சமயத்தார் (நாயுடு) ஆண்டாரின் சமய அரசாங்கத்தின் மந்திரியாவார். கப்பலூர்ச் சமயத்தார் (பறையர்) சித்திரைத் திருவிழாவில் ஆண்டாரின் பல்லக்கிற்கு

முன்னால் வெள்ளைக் கொடிபிடித்து வருவார். எட்டிமங்கலம் சக்கன்தாதன், சுந்தரராஜன்பட்டி பொக்கன்தாதன் (பள்ளர்) ஆகிய இரு சமயத்தாரும் ஆண்டாரின் அரசவைக் கோமாளிகள் ஆவர். இவர்கள் தலையிலகோமாளிக்குல்லாய் அணிந்து, சோளிமுத்துப் பல்வரிசை கட்டி ஆண்டாருடன் வருவர், காரைச்சேரிச் சமயத்தார் (பள்ளர்) வண்டியூரில் ஆண்டார் தங்குவதற்குக் கொட்டகை அமைத்துத் தருவார். மேல்மடைச் சமயத்தார் (கோனார்) வண்டியூரில் ஆண்டார் தங்கும்போது ஒருபானைத் தயிர் கொண்டு வந்து தருவார். கலயாந்தூர்ச் சமயத்தார் (பறையர்) திருப்புவனம் மந்திரிச் சமயத்தார்க்குமுன் மஞ்சள் கொடிபிடித்து வருவார்.

பிற சமயத்தார்களும் மேற்குறித்தோரில் காரைச்சேரி சமயத்தாரும் ஆண்பாரின் தளபதிகளாவர். இவையனைத்தும் சித்திரைத் திருவிழாவில் நடைபெறும் நிகழ்ச்சியாகும். சமயத்தார்கள் அனைவரும் புடைசூழவே ஆண்டார் சித்திரைத் திருவிழாவில் பல்லக்கில் வருவார். திருமாலை ஆண்டான் வழியினரும், திருமாலைதந்தான் தோழப்பன் வழியினரும் பல்லக்கு ஏறிவரும் சிறப்பினை ஆண்டுக்கொருவராக மாறிமாறிப் பெறுவர்.

4.12. தளபதி சமயத்தார் பணி

தளபதிகளான சமயத்தார் ஆண்டாரின் பிரதிநிதிகளாகச் செயல்படுகின்றனர். இவர்களுக்குத் தங்கள் கிராமத்தையொட்டிச் சமய ஆட்சிப்பரப்பு வரையறுத்து ஒதுக்கப்பட்டுள்ளது. தங்கள் ஆட்சி எல்லைக்குட்பட்ட கிராமத்து மக்களை வைணவ நெறிக்குள் இழுத்து வரும் வாயிலாக இவர்கள் செயல்படுகின்றனர். ஆண்டார். அழகர் கோயிலில் குருவாக இருக்கிறார். இவர்கள் ஆண்டாரின் பிரதிநிதியாகத் தங்கள் பகுதி மக்களுக்குக் குருவாக விளங்குகின்றனர்.

எடுத்துக்காட்டாக, எழுபத்துமூன்று வயது நிரம்பிய ஒரு தகவலாளி, நாற்பது வருடங்களாகக் கையில் நாங்குலிக்கம்பு ஏந்தி, துளசிமாலையணிந்து, நெற்றியில் தென்கலைத்திருமண் இட்டு, அழகர் கோயிலுக்கு வந்து சாமியாடி ஆண்டாரை வணங்கித் திரும்புகிறார். தன்னை நாற்பது ஆண்டுகளுக்கு முன்பு, இக்கோயிலுக்கு அழைத்து வந்து ஆண்டாரிடம் 'அக்கினி முத்திரை' (பஞ்ச சம்ஸ்காரம்) செய்வித்தவர் வெள்ளலூர்ச் சமயத்தாரான வெள்ளையத்தாதரே என்கிறார்.[27]

சமயத்தார் எல்லைக்குட்பட்ட கிராமங்களில் திரியெடுத்து வருவோர், தம் சமயத்தாரைச் சந்தித்து அவரிடம் முத்திரை' பெறுவர். சமயத்தார் கையாலோ, பூ இதழாலோ குங்குமத்தைத் தொட்டு

நெற்றியில் திருமண் குறியிடுவார். இதற்குப் பூ முத்திரை' எனப் பெயர். அக்கினி முத்திரை பெரிய முத்திரையென்றும், கட்டி முத்திரை யென்றும் வழங்கப்பெறும். இது கோயிலில் மட்டும் நடைபெறும். சங்கு, சக்கரஅச்சுக்களை நெருப்பிலிட்டுச் சுட்டு, அடியவர் (தாசர்கள்) இரு தோளிலும் வைப்பர்; சுடப்பட்ட புண் ஆறியபின்னும் சங்கு சக்கரத்தழும்புகள் அடியவர்கள் சாகும்வரை உடலில் மாறாது இருக்கும்.

> "தீயிற் பொலிகின்ற செஞ்சுடராழி திகழ்திருச் சக்கரத்தேதின்
> கோயிற் பொறியாலே ஒற்றுண்டு"[28]

எனப் பெரியாழ்வார் திருப்பல்லாண்டில் இதனைக் குறிப்பர் . எனவே ஆழ்வார்கள் காலத்திலிருந்து வைணவர்கள் இச்சடங்கினைச் செய்து வருவதையறியலாம்.

4.13. தளபதிச் சமயத்தார் ஆட்சி எல்லை

தளபதிகளான சமயத்தாரின் ஆட்சி எல்லைகள் கீழ்க் காணுமாறு வரையறுக்கப்பட்டுள்ளன. இந்த அமைப்புமுறை தற்போது (1979) சிதைந்த நிலையில் உள்ளது. ஆயினும் சமயத்தார்கள் தங்கள் ஆட்சிப் பரப்பினை ஓரளவு நினைவில் வைத்திருக்கின்றனர்.

மணலூர்ச் சமயம் (கள்ளரில் சேர்வை) : வண்டியூர்த் தெப்பக் குளத்திற்குக் கிழக்கு, திருப்புவனம் ஊற்றுக்கால் பாலத்திற்கு மேற்கு, வையையாற்றுக்குத் தெற்கு, ஆவியூர்-உப்பிலிக்குண்டுக்கு (அருப்புக் கோட்டையருகே) வடக்கு.

கட்டனூர்ச் சமயம் (கோனார்) : பார்த்திபனூருக்கு அருகிலுள்ள அன்னவாசல், மிளகனூருக்கு மேற்கு, திருப்புவனத்துக்குத் தெற்கிலுள்ள அச்சங்குளம், பையனூருக்குக் கிழக்கு, வீரசோழம். அத்திகுளம், நாலூருக்கு வடக்கு, வையையாற்றுக்குத் தெற்கு.

முடுவார்பட்டிச் சமயம் (அரிசன்) : திருப்பாலை. பிள்ளையார் நத்தம், புதுப்பட்டி, ஐயூர், எர்ரப்பட்டி, கோணப்பட்டி, பாலமேடு, வலையப்பட்டி, லிங்காவடி, பெத்தாம்பட்டி, மாலைப்பட்டி, வெளிச்சநத்தம், பரளி, சத்திரப்பட்டி, சின்னப்பட்டி, காவனூர், கருவனூர். சோழனம் பட்டி, குளமங்கலம், வடுகபட்டி, தூதக்குடி, குமாரம் பளங்சி, அலங்காநல்லூர், கல்லணை, ஊர்சேரி, மேட்டுப்பட்டி, அம்பட்டபட்டி சேலார்பட்டி, பூலாம்பட்டி, முடுவார்பட்டி உள்ளிட்ட 48 கிராமங்கள்.

காரைச்சேரி சமயம் (அரிசன்): வரிச்சியூர், பறையன்குளம். ஆளவந்தான். குன்னத்தூர், வேலூர், களிமங்கலம், சக்கிமங்கலம். உடன் குண்டு,

அண்டார்பட்டினம், கருப்பாயிஊரணி, கோயில்குடி, எலமனூர், பொட்டப்பனையூர். புதூர், மயிலங்குண்டு ஆகிய சிற்றூர்கள் காரைச்சேரிச் சமயத்தார்க்குரியன.

சரம்பக்குளம் சமயம் (கோனார்) : வடக்கே வையையாறு, கிழக்கே முதுகுளத்தூர், கடுகுசந்தை, மேற்கே பார்த்திபனூர், தெற்கே ராமேசுவரம் இந்நான்கெல்லைக்குட்பட்ட ஊர்கள்.

4.14. சமயத்தார் பெறும் மரியாதை

சமயத்தார் அனைவரும் ஆடித்திருவிழாவில் கடைசி நாளன்று ஆண்டாரிடம் பரிவட்ட மரியாதை பெறும் உரிமையுடையவர் ஆவர். சமயத்தார் காலமானால் அவர் குடும்பத்தினர் ஆண்டாருக்குத் தகவல் தெரிவித்து, அவரிடமிருந்து பரிவட்டமும். தீர்த்தமும், ஒரு சிறு தொகையும் (பெரும்பாலும் ஒன்றேகால் ரூபாய்) மரியாதையாகப் பெறுகின்றனர். இறந்தவர்க்கு அப்பரிவட்டத்தைக் கட்டி தீர்த்தம் தெளிப்பது வழக்கம்.

கோயில் பரம்பரைப் பணியாளர் இதே மரியாதையினைக் கோயிலிடமிருந்து நேரடியாகப் பெறுவது இங்கே குறிப்பிடத்தக்கது.

4.15. தளபதிச் சமயத்தார் காணிக்கை

தளபதிகளான சமயத்தார், அடியவர்கள் ஆண்டாருக்குச் செலுத்தும் காணிக்கையில் பங்கு பெறுகின்றனர். திரியெடுத்தாடுவோர், மாடு கொண்டு வருவோர் ஆகியோர் திருமாளிகைக் (கோயிற்) காணிக்கை, ஆண்டார் காணிக்கை; சமயத்தார் காணிக்கை என மூன்று காணிக்கைகள் செலுத்துவர். ஆண்டாரிடம் 'அக்கினி முத்திரை' பெறும் அடியவர்கள் ஆண்டாருக்கும் தங்கள் பகுதியைச் சேர்ந்த சமயத்தாருக்கும் தனித்தனியாகக் காணிக்கை செலுத்துவர்.

4.16. சமயத்தாருக்கு ஆண்டார் தந்த உரிமை

வெள்ளையத்தாதர் வீட்டுப் பட்டய நகல் ஓலை கோயிலுக்கு அப்பன் எருது, கடை எருது கொண்டுவருவோர், கோடாங்கி நாமதாரிகள், தடிக்கம்பில் வெள்ளிப்பூண் கட்டி கொடுவாள் இடைக்கச்சையோடு கோயிலுக்குத் திரியெடுத்து வருவோர், கூத்தாடிகள், குரங்காட்டிகள் ஆகியோர்க்குத் திருமாலை ஆண்டார் வரி விதித்து அவற்றை வாங்கும் உரிமையை வெள்ளையத்தாதர்க்குத் தந்ததைக் குறிப்பிடுகின்றது.[29] மேற்குறித்த வரி விதிப்புக்கு உட்பட்டோர்கள் இக்கோயிலுக்கு வழிபட வரும் அடியவர்கள் என்பது புரிகிறது. இவர்கள் தவிர அம்மன் கொண்டாடி (பெண் தெய்வச் சாமியாடுவோர்), அக்கினிச் சட்டியேந்துவோர் (இது இக்கோயிலில் இல்லாத வழி பாட்டுமுறை), பச்சை மோதிரம் போடுவோர் ஆகியோர்க்கும் ஆண்டார் வரி

விதித்திருப்பது எந்த அளவு அதிகாரத்தின் (authority) பேரில் என்பது விளங்கவில்லை.

தமிழகத்தின் வடமாவட்டங்களில் 'பெருமாள்மாடு' என வழங்கப் பெறும் மாடு, தென்மாவட்டங்களில் அழகப்பன் காளை என வழங்கப்பெறும். இதனை வைத்துப் பிழைக்கும் தெலுங்கு பேசும் சாதியார் (இவர்களிற் சிலர் தங்களைத் 'தாசரிகள்' எனக் கூறுகின்றனர்). இக்கோயிலுக்கு அம்மாட்டைக் கொண்டுவருவது வழக்கம் இதையே பட்டய நகல்ஓலை 'அப்பன் எருது' எனக் குறிப்பிடுகிறது. குடை எருது என்பது முதுகில் தம்பட்டம் தொங்கவிடப்பட்டு, கிராமங்களிலிருந்து சித்திரைத் திருவிழாவில் இக்கோயிலுக்குக் கொண்டுவரப்பட்டு, நீராட்டித் திரும்ப ஊருக்கு அழைத்துச் செல்லப்பெறும் எருதுகளைக் குறிப்பதாகும்.

4.17. இன்றைய நிலை

ஆண்டார்-சமயத்தார் அமைப்புமுறை இன்றைய நிலையில் எவ்வாறு செயல்படுகிறது என்பது நினைக்கத்தகும் செய்தியாகும்.

இந்த அமைப்புமுறை இப்போது பெருமளவு சிதைந்துவிட்டது. 1977, 1978, 1979 ஆகிய மூன்றாண்டுகளிலும் கானூர், சாம்பக்குளம், முடுவார்பட்டி, மணலூர், கட்டனூர் ஆகிய ஐந்து தளபதிச் சமயத்தார்கள் மட்டுமே திருவிழாவிற்காக ஆண்டாரிடம் வந்திருந்தனர். மந்திரி, கொடிபிடிப்போர், கோமாளிகள் ஆகிய சமயத்தார்கள் இவ்வமைப்பில் இருந்து ஒதுங்கிவிட்டனர். திருப்புவனம், கலியாந்தூர், கப்பலூர், காரைச்சேரி, மேலமடை, எட்டிமங்கலம், சுந்தரராஜன்பட்டி, பிள்ளையார்பாளையம், வெள்ளலூர் (கூட்டுறவு பட்டி) ஆகிய சமயத்தார்களை ஆய்வாளர் அவர்களது ஊருக்குச் சென்றே காண முடிந்தது; 1977இல் சித்திரைத் திருவிழாவிற்குச் சிலநாட்களுக்கு முன்னர் 34-வது தலைமுறையினரான திருமாலை ஆண்டான் நிருவாகத்தார் இறந்துவிட்டார். அவ்வாண்டு அவர் பல்லக்கு ஏறும் மரியாதை உரிமையினையுடையவர். அவர் இறந்து விட்டதால் அவ்வாண்டு அந்நிகழ்ச்சி நடைபெறவில்லை. அதுமுதல் திருமாலை ஆண்டான் வழியினர் வாரிசற்றுப் போயினர். 1978 இல் சித்திரைத் திருவிழாவில் தோழப்பர் நிருவாகத்தார் பல்லக்குத் தூக்குவோருடன் எழுந்த தகராறினால் பல்லக்கில் வரவில்லை. 1979இல் பல்லக்கு ஏறுவது வாரிசற்றுப்போன திருமாலையாண்டார் முறையாகும். எனவே இவ்வாண்டும் அந்நிகழ்ச்சி நடைபெறவில்லை. இப்போது உயிருடனுள்ள தோழப்பர் நிருவாகத்தாருக்கும் வாரிசில்லை.

அடியவர்களும் சமயத்தார் தொடர்பை அறுத்துக்கொண்டு விட்டனர். சித்திரைத் திருவிழா நேரத்தில் ஆண்டாரிடம் நேரடியாக

வந்து முத்திரை பெறுவதுடன் நின்றுவிடுகின்றனர். அவர்களின் எண்ணிக்கையும் பெருமளவு குறைந்துவிட்டது. சித்திரைத்திருவிழா நேரத்தில் மட்டும் ஏறத்தாழ இரண்டு லட்சம் மக்கள் வருகை தரும் அழகர்கோயிலில், ஆண்டுக்கு முப்பது முதல் நாற்பது பேர்களே அக்கினிமுத்திரை பெறுகின்றனர். "சமூக மாற்றங்கள், பொருளாதாரக் காரணங்களினால் கடந்த நாற்பதாண்டுகளில் இவ்வமைப்பு பெரிதும் உலைந்துவிட்டது"[31] எனத் தோழப்பர் நிருவாகத்தாரான எழுபத்தைந்து வயதுள்ள அழகரையங்கார் கூறுகிறார்.

குறிப்புகள்

1. மா.இராசமாணிக்கனார், சைவசமய வளர்ச்சி, ப.289.
2. தகவல்: ஆண்டார் (காலஞ்சென்ற) சந்தான கிருஷ்ணையங்கார். அழகர்கோயில், நாள் : 18.1.1977.
3. அழகர் கிள்ளைவிடு தூது, கண்ணிகள் 220-221.
4. ஸ்ரீ கிருஷ்ணஸ்வாமி அய்யங்கார் (ப.ஆ.), ஆறாயிரப்படி குருபரம்பராப்ரபாவம். 1975, பக்.198-200.
5. பெரிய திருமுடியடைவு. ஆறாயிரப்படி குருபரம்பராப்ரபாவம், ப.571,
6. மேலது, பக். 576-577.
7. பாரதீய பூர்வசிக ஸ்ரீ வைஷ்ணவ சபையின் பொன்விழா மலர், ஸ்ரீரங்கம், 1978, ப.295.
8. தொழில், சுதந்திர அட்டவணை (28.6.1803), 1937, பக் 2-3, பார்க்க: பிற்சேர்க்கை எண் III:3.
9. உ.வே.எஸ்.கிருஷ்ணஸ்வாமி அய்யங்கார் (ப.ஆ), திருமலையாண்டான் பரம்பரைத் தனியன்களும் வாழித்திருநாமங்களும், ஸ்ரீரங்கம் 1975.
10. பெரிய திருமுடியடைவு, மு.நூல், பக்.571-572.
11. திருமாலையாண்டான் பரம்பரைத் தனியன்களும் வாழித் திருநாமங்களும், ப.2.
12. மேலது, ப.2.
13. ஆறாயிரப்படி, மு.நூல்.ப.270.
14. தகவல்: தோழப்பர் அழகரையங்கார். அழகர்கோயில் நாள் 18.1.1978 & 8.8.1979.
15. அழகர் கிள்ளைவிடு தூது. கண்ணி 222.
16. திரு.நாராயணையங்கார் (ப.ஆ) அழகர் பிள்ளைத்தமிழ், மதுரைத் தமிழ்ச் சங்க வெளியீடு, ப. 3,
17. மேலது, முன்னுரை. ப. கக.
18. பார்க்க: 'இலக்கியங்களில் அழகர்கோயில்' இயல்

19. பெரிய திருமுடியடைவு, மு.நூல்.ப.589
20. அழகர் பிள்ளைத்தமிழ். ப.கக.
21. அழகர் கிள்ளைவிடு தூது, கண்ணி 109
22. கள ஆய்வில் பட்டய நகல் ஓலை, பார்க்க: பிற்சேர்க்கை.
23. Dennis Hudson, "Siva Minaksi, Vishnu-Reflection on a popular myth in Madurai" South India Temples, Burton Stein (Ed.) 1978. p.114.
24. பார்க்க: பிற்சேர்க்கை, எண் IV:2
25. பட்டய நகல் ஓலை. பார்க்க: பிற்சேர்க்கை எண் 11.5 வரி 58.
26. தகவல்: தோழப்பர் அழகரையங்கார், அழகர்கோயில், நாள்: 18-1-1978.
27. தகவல். வீரையாத்தேவர், வயது 73, புதுத்தாமரைப்பட்டி ஒத்தக்கடை (அஞ்.) நாள்: 13.08.1977.
28. நாலாயிர திவ்விய பிரபந்தம். பாடல் 7.
29. பட்டய நகல் ஓலை, பார்க்க பிற்சேர்க்கை எண்.1:5. வரிகள் 62 - 65.
30. மேலது, வரிகள் 62-63.
31. தகவல், தோழப்பர் அழகரையங்கார். நாள்: 02.08.1977.

5. அழகர் கோயிலும் சமூகத் தொடர்பும்

5.0. ஆண்டாரும் சமயத்தாரும் என்ற முந்திய இயலில் ஆண்டாரின் சமயத்தார் வழியாக நாட்டுப்புற மக்களை இக்கோயில் வைணவத் திற்குள் ஈர்ப்பதற்கு எடுத்துக்கொண்ட முயற்சி காட்டப்பட்டது. நாட்டுப்புற மக்களோடு இக்கோயில் இன்றளவும் கொண்டுள்ள உறவு விரிவாக ஆராயப்பட வேண்டிய செய்தியாகும்.

இக்கோயிலோடு தொடர்புள்ள நாட்டுப்புற மக்கள் அனைவரும் பிற்படுத்தப்பட்ட அல்லது தாழ்த்தப்பட்ட சாதியாராகவே இருப்பதனை இக்கோயில் திருவிழாக்களை நேரில் காண்போர் எளிதில் உணர இயலும். ஆண்டாரின் சமயத்தார்களிலும் திருப்புவனம் சமயத்தாரைத் (நாயுடு) தவிர ஏனையோரனைவரும், கள்ளர். இடையர், பள்ளர்-பறையர் (அரிசனர்) ஆகிய சாதியோரே. இக்கோயில் திருவிழாக்களை ஆய்வாளர் கூர்ந்து நோக்கிய போது குறிப்பாகக் கள்ளர். இடையர், பள்ளர்-பறையர் (அரிசனர்),வலையர் ஆகிய சாதியினர் இக்கோயிலோடு உறவு கொண்டிருப்பது தெரியவந்தது.

இக்கோயில் அமைந்துள்ள மலைப்பகுதியின் அடிவாரக் கிராமங்களில் வலையர்களில் ஒரு பிரிவினரான வன்னிய வலையர் மிகுதியாக உள்ளனர். கோயிலிலிருந்து கிழக்கே இருபத்தைந்து மைல் தொலைவுவரை உள்ள பகுதியில் பெருவாரியான ஊர்களில் கள்ளர்களே மிகுதியாக உள்ளனர். அண்மையிலிருப்பதன் (Proximity) காரணமாக இவ்விரு சாதியாரும் இக்கோயிலோடு உறவு கொண்டிருப்பது இயல்பானதாகவே காணப்படுகிறது. வலையர்களை விடக் கள்ளர்கள் எண்ணிக்கை வலிவும் (numericalstrength) போர்க் குணமும் மிகுதியாக உடையவர்கள்.

மதுரை, முகவை மாவட்டங்களின் கிழக்குப் பகுதியிலிருந்து இடையரும், பள்ளர்-பறையரும் (அரிசனங்களும்) இக்கோயிலுக்கு மிகுதியாக வருகின்றனர். 'கண்ணன் வளர்ந்தது ஆயர்க்குலம்' என்பதனால் இடையர்கள் வைணவத்தின்மீது பற்றுக் கொள்வது நடைமுறையில் இயல்பான ஒன்றே. இடையர்களைப் போலவே பள்ளர் பறையரும் (அரிசனங்களும்) இக்கோயிலில் காட்டும் ஈடுபாடு ஆய்விற்குரிய ஒரு செய்தியாகும்.

முறையே கள்ளர், இடையர், பள்ளர்-பறையர் (அரிசனர்), வலையர் ஆகிய சாதியினர் அழகர்கோயிலோடு கொண்டுள்ள உறவு இவ்வியலில் விளக்கமாகக் காட்டப்படுகிறது.

5.1. கோயிலும் கள்ளரும்

5.1.0. அழகர்கோயில் இறைவன் 'கள்ளழகர்' என்ற பெயரிலேயே இன்று அழைக்கப்படுகிறார். 'திருமலைநம்பிகள் என்னும் பணிப் பிரிவினரின் வசமுள்ள' கி.பி. *1863* ஆம் ஆண்டைச் சேர்ந்த ஓர் ஆலயத்தின் மூலம் கி.பி. *1815*இல் இக்கோயில் 'கள்ளழகர் கோயில்' எனக் குறிப்பிடப்பட்டிருப்பது தெரிகின்றது.[1] இப்பெயர் வழக்குக் குறித்த முதல் ஆவணச்சான்று இதுவேயாகும்.

5.1.1. 'கள்ளழகர்' என்னும் பெயர்

சென்னையில் கீழ்த்திசைச் சுவடி நூலகத்திலுள்ள 'திருமாலிருஞ் சோலைமலை அழகர்மாலை' என்னும் கையெழுத்துப்படி (manu-script) நூல், 'கள்ளக்குலத்தார் திருப்பணி வேண்டிய கள்ளழகர்' என்றும், 'கள்ளர்க்குரிய அழகப்பிரான்' என்றும் இப்பெயரினையும், பெயருக்குரிய விளக்கத்தினையும் தருகிறது.[2] இத்தலம் குறித்தெழுந்த பாசுரங்களிலும் பாசுர உரைகளிலும் பிற்காலத்தெழுந்த சிற்றிலக்கியங் களிலும் இப்பெயர் காணப்படவில்லை. ஆனால் நாட்டுப்புற மக்களால் பாடப்பெறும் வர்ணிப்புப் பாடல்களில் இப்பெயர் காணப்படுகிறது.[3]

5.1.2. 'கள்ளர் திருக்கோலம்'

இக்கோயில் சித்திரைத் திருவிழா அழைப்பிதழ், அழகர் மதுரைக்கு வருவதை "ஸ்ரீ சுந்தரராஜன் 'கள்ளழகர்' திருக்கோலத்துடன் மதுரைக்கு எழுந்தருளுகிறார்" எனக் குறிப்பிடுகிறது.[4] அழைப்பிதழின் நிகழ்ச்சி நிரலில் இத்திருக்கோலம், 'கள்ளர் திருக்கோலம்' என்று குறிப்பிடப்படுகிறது.

5.1.3. கள்ளர் திருக்கோலத் தோற்றம்

ஒரு கையில் வளதடி எனப்படும் வளரித்தடி. மற்றொரு கையில் வளரித்தடியும் சாட்டைக்கம்பும், ஆண்கள் இடுகின்ற ஒரு வகையான கொண்டை, தலையில் உருமால், காதுகளில் அடிப்புறத்தில் கல்வைத்துக்கட்டிய வளையம் போன்று கடுக்கன் இவற்றோடு 'காங்கு' எனப்படும் ஒரு கறுப்புப் புடைவை கணுக்கால் தொடங்கி இடுப்புவரை அரையாடையாகவும் இடுப்புக்குமேல் மேலாடையாகவும் சுற்றப்பட்டிருக்கும். இதுவே கள்ளர் திருக்கோலத்தின் தோற்றமாகும்

5.1.4. பிராமணப் பணியாளர் கருத்து

இறைவன் இத்திருக்கோலம் பூணுவதற்குக் காரணமாக இக்கோயிற் பிராமணப் பணியாளர் ஒரு கருத்தினைக் கூறுகின்றனர். "நீ ஒருவர்க்கும் மெய்யனல்லை" என்ற பெரியாழ்வாரும். "வஞ்சக்கள்வன் மாமாயன்" என்று நம்மாழ்வாரும் இத்தலத்து இறைவனைப் பாடியிருக்கின்றனர். அப்பாசுரங்களின் பொருட்டாகவே அழகர் கள்ளர் வேடம் பூண்டு வருகிறார் என்பது அவர்களின் கருத்தாகும்.[5] இக்கருத்து பாசுரங்களுக்கு உயர்வு தரும் அவர்களது மனப்பண்பினைக் காட்டுகிறது. ஆனால் இவ்வேடத்தில் இறைவன் ஏந்தியுள்ள வளரி, சாட்டைக்கம்பு, அணிந்துள்ள கடுக்கன், இட்டுள்ள கொண்டை இவற்றுக்கான காரணங்களை அவர்களால் தரமுடியவில்லை. இவ்வணிகளும், கருவிகளும் கள்ளர் வேடத்தில் பொருளற்றவையாக இருப்பதாக எண்ண முடியாது. இவற்றுக்கு ஒரு பொருள் இருக்க வேண்டும். எனவே பிராமணப் பணியாளர் கருத்து ஏற்றுக் கொள்ளுமாறு இல்லை. இக்குறிப்பிட்ட வேடத்திற்கு ஏதேனும் ஒரு பிற்புலம் இருத்தல் வேண்டும்.

5.1.5. 'வளரி' ஒரு விளக்கம்

கள்ளர் திருக்கோலத்தில் அழகர் ஏந்தியுள்ள 'வளரி' குறிப்பிட்டுச் சொல்லப்பட வேண்டிய ஒரு கருவியாகும் வளதடி எனப்படும் வளரித்தடியினை ஆங்கிலேயர் vellari Thadi என்றும் Boomerang என்றும் குறிப்பிட்டுள்ளனர்.

1. அடிக்கும் கருவிகளும் நசுக்கும் கருவிகளும்
   (கதை, பூமராங் முதலியன)

2. பிளக்கும் கருவிகளும் வெட்டும் கருவிகளும்
   (கோடாரி, வாள். கத்தி முதலியன)

3. குத்தும் கருவிகள்
   (ஈட்டி அம்பு முதலியன)

என மனிதன் முதன்முதலாகப் பயன்படுத்திய கருவிகளை மானிடவியலாளர் காலவாரியாக மூன்று வகைப்படுத்துகின்றனர். இவற்றுள் "பூமராங்" எனப்படும் வளரி மனிதன் முதன்முதலில் பயன் படுத்திய கருவி இனத்தைச் சார்ந்ததாகும்.[7] இவ்வளரியில், இலக்கைத் தாக்கிவிட்டுத் திரும்புவம் எய்தவரிடத்திலேயே வரும் ஒரு வகையினை அந்தமான் பழங்குடிகள் பயன்படுத்துகின்றனர். இராசபுதனத்தில் 'பில்லர்' எனப்படும் பழங்குடியினர் திரும்பிவரும் அமைப்பில்லாத வளரியினைப் பயன்படுத்துகின்றனர்.[8]

இப்பொழுது தமிழ்நாட்டில் வளரி பயன்படுத்தப்படவில்லை. மேல்நாட்டுக் கள்ளர் சாதியாரின் வீடுகளிலும் வளரி இப்பொழுது

காணக் கிடைக்கவில்லை. சிவகங்கை சரித்திர அம்மானை. பெரிய மருது வளரி வீசி மல்லாரிராவ் என்ற தளபதியினைக் கொன்றதனை.

"செயிவளரி தன்னைத் திருமால் முதலையின் மேல்
பேசிவிட்ட சக்கரம்போல் பெரியமரு தேந்திரனிவன்
வீசி யெறிய விலகாமல் மல்லராவு
தலையை நிலைகுலையத் தானறுத்துத் தாங்காமல்
வலுவாய் வடகரையின் வாய்க்காலில் போட்டதுவே'

எனக் குறிக்கிறது." தன்மபுத்திரன் என்பவர் எழுதிய 'வாளெழுபது' என்னும் நூலும் வளரியைக் குறிப்பதாக மீ.மனோகரன் குறிப்பிடுகிறார்.[10] *இச்செய்திகள் வளரி எனும் கருவியின் தொன்மையைப் பற்றியதாகும்.*

5.1.6. வர்ணிப்பும் கள்ளர் வழிமறிப்பு நிகழ்ச்சியும்

அச்சிடப்பட்ட 'அழகர் வர்ணிப்பு' அழகரின் சித்திரைத் திருவிழா ஊர்வலத்தினை ஒரு காலத்தில் கள்ளர்கள் வழிமறித்த நிகழ்ச்சியினைச் செல்கிறது. அழகர், மதுரை வரும் வழியில் கள்ளந்திரி தாண்டி வரும்போது.

"கள்ளர் வழிமறித்து - காயாம்பு மேனியை
  கலகமிகச் செய்தார்கள்
வள்ளலா ரப்போது-நீலமேகம்
  கள்ளர்களைத் தான்ஜெயிக்க
மாயக் கணையெடுத்து-ஆதிமூலம்
  வரிவில்லில் தான்பூட்டி
ஆயர் தொடுத்துவிட - நரசிங்கமூர்த்தி
  அப்போது கள்ளருக்கு
கண்ணுதெரியாமலப்போ-என்செய்வோமென்று
  கள்ளர் மயங்கிநின்றார்
புண்ணாகி நொந்து கள்ளர்-காயாம்பூ மேனியிடம்
  புலம்பியே யெல்லாரும்
வழிவழி வம்சமாய் - நீலமேகத்திற்கு
  வந்தடிமை செய்யுகிறோம்
ஒளிவு தெரியும்படி-ஆதிமூலம்
  உம்மாலவிந்த கண்ணை
திறக்கவேணுமென்று சொல்லி கள்ளர்
  மார்க்கமுடனே பணிந்தார்"

நாட்டுப்புற மக்களிடம் வழங்கும் கதையும் இதே செய்தியைத் தான் மாறுதலின்றிச் சொல்கிறது.[12]

5.1.7. கள்ளர் வழிமறிப்புச் சடங்கு

அழகர் வர்ணிப்பு கூறும் இந்நிகழ்ச்சிபோல, இன்றளவும் சித்திரைத் திருவிழாவில் ஒரு நிகழ்ச்சி சடங்காக நடத்தப்படுகிறது. மதுரையில் திருவிழா நிகழ்ச்சிகள் முடிந்து அழகர் தன் கோயிலுக்குத் திரும்பும் வழியில் தல்லாகுளத்தின் (இன்றுள்ள மாநகராட்சிக் கட்டிடத்தின் மேற்குவாயில் எதிரில்) சாலையில் கள்ளர் சாதியினர் சிலர் பெருஞ்சத்தத்துடன் பல்லக்கை எதிர்கொண்டு மறித்து, பல்லக்கின் கொம்புகளை 'வாழக்கலை' என்னும் ஈட்டி போன்ற கருவியால் குத்திக்கொண்டு இரண்டு மூன்று முறை பல்லக்கினைச் சுற்றி வருகின்றனர். இச்சடங்கு நிகழ்ச்சி ஓரிரு நிமிடங்களில் முடிந்து விடுகிறது.

அழகர் வர்ணிப்பு கூறும் கள்ளர் வழிமறித்த நிகழ்ச்சியும், சித்திரைத் திருவிழாவில் நடைபெறும் கள்ளர் வழிமறிப்புச் சடங்கும், அழகரின் கள்ளர் வேடத்திற்கும் மதுரை மாவட்டத்தில் அதிகமாக வாழும் கள்ளர் எனப்படும் சாதியினர்க்கும் உள்ள தொடர்பு என்ன என்ற கேள்வியை எழுப்புகின்றன. எனவே கள்ளர் சாதியினர் பற்றி அறிந்துகொள்வது அவசியமாகிறது.

'தேவர்' என்னும் சாதிப்பட்டம் உடைய புறமலைக்கள்ளர் 'அம்பலம்' என்னும் பட்டமுடைய மேலூர்ப் பகுதிக் கள்ளர் 'சேர்வை' என்னும் பட்டமுடைய சிவகங்கைக் கள்ளர், புதுக்கோட்டை மாவட்டத்துக் கள்ளர், தஞ்சை மாவட்டத்துக் கள்ளர் ஆகியோரே தமிழ்நாட்டில் கள்ளர் சாதியின் பெரும்பிரிவினராவர். இவர்களில் எப்பிரிவினர் அழகர் கோயிலோடு தொடர்பு கொண்டவர்கள் எனக் கண்டறிய வேண்டும்.

தஞ்சை, புதுக்கோட்டை, சிவகங்கைப் பகுதிக் கள்ளர்களுக்கு இக்கோயிலோடு நடைமுறையில் தொடர்பில்லை. நில அமைப்பிலும் அவர்கள் வாழும் பகுதிகள் கோயிலுக்குத் தூரமாகவே அமைந்து விடுகின்றன.

அழகர்மலையை ஒட்டி அதன் தென்பகுதியிலும் கீழ்ப் பகுதியிலும் அம்பலம் எனும் பட்டமுடைய கள்ளரும், அழகர் மலைக்குச் சற்றே தள்ளி மேற்குப்பகுதியில் புறமலைக்கள்ளரும் வாழ்கின்றனர். இவ்விரண்டு பிரிவினரே கள்ளர் சாதியில் இக்கோயிலுக்கருகே வாழ்வோராவர். எனவே இவர்களில் ஒரு பிரிவினரே இக்கோயிலில் தங்கள் செல்வாக்கை நிலைநிறுத்தியிருக்க முடியும் எனக் கருதலாம். எனவே இவ்விரு பிரிவினரைப் பற்றித் தெரிந்து கொள்வது அவசியமாகிறது.

5.1.8. மலைக்கள்ளரும் நாட்டுக்கள்ளரும்

கள்ளர் எனப்படும் சாதியார் மதுரை மாவட்டத்தில் கிழக்கு, வடகிழக்குப் பகுதியிலும், மேற்கு, தென்மேற்குப் பகுதியிலும் வாழ்கின்றனர். மேற்கு, தென்மேற்குப் பகுதியில் (உசிலம்பட்டி வட்டம் முழுவதும், திருமங்கலம், மதுரை வட்டங்களின் ஒன்றிரு பகுதிகள்) வாழ்கின்றவர்கள் பிரமலை அல்லது பெறமலைக் கள்ளர் எனப்படுவர். குலதெய்வ அடிப்படையில் அமைந்த ஆறுநாட்டுப் பிரிவுகள் இவர்களிடத்துண்டு.

மதுரை மாவட்டத்தின் கிழக்கு, வடகிழக்குப் பகுதியில் (மேலூர் வட்டம் முழுவதும், மதுரை, திருப்பத்தூர், சிவகங்கை வட்டங்களின் ஒன்றிரு பகுதிகளில்) வாழ்வோர் நாட்டார்கள்ளர், நாட்டுக்கள்ளர், மேலூர்க்கள்ளர், மேலநாட்டுக்கள்ளர் எனப் பெயர் பெறுவர்.

கீழ்த்திசைச் சுவடி நூலகத்திலுள்ள, 'கள்ளர் ஜாதி விளக்கம்' என்னும் நூல் புறமலைக்கள்ளரைப் 'பெறமலைக்கள்ளர்' என்றும், மேலூர்க் கள்ளரை 'மேலநாட்டுக் கள்ளர்' என்றும் குறிக்கிறது.[12] இரு பிரிவினரும் மணவுறவு கொள்வது கிடையாது. பெறமலைக் கள்ளர்க்கு உரிய சாதிப்பட்டம் 'தேவர்' என்பதாகும். மேலநாட்டுக் கள்ளர்க்குரிய சாதிப்பட்டம் 'அம்பலம்' என்பதாகும். மலைக்கள்ளர், நாட்டுக்கள்ளர் என்ற பெயர்களே இவ்விரு பிரிவினரும் முறையே மலைப்பகுதிகளில் வாழ்ந்தவர்கள், சமவெளிப் (நாட்டுப்) பகுதியில் வாழ்ந்தவர்கள் என்ற வேறுபாட்டை உணர்த்துவதாக அமைந்திருக்கின்றன.

மேலநாட்டுக் கள்ளர்களின் வழிநாட்டில் கள்ளழகரும், அழகர் கோயில் பதினெட்டாம்படிக் கருப்பனும் பேரிடம் பெறுகின்றனர். பெறமலைக் கள்ளர்க்கு நாட்டுப் பிரிவுகளில் அமைந்த குலதெய்வங்கள் உண்டு, பரம்பரையாகப் பெறமலைக்கள்ளர் நாட்டுப் பகுதிகளிலிருந்து அழகர்கோயிலுக்கு வருவோர் மிகச்சிலரே. 1979 ஆம் ஆண்டு சித்திரைத் திருவிழாவில் ஆய்வாளரால் தொடர்ச்சியாக 24 மணி நேரம் நடத்தப்பட்ட கணிப்பின்படி அழகர்கோயிலுக்கு வந்த 287 வண்டிகளில், பெறமலைக்கள்ளர் பெரும்பான்மையினராக வாழும் உசிலம்பட்டி, ஆண்டிபட்டி, கருமாத்தூர். செக்காணூரணி ஆகிய ஊர்களிலிருந்து வண்டிகள் ஏதும் வரவில்லை. உசிலம்பட்டி வட்டத்தில் "மங்கல்ரேவ்" என்ற ஊரிலிருந்து மட்டும் ஒரே ஒரு வண்டி வந்துள்ளது.[14]

மேலநாட்டுக் கள்ளரிடத்தும் நாட்டுப் பிரிவுகள் உண்டு. அவை அனைத்தும் மேலூர் வட்டாரத்தைச் சுற்றியே அமைவதால் இவர்களை மேலூர்க் கள்ளர் எனவும் வழங்குவர். கிழக்கேயுள்ள சிவகங்கைப்

பகுதியில் 'சேர்வை' எனும் சாதிப்பட்டமுடைய கள்ளர் வசிப்பதால் இவர்கள் 'மேலநாட்டுக்கள்ளர்' என அழைக்கப்பட்டிருத்தல் வேண்டும். சிவகங்கைக் கள்ளரோடும் இவர்கள் மணவுறவு கொள்வது இல்லை.

5.1.9. நாட்டுக்கள்ளர்-நிலப்பிரிவுகள்

'அம்பலம்' என்ற பட்டமுடைய மேலநாட்டுக் கள்ளர்க்குரிய நாடுகள் பன்னிரண்டு என்பர். ஆட்சியிலும், ஆவணங்களிலும் அவை வழக்கிழந்ததனால் மக்களிடத்தும் வழக்கிழந்து விட்டன. எனவே அவற்றின் பெயர்களையும் எல்லைகளையும் முழுவதுமாகவும் தெளிவாகவும் அறிய இயலவில்லை. சான்றாக, தகவலாளிகள் கூற்றின்படி பரப்பு நாடு வேறு; திருமோகூர் நாடு வேறு. திருவாதவூர் வட்டாரத்தையே அவர்கள் பரப்புநாடு என்கின்றனர்.[15] ஆனால் ஒத்தக்கடையிலிருந்து ஒரு கல் தொலைவில் கொடிக்குளத்தில் வேளாண்மைப் பல்கலைக்கழக எல்லைச்சுவரை ஒட்டியுள்ள ஒரு திருவாழிக்கல் சாசனம் அப்பகுதியை தென்பரப்பு நாட்டுத் திருமோகூர் நாட்டுப் பகுதியாகக் குறிக்கிறது.16 வடபரப்புநாடு எது என அறியச் சான்றுகளில்லை.

அஞ்சூர்நாடு, இறவைசேரிநாடு, ஏரியூர்-மல்லாக்கோட்டை நாடு, சிறுகுடிநாடு, நடுவிநாடு, பத்துக்கெட்டுநாடு, பரப்புநாடு, வெள்ளலூர் நாடு இவையே இன்று அறியப்படும் நாடுகளின் பெயர்களாகும்.

இவை தவிர, 'தெரு' எனப் பெயர் கொண்ட வட்டாரங்களும் உள்ளன. தெற்குத்தெரு, வடக்குத்தெரு, மேற்குத்தெரு ஆகிய மூன்று தெருப்பிரிவுகளில் ஒவ்வொன்றிலும் சிற்சில கிராமங்கள் அடங்கும். இம்மூன்றும் சேர்ந்ததே 'மேலநாடு' என்று ஒரு தகவலாளி கூறுகின்றார். அழக்குந்தெரு என்று தனிப்பிரிவு ஏதும் இல்லை என்பதும் கருதத்தக்கது. தெற்குத்தெரு என்ற பிரிவில் அதே பெயரோடு ஓர் ஊர் உள்ளது. வடக்குத்தெரு, மேலத்தெரு ஆகியவற்றில் அவ்வாறில்லை.

இந்நாட்டுப் பிரிவுகள், தெருப்பிரிவுகள் அனைத்திற்கும் நடுவில் பெரிய ஊராக அமைவது மேலூர் ஆகும். எனவே மேலூரும் அதைச் சுற்றியுள்ள கிராமங்களும் 'நடுவிநாடு' என அழைக்கப்படுகின்றன. அஞ்சூர்நாடு சிவகங்கைக்கு மேற்கில் ஐந்து ஊர்களைக் கொண்டதெனத் தெரிகிறது. இறவைசேரி, வெள்ளலூர், சிறுகுடி, ஏரியூர்-மல்லாக் கோட்டை ஆகிய நாட்டு பெயர்கள் அவற்றிலுள்ள ஓர் ஊர்ப் பெயரையே நாட்டுப் பெயராகத் தாங்கியுள்ளன.

தெற்கே வைகை நதியும், தென்மேற்கே வெள்ளியங்குன்றம் ஜமீனும் (பாளையப்பட்டு), மேற்கு வடக்காக அழகர்மலையும், வடகிழக்காக நத்தம் ஜமீனும் (பாளையப்பட்டு), கிழக்கே சிவகங்கை

ஜமீனும் இந்நாட்டுப் பிரிவுகளின் எல்லைகளாகும். இறவைசேரிநாடு மட்டும் சற்றுக் கிழக்கே தள்ளி தேவகோட்டைக்கருகில் உள்ளதாகக் கூறுகின்றனர்.

இந்த எல்லையை அடுத்துள்ள ஊர்களை முதியோர்கள் இன்றளவும் "பாளைப்பட்டுக் கிராமங்கள்" என்றே அழைக்கின்றனர். எனவே இவ்வெல்லைக்குட்பட்ட நாடுகள் எந்தவொரு பாளையப் பட்டிலும் அடங்காதவையெனத் தெரிகின்றது.

5.1.10. நாட்டுக்கள்ளரும் நாயக்கராட்சியும்

நாயக்கராட்சிக்கு முன்னர், மேலநாட்டுக்கள்ளர் சமூகத்தினரைப் பற்றி அறியப் போதிய சான்றுகளில்லை. நாயக்கராட்சியின் போதும் அதற்குப் பின்னரும் மதுரையின் அரசியல் தலைமையை எதிர்த்து இவர்கள் கடுமையாகப் போராடியிருக்கிறார்கள்.

"கள்ளர் வண்டார் மக்களையும்
வருவறுக்கவே அடங்கான்"[17]

என்று தளபதி இராமப்பையனை இராமய்யன் அம்மானை வருணிக்கிறது. 'கான்சாகிபு சண்டை' கதைப்பாடல் அவனைக் "கள்ளரைக் கருவறுத்த தீரன்"[18] எனப் பாராட்டுகிறது. மதுரையின் அரசியல் தலைமைக்குக் கள்ளர்கள் தலைவலியாக இருந்ததற்கு இவை சான்றுகளாகும்.

மதுரையின் அரசியல் தலைமையை எதிர்த்து, இந்நாட்டுக் கள்ளர் போராடியதற்கு ஒரு முக்கிய காரணம் தெரிகிறது. தங்கள் பகுதியிலும் சுற்றியுள்ள கிராமங்களிலும் கள்ளர்கள் 'காவல்' என்றொரு அமைப்பை ஏற்படுத்தியிருந்தனர். அதன்படி, ஒவ்வொரு கிராமத்தவரும் தங்கள் உடைமைகள் களவுபோகாமலிருக்கக் கள்ளரில் ஒருசிலரைக் காவலராக ஏற்க வேண்டும். அவர்களுக்கு அதற்காக வரிகூட இவர்கள் செலுத்த வேண்டும். கள்ளர்நாட்டுப் பகுதிகளைக் கடந்துசெல்லும் பயணிகளிடமும் கட்டாயமாக வரி வசூலித்தனர்.

பிற்காலத்தில் ஐரோப்பியரிடம்கூட இவ்வாறு வசூல் செய்தனர் எனக் கூறும் இந்திய இம்பீரியல் கெசட்டியர் (Imperial Gazetteer of India) 'இது இந்நாட்டின் மிகப்பழைய போலீஸ் முறையில் மிச்சம்' என்றும் குறிப்பிடுகிறது.[19]

மதுரையின் ஆட்சித் தலைமையை ஏற்று அதற்கு வரி செலுத்துவோர் அனைவரும் கள்ளர்க்கும் வரி செலுத்த உடன்படுவர் என்று கூறமுடியாது. உடன்பட்டு வரி செலுத்தாதவர் உடைமைகள்

கள்ளராலேயே களவாடப்பெறும் அல்லது கொள்ளையிடப்பெறும். இதைத் தட்டிக்கேட்கும் பொறுப்பு மதுரையில் அரசியல் தலைமைக்கு உண்டல்லவா? எனவே மதுரை ஆட்சித் தலைமைக்கு இது ஒரு பெரும் பொறுப்பாக உருவெடுத்தது.

இது குறித்து, இராமய்யன் அம்மானை மேலும் ஒரு செய்தியைத் தருகிறது. திருப்புவனத்தில் இருந்த இராமய்யனிடம்,

"கள்ளர் உபத்திரமும் காவலனே யாற்றாமல்
மாடுகன்று ஆடு வாய்ந்தபணங் காசுமுதல்
சீலைதுணி மங்கிலியம் சேரப் பறிகொடுத்தோம்"[20]

என மக்கள் வந்து முறையிட, இராமய்யன் கள்ளர்களின் ஊரான சிறுகுடி சென்று நாடழித்துத் தீக்கொளுத்திக் கள்ளரையும் வெட்டிச் சிறைபிடிக்கிறான்.

நாயக்கராட்சியில், கள்ளர்கள் பாளையப்பட்டுப் பிரிவுகளுக்குள் அடங்க மறுத்தனர். தங்கள் மிகப்பழைய நாட்டுப்பிரிவுகளை அங்கீகரிக்கும்படி போராடினர். எனவேதான் சிறுகுடிக் கள்ளர் இராமய்யனைப் பற்றித் திருமலைநாயக்கரிடம் வந்து முறையிடும் போது இவர் இராமய்யனுக்கு, கள்ளர் பத்து நாடென்று கனமாய் இருக்கட்டும்[21] என்று ஓலையனுப்புகின்றார். தங்கள் பகுதி பாளையப் பட்டுக்கு உட்படாத பகுதி என்பதைக் காட்டவே தாங்கள் எல்லையை அடுத்த கிராமங்களைப் 'பாளையப்பட்டுக் கிராமங்கள்' என்று பேச்சுவழக்கில் முதியவர்கள் இன்றும் குறிப்பிடுகின்றனர்.

5.1.11. நாட்டுக்கள்ளரும் கள்ளர் திருக்கோலமும்

கள்ளர் திருக்கோலத்தில் அழகர் ஏந்தியுள்ள 'வளரி' என்னும் பழமை வாய்ந்த கருவியோடு மேலநாட்டுக் கள்ளருடைய தொடர்பு பல சான்றுகளால் உறுதிப்படுகிறது.

"இந்தியாவிலேயே தமிழ்ப் பகுதியிலேதான்...1883 மார்ச்சில் சிவகங்கைக்கு அண்மையில் இந்த 'பூமராங்குகள்' பயன்படுத்துவதை நேரில் காணும் வாய்ப்பு எனக்குக் கிட்டியது" என்று புரூஸ்புட் (Bruce foote) குறிப்பிடுகிறார்.[22]

"வளரியை அனுப்பிப் பெண்ணை எடு" என்ற பொருளில் மேலநாட்டுக் கள்ளர்களிடையே ஒரு சொல்லடை வழங்கி வந்ததாக (1908) எட்கர் தர்ஸ்டன் குறிப்பிடுகிறார்.[23]

கீழ்த்திசைச் சுவடி நூலகத்திலுள்ள 'கள்ளர் ஜாதி விளக்கம்' எனும் நூல், 'மேலநாட்டுக் கள்ளருடைய சங்கதி' என்ற தலைப்பில் அப்பால் மாப்பிள்ளையுடைய உடன் பிறந்தவள் பெண்வீட்டுக்குப் போய் பரிசங்

கொடுத்து, ஒரு சீலையுங் கொடுத்து குதிரைமயிர் காணனி பெண்ணுக்குத் தாலி கட்டி வளைத்தடி மாற்றிக் கொண்டு பெண்ணையுங் கூட்டிக்கொண்டு உறவு முறையாருடனே வருகிறது' என்று திருமணச் சடங்குகளை விளக்குகிறது.[24] திருமணத்தில், 'வளைத்தடி மாற்றிக்கொள்ளும் வழக்கம் சிவகங்கைக் கள்ளரிடத்தோ பெறமலைக் கள்ளரிடத்திலோ இருந்ததில்லை என்பது குறிக்கத்தகும் செய்தியாகும். மேலநாட்டுக் கள்ளரிடத்தும் திருமணத்தில் வளைத்தடி மாற்றிக் கொள்ளும் வழக்கம் இப்போது மறைந்துபோய்விட்டது. கள்ளர் திருக் கோலத்தில் அழகருக்கு இடப்படும் கொண்டையும் மேலநாட்டுக் கள்ளர் சாதியில் ஆண்கள் இடுகின்ற கொண்டையே, சாதாரணமாகப் பெண்கள் இடுகின்ற கொண்டையைப் போல் பிடரியின் கீழ்ப் பகுதியில் தொடங்கி தோளை நோக்கிச் சரிந்ததாக இல்லாமல் பிடரியின் நடுப்பகுதியில் இக்கொண்டை நேரானதாக அமைந்துள்ளது. இப்பிரிவினரில் மிக அரிதாக ஓரிரு முதியவர்கள் இப்பொழுதும் இவ்வகைக் கொண்டை இட்டிருக்கிறார்கள். நெல்சன் (Nelson) கள்ளச்சாதியில் 15 வயது ஆன ஆண்மகன், தான் விரும்புமளவு முடி வளர்த்துக் கொள்ளலாம். சிறு பையன்களுக்கு இந்த உரிமை இல்லை என்று குறிப்பிடுவது[25] இப்பிரிவினரில் ஆண்கள் கொண்டை இடும் வழக்கத்தை உறுதிப்படுத்துகிறது.

கள்ளர் திருக்கோலத்தில் அழகருக்கு அணியப்பெறும் கடுக்கன் சற்றுப் பெரிய வளையமாக அடிப்புறத்தில் கல்வைத்துக் கட்டப் பட்டிருக்கிறது. மேலநாட்டுக் கள்ளரின் ஆண்கள் மட்டுமே அணியும் இக்கடுக்கனுக்கு, 'வண்டிக்கடுக்கன்' என்று பெயர்.

மேற்குறித்த சான்றுகளால், அழகர் மேலநாட்டுக் கள்ளர் சாதியைச் சார்ந்த ஆண்மகனைப் போலவே தோற்றம் புனைந்து வருவது உறுதிப்படுகிறது.

5.1.12. வழிமறித்த ஊரினர்

நாட்டுக்கள்ளரிலும் அழகர் ஊர்வலத்தை மறித்தவர் எந்தப் பகுதியினைச் சார்ந்தவர் என்பதும் அறியப்பட வேண்டிய செய்தியாகும்.

தல்லாகுளத்தில் இன்றளவும் பல்லக்கை மறித்து "வாழக்கலை" என்னும் ஆயுதத்தால் தாக்கும் நிகழ்ச்சியில் மாங்குளம் கிராமத்தைச் சேர்ந்தவரே பங்கு பெறுகின்றனர். பிற ஊர்க்காரர்களுக்கு அவ்வுரிமை இல்லை.

மாங்குளத்துக் கள்ளர்க்குக் கோயில் நடைமுறையில் இன்னுமொரு உரிமையும் உள்ளது. பன்னிரு ஆழ்வார்களில் ஒருவரான பரகாலன் என்னும் திருமங்கை மன்னன் 'கள்ளர்' சாதியைச் சேர்ந்தவர். திருமணக்

கோலத்தில் மனிதனாய் வந்த திருமாலை வழிமறித்துக் கொள்ளையிட முனைந்தபோது திருமால் இவர்க்குத் திருவடிப்பேறு காட்டி அடியாராக்கினார். திருமங்கை மன்னன் திருமங்கை ஆழ்வாரானார். 'திருமங்கையாழ்வார் வேடுபறி' என்னும் திருவிழா நிகழ்ச்சி பெரிய வைணவக் கோயில்களில் நடந்துவருகிறது.

அழகர்கோயிலில் மார்கழி மாதத்தில் அத்திருவிழா நடத்தும் பொறுப்பு வெள்ளியக்குன்றம் ஜமீன்தாருக்கு இருந்ததை, "திருமங்கை ஆழ்வார் லீலைபாகம் நடப்பிவித்து" என்று திருமலை நாயக்கர் பட்டயம் குறிப்பிடுகிறது.[26] இன்றளவும் அத்திருவிழாவில் கள்ளர் வேடம் பூண்டு அதற்கான கோயில் மரியாதைகளை மாங்குளத்துக் கள்ளர்களே பெறுகின்றனர். தொழில் சுதந்திர அட்டவணை மார்கழி மாதத்தில் திருஅத்யயன உற்சவத்தில் பங்குபெறும் கள்ளர்க்குரிய உரிமையினை "மாங்குளம் வகையறா கள்ளர் தோசை" எனக் குறிக்கிறது; சித்திரைத் திருவிழாவிலும் மாங்குளம் கிராமத்தார்க்குத் தோசை உரிமை உண்டு என்றும் குறிக்கிறது.[27]

மாங்குளம் கள்ளரில் பொன்னம்பலப் புலியன், ஆனைவெட்டி தேவன், ஒஞ்சியர், வப்பியர் ஆகிய பிரிவினரும், வடக்குத்தெரு அஞ்சாங்கரை அம்பலம் என்ற பிரிவினரும் ஆக ஐந்து பிரிவினர் அழகர்கோயிலில் வேறுபாடின்றித் திருவிழாவில் பங்குகொள்வதற்கான பரிவட்ட மரியாதையினை மாறிமாறிப் பெற்று வருகின்றனர்.

தவிர, நாட்டுக் கள்ளரில் மாங்குளம் கிராமத்தாருக்கு மட்டும் கோயில் எல்லைக்குள் இரணியன் வாசலருகில் ஒரு பழைய மண்டபம் உரிமையாயுள்ளது. சித்திரைத் திருவிழாவில் இறைவனின் ஆடை, அணிகலப் பெட்டியினை மதுரைக்குத் தூக்கிவரும் உரிமையும் மாங்குளத்தாருக்கே உண்டு.

மேலும் சில ஆண்டுகட்கு முன்வரை மதுரை செல்லும் வழியில் அழகர் இறங்கும் திருக்கண்கள் (மண்டபங்கள்) தோறும், நான்கணா வசூலிக்கும் உரிமையும் மாங்குளம் கிராமத்தாருக்கு இருந்திருக்கிறது.[28]

இச்செய்திகள் அனைத்தும் அழகர்கோயிலுக்குத் தென்கிழக்காக ஏறத்தாழ மூன்று கல் தொலைவிலுள்ள மாங்குளம் கிராமத்தைச் சேர்ந்த கள்ளர்களே அழகர்கோயில் இறைவன் ஊர்வலத்தை வழிமறித்துக் கொள்ளையிட முயன்றவர்கள் என்பதனை விளக்கும் சான்றுகளாக அமைகின்றன.

5.1.13. நாட்டுக்கள்ளர்-கோயில் நடைமுறைத் தொடர்பு

அழகர்கோயில் தேரோட்டத்தில் தேர் இழுக்கும் பொறுப்பு நாட்டுக் கள்ளர் கிராமங்களுக்கு உண்டு. முதல் வடம் வெள்ளியக்

குன்றம் ஜமீன் கிராமங்களுக்குரியது. பிற மூன்று வடங்களை இழுக்கும் பொறுப்பு முறையே தெற்குத் தெரு, வடக்குத்தெரு, மேலத்தெரு ஆகிய கிராமப் பிரிவுகளுக்குரியது. இத்தெருப் பிரிவுகள் நாட்டுக் கள்ளர்க்குரியது என்று முன்னர் கண்டோம். ஒவ்வொன்றும் சில ஊர்களை உள்ளடக்கிய இப்பிரிவுகளை, கோயில் அப்படியே ஏற்றுக் கொண்டு தேரிழுக்கும் பொறுப்பைத் தந்திருப்பதாகவே தெரிகிறது.

கள்ளரின் சமூக, பொருளாதார அமைப்பில் இக்கோயிலின் செல்வாக்குக்கு மேலும் ஒரு சான்றுண்டு. தேரிழுக்கும் முன்னர் இம்மூன்று பிரிவைச் சேர்ந்தவர்களும் தேருக்குமுன் ஒன்றுகூடிக் 'கூட்டம்' நடத்துகின்றனர். 'நாட்டார் கூட்டம்' எனப்படும் இக்கூட்டத்தில் தங்கள் ஊர்களுக்கிடையிலுள்ள தகராறுகளைப் பேசித் தீர்வு காண்கின்றனர், பின்னரே தேரோட்டம் தொடங்குகிறது.

இப்பொழுது பெரும்பாலும் இத்தகராறுகள் ஏதேனும் ஒரு பிரிவினருக்குள் அந்த ஆண்டுக்குக் கோயில் மரியாதையினைத் தங்களில் யார் பெறுவது என்பதாகவே இருக்கின்றன. அருகருகே உள்ள இரண்டு கிராமத்தார்களுக்குள் கண்மாய்களில் மீன்பிடிக்கும் அல்லது ஏலம் எடுக்கும் உரிமையும் அடிக்கடி சிக்கலுக்குப் பொருளாகிறது. வைகைக்கால் சீரமைப்புக்குப்பின் வயலுக்கு நீர் இறைக்கும் உரிமை தொடர்பான சிக்கல்கள் வருவதில்லை என முதியவர்கள் கூறுகின்றனர்.

1978 ஆம் ஆண்டு தேரோட்டத்திற்குக் குறித்த நன்னேரம் தவறியும். மேலத்தெருக்காரர்களுக்குள் கோயில் மரியாதை தொடர்பாக ஏற்பட்ட தகராறினால் தேர் புறப்படவில்லை.

5.1.14. வரலாற்றில் சில ஊகங்கள்

ராபர்ட் சுவெல் தொகுத்த தென்னிந்தியச் சாசனங்களில் ஒன்று அழகர்கோயிலில் (கி.பி. 1606இல்) கலி 4707 இல் நடந்த ஒரு பஞ்சாயத்தில் நாயக்கர், கவுண்டர் இவர்களோடு அம்பலக்காரரும் (நாட்டுக் கள்ளரின் சாதிப்பட்டம் இது) கலந்து கொண்டதாகக் குறிக்கிறது.[29] இது உண்மையாயின் திருமலை நாயக்கர் காலத்திற்கு முன்னரே இக்கோயிலோடு கள்ளர் நல்லுறவு கொண்டிருந்தனர். என்பதற்குச் சான்றாகும். ஏனெனில் இது கோயில் ஊழியர்க்கிடையே எழுந்த ஒரு வழக்கைத் தீர்க்கும் பஞ்சாயத்தாகும். எனவே கோயிலோடு உறவு கொண்டிருந்தோரே இதில் கலந்து கொண்டிருக்க இயலும்.

ஆனால் இப்பட்டயம் கலி 4707 ஆம் வருடத்தை 'ஆனந்த' வருடம் எனக் குறிக்கிறது. இவையிரண்டும் பொருந்தி வரவில்லை. கலி 4707 ஆம் வருடம் 'பராபவ' அல்லது 'பிங்கல' வருடம் ஆக

வேண்டும்; 'ஆனந்த' வருடம் ஆகாது. எனவே இப்பட்டயம் உண்மையானது எனக் கொள்ளுதற்கில்லை.

சகம் 1591இல் (கி.பி.1669இல்) வெள்ளியங்குன்றம் ஜமீன் தாருக்குத் திருமலைநாயக்கர் வழங்கிய செப்புப்பட்டயம். இக்கோயிலில் வேடர்கள் புகுந்து கொள்ளையிட்டதையும், ஜமீன்தார் அவர்களைப் பிடித்து வெட்டியதையும், அதற்காகத் திருமலைநாயக்கர் ஜமீன்தாருக்கு மானியம் வழங்கியதையும் குறிப்பிடுகிறது.[30]

இப்பட்டயம் குறிப்பிடும் வேடர், 'வலையர்' எனப்படும் சாதியினர் ஆவர். 'மூப்பனார்' என்ற சாதிப்பட்டத்தை உடையவர்களாய் அழகர்மலை அடிவாரக் கிராமங்களில் இச்சாதியினர் இன்றும் மிகுதியாக வாழ்கின்றனர். குளம் குட்டைகளிலும், வயல்களிலும் வலைகட்டி மீன், எலி இவற்றைப் பிடித்துண்ணும் இச்சாதியினர், இப்போது பெரும்பாலும் விவசாயக் கூலிகளாக உள்ளனர். இவர்களின் சமூக மதிப்பு (Social Status) அரிசனங்களைவிடச் சற்றே உயர்ந்ததாக உள்ளது.

வலையர்களைவிட எண்ணிக்கை வலிமையும் (numerical strengh) போர்க்குணமும் உடைய மேலநாட்டுக்கள்ளர் பட்டயம் குறிப்பிடும் காலத்தில் கோயிலோடு உறவு கொண்டிருப்பின் வலையர்கள் கோயிலைக் கொள்ளையிடத் துணிந்திருக்கமாட்டார்கள். எனவே இக்காலத்திலும் (கி.பி.1669) அழகரின் வழிவழி அடியாராகி நாட்டுக் கள்ளர் கோயிலோடு உறவுகொள்ளவில்லை எனத் தெரிகிறது. எனவே அழகரின் ஊர்வலத்தைக் கள்ளர் மறித்த நிகழ்ச்சி இதற்குப் பின்னரே நடைபெற்றிருக்க வேண்டும்.

அழகர்மாலை, 'கள்ளக்குலத்தார் திருப்பணி வேண்டிய கள்ளழகர்' என விளித்தாலும் அத்தொடர்பு எவ்வாறு, யார் ஆட்சியில் ஏற்பட்டது என்பதை விளக்கவில்லை.

திருமலைநாயக்கர் காலத்திற்கு முன் அழகர் ஊர்வலம் சோழவந்தானுக்கருகிலுள்ள தேனூர் சென்றது. அவரே மதுரையில் மாசியில் நடத்த மீனாட்சி திருக்கல்யாணத்தையும் தேர்த் திருவிழாவையும் சித்திரை மாதத்திற்கு மாற்றி, இரண்டு நாட்கள் கழித்து அழகர் ஊர்வலத்தை மதுரைக்கு வரச்செய்தார், மாசி மாதத்தில் நடைபெற்ற மீனாட்சி திருமண விழாவை, அறுவடை முடியாநிலையில் வேளாண்மைப் பெருமக்கள் காணவர முடியவில்லை என்பதும் இதற்குக் காரணம் என்பர்.[31] சித்திரை மாதத்தில் மீனாட்சி திருக்கல்யாண ஊர்வலம், சித்திரை வீதியிலல்லாது மாசி வீதியில் வருவதும் இதற்கொரு சான்றாகும்.

அழகர் ஊர்வலம் தேனூர் சென்றதற்கும் ஒரு நடைமுறைச் சான்றுள்ளது. வைகையாற்றின் நடுவில், வண்டியூரருகில் அழகர் மண்டூக முனிவருக்கு முத்தி தரும் விழா நடைபெறும் மண்டபம் இன்றும் 'தேனூர் மண்டபம்' என்றே அழைக்கப்படுகிறது. தேனூரைச் சேர்ந்தவர்களே இன்றும் அங்கு கோயில் மரியாதை பெறுகின்றனர்.

'மதுரை நதிவிழா நோக்கும் கருத்துடையாய்' என்று அழகர்மாலை ஓரிடத்தில் விளிக்கிறது.[32] எனவே அழகர் மதுரை வருவதைக் குறிக்கும் அழகர்மாலை, திருமலைநாயக்கர் காலத்திற்குப் பின்னரே எழுந்திருக்க வேண்டும். இந்நூலின் காலத்தை அறுதியிட வேறு அகப்புறச் சான்றுகள் இல்லை. நூலாசிரியர் பெயரும் தெரியவில்லை. எனவே அழகர் ஊர்வல மறிப்பு எக்காலத்தில் நடந்ததென இந்நூலைக் கொண்டு அறுதியிட இயலவில்லை.

5.1.15. கள்ளர் வழிமறித்த காலம்

கி.பி.1803-இல் எழுதப்பட்ட தொழில் சுதந்திர அட்டவணை கோயிலில் கள்ளர்க்குரிய மரியாதையினைக் குறிப்பிடுவதால், அதற்கு முன்னரே கள்ளர் அழகரின் ஊர்வலத்தை மறித்த நிகழ்ச்சி நடந்திருக்க வேண்டும்.

கி.பி.1775 இல் திருமோகூர் காளமேகப் பெருமாள் கோயில் விக்கிரகங்களை ஆற்காட்டு நவாபின் படைகளும் ஆங்கிலேயப் படைகளும் கொள்ளையிட்டுக் கொண்டு போய்விட்டன. மீண்டும் அப்படைகள் திரும்ப வடக்குநோக்கிச் செல்லும்போது "திருமோகூர் விக்கிரகங்களை ஒட்டகையின்பேரில் போட்டுக்கொண்டு போகிற போது அழகர்கோயிற் பாதையில் நாட்டுக்கள்ளர் வந்து விழுந்து விக்கிரகங்களைக் கைவசப்படுத்திக் கொண்டு கோயிலிலே கொண்டு வந்து சேர்த்தார்கள்" என்று மதுரைத் தலவரலாறு கூறுகிறது.[33]

இதன் பயனாகத் திருமோகூரில் தேரிழுக்கும் உரிமை கள்ளர்களின் ஆறுபிரிவுக் கிராமத்தார்க்கு வழங்கப்பட்டது. அவை, 1. திருமோகூர், 2.பூலாம்பட்டி, 3.கொடிக்குளம், 4. சிட்டம்பட்டி, 5.வவ்வாத்தோட்டம், 6.ஆளில்லாக்கரை ஆகியவையாகும். முதல் ஐந்து கரையாரும் ஆறாவது கரைக்குரிய மரியாதையை ஆளுக்கொரு ஆண்டாகப் பகிர்ந்துகொள்வர். தவிரவும் ஆண்டுதோறும் கஜேந்திரமோட்சம் திருவிழாவுக்கு ஆனைமலை நரசிங்கப்பெருமாள் கோயிலுக்குத் திருமோகூர்ப்பெருமாள் வரும்போது விக்கிரகங்களைக் கள்ளர் மீட்ட செயலுக்காகக் கள்ளர் வேடம் (அழகர் கோயில் போல) புனைந்து வருவர் விக்கிரகங்களை மீட்டுத் தந்ததற்கான மரியாதை இது.

அழகர்கோயில், திருமோகூர் ஆகிய இரண்டு கோயில்களிலும் திருமால் 'கள்ளர்' வேடமிட்டு வந்தாலும், அழகர்கோயிலே கள்ளர் சமூகத்தில் பேரிடமும் வேடமே காலத்தால் முந்தியதாயிருத்தல் வேண்டும். அழகர் கோயில் கள்ளர் வேடத்தைக் கண்டபின்னரே திருமோகூரிலும் அவ்வித மரியாதையினை நாட்டுக்கள்ளர் பெற்றிருக்க வேண்டும் என எண்ணத் தோன்றுகிறது.

வெள்ளையர்களிடமிருந்து விக்கிரகங்களை நாட்டுக் கள்ளர் மீட்டது கி.பி.1755 சூன் மாதத்தில் என ஆங்கிலேயர் ஆவணக் குறிப்புக்கள் கூறுகின்றன. எனவே திருமலைநாயக்கர் காலத்திற்குப் பின்னரும் (கி.பி.1623-1659), கி.பி.1755க்கு முன்னரும் ஏதோ ஒரு காலகட்டத்தில் அழகரின் ஊர்வலத்தைக் கள்ளர் மறித்திருக்கலாம்.

நாயக்கராட்சிக் காலத்தில் சமயம் பரப்ப வந்த கிறித்துவப் பாதிரியான மார்ட்டின் அடிகளார் கி.பி.1700இல் எழுதிய கடிதமொன்றில், முந்திய இரண்டாண்டுகளில் மதுரையின் அரசுரிமை தனக்கே எனக் கிளம்பிய ஓர் இளவரசனுடன் கள்ளர்கள் சேர்ந்து கொண்டு மதுரைக் கோட்டையினையும் நகரத்தினையும் பிடித்துக் கொண்டதனையும். மிகவிரைவில் அதனை இழந்து விட்டதனையும் குறிப்பிடுகிறார்.[35]

அவரே கி.பி.1709இல் எழுதிய மற்றொரு கடிதத்தில் முந்திய ஐந்தாறு ஆண்டுகளில் மதுரையிலிருந்த இளவரசன் கள்ளர்களை அடக்கப் பெருமுயற்சி செய்ததனையும் அவர்களை அடக்க அவன் கட்டிய ஒரு கோட்டையினை அவர்கள் வெற்றி கொண்டதனையும் குறிப்பிடுகிறார்.[36]

கி.பி.1692 முதல் 1706 வரை இராணிமங்கம்மாளும், கி.பி.1706 முதல் கி.பி.1732 வரை விசயரங்க சொக்கநாதனும் மதுரை நாயக்கராட்சிக்குத் தலைமை ஏற்றிருந்தனர். மார்ட்டின் அடிகளாரின் முதல் கடிதம் மங்கம்மாளின் ஆட்சியிலும், இரண்டாம் கடிதம் விசயரங்கசொக்கநாதனின் ஆட்சிக் காலத்திலும் எழுதப்பட்டவை.

நாயக்கராட்சிக் காலத்தில் கள்ளர்களைப் போராடி வென்ற மதுரைவீரன் என்னும் வீரனின் கதையினைப் பாடும் 'மதுரைவீர சுவாமி கதை' மார்ட்டின் அடிகளாருடைய கடிதச் செய்திகளை உறுதிப் படுத்தும் சில செய்திகளைத் தருகிறது. இந்நூலின் கடவுள் வணக்கப் பாடல் மதுரைவீரன்,

"நிறைபுகழ் பெரும் விஜயரெங்கனெனு மன்னது
நீள்வாயில் காவல் செய்து"[37]

வந்தவன் எனக் குறிப்பிடுவதிலிருந்து மதுரைவீரன் கள்ளர்களோடு போரிட்டது இவனது ஆட்சிக் காலத்தில்தான் என அறியலாம். தன்

ஆட்சியில் விசயரெங்கச் சொக்கநாதன், தலைநகரை மதுரையை விட்டுத் திருச்சிக்கு மாற்றினான். திருச்சியிலிருந்து விசயரெங்க சொக்கநாதனுக்கு மதுரையிலிருந்து,

> "தன்னரசு நாட்டுத் தனிக்காட்டுக் கள்ளரெல்லாம்
> காட்டிலுள்ள கள்ளரெல்லாம் நலமாகக் கூட்டமிட்டு
> அழகர்தன் கோயிலுக்கு வியாறொருவர் போனாலும்
> கண்ட விடமெல்லாங் கள்ளருபத் திரத்தால்
> உழவு நடவுமில்லை உபத்திரந் தன்னாலே
> கொல்லரி முடிப்புக் கொடுக்க பயமாச்சு

இப்படியாகக் கள்ள ரிடக்குகள் செய்கிறார்கள்[38] என்ற செய்தி செல்கிறது. அங்கிருந்து விசயரெங்க சொக்கநாதன் கள்ளர்களை அடக்க மதுரைவீரனை அனுப்புகிறான். மதுரை வந்து சேர்ந்த மதுரை வீரன் ஒருநாள் கோயிலுக்குப் போய்த் திரும்பும் போது கள்ளர்களெல்லாம்,

> "கூட்டமிட்டு வளைதடியைக் கொண்டு புறப்பட்டு
> மதுரை கடைவீதிவந்து நுழைந்து கொண்டு
> காசுபணம் நாணயத்தைக் கனக்கவே கொள்ளையிட
> பட்டணத்தி லுள்ள பரிசனங்க ளெல்லோரும்
> கோவென்ற சத்தங் கூச்சலும் தானுமிட"[39]

மதுரைவீரன் அவ்விடத்திற்கு விரைந்து வந்து கள்ளர்களோடு போரிட்டு, 'கள்ளர்பற்று நாட்டையெல்லாங் களையாய்ப் பறக்க விட்டு[40] வெற்றியுடன் திரும்புகிறான். 'விசயரங்க சொக்கநாதனின் ஆட்சிக் காலம், நாட்டில் தொல்லைகள் மிகுந்து, நாடு அழிவை நோக்கிப் போய்க் கொண்டிருந்த காலம்' என்பர் சத்தியநாதையர்.[41]

மார்ட்டின் அடிகளாரின் கடிதங்களிலிருந்தும், மதுரைவீரசுவாமி கதையிலிருந்தும் நாம் காணும் முடிவு இதுதான். மதுரைப் பட்டணத்தில் உள் நுழைந்து தாக்குமளவும், அழகர்கோயிற் பகுதியில் உழவுத் தொழில் நடக்க முடியாதபடி தொல்லை தருமளவும் கள்ளர்கள் விசயரெங்கசொக்கநாதன் காலத்தில் வலிமை பெற்றிருந்தனர். எனவே இவனது ஆட்சிக் காலத்தில்தான் அழகர் ஊர்வலத்தைக் கள்ளர் மறித்த நிகழ்ச்சியும், அவர்கட்கு 'இறைவனின் கள்ளர் திருக்கோல மரியாதை' தருவதற்குக் கோயில் உடன்பட்ட நிகழ்ச்சியும் நடைபெற்றிருத்தல் வேண்டும் எனக் கொள்ளலாம்.

5.1.16. கள்ளரும் வைணவமும்

அழகர்கோயில் ஆண்டாரின் சமயத்தார் பதினெண்மரில் சிவகங்கை வட்டம் கூட்டுறவுபட்டி வெள்ளையத்தாதர் நாட்டுக்கள்ளர் சாதியினர் ஆவார். கள்ளருக்கும் கோயிலுக்கும் இவ்வளவு நெருங்கிய

தொடர்பிருந்தும் இச்சாதியினரில் ஒருவர் மட்டுமே சமயத்தாராக இருப்பது சிந்திப்பதற்குரியது.

1979ஆம் ஆண்டு சித்திரைத் திருவிழாவில் வேடமிட்டு வழிபடும் அடியவரிடத்தில் ஆய்வாளர் நடத்திய களஆய்வில், இச்சாதியினர் ஒரு விழுக்காடே வேடமிட்டு வழிபடுகின்றனர் என்ற முடிவே கிடைத்தது.[42] எனவே அழகர்கோயில் இறைவனை வழிபட்டாலும், முத்திரைபெற்ற வைணவ அடியாராகி வைணவ சமய எல்லைக்குள் புகுவதில் இச்சாதியினர் நாட்டம் கொள்ளவில்லை எனத் தெரிகிறது. மக்கட் பெயர் வழக்கிலும், இச்சாதியினரிடத்தில் பெரியகருப்பன், சின்னக் கருப்பன், நல்லகருப்பன் முதலிய பெயர்களே பெரு வழக்கமாக இருப்பதனையும் ஆய்வாளர் களஆய்வில் காணமுடிந்தது.

எனவே அழகர்கோயிலில் திருமாலைவிடவும், பதினெட்டாம்படிக் கருப்பசாமியே இவர்களின் வழிபாட்டுக்குப் பெரிதும் உரியவராக விளங்குகின்றார் என்று கருத இயலுகிறது. 'கள்ளர்களின் குலதெய்வம் கருப்பசாமி' என்று டென்னிஸ் அட்சனும்,[43] கள்ளர் நாட்டிலேயே கருப்பசாமி பெரிதும் வழிபடப் பெறுகிறார் என்று ராதாகிருஷ்ணனும்[44] குறிப்பிடுவது ஏற்புடைய கருத்தாகவே தோன்றுகிறது.

குறிப்புகள்

1. Copy of the Register of Inams, issued by the Madurai Collectorate, dated 13.2 1864, Column No.21.
2. *திருமாலிருஞ்சோலைமலை அழகர்மாலை, கையெழுத்துப்படி,* R.*8551, கீழ்த்திசைச் சுவடி நூலகம், சென்னை, பாடல்கள் 47 &12.*
3. *ஸ்ரீ கிருஷ்ணாவதாரன் வர்ணிப்பு, ராம.குருசாமிக்கோனார் வெளியீடு,* L.*19: சாமிக்கண்ணுக் கோனார்,தசாவதார வர்ணிப்பு.ப.1.*
4. *அழகர்கோயில் சித்திரைப் பெருந்திருவிழா அழைப்பிதழ். 1977,ப.1.*
5. *இராகவையங்கரர், சீனிவாசையங்கார் அழகர்கோயிற் பணியாளர், நாள்: 10.6.1977.*
6. *மீ.மனோகரன், "வளரி" சிவகங்கை மன்னர் கல்லூரி வெள்ளிவிழா மலர், 1773, 1.84.*
7. Minenedra Nath Basu & Malay Nath Basu, A Study on Material Culture, pp. 4-5.
8. Ibid., p.*16.*
9. *தி.சந்திரசேகரன் (ப.ஆ.) சிவகங்கை சரித்திரக் கும்மியும் அம்மானையும், ப.148.*
10. *மீ.மனோகரன், 'வளரி', மு.நூல், ப.84.*
11. *அழகர் வர்ணிப்பு, ஸ்ரீமகள் கம்பெனி பதிப்பு, பதிப்பு ஆண்டு இல்லை, பக். 6-7.*
12. *அழகுமலை, மாடக்கொட்டான், நாள்: 11.5.1979.*
13. *கள்ளர் ஜாதி விளக்கம், சு 370, கையெழுத்துப்படி, கீழ்த்திசைச்சுவடி நூலகம், சென்னை.*

14. பார்க்க. பிற்சேர்க்கை எண் IV:2

15. தகவல் தந்தவர்: வீரப்பன் அம்பலம், மாங்குளம். நாள்-28.6.1978. கள்ளர்நாடு, சமூகம் பற்றிய பிற தகவல்கள் தந்து உதவியவர்கள் பா.அ.மலையாண்டி அம்பலம், கொடிக்குளம், நாள்: 29.6.1978.

16. ஆய்வாளர் இக்கல்வெட்டை நேரில் கண்டு வாசித்த நாள்: 29.6.1978.

17. இராமச்சந்திரன் (ப.ஆ.), இராமய்யன் அம்மானை, 1950, ப.41.

18. நா.வானாமாமலை (ப.ஆ.), இராமய்யன் அம்மானை, 1972, ப.17.

19. "The Kallans, the most criminal caste, exact for example, what amounts to blackmail from all classes, even from Europeans, by ensuring that those households which employ a watchman belonging this community shall be exempt from thefts, but that those which do not shall suffer proportionately. This practice is the relic of the old native police system".

-Imperial Gazetteer of India, Provincial series- Madras II, Calcutta, 1908,pp. 184-185.

20. இராமய்யன் அம்மானை, ப.41.

21. மேலது.

22. R.Bruce Foote, quoted by Edgar Thurston, Ethnographic Notes in Southern India, p. 558.

23. Ibid., p.559.

24. கள்ளர் ஜாதி விளக்கம், R.370 கையெழுத்துப்படி, கீழ்த்திசைச் சுவடி நூலகம், சென்னை.

25. J.H.Nelson, Manual of Madurai, part il,p.55, Quoted by Rev. M.A..Sherring, Hindu Tribes and Castes, Vol.Ill, p. 114.

26. வெள்ளியக்குன்றம் ஜமீன்தார் வசமுள்ள, பதிவு, செய்யப்பெறாத செப்புப் பட்டயம், ஆய்வாளர் கள ஆய்வில் நேரில் கண்டது. நாள்.9.8.1977. பார்க்க: பிற்சேர்க்கை எண்III:2

27. தொழில் சுதந்திர அட்டவணை, ப.14.

28. தகவல் தந்தவர், பெரிய மஞ்சாக்கவுண்டர், ஆனந்தூர்ப்பட்டி, நாள்.18.7.1977.

29. Robert Sewell (Ed.) List of Historical Inscriptions of South India, No.26A.

30. பார்க்க. பிற்சேர்க்கை எண் 111.2.

31. சந்திரசேகரபட்டர், "மதுரைத் திருவிழாக்கள்,"

The Madurai Temple Complex Kumbabhishega Souvenir, 1974, p.108.

32. அழகர்மாலை, R.8551, கீழ்த்திசைச் சுவடி நூலகம், சென்னை.

பாடல் 7.

33. பாண்டித்துரைத் தேவர் (ப.ஆ) திருவாலவாயுடையார் திருப்பணி மாலையும் மதுரைத் தலவரலாறும் ப.8.

34. Military Consultations, Madras, 19th June 1755, Vol.4, 1912, p.206 207.

35. "This Caste of Thieves became so powerful within these few years... not above two years since the caste in question, joining with a prince pretented a right to that crown, besieged the city of Madura, for merely the capital of this Kingdom, and taking it, kept it in their possession: however they did not enjoy it long, they being less able to defend a city in form, than to make a sudden attack"

-Fr. Peter Martin's letter to Fr. Le Gobien, dated 11, Dec. 1700, quoted by Sathyanatha lyer, History of the Nayaks of Madurai, Appendix B, p.305.

36. "These robbers are absolute masters of this whole countryand pay no kind of tribute or tax to the prince..... About five or six years since, hemarched out all his troops to oppose them, and advanced so far as their forests when making a great havoc of these rebels he built a fortress, in which he left a strong garrison to curb them. However, they soon shook of his yoke for assembling together about a year after the expedition in question, they took the fortress by surprise, razed it, put all the garrison to the sword and possessed themselves of whole county. From that time they have been the terror of the whole district".

- Fr. Peter Martin's letter to Fr. De villette, dated 8, Nov.1709, Quoted by Ibid.,p.323.

37. மதுரைவீரசுவாமி கதை, பி.நா.சிதம்பர முதலியார் வெளியீடு, ப.3.
38. மேலது. ப.49:
39. மேலது, பக், 57-58.
40. மேலது, ப.59.
41. R.Sathyanatha lyer, op. cit., p.223.
42. பார்க்க, பிற்சேர்க்கை எண். வீஸ்.2.
43. Dennis Hudson, " Siva, Minaksi, Visnu-Reflections on a popular Myth in Madurai", South Indian Temples, Burton Stein (Ed.,) p.11?.
44. K.N.Radhakrishna, Thirumalirunjolaimali (Alagarkoil) Sthalapurana, Part I, p.211.

5.2. கோயிலும் இடையரும்

5.2.0. அழகர்கோயில் இறைவனை வழிபடும் அடியவரில் இடையர் சாதியினரைப் பெருந்தொகையினராகக் காணலாம். ஆய்வாளர் சித்திரைத் திருவிழாவில் நடத்திய களஆய்வில், வேடமிட்டு வழிபடும் அடியவரில் முப்பத்து மூன்று விழுக்காட்டினர் (33%) இடையர் சாதியினராக இருப்பதை அறியமுடிந்தது.' அழகரின் சித்திரைத் திருவிழா ஊர்வலத்தில் கலந்து கொள்வோரில் இச்சாதியினர் மிகுதியாக இருப்பதை டென்னிஸ் அட்சனும் குறிப்பிடுகிறார்.. அழகர் கோயிலோடு இச்சாதியினர் கொண்டுள்ள தொடர்பு ஆராயப்பட வேண்டிய ஒன்றாகும்.

5.2.1. இடையர்கள்

> "வாடாச்சீர்த் தென்னவன்
> தொல்லிசைநட்ட குடியொடு தோன்றிய
> நல்லினத்து ஆயர்"[3]

எனக் கலித்தொகைப் பாடல் ஒன்று பாண்டியரோடு தோன்றியதாக இச்சாதியினரின் தொன்மையைக் குறிக்கிறது. சங்க இலக்கியத்தில் காணப்பெறும் கோவலர், இடையர், அண்டர் என்ற மூன்று சொற்களும் ஆயர்களில் மூன்று பிரிவினரைக் குறித்திருத்தல் வேண்டுமென மாணிக்கவாசகம்பிள்ளை கருதுகிறார்.. பத்தாம் நூற்றாண்டை ஒட்டிய காலத்தில் கால்நடை வளர்க்கும் தொழிலை மேற்கொண்ட எல்லாச் சாதியினரும் இடையர் என்ற பிரிவிலடங்கியதாகச் சீனிவாச ஐயங்கார் கூறுகிறார்.[5] ஆயினும் அவர் தம் கருத்துக்குச் சான்றுகளேதும் தரவில்லை.

5.2.2. இடையர்கள் அனைவரும் வைணவரா?

தொல்காப்பியம் முல்லைநில மக்களாகிய ஆயர்களின் தெய்வமாகத் திருமாலைக் குறிக்கிறது.[6] திருப்பாவையில் கண்ணனை அடைய நோன்பு நோற்கும் ஆண்டாள், தன்னை ஓர் இடைச்சிறுமியாகக் கற்பனை செய்து கொள்கிறாள்.[7] இவை போன்ற செய்திகள் தமிழகத்தில், "இடையர்களனைவரும் வைணவர்களே" என்பது போன்ற ஒரு கருத்தினை உருவாக்குகின்றன. இக்கருத்தினை அப்படியே ஏற்கவியலாது.

5.2.3. கோயில்களும் இடையரும் .

கோயில்கள் கற்றளிகளாகப் பெரிய அளவில் தமிழ்நாட்டில் எழுந்தபோது கோயில்களோடு இச்சாதியினர் தொடர்பு மிக நெருக்கமாயிற்று. கோயில்களில் நந்தா விளக்கிற்கு நெய்வழங்கி விளக்கேற்ற விரும்புவோர் தரும் ஆடுமாடுகள் இச்சாதியாரிடமே ஒப்படைக்கப்பட்டன. பாண்டியர் கல்வெட்டுக்களில் இப்பணியினர் 'வெட்டிக்குடி' என்று அழைக்கப் பெறுகின்றனர்.[8] சைவ, வைணவ வேறுபாடின்றி எல்லாக் கோயில்களிலும் இவர்கள் இப்பணியினைச் செய்துள்ளனர்.

தஞ்சைப் பெருவுடையார் கோயில் கல்வெட்டுக்களில் முதலாம் இராசராசன் காலத்தில் இவ்வாறு நெய்வழங்க ஒப்புக் கொண்டு ஆடுமாடுகளைப் பெற்ற நூற்றுக்கணக்கான இடையர்களின் பெயர்கள் காணப்படுகின்றன. இப்பெயர்களில் வைணவப் பெயர்கள் மட்டும் இன்றிப் பனையன் வெண்காடன். முனையன் ஆரூர், நீலகண்டன் நரியன் எனச் சைவப் பெயர்களும் காணப்படுவதால்,[9] இச்சாதியினர் வைணவராக மட்டுமே தமிழ்நாட்டில் வாழ்ந்தனர் எனக் கொள்வதற் கில்லை. சிலப்பதிகாரத்தில் திருமாலை எண்ணிக் குரவையாடுகின்ற மாதிரி,

"புறஞ்சிறை மூதூர்ப் பூங்கண் இயக்கிக்குப்
பால்மடை கொடுத்து"[10]

வரும் செய்தியையும் இளங்கோ அடிகள் காட்டுவதால் இடையர்கள் பெருந்தெய்வங்களோடு சிறுதெய்வங்களையும் வணங்கிய செய்தியை அறியலாம்.

5.2.4. இடையரும் வைணவமும்

சிலர் "இடையர்கள் வைணவர்கள். அவர்களில் நாகரிகமுடைய வைணவப் பிராமணரைப் போல முத்திரை (branding) பெறுகின்றனர் என்று தர்ஸ்டன் குறிப்பிடுகிறார்." தமிழ்நாட்டு வைணவத் தலங்களில் பெரும்பாலானவற்றில் இவர்கள் ஈடுபாடு கொள்வதைக் காணலாம். தஞ்சை மாவட்டத்தில் தேரெழுந்தூரிலுள்ள பெருமாள் கோயிலில் இறைவனுக்கு 'ஆ மருவியப்பன்' என்றே பெயர் வழங்குகிறது.

ஆய்குல மன்னன் கோ கருநந்தடக்கனின் பார்த்திவ சேகரபுரச் செப்பேட்டின் மூலம், அம்மன்னன் ஒரு ஸ்ரீ கோயில் எடுத்து விஷ்ணு பட்டாரகரை ப்ரதிஷ்டை செய்து பார்த்திவ சேகரபுரம் என்று பேர் இட்ட செய்தியை அறிகிறோம். இச்செப்பேட்டின் காலம் சற்றேறக் குறைய கி.பி. 856 ஆகலாமென நடன.காசிநாதனும் கு.தாமோதரனும் கருதுகின்றனர்.[12]

திருவரங்கம் கோயிலில் நம்மாழ்வாரின் திருவாய்மொழியை ஓதுவதற்கு, கோட்டூர் வீரசோழ முனையதரையனான ஆயர்கொழுந்து சக்ரபாணி என்பவன் 50 கழஞ்சு பொன் கொடுத்ததைக் கி.பி.1085 இல் எழுந்த ஒரு கல்வெட்டு குறிப்பிடுகிறது.[13] தஞ்சைப் பெருவுடையார் கோயிலில் முதலாம் இராசராசன் காலத்துக் கல்வெட்டொன்றில் "இடையன் முத்தழி திருமாலிருஞ்சோலை" என்ற பெயர் காணப் படுவதால்,[14] திருமாலிருஞ்சோலை இறைவனையும் இச்சாதியினர் தொன்றுதொட்டு வழிபட்டுவந்த செய்தியையும் அறியலாம்.

5.2.5. ஆண்டாரின் சமயத்தாரில் இடையர்கள்

அழகர்கோயிலில் ஆண்டார்க்குரிய சமயத்தார்களில் சாம்பக்குளம் நல்லான் தாதன் சமயம், கட்டனூர்ச் சமயம், மேலமடைச் சமயம், பிள்ளையார்பாளையம் சமயம் ஆகியோர் சாதியில் இடையராவர். சாம்பக்குளம் பரமக்குடிக்குத் தெற்கே ஐந்து கல் தொலைவிலும், கட்டனூர் திருப்பாச்சேத்திக்குத் தெற்கே ஏழு கல் தொலைவிலும் உள்ளன. மேலமடையும் பிள்ளையார்பாளையமும் முறையே மதுரைக்குக் கிழக்கில் ஒரு கல் தொலைவிலும், தெற்கே இரு கல்தொலைவிலும் உள்ளன.

சமயத்தார்களில் சாம்பக்குளம் நல்லான் தாதனுக்குக் கிழக்கே இராமேசுவரம் வரையிலும், மேற்கே பார்த்திபனூர் வரையிலும், தெற்கே முதுகுளத்தூர், கடுகுசந்தை வரையிலும், வடக்கே வைகையாற்று வரையிலும் சமய ஆட்சி உண்டு.

இவருடைய சமய ஆட்சி எல்லையில் 2700 சாட்டையும் 172 கொண்டியும், 270 தப்புக்காரரும் உட்படுவர். ஒரு சாட்டை என்பது ஒரு மாட்டைக் குறிக்கும். மாட்டுடன் நடந்துவரும் தாழ்த்தப்பட்ட இனத்தைச் சார்ந்த தாதர். கொண்டிக்காரர் (Assistant) எனப்படுவார். மாட்டோடு பறை தட்டிக்கொண்டு வரும் பறையர் அல்லது சக்கிலியர் தப்புக்காரர் எனப்படுவார். இன்று இவ்வமைப்பு முறை சிதைந்து விட்டது. அடியார்கள் சமயத்தார் துணையின்றியே கோயிலுக்குச் சென்று விடுகின்றனர்.

சித்திரைத் திருவிழாவுக்குப் பத்து நாட்களுக்கு முன்னர். இவர் வீட்டில் நடைபெறும் கம்பசேவை என்னும் பூசையின்போது, திருமாலடியார் சாதி வேறுபாடின்றி உண்பது வழக்கம். இப்பூசை இன்றளவும் நடந்து வருகிறது.

மேற்கூறிய நல்லான் தாதன் மரபில் தற்போதுள்ள முத்தழகுக் கோடாங்கிதான் பதினெட்டாவது தலைமுறை எனக் கூறுகிறார்.[15] சித்திரைப் பௌர்ணமியன்று இரவில் ஆண்டார் வண்டியூரில் காரைச்சேரி சமயத்தார் அமைத்துத்தரும் கொட்டகையில் தங்கும்

போது மேலமடைச் சமயத்தார், ஆண்டாருக்கு ஒருபானைத் தயிர் கொண்டுவந்து தருவார். வேறு பணி இவர்க்கில்லை.[16]

கட்டனூர்ச் சமயத்தார் ஆட்சிக்குக் கிழக்கெல்லையாகப் பார்த்திபனூருக்கு வடக்கேயுள்ள அன்னவாசல் மிளகனூரும் மேற்கெல்லையாகத் திருப்புவனத்துக்குத் தெற்கேயுள்ள அச்சங்குளம், பையனூரும், தெற்கெல்லையாக வீரசோழம், இருஞ்சிறை, அத்திகுளம், நாலூரும், வடக்கெல்லையாக வைகையாறும் அமைந்துள்ளன.[17]

பிள்ளையார்பாளையம் சமயத்தாரின் மூதாதையர் கமுதியருகே உள்ள தரக்குடியிலிருந்து மதுரை அருகேயுள்ள பிள்ளையார் பாளையத்துக்குக் குடிபெயர்ந்தவர்கள், கமுதியருகே தரக்குடி, வல்லக் குளம், புனவாசல், கள்ளங்குடி, அகத்தாரிருப்பு உட்படப் பதினெட்டுக் கிராமங்கள் இவரது சமய ஆட்சிக்குட்பட்டவையாகும்.[18] இந்த ஒரு சமயத்தாரையே ஆய்வாளர் சித்திரைத் திருவிழாவில் தலையின் உருமால், மார்பில் துளசிமாலை, இடுப்பில் கச்சை, இரும்புச் சல்லடம், பாசி, கையில் வளை, கருங்காலிக் கம்பு (நாங்குலிக் கம்பு) காலில் வெள்ளித் தண்டை ஆகியவற்றோடு காணமுடிந்தது.

5.2.6. நடைமுறைத் தொடர்பு - சில செய்திகள்

கோயிலுக்கு மாடு கொண்டுவருவோர், திரியெடுத்தாடுவோர், துருத்திநீர் தெளிப்போர் ஆகியோரில் முதுகுளத்தூர், பரமக்குடி, இராமநாதபுரம் வட்டங்களிலிருந்து வருவோர், பெரும்பாலும் இடையர் சாதியினராகவே உள்ளனர். வேடமிட்டு வழிபடும் அடியவரில் பதினைந்து விழுக்காட்டினராக மேற்கூறிய பகுதிகளைச் சேர்ந்த இடையர்களிருப்பதைக் கள ஆய்வில் அறியமுடிகிறது.

ஆய்வாளர் சந்தித்த மாடு கொண்டுவருவோரில் இச்சாதியினரான ஒருவர் இராமநாதபுரத்திற்கு இரண்டு மைல் தெற்கிலுள்ள கீழக்குடிகாடு கிராமத்தினைச் சேர்ந்தவர்.[19] ஏழு வயது முதல் தந்தையுடனும். பின்னர் தனியாகவும் மொத்தம் இருபத்திரண்டு வருடங்கள் தொடர்ந்து இக்கோயிலுக்கு மாடு கொண்டு வருகின்றார். கோயிலிலிருந்து இவருடைய ஊர் ஏறத்தாழ எழுபது மைல் தொலைவிலுள்ளது. இவ்வளவு தொலைவும் மாட்டுடன் நடந்தே வருகின்றார்.

தன்னுடைய இருபதாம் வயதில் ஆண்டாரிடம் 'அக்கினி முத்திரை' பெற்றிருக்கிறார். ஆண்டுதோறும் ஒரு மாட்டுடன் கோயிலுக்கு வந்து தீர்த்தத்தொட்டியில் (மலைமீதுள்ள சிலம்பாற்றில் மாட்டினை நீராட்டி, கோயிலில் இறைவனை மாட்டுடன் தரிசித்து, தனக்கும் மாட்டுக்கும் ஆண்டாரிடம் ஆசிபெற்று, ஆண்டாருக்கு ஒன்றேகால் ரூபாய் காணிக்கை செலுத்தித் திரும்புகிறார். தற்போது அவர் கொண்டுவருவது மூன்றாவது மாடாகும்; முதலிரண்டு

மாடுகளும் இறந்துவிட்டன என்கிறார். ஊருக்குத் திரும்பியவுடன் மாட்டைக் கட்டிப்போடுவதில்லை. ஆண்டு முழுவதும் அம்மாடு கட்டப்படாமலேயே அலையும்.

பரமக்குடி, முதுகுளத்தூர் வட்டங்களில் இடையர்கள் எண்ணிக்கை மிகுதியான கிராமங்களில், தங்களில் இரண்டு குடும்பத்தினரை முறையே முக்கந்தர், கோவளர் என்று வைத்துள்ளனர். இவர்களை முக்கந்தவூடு'. 'கோவளமூடு' எனப் பெயரிட்டழைக்கின்றனர். இவர்களில் முக்கந்தர் வீட்டார் ஆண்டுதோறும் அழகர் கோயிலுக்குச் சித்திரைத் திருவிழாவில் மாடு கொண்டுவருவது வழக்கமாகும். கோவளவீட்டு எருதுக்குக் கிராமத்தில் நடக்கும் எருதுகட்டு விழாவில் முதலிடம் தரப்படும். அழகர்கோயிலுக்கு நேர்ந்து விடப்பட்ட முக்கந்தர்வீட்டு மாடு, ஊரில் யார் வயலில் மேய்ந்தாலும் பிடித்துக்கட்டுவதோ. விரட்டுவதோ இல்லை, அதனை ஒரு பேறாகக் கருதுகின்றனர்.[20]

5.2.7. இடையரும் வர்ணிப்புப் பாடல்களும்

சித்திரைத் திருவிழாவில் 'அழகர் வர்ணிப்பு' பாடும் வாணிப் பாளர்களில் இடைச்சாதியினரை நிறையக் காணமுடிகிறது. 'வரணிப்பாளர் மகாசபை' எனப்படும் வர்ணிப்பாளர் சங்கத்திலும் தொடர்ந்து பதினான்கு ஆண்டுகளாக இச்சாதியினர் தலைவர் பொறுப்பில் இருக்கின்றனர்.[21] இச்சங்க வரவு-செலவுப் புத்தகத்தில், 'வர்ணிப்பு ஆசிரியர்கள்' என்ற பெயரோடு குறிக்கப்படும் பதினொருவரில் அறுவர் இடைச்சாதியினராவர்.[22] இவர்கள் தவிர, தசாவதார வர்ணிப்புப் பாடியுள்ள சாமிக்கண்ணுக்கோனார்.[23] 'அழகர் அட்டாக்கரமந்திர வர்ணிப்பு' பாடியுள்ள கீழக்குயில்குடி மூக்கன் பெரியசாமிக் கோனார்[24] ஆகியோரும் இச்சாதியாரில் வர்ணிப்பு ஆசிரியர்களாக விளங்கியுள்ளனர்.

5.2.8. கள்ளர் வேடக் கதை

'சித்திரைத் திருவிழாவில் அழகர் ஏன் கள்ளர் வேடம் போடுகிறார்' என்ற கேள்விக்குப் பதிலாக ஒரு தகவலாளி ஒரு கதையினைச் சொன்னார்.

"ஒருமுறை அழகர் மதுரைக்குச் சித்திரைத் திருவிழாவிற்காக வந்து கொண்டிருந்தார். வழியில் தல்லாகுளம் மாரியம்மன் கோயிலருகில் ஒரு இடைச்சி மோர் விற்றுக் கொண்டிருந்தாள், களைப்புத்தீர அவளிடம் மோர் வாங்கிக்குடித்த அழகர், திருவிழா முடிந்து திரும்பும்போது குடித்த மோருக்குக் காசு தருவதாகச் சொன்னார். ஆனால் திரும்பும்போது கையில் காசில்லாததனால் கள்ளர் வேடம் போட்டுக் கொண்டு தப்பியோடிவிட்டார்."[25]

வேடமிட்டு வழிபடும் அடியவரிலும் ஐந்து விழுக்காட்டினர் (அனைவரும் கோனாரல்லாத சாதியினர்) அழகர் கள்ளர் வேடம் போடுவதற்கு இக்கதைச் செய்தியினைப் பதிலாகக் கூறினார். 26 'கூர்மாவதாரன் வர்ணிப்பு' நூல்,

"காத்துட்டு மோருக்கு கள்ளர் வடிவெடுத்த
கரந்தமலைக் கண்ணா வா"[27]

என்று பாடுவதும் இந்நிகழ்ச்சியையே குறிப்பதாகும்.

அழகரின் கள்ளர் வேடம், கள்ளர் சாதியாரோடு தொடர்பு கொண்டது. இருப்பினும் இக்கதைப் பிறப்பிற்கு ஒரு காரணம் இருத்தல் வேண்டும்.

கள்ளர் வேடம் காரணமாக அழகருக்கும் கள்ளர் சாதியாருக்கும் ஏற்பட்ட நெருங்கிய உறவினை, பெரும்பாலும் வைணவப் பற்றுள்ள இடையர்களுக்கு ஏற்றுக்கொள்ள மனமில்லை. எனவே அழகர் கள்ளர் வேடம் போடுவதற்கான காரணத்தினைத் தங்கள் சாதியுடன் இணைப்பதற்கு அவர்கள் முயன்றிருக்க வேண்டும். அம்முயற்சியின் விளைவே மேற்குறித்த கதையாகலாம். வர்ணிப்புப் பாடுவதில் நம்முடைய சாதியார் ஆகையால் வர்ணிப்புப் பாடலிலும் இக்கதை எளிதாகப் புகுந்துவிட்டது எனலாம்.

அழகர்கோயில் இறைவன் கால்நடை வளர்ப்போரின் தெய்வமாகப் பன்னூறாண்டுகளாகப் போற்றப்பட்ட செய்தியை அறியலாம். அழகர்கோயிலுக்கு ஆண்டுதோறும் அடியவர்களால் நன்கொடையாக வழங்கப்பெறும் மாடுகளில் எண்ணிக்கை ஏறத்தாழ ஆயிரம் ஆகும்.[28] எனக் கோயில் அலுவலகத்தார் தரும் செய்தியிலிருந்து அம்மரபு இன்றும் தொடர்ந்து வருவதை அறியலாம்.

குறிப்புகள்

1. கள ஆய்வில் 100 வினாவிடைப்பட்டி, நாள் : 9,10,11.5.79, பார்க்க. பிற்சேர்க்கை எண். IV:1.
2. Dennis Hudson, Siva, Minaksi, Visnu-F eflections of a Popular Myth, South Indian Temples, p. 114.
3. கலித்தொகை, 104:4-6.
4. M.E.Manickavasagam Pillai, Culture of the Ancient Cheras, p.37.
5. M.Srinivasa lyengar, Tamil Studies.p.71.
6. தொல். அகத்திணையியல், நூற்பா-5.
7. 'ஆயர் சிறுமியரோம்' திருப்பாவை, பாடல் 16. அடி 4.
8. No.72 of S.I.I Vol.XIV.
9. இரா.நாகசாமி (ப.ஆ.), தஞ்சைப் பெருவுடையார் கோயிற் கல்வெட்டுகள் (முதற்பகுதி), பக்.162.176,177.

10. சிலம்பு, அடைக்கலக்காதை, அடிகள் 4-5.
11. Edgar Thurston, Castes and Tribes of Southern India, Vol. II, p.363.
12. நடன, காசிநாதன் & கு.தாமோதரன் (ப.ஆ.), கல்வெட்டு ஓர் அறிமுகம், & ப.63.
13. R.Nagasamy, Alwars and Divya Prabhandam Hymns in Sri Rangam Temple, கல்வெட்டு, இதழ் 2. நளஆண்டு, ஐப்பசி ப.4.
14. இரா.நாகசாமி (ப.ஆ). மு.நூல்., ப.234.
15. முத்தழகுக் கோடாங்கி, சாம்பக்குளம்,
    பேட்டி நாள்: 25.7.77 - சாம்பக்குளம்,
    21.4.78 - அழகர்கோயில்
16. பாலுச்சாமிக்கோனார். மேலமடை
    18.4.77- மேலமடை
    24.4.78 - மதுரை
17. அய்யனார்க்கோனார், கட்டனூர்
    21.4.78 - அழகர்கோயில்
18. சமயக்கோனார், பிள்ளையார்பாளையம்
    28.5.77 - பிள்ளையார்பாளையம்
    24.4.78 - மதுரை
19. ஆனந்தன், கீழக்குடிகாடு (இராமநாதபுரம் அருகே)
    22.4.78 மதுரை
20. செ.இராமசாமி, வெங்கடங்குறிச்சி (பரமக்குடியருகே)
    14.8.77
21. ஆய்வாளர் நேரில் கண்டது, நாள் : 18.6.78
22. பக்தர் : வர்ணிப்பாளர் மகாசபை வரவு-செலவுப் புத்தகம் 1978-79, ப.பின்அட்டை உட்புறம்.
23. 'வர்ணிப்புப் பாடல்கள்' என்னும் இயல் காண்க.
24. மேலது, ப.177.
25. பூமிநாதன், பரமக்குடி, நாள் : 21.4.78.
26. பிற்சேர்க்கை எண் IV:1,
    தகவலாளிகள் எண் : 3,18,26, 46,55.
27. கூர்மாவதாரன் வர்ணிப்பு, ஸ்ரீமகள் கம்பெனி வெளியீடு (ப. ஆண்டு இல்லை), ப.1.
28. கோயில் மேலாளர் தெரிவித்த தகவல் நாள் : 25.11.1979.

5.3. கோயிலும் பள்ளர்-பறையரும்

5.3.0. அழகர்கோயிலுக்கு வரும் அடியவர்களில் தாழ்த்தப்பட்ட இனத்தவர் ஒரு கணிசமான தொகையினராவர். தாழ்த்தப்பட்ட இனத்தவர் என இங்குக் குறிப்பது பள்ளர், பறையர் ஆகிய சாதிப் பெயர்களோடு உழவுத்தொழிலில் ஈடுபட்டிருப்பவர்களையே ஆகும். வேடமிட்டு வழிபடும் அடியவர்களில் இச்சாதிகளைச் சேர்ந்தவர்கள் 28 விழுக்காட்டினராவர்.[1] சமூக மாற்றங்களின் காரணமாக இவர்கள் சாதிப்பெயரைக் குறிப்பிடாது 'அரிசன் என்றே தங்களைக் குறிப்பிடுவதால் களஆய்வில் இரு சாதியினரையும் துல்லியமாகப் பிரித்தறிய முடியவில்லை.

5.3.1. சமயச்சார்பு

கள்ளர்கள், வலையர்கள் ஆகியவர்களைப் போலல்லாமல் இவ்வினத்தவர் நெற்றியில் வைணவச் சின்னமான திருமண்ணும், மார்பில் துளசி மாலையும் அணிந்து, பெரும்பாலும் முத்திரை பெற்றவராக, 'கோவிந்த' நாம முழக்கத்துடன் வருகின்றனர். இவர்கள் சாமியாடி வரும்போது, பெரும்பாலும் பெண்கள் உடன் வருவதில்லை. அடியார்களின் தோற்றத்தையும் பிற நடைமுறைகளையும் கருத்தில் கொள்ளும்போது, இவர்கள் சமயச்சார்பு பெற்றவர்களாகவே தோன்றுகின்றனர். அழகர்கோயிலைப் போல, தென் தமிழ்நாட்டின் பிற வைணவத் திருப்பதிகளில் இவர்களின் ஈடுபாட்டைக் காணமுடியவில்லை. எனவே தாழ்த்தப்பட்ட இனத்தவர்களாகிய இவர்கள், பெருந்தெய்வக் கோயில்களில் (Brahmanical deities) காட்டும் ஈடுபாடு ஆய்விற்குரியதாகும்.

5.3.2. பள்ளர் சைவரா?

வயல்களில் வேலை செய்யும் கடின உழைப்பாளிகளான பள்ளர்கள் தென்மாவட்டங்களிலேயே அதிகம் இருப்பதாக கஸ்டவ் ஆப்பர்ட் (Gustav Oppert) குறிப்பிடுகின்றார்.[2] தர்ஸ்டனும், தஞ்சை, திருச்சி, மதுரை, திருநெல்வேலி ஆகிய மாவட்டங்களிலேயே பள்ளர்கள் நிறையக் காணப்படுவதாகக் குறிப்பிடுகிறார்.[3] இருவருமே, பள்ளர்கள் அடிமைகளைப் போல வாழ்வதாகவே குறிப்பிட்டுள்ளனர்.[4]

"பள்ளர்கள் பொதுவாகச் சைவர்கள்; ஆயினும் நடைமுறையில் பேய்வழிபாட்டினர். கள்ளும் கறியும் வேண்டும் கிராம தேவதைகளையே பூசிக்கின்றனர்" என்கிறார் தர்ஸ்டன்.[5] "பள்ளர் பழங்காலத்தில் வேளாளர்

போலச் சிவ வழிபாடு உடையவர்களாகவே இருந்திருக்கின்றனர். பின்னர் சாதியில் தாழ்ந்து, சமூகத்தில் கீழ்நிலை அடைந்தபின் இவர்களுக்குக் கோயில் நுழைவும் வழிபாட்டு உரிமையும் மறுக்கப் பட்டு, இதனால் இவர்கள் கிராமதேவதை வழிபாட்டுக்குத் தங்களை மாற்றிக்கொள்ள வேண்டிய சூழ்நிலைக்கு ஆளாகிவிட்டனர்" என்று தங்கராஜ் கூறுகிறார்.[6] பள்ளர்கள் சைவர்களாயிருந்ததற்கு இருவருமே சான்றேதும் காட்டவில்லை.

சிவ வழிபாட்டு நெறிக்கும் சிறுதெய்வ வழிபாட்டு நெறிக்கும் ஓர் அடிப்படை ஒற்றுமை உண்டு. இரு வழிபாடுகளிலும் நெற்றிக் குறியாகத் திருநீறே பயன்படுத்தப்படுகிறது. ஆனால் சைவநெறிக்கு அடிப்படையிலேயே முரண்படும் வகையில் சிறுதெய்வ வழிபாட்டில் குருதிப்பலியும், புலால் உணவும் இடம்பெறுகின்றன. அதே நேரத்தில் எச்சாதியினரும் வைணவராக நெற்றியில் திருமண் இடும்போது (புலால் உண்ணும் சாதியினர்கூடத் திருமண் இடுகின்ற காலங்களில் மட்டும்) புலால் உண்ணுவதில்லை. எனவே திருமண்' அணிந்தவர் வைணவர் என அறியப்படுவதுபோல, திருநீறு அணிந்தவர் சைவர் எனக் கூற இயலாது. எனவே நடைமுறையில் சிவன் வழிபாட்டினராக இல்லாவிட்டாலும் திருநீறு அணியும் காரணத்தால் பள்ளர்களைச் சைவர்கள் எனத் தர்ஸ்டன் நினைக்கிறார் என்றே தோன்றுகிறது.

5.3.3. பறையரும் வைணவமும்

தமிழிலக்கியம் பழைய குடியினராகக் குறிக்கும் சாதியாரில் 'பறையர்' இடம் பெறுகின்றனர். 'பறையர்' வயல்வேலை செய்பவர்கள்' என்று ஹட்டன் (Hutton) குறிப்பிடுகிறார்.[7] ஒரு கிராமத்தில் பெரும்பாலும் வைணவப் பெயர்களுடன் வைணவர்களாகப் பறையர் வாழ்வதைக் கிளேட்டன் (Clayton) கண்டதாகக் குறிப்பிடும் தர்ஸ்டன், "தாதர் எனப்படும் பறையர்கள் வைணவர்களாவர்" என்றும் கூறுகிறார்.[8]

5.3.4. உழவர் தெய்வங்கள்

1. இந்திரன்

தொல்காப்பியம் உழுதொழில் செய்வோரின் தெய்வமாக இந்திரனைக் குறிப்பிடுகிறது. தேவேந்திரன், பள்ளர்களைப் படைத்ததாக ஒரு வழக்குமரபு இருந்ததனைத் தர்ஸ்டன் குறிப்பிடுகிறார்.[9] இக்காலத்தும் பள்ளர் தங்களைத் "தேவேந்திர குல வேளாளர்" என்று கூறிக்கொள்வதாகத் தங்கராஜ் குறிப்பிடுகின்றார்.[10] "மருதநில உழவர் என்ற காரணத்தினாலேயே இவர் தங்களைத் தேவேந்திர குலம், இந்திர குலம். தேவேந்திரகுல வேளாளர் என உரிமை பாராட்டி வருகின்றனர்"

என்பது தேவ ஆசீர்வாதத்தின் கருத்தாகும்.[11] சங்க இலக்கியத்தில் இந்திர வழிபாடு பற்றிப் போதிய செய்திகள் கிடைக்கவில்லை. சிலப்பதிகாரத்தில் 'இந்திர விழவூர் எடுத்த காதை'யில் இந்திரவிழா பற்றிய செய்திகளை அறியமுடிகிறது. ஆயினும் "சிலப்பதிகாரத்தின் இந்திரவிழா, அரசரும் வணிகரும் நடத்திய விழாவேயன்றி மருதநில உழவர்களுக்கு அவ்விழாவில் பங்கு இல்லை"[12] என்பது தெளிவு. எனவே சிலம்பின் காலத்திலேயே உழுதொழில் செய்வோர் இந்திர வழிபாட்டினின்றும் நீங்கிவிட்டனர் என்றறியலாம். இந்திர வழிபாடு இன்று தமிழ்நாட்டில் முழுவதுமாக மறைந்துவிட்டது.

2. பலராமன்

இந்தி வழிபாட்டிலிருந்து நீங்கிய தமிழ்நாட்டு உழவர்கள் வேறெந்தத் தெய்வ வழிபாட்டிற்குத் திரும்பினர் என்பது அடுத்து எழும் கேள்வியாகும். சங்க இலக்கியத்திலும் சிலம்பிலும் திருமாலோடு இணைந்த ஒரு தெய்வமாக-ஆனால் தொல்காப்பியரின் நிலத்தெய்வப் பகுப்பில் இடம்பெறாத-கலப்பையினை ஆயுதமாக ஏந்திய வாலியோன் என்னும் பலராமனைக் காண்கிறோம். பலராமனுக்கு இணையான உழவர்களின் தெய்வமாகச் சைவசமயத்தில் (Saivite counterpart) ஏதும் இல்லை என்பது குறிப்பிடத்தகுந்த செய்தியாகும். எனவே இந்திர வழிபாட்டினை விடுத்த தமிழ்நாட்டு உழவர்கள் தங்கள் தெய்வமாகத் திருமாலோடு இணைந்து நின்ற பலராமனையே வணங்கியிருக்க வேண்டும் என்று கருதலாம்.

5.3.5. அழகர்கோயிலும் பலராம வழிபாடும்

திருமாலிருஞ்சோலையில் திருமாலும் பலராமனும் இணைந்து கொண்டிருப்பதாகப் பரிபாடற் பாட்டொன்று (15) கூறும். விஷ்ணு புராணத்தில் காணப்படும் கிருஷ்ணனின் இந்திர எதிர்ப்பும், தமிழகத்தில் பலராம வழிபாட்டின் அறிமுகமும் மருதநிலத்து உழவரை இந்திர வழிபாட்டிலிருந்து கிருஷ்ண வழிபாட்டிற்கு இழுக்கும் முயற்சி, பரிபாடற்காலத்திலேயே தமிழகத்தில் தொடங்கி விட்டது என்பதற்குச் சான்றுகளாகும்.[13] திருமாலாகிய முழுமுதற் கடவுளின் நான்கு வியூகங்களில் சங்கர்'ணன் (Sankarshana) அல்லது வெள்ளை எனப்படும் பலராமன் ஒரு வியூகமாகும். பலராம வழிபாடு நிகழ்ந்த வைணவத் தலமெனத் தமிழகத்தில் அழகர் கோயிலைத் தவிர வேறெதனையும் குறிப்பிடச் சான்றுகளில்லை. மாமல்லபுரம் கிருஷ்ண மண்டபத்தில், கோவர்த்தனக் காட்சியினைக் (கண்ணன் குன்று குடையாக எடுத்து ஆநிரை காத்தல்) காட்டும் சிற்பம் ஒன்றில் கிருஷ்ணன், பலராமன். நப்பின்னை ஆகியோரது உருவங்களைக்

காணமுடிகிறது. இச்சிற்பம் கி. பி. எட்டாம் நூற்றாண்டினது எனச் சீனிவாசன் குறிப்பிடுகிறார்.[14] எனவே திருமாலிருஞ்சோலையென்னும் அழகர்கோயிலே தமிழ்நாட்டில் பலராம வழிபாட்டின் மையமாகத் திகழ்ந்திருக்க வேண்டும் எனக் கருதலாம். கலப்பையினை ஏந்திய பலராமனைக் காட்டி, இந்திர வழிபாட்டினரான உழவர்களைத் தன்பக்கம் இழுக்கும் முயற்சியைத் தமிழ்நாட்டு வைணவம் மேற்கொண்டிருக்கிறது.

திருமாலிருஞ்சோலை குறித்த ஆழ்வார்களின் பாசுரங்களில் இத்தலத்தில் பலராம வழிபாடு நிகழ்ந்ததற்கான குறிப்புக்கள் இல்லை. எனவே ஆழ்வார்களின் காலத்திற்கு முன்னரே இத்தலத்தில் பலராம வழிபாடு கிருஷ்ண வழிபாட்டில் கலந்து மறைந்துவிட்டது எனக் கொள்ள வேண்டும்.[15]

உழுதொழில் செய்வோர், இந்தி வழிபாட்டிலிருந்து பலராம வழிபாட்டிற்குத் திரும்பினராயின், இன்று பலராம வழிபாடு மறைந்து விட்ட நிலையில் அவர்கள் திருமால் வழிபாட்டினராகவே இருத்தல் வேண்டும். ஆனால் நடைமுறையில் பள்ளர் தங்களைத் தேவேந்திர குலத்தார் என அழைத்துக் கொண்டாலும் பெரும்பாலும் சிறுதெய்வ வழிபாட்டினராகவே உள்ளனர். குறைந்த எண்ணிக்கையில் சிலர் மட்டும் அழகர்கோயிலைவிட்டு இன்னும் வைணவ நெறியில் வாழ்கின்றனர்.

5.3.6. சமயத்தாரும் ஆண்டாரும்

அழகர்கோயில் திருமாலை ஆண்டாரின் சமயத்தார்களில் முடுவார்பட்டி எட்டிமங்கலம், சுந்தரராஜன்பட்டி காரைச்சேரிச் சமயத்தார்கள் பள்ளர் சாதியினர்; சாம்பக்குளம் சமயத்தார்க்குத் (கோனார்) துணைசெய்யும் 'கொண்டித்தாதராக' பாம்பூரைச் சேர்ந்த பள்ளரே உள்ளனர். கப்பலூர்ச் சமயத்தார் பறையர் சாதியினர். திருப்புவனம் சமயத்தாருக்குத் (நாயுடு) துணையாகப் பறையர் சாதியினரான கலியாந்தூர் கொண்டித்தாதர் உள்ளார். தாழ்த்தப்பட்ட இனத்தினரான சமயத்தாரில் காரைச்சேரி, முடுவார்பட்டி ஆகிய இரு சமயத்தாரும் தளபதிச் சமயத்தார் ஆவர். ஏனையோர் 'கொண்டித்தாதர்' என்றே பெயர் பெறுகின்றனர். 'கொண்டி' என்ற சொல் உதவி என்ற பொருளில் பயன்படுத்தப்படுகிறது.

இப்போதுகூட (1979) முடுவார்பட்டிச் சமயத்தார் கோவிந்தனும், கப்பலூர்க் கொண்டித்தாதர் ரெங்கன் கோடாங்கியும் 'பஞ்சசம்ஸ்காரம்' என்னும் 'அக்கினி முத்திரை' பெற்றுள்ளனர். இவர்கள் எப்பொழுதும்

புலால் உண்பதில்லை. ஏனைய சமயத்தார்கள் திருவிழாக் காலங்களில் மட்டும் புலால் உண்ணாது விரதம் இருக்கின்றனர்.

முடுவார்பட்டிச் சமயத்தார் மட்டும் தன் சமய ஆட்சிக்குட்பட்ட கிராமங்கள் நாற்பத்தெட்டில் முப்பத்தொன்றின் பெயர்களைத் தருகின்றனர். அவையனைத்தும் அலங்காநல்லூரிலிருந்து நாற்புறமும் ஆறு மைல் தொலைவுக்குள் உள்ளன.

திருப்பாலை, பிள்ளையார்நத்தம், புதுப்பட்டி, ஐயூர் எர்ரம்பட்டி, கோணப்பட்டி, பாலமேடு, வலையப்பட்டி, லிங்காவடி, பரளி, சத்திரப்பட்டி, சின்னப்பட்டி, காவனூர், கருவனூர், பெத்தாம்பட்டி, மாலைப்பட்டி, வெளிச்சநத்தம், சோழனம்பட்டி, குளமங்கலம், வடுகபட்டி, தூதக்குடி, குமாரம், மயிஞ்சி, அலங்காநல்லூர், கல்லணை, ஊர்சேரி, மேட்டுப்பட்டி, அம்பட்டபட்டி பூலாம்பட்டி, சேலார்பட்டி, முடுவார்பட்டி ஆகிய ஊர்கள் இவரது சமய ஆட்சிக்குட்பட்டன.

காரைச்சேரிச் சமயத்தாருக்கும் தன் சமய ஆட்சிக்குட்பட்ட சில கிராமங்களின் பெயர்களே தெரிந்திருக்கின்றன. வரிச்சியூர், பறையன் குளம், ஆளவந்தான். குன்னத்தூர், ஓவலூர், களிமங்கலம், உடன்குண்டு. ஆண்டார்பட்டினம். கருப்பாயி ஊரணி, கோயில்குடி, எலமனூர், பொட்டப்பனையூர், மயிலங்குண்டு, புதூர் ஆகிய கிராமங்கள் இவரது சமய ஆட்சி எல்லைக்குட்பட்டன. இவையனைத்தும் மதுரைக்கு ஐந்து மைல் கிழக்கில், வையையாற்றின் வடகரையில் அமைந்தவை.

அழகர் ஆற்றிலிறங்கிய அன்று இரவு வண்டியூர்ப் பெருமாள் கோயிலில் தங்குவார். ஆண்டார் அக்கோயிலின் பின்புறம் காரைச்சேரிச் சமயத்தார் அமைத்துத்தரும் ஓலைக்கொட்டகையில் தங்குவார்.

கப்பலூர்ச் சமயத்தார் ஆண்டாருக்கு உதவியாக இருப்பார்; இவர் சித்திரைத் திருவிழாவில் ஆண்டாருக்குமுன் வெள்ளைக்கொடி பிடித்து வருவார்.

எட்டிமங்கலம் சக்கன் தாதனும், சுந்தரராஜன்பட்டி, பொக்கன்தாதனும் ஆண்டாரின் சமய அரசாங்கத்தின் கோமாளிகள் ஆவர். இவர்கள் தலையில் குல்லாவுடன் குரங்குபோல் வேடமிட்டு, சோளிப்பல் வரிசை கட்டிச் சித்திரைத் திருவிழாவில் ஆண்டாருடன் வருவர். இவர்கள் அனைவரும் ஆடித்திருவிழாவில் ஆண்டார் வழியாகக் கோயில் பரிவட்ட மரியாதை பெறுவர். தங்கள் வீட்டில் தந்தை இறந்து விட்டால், இறந்தவரின் மகன் ஆண்டார்க்குச் சேதி சொல்லிப் பரிவட்டமும். கோயில் தீர்த்தமும், இறந்தவர்க்குரிய மரியாதையாகப் பெற்றுச் செல்வது வழக்கம்.

தற்காலத்தில் இந்த நடைமுறைகள் சிறிது சிறிதாகச் சிதைந்து வருகின்றன. காரைச்சேரி சமயத்தார் குடும்பத்தில் ஒரு பகுதியினர் கிறித்தவராக மதம் மாறியிருப்பது குறிப்பிடத்தக்க செய்தியாகும்.

5.3.7. தாழ்த்தப்பட்டோரும் தமிழ்நாட்டு வைணவமும்

தமிழ்நாட்டு வைணவம் தாழ்த்தப்பட்ட இனத்தவரைத் தம் சமய எல்லைக்குள் ஈர்த்துக் கொள்வதற்கு வரலாற்றுப் பின்னணி உண்டு. வைணவ சமயச் சீர்திருத்தவாதியான இராமானுசர்க்கு முன்னரே, ஆளவந்தாரின் மாணவராகித் திருவரங்கத்தில் வசித்த மாறனேரி நம்பி தாழ்த்தப்பட்ட குலத்தில் பிறந்தவரே. பெரியநம்பி என்னும் வைணவப் பிராமணரே அவருக்கு இறுதிக்கடன்களைச் செய்தார்.

இராமானுசர் அந்நெறியைத் தொடர்ந்தார். இதற்கு இராமானுசர் பிராமணரல்லாத திருக்கச்சி நம்பியைத் தன் வீட்டில் உண்ண வைத்தது. காவிரியில் நீராடியபின் பிராமணரல்லாத உறங்காவில்லிதாசரின் தோளில் கையிட்டு வந்தது. மேல்கோட்டை கோயிலில் தாழ்த்தப் பட்டோரை அனுமதித்தது என அடுக்கிய சான்றுகளைக் காட்டலாம். இராமானுசருக்குப் பின்னர் இந்த உணர்வு தொடர்ந்து வந்தது தமிழ்நாட்டு வைணவத்தின் சிறப்பாகும். பிற்காலத்தெழுந்த பெரிய திருமுடியடைவு. மாறனேரி நம்பியைக் குருவாகவே ஏற்றுக் கொண்ட செய்தி உணரத்தகுந்ததாகும்.

"யாமுனாசார்ய சிஷ்யம் ஸ்ரீரங்கஸ்தல நிவாஸிதம்
ஞானபக்த்யாநி ஜலதிம் மாறனேரி குரும் பஜே"[16]

(ஆளவந்தாரின் மாணவரும், திருவரங்கத்தில் வசிப்பவரும், ஞானம் பக்தி முதலியவற்றில் கடல் போன்றவருமான மாறனேரி நம்பி எனும் குருவினைத் தொழுகிறேன்).

"அகோபிலமடத்து ஆதிவண்சடகோபஜீயர் மலைச்சாதி மக்களை வைணவத்திற்கு மாற்றுவதற்கென்றே சமயப் பரப்புநர்களைக் கொண்ட நிறுவனமொன்றை ஏற்படுத்தினார்" என்று செகதீசன் கூறுகிறார்.[17] ஆனால் செகதீசன் கூறும் மற்றொரு கருத்தினை ஏற்க இயலாது. "தாழ்ந்த சாதிக்காரர்க்குத் தாழ்ந்த நிலையிலுள்ள குரு பஞ்ச சம்ஸ்காரம் செய்கிறார்" என்கிறார் அவர்.[18] அழகர்கோயில் ஆண்டார். இராமானுசரின் ஐந்து ஆசிரியர்களில் ஒருவரான திருமாலை ஆண்டார். இராமானுசரின் ஐந்து ஆசிரியர்களில் ஒருவரான திருமாலை ஆண்டான் கால்வழியினராவர். சாதிவேறுபாடின்றி அவர் 'பஞ்ச சம்ஸ்காரம்' செய்கிறார். 21.4.1978 இல் அழகர்கோயிலில் தோழப்பர் அழகர் ஐயங்கார், தாழ்த்தப்பட்ட சாதியாருக்குப் பஞ்ச சம்ஸ்காரம் செய்வதைக் காணும் வாய்ப்பு ஆய்வாளருக்குக் கிட்டியது.

வைணவ மரபுக்கு (சம்பிரதாயத்திற்கு) உயிரான குருபரம்பரைக் கதைகள் பற்றி வைணவ அறிஞர், அக்னிகோத்ரம். ராமானுஜதாத் தாச்சாரியார் கருத்தும் இங்கே எண்ணத் தகுந்தது. அநேகமாகக குருபரம்பரைக் கதைகள் இரண்டே அடிப்படையில் அமைந்திருக்கின்றன. ஒன்று தெய்வத்தன்மை ஜாதிக்கட்டுப்பாட்டிற்கு அப்பாற்பட்டது என்பது. மற்றொன்று எவ்வளவு ஆபத்து வந்தாலும் விஷ்ணு ஒருவனே தெய்வம் என்ற கருத்தை மாற்றிக் கொள்ளக்கூடாது என்பதாம்" என்கிறார் அவர்.[19]

5.3.8. வரலாற்றில் தாழ்த்தப்பட்டோர்

தாழ்த்தப்பட்ட சாதியாருக்குத் தமிழ் நாட்டு வைணவம் சமண எல்லைக்குள் உயர்வு தந்தது. எனினும் தென்னிந்தியாவில் பிராமணர் வருகைக்கு முன்னர் தாழ்த்தப்பட்ட சாதியினராக இன்று கருதப்படும். சில இனத்தவரே பிராமணர்கள் பெறும் இடத்தினைப் பெற்றிருந்தனர் என அறிஞர் சிலர் கருதுகின்றனர்.

“பிராமணர் வருகைக்கு முன்னர் தென்னிந்தியாவில் இன்று அடிமைச் சாதியாராகக் கருதப்படுவோர் மிக உயர்ந்த இடத்தைப் பெற்றிருந்தனர் என்பது தெரிந்த செய்தியே. அவர்களே நில உடைமையாளராக இருந்தனர். அவர்கள் பெற்றிருந்த உயர்வுகள் வினோதமான தொல்லெச்சங்களாக, சில ‘தனிஉரிமை’களின் வடிவில் இன்றும் காணப்படுகின்றன. அவற்றின் தோற்றம் மறக்கப்பட்டு விட்டதால் அவை தவறாகப் புரிந்து கொள்ளப்பட்டன” என்று கூறும் வாலவுஸ் (Walhouse)[20] மதுரை மாவட்டத்தில் சல்லிக்கட்டு விழாக்களில் கள்ளர் சாதியினரே பூசாரியாகவும், தெய்வவாக்கினைத் தெரிந்து சொல்பவராகவும் உள்ளதையும், திருவாரூர்க் கோயில் திருவிழாவில் ஒரு பறையர் யானை மீதேறி வருவதையும், சென்னையைச் சேர்ந்த வாணிகச் சாதியினர் சிலரும், வீட்டுத் திருமணங்களுக்குத் தாழ்ந்த சாதியிடம் சென்று அனுமதி பெறும் வழக்கம் ஒரு காலத்தில் இருந்ததனையும் எடுத்துக்காட்டுகிறார்.[21]

“தமிழ்நாட்டில் மாரியம்மன்கோயில் திருவிழாக்களில் பறையர்களே அத்தேவதையின் மணமகனாகக் கருதப்படுகிறார்கள்" எனக் கூறும் அனுமந்தன்.[22] தென்னிந்தியாவில் பிராமணர் வருகைக்கு முன்னர் பறையர், அரசர் ஆதரவும் சமயத் தலைமையும் பெற்றிருந்ததாகக் கூறுவர்.[23]

கேரளத்தில் பகவதி கோயில்களில் சாமியாடும் தாழ்ந்த சாதியாரான வெளிச்சப்பாடுகளைப் பற்றி எழுதும்போது, “ஆரியப் பிராமணர் வருகைக்கு முன்னர் பகவதி கோயில்களில் அவர்களே பூசை செய்வோராக இருந்திருக்க வேண்டும்” என்று கோபாலகிருஷ்ணன் குறிப்பிடுகிறார்.[24]

திருமணத்தன்று மணமக்களுக்குப் பிராமணப் புரோகிதர் கட்டும் காப்புநாணை, மறுநாள் நாவிதர் சாதியினர் புரோகிதர்க்குரிய மரியாதையினைப் பெற்று அறுப்பது, தென்மாவட்டங்களில் பிற்படுத்தப்பட்ட சாதியாரிடம் நடைமுறையில் இருந்து வருகிறது. "பார்ப்பானுக்கு மூப்பு பறையன். கேப்பார் இல்லாமல் கீழ்சாதியானான்" என்னும் வழக்கு மரபு தென்மாவட்டங்களில் பெருக வழங்குகிறது. தாழ்த்தப்பட்ட சாதியார் பெற்றுள்ள தனி உரிமைகள் பிராமணர்கள் வருகைக்கு முன்னர் தமிழ்நாட்டில் அவர்கள் பெற்றிருந்த உயர்ந்த இடத்தை உணர்த்துகின்றன.

பிராமணர் தலைமை பெற்ற மதங்களில் தாழ்த்தப்பட்ட சாதியாருக்குத் தரப்படும் 'தனி உரிமைகள்' இந்த வரலாற்றுப் பின்னணியை மனத்தில்கொண்டு தோன்றிய வழக்கமாயிருக்கலாம். அழகர்கோயிலில் பள்ளர், பறையர் ஆகிய சாதியினரின் ஈடுபாடும், பிராமண குருவான ஆண்டாரிடம் அவர்கள் பரிவட்ட மரியாதை பெறுவதும்கூட முற்குறித்த தொல்லெச்சங்களில் (Vestiges) ஒன்றாக இருக்க முடியும். இராமானுசர்க்குப்பின் தமிழ்நாட்டு வைணவம் தாழ்த்தப்பட்ட சாதியாரை ஈர்க்கமுயன்ற அம்முயற்சிக்கும் வைணவம் இவ்வரலாற்றுப் பின்னணியை நினைவில் கொண்டது காரணிமாய் இருக்கலாம்.

இந்திர வழிபாட்டினரான உழவர்களைப் பலராம வழிபாட்டினையிட்டு தமிழ்நாட்டு வைணவம் தன்பக்கம் ஈர்க்க முயன்றது. தமிழ்நாட்டில் தென்பகுதியில் அழகர்கோயிலை மையமாகக் கொண்டு அம்முயற்சி நடந்தது: வைணவம் அம்முயற்சியில் பெற்ற வெற்றியின் தொல்லெச்சங்கள் இன்றும் உள்ளன. தமிழ்நாட்டு வைணவம் சாதி வேற்றுமையைப் புறந்தள்ளியதனால், அவ்வெற்றி சமய வரலாற்றில் நிலை நிறுத்தப்பட்டது.

குறிப்புகள்

1. களஆய்வு நாள்: 9,10,11.5.1979. பார்க்க :பிற்சேர்க்கை எண் IV:1.
2. Gustav Oppert. The Original Inhabitants of India, p.75.
3. Edgar Thurston, Caste and Tribes of Southern India, Vol, VI, pp.472-473.
4. Gustav Oppert, op.cit., p.75.
   Edgar Thurston, op.cit., p.473.
5. Edgar Thurston, op.cit., p.485.
6. பி.தங்கராஜ், பள்ளர் யார், ப.51.
7. J.H.Hutton, Caste in india, 1969, p.122.
8. Edgar Thurston, op.cit., pp.80-81.

9. Ibid., p.473.
10. பி.தங்கராஜ், மு.நூல், ப.51.
11. தேவ.ஆசீர்வாதம், மூவேந்தர் யார், ப.179.
12. தமிழ்நாட்டில் உழுதொழில் செய்வோர் இந்திர வழிபாட்டில்இருந்து பலராம வழிபாட்டின் வழியாகத் திருமால் நெறிக்குத் திருப்பப்பட்ட செய்தி 'தமிழ்நாட்டில் பலராமன் (வாலியோன்) வழிபாடு' என்னும் பிற்சேர்க்கைக் கட்டுரையில் விளக்கப்பட்டுள்ளது. பார்க்க: பிற்சேர்க்கை எண் 1:2.
13. மேலது.
14. மேலது.
15. மேலது.
16. ஸ்ரீ கிருஷ்ணஸ்வாமி அய்யங்கார் (ப.ஆ.) பெரிய திருமுடியடைவு (ஆறாயிரப்படி குரு பரம்பராப்ராவத்துடன் இணைந்தது). ப.572.
17. N.Jagadeesa, History of Sri Vaishnavism in the Tamil Country, p.326.
18. Ibid., p.332.
19. அக்னிகோத்ரம் ராமானுஜ தாத்தாச்சாரியார், வரலாற்றில் பிறந்த வைணவம், ப.177.
20. M.J.Walhouse. 'Archaeological Notes'.'The Indian Antiquary' dated July 1874, p.191.
21. Ibid..p.*191*.
22. Hanumanthan, Untouchability-A Historical Study, p.81.
23. Ibid., pp.*96-97*.
24. M.S.Gopalakrishnan,'Velichapad', Madras University Journal, Vol.31A.1959, p.192.

5.4. கோயிலும் வலையரும்

5.4.0. அழகர் மலையையொட்டிய கிராமங்களில் கள்ளர் சாதியினரையடுத்து. வலையர் என்னும் சாதியின பெரும்பான்மையினராக வாழ்கின்றனர். இக்கோயில், கள்ளர், அரிசனங்கள். இடையர் ஆகிய சாதியாரிடத்தில் தனது செல்வாக்கை நிலைநிறுத்தியது போல, கோயிலையொட்டிய பகுதிகளில் வாழும் இந்தச் சாதியாரிடத்தும் பாதிப்பை ஏற்படுத்தியுள்ளதா என்ற கேள்வி இயல்பாகவே எழுகிறது. இக்கோயிலுக்கும் வலையர் சாதியார்க்குமுள்ள தொடர்பு இங்கு ஆராயப்படுகின்றது.

5.4.1. வன்னியர் வலையர் சமூக நிலை

"மதுரை மாவட்டத்தில் இழிந்த சாதியினர்" என்ற செர்ரிங் அடிகளார் (Rev.Sherring) வலையர்களைக் குறிப்பிடுகிறார்.[1]

வலையர் சாதியில் தர்ஸ்டன் குறிப்பிடும் ஐந்து பிரிவினர்களில் வன்னிய வலையர், சருகு வலையர், பாசிகட்டி வலையர் என்ற மூன்று பிரிவினர் மதுரை, மேலூர், நத்தம் பகுதிகளில் வாழ்கின்றனர். "மதுரை மாவட்ட வலையர்கள் தஞ்சாவூர் வலையர்களைப் போலப் பிராமணச் சார்பு பெறவில்லை" என்கிறார் தர்ஸ்டன்.[2] அவர் கூற்று ஏற்றுக் கொள்ளக்கூடியதே. வலையர்கள் மதுரை மாவட்டத்தில் புதிய சமூக மாற்றங்களை இன்னமும் ஏற்றுக் கொண்டதாகத் தெரியவில்லை.

மேற்குறித்த மூன்று பிரிவினரும் தம்முள் மணவுறவு கொள்வதில்லை. அழகர்கோயிலை ஒட்டியுள்ள கிராமங்களில் வசிப்போர் வன்னிய வலையர் என்னும் பிரிவினர் ஆவர். இவர்களின் சமூகநிலை அரிசனங்களைப் போன்றதே. தர்ஸ்டன் இப்பிரிவினரைப் "பள்ளி என்ற சாதியினரைப் போன்றவர்" என்று குறிப்பிடுகிறார்.[3] கயிற்றுவலை கட்டிக் குளங்களிலும் வயல்களிலும் மீன். தவளை, எலி முதலிய வற்றைப் பிடித்துண்ணும் பழக்கம் இவர்களிடமுண்டு.

"வலையர்களில் சிலர் எலி, பூனை, தவளை, அணில் முதலியவற்றை உண்பதாகக் கூறப்படுகிறது" என்று தர்ஸ்டன் குறிப்பிடுவது இப்பிரிவினரையும் சேர்த்தே எனலாம்.

நீர்நிலைகளில் வலைகட்டி மீன்பிடிக்கும் பழக்கம் வலையர்களின் எல்லாப் பிரிவினருக்குமுண்டு. எனவே தமிழ்நாட்டுக் கோயில்களில் திருவிழாக்களில் தெப்பம் கட்டும் வேலையை இவர்களே செய்து வருவது கண்கூடு.

இருபதாண்டுகளுக்கு முன்வரை வன்னிய வலையரின் குடிசைகள் மலைச்சாதி மக்களுடைய குடிசைகளைப்போல வட்டமாக, கூம்பு வடிவக் கூரையோடு அமைந்திருந்தன. இப்போதுகூட, இவர்களின் கோயில் அவ்வடிவிலேயே அமைந்துள்ளது. தாலிக்குப் பதிலாக, காறைக்கயிறு எனப்படும் கயிற்றைக் கழுத்தை ஒட்டிக் கட்டிக் கொள்கின்றனர். கழுத்தில் காறை எலும்பினை ஒட்டி அணியப் பெறுவதால் இக்கயிறு "காறைக்கயிறு" எனப்பட்டது போலும்.

"சிங்கப்பிடாரியும் பதினெட்டாம்படிக் கருப்பனும் இவர்களின் URnY e Ls (tribal gods) ஆகும்" எனத் தர்ஸ்டன் குறிப்பிடுகிறார்.[5] ஆயினும் அரியமலைச்சாமி, வீரணசாமி ஆகிய தெய்வங்களையும் இவர்கள் வணங்குகின்றனர்.

மணமுறிவும் விதவை மறுமணமும் இவர்களிடம் வழக்கமாக உள்ளன. சாதித்தலைவர் "கம்பிளியார்" எனப்படுகிறார். கிராமந்தோறும் நம் சாதிப் பஞ்சாயத்துகளுக்குச் சென்றுவருவதே அவர் வேலையில் பெரும்பகுதியாக அமைகிறது.

5.4.2. வழக்கு மரபுகள்

இச்சாதியினர் அழகர்கோயில் சாமி தங்களுடையதே என்று கூறிக்கொள்கின்றனர். ஒரு வலையன் அழகர்கோயிலுக்குச் சென்ற போது 'முதல் திருநீறு' அவர்க்குக் கொடுக்கவில்லையாம். பிறகு அவர்க்குக் கொடுக்கையில் அர்ச்சகரிடம், "உன்நெத்திலே பூசற திருநீற என் பொச்சிலே போடு" என்று வீசிவிட்டு வந்துவிட்டதாக ஒரு கதை வழங்குகிறது. பொதுவாக வலையர் உலகியல் அறிவு குறைந்தவர் என்னும் கருத்துப்பட "வந்தாத்தான் தெரியும் வலையனுக்கு" என்னும் சொல்லடை இப்பகுதியில் பிற சாதியாரிடையே வழங்கிவருகிறது.[6]

தங்களுடைய அழகர் சாமியை மற்றவர்கள் பறித்துக் கொண்டார்கள் என்ற கோபம் இச்சாதியினர்க்கு இருக்கிறது. அழகர்கோயில் சாமியை ஒரு வலையன்தான் கண்டெடுத்தானாம், அந்தச் சாமியை இப்பொழுதும் கோயிலுக்குள் மதுரை மூலையில் (தென்மேற்கு மூலையில்) இரட்டைச் சங்கிலி போட்டுப் பூட்டி வைத்திருப்பதாக ஒரு முதிய தகவலாளி ஆத்திரத்துடன் குறிப்பிட்டார். உண்மையில் கோயிலில் அப்படி ஏதும் இல்லை.

5.4.3. நடைமுறைத் தொடர்பு

நடைமுறையில் இப்பொழுது கோயிலுக்கும் வலையர்க்கும் ஒரே ஒரு தொடர்பு மட்டும் உள்ளது. சித்திரைத் திருவிழாவில் அழகர் மதுரைக்குச் செல்கையில் இறைவனுக்குரிய குடை, சுருட்டி முதலியவற்றைக் கள்ளந்திரி, சோதியாபட்டி ஆகிய கிராமங்களைச்

சேர்ந்த வலையர்களே தூக்கி வருகின்றனர். சில ஆண்டுகளுக்கு முன்வரை ஆமந்தூர்ப்பட்டி வலையர்களும் சேர்ந்து இவ்வேலையினைச் செய்ததாகக் கூறுகின்றனர்.

5.4.4. வரலாற்றுச் செய்தி

கோயிலோடு இவர்களுக்குள்ள தொடர்பை வரலாற்றுப் போக்கில் அறிய வேறு நடைமுறைச் சான்றுகள் இல்லை. ஒரே ஒரு எழுத்துச்சான்று மட்டும் கிடைத்துள்ளது. சகம் *1591*இல் (கி.பி. *1669*இல்) வெள்ளியக்குன்றம் ஜமீன்தாருக்குத் திருமலைநாயக்கர் வழங்கிய பட்டயம்.

“திருமாலிருஞ்சோலை தென்திருப்பதியில் ஆண்டவன் சன்னிதியில் வேடர்களடர்ந்து புகுந்து அநேக திருவாபரணங்களையும், சொர்ணபாத்திரம், வெள்ளிப்பாத்திரம் முதலியவைகளையும் கொள்ளை அடித்துக் கொண்டு போய்விட்டதாய் ஸ்தலத்தார் கூக்குரல் போட்டதில்” என்று குறிப்பிடுகிறது.[8] இப்பகுதி மக்கள் வலையர்களை ‘வேடர்’ எனவும் குறிப்பிடுகின்றனர். மலையடிவாரத்தில் சிறு பறவைகளையும் விலங்குகளையும் வேட்டையாடுவதால் இப்பெயரும் இவர்களுக்குண்டு.

5.4.5 வலையன்கதை வர்ணிப்பும் விளக்கமும்

ஆய்வாளருக்குக் கிடைத்த வர்ணிப்புப் பாடல் ஒன்று வலையன் ஒருவன் மலையடிவாரத்தில் கிழங்கு தோண்டும்போது அழகர்கோயில் இறைவன் வெளிப்பட்ட கதையினைக் கூறுகிறது.

"வித்வசிங்கப் பொன்னுச்சாமி
வாக்கினின்றார் எம்பெருமான்"

என்பது அப்பாடலில் வரும் ஓர் அடியாகும்.[9] எனவே இப்பாடலைப் பாடியவர் பொன்னுச்சாமி வித்துவான் என்பது தெரிகிறது. பாடலில் வரும் கதை இது:

ஒரு வலையன் வள்ளிக்கிழங்கு தேடி அழகர்மலைக்கு வருகிறான்.

“தென்சாதி லேவதி ஆங்கோரிடத்தில் தேமாமரத்தடியில்
சங்கூதமாய மரவள்ளி ஒன்று சதிராய் முளைத்திருக்க அதைக்
கண்டான் வலையமகன் கடப்பாரை நீட்டிக் கடினமுடன்
தோண்டலுற்றான்”[10]

கிழங்கு பெரியதாயிருந்தது; பெருமாள் சிரசுபோல் இருந்தது; வெகுநேரம் கிள்ளினான்: சூரியன் மறையவே மலையைவிட்டு வீடு வந்து தூங்கி, காலையில் வடக்குமுகமாய் எழுந்தான்; மலைக்குப்

போய் பெருமாள் சிரசிலுற்ற பெருங்கிழங்கைத் தோண்டிவிட்டான் மண்ணுக்குள் இன்னும் கிழங்கின் பகுதி இருப்பதுபோல் தோன்றவே ஆணிக்கிழங்கையும் எடுக்கவேண்டுமென்று,

"…. கடப்பாரையாலே இடறினான் உட்கிழங்கை
கடப்பாரை தைத்திடவே அரிஓம் நாமோ நாராயணன்
சிரசில் கடுகி ரத்தம் வந்திடவே"[11]

வலையன் பதறிப்போய் கானகம் தாண்டி வீடுவந்துவிட்டான், யாருடனும் பேசவில்லை. அவனுக்குச் சாமிவந்து ஆடினான். குறி சொன்னான், பிள்ளைவரம் கொடுத்தான்.

செய்தியறிந்த பாண்டிய மகாராசன் மதுரையிலிருந்து சேனையோடு வந்தான். வலையனை "மேளதாளம் முழங்க அழைத்துக் கொண்டு மலையடிவாரத்தில் கிழங்கெடுத்த பள்ளம் நோக்கி வந்தான். பள்ளத்தை நெருங்கியதும் ஞானத்திரு நெடுமாயன் இருக்குமிடத்தில் நாடியவ்வலையன் ஓடிக் குலவையிட்டான்" அந்த இடத்தில்,

"…….ஆண்ட சாமியவர் கிருஷ்ணவதாரராய்
இளங்குமரனைப் போல் பொன்ராமத்தோடே
இருந்தார் செகமளந்தோர் எம்பெருமான்"[12]

பாண்டிமகாராசன் திருமாலை வணங்கினான். அவ்விடத்தில் திருமதிலும் கோபுரமும் செம்பொன் மணிமண்டபமும் எடுப்பித்தான். பின்னர் கோயிலில் ஐம்பத்தோரு ராஜாக்கள் கட்டளையும், சிறுகுடியார் கட்டளையும் ஏற்பாடாயின. இதுவே பாடல் கூறும் கதையாகும்.

அரிசனங்களை ஒத்த சமூகநிலை உடையவர்களென்றாலும், வலையர்கள் அரிசனங்களைப் போல வைணவ சமயச்சார்பு (religious identity) பெறுவதில் நாட்டம் கொள்ளவில்லை. இவர்கள் ஒரு குருவினை ஏற்று வைணவ அடியாராக வருவதோ நெற்றியில் திருமண் இடுவதோ இல்லை. அதிகமாக வைணவப் பெயர்களை இடும் வழக்கமும் இவர்களிடத்தில் இல்லை. மொத்தத்தில் சமயச்சார்போடு கோயிலுக்குள் நுழைய இச்சாதியினர் முயன்றதில்லை எனத் தெரிகிறது. ஆய்வாளர் நடத்திய கள ஆய்விலிருந்து வேடமிட்டு வழிபடும் அடியவரில் மூன்று விழுக்காடே வலையர்கள் இருப்பதை அறியமுடிந்தது.

கள்ளர் சாதியினர் அழகர் ஊர்வலத்தை ஒரு காலத்தில் மறித்தவர்கள், வலையர்களும் கோயிலில் ஒருமுறை கொள்ளை யிட்டிருக்கின்றனர். ஒரே நிலப்பகுதியிலேயே இரு சாதியினரும் வாழ்கின்றனர். இருப்பினும் பிற்காலத்தில் கோயில் நடைமுறைகளில்

கள்ளர்க்குக் கிடைத்த பங்கும் மரியாதையும் வலையர்களுக்குக் கிடைக்கவில்லை.

இதற்கான காரணங்களை நோக்கவேண்டும். வலையர்கள் பொருளாதார நிலையில் இன்றளவும் வறியவர்களே. அக்காலத்தில் இவர்களது சமூகத்தகுதியும் (social status) ஏறத்தாழ அரிசனங்களோடு ஒத்ததாகவே இருந்தது. கோவிலையொட்டி ஐந்து மைல் சுற்றளவில் மட்டுமே வலையர் மிகுதியாயிருக்க, கள்ளர்களோ கிழக்கே இருபத்தைந்து மைல் தொலைவுவரை பெரும்பான்மையினராக உள்ளனர். கள்ளர்களைப் போலப் போர்க்குணமும் இவர்களுக்கு இல்லை. கள்ளர்களைப் பகைத்துக் கொண்டு சொத்துடைமை நிறுவனமான கோயில் அக்காலத்தில் நடக்க இயலாது. கோயில் பரம்பரை பிராமண ஊழியர்க்குக் கள்ளர்நாட்டுப் பகுதியில் இன்றளவும் நிலங்கள் உள்ளன. இவைபோல, கோயிலின் இயக்கத்தைத் தடைசெய்யும் எந்தச் சக்தியும் வலையர்களிடம் இல்லை. மேலும் கள்ளர்களின் ஆணையினைக் கோயில் பெற்றால், எண்ணிக்கைச் சிறுபான்மையினரான வலையர்கள் ஏதும் செய்ய முடியாது. எனவே கள்ளர்களை ஏற்றுக் கொண்ட கோயில், வலையர்களை எளிதாகப் புறந்தள்ளிவிட்டது.

கள்ளர்களைப்போல தங்கட்குக் கோயிலில் பங்கில்லையே என்ற ஆத்திர உணர்வு வலையர்க்கு ஏற்படுவது இயற்கையே. இந்த ஆத்திர உணர்வு வெளித்தோன்ற முடியாத ஓர் எதிர்ப்புணர்ச்சியாகும். "எங்கே அநீதியும் அடக்குமுறையும் உள்ளனவோ அங்கே அவற்றிற்குப் பலியானவர்கள். நாட்டுப்புறப் பண்பாட்டியலில் தங்களுக்கு வடிகால் (solace) அமைத்துக் கொள்வதைப் பார்க்கலாம். அச்சமூட்டும், ஆனால் எதிர்க்க இயலாத தனியாரையோ நிறுவனத்தையோ நோக்கிய நாட்டுப்புற மக்களின் கோபமானது கேலிகள் (jokes), பாடல்கள், பழமொழிகள் இவற்றின் மூலமாக வெளிப்படுகிறது" என்பர் ஆலன் டண்டீஸ் (Alan Dundes).[13] பிற சாதியினரோடு, குறிப்பாகக் கள்ளர் களோடு போட்டியிட்டுக் கோயில் நடைமுறைக்குள் நுழையமுடியாத நிலையில் வலையர்களிடம் சாமியைத் தாங்களே கண்டுபிடித்ததாகக் கதை நிலவியிருக்க வேண்டும். இதையே பொன்னுசாமி வித்துவான் பின்னொரு காலத்தில் வர்ணிப்புப் பாடலாகப் பாடியிருக்க வேண்டும் என்றெண்ணத் தோன்றுகிறது.

குறிப்புகள்

1. Rev.M.A.Sherring, Hindu Tribes and Castes, Vol.III, p.143.
2. Edgar Thurston, Castes and Tribes of Southern India, Vol.VII. p.274.
3. Ibid., p.274.
4. Ibid., p.274.

5. Ibid., p.278.

6. தகவலாளி: சேகர், கள்ளந்திரி, கள ஆய்வு நாள்:27.11.1977.

7. தகவலாளி: ஆறுமுகம். கள்ளந்திரி, களஆய்வு நாள்:27.11.1977.

8. பார்க்க. பிற்சேர்க்கை எண் 11:2.

9. பார்க்க. பிற்சேர்க்கை எண் 11:4 வரி 83.

10. மேலது, வரிகள் 47-49.

11. மேலது, வரிகள் 58-59.

12. மேலது, வரிகள் 75-76.

13. "One of the most important function of folklore is its service as a ve hicle for social protest. Whenever there is injustice and oppression, one can be sure that the victims will find some solace in folklore. Through jokes, songs and proverbs, the anger of the folk is vent upon the often frighteningly unassailable individual or institution." – Alan Dundes (Ed.) The Study of folklore, 1695, p.3, Quoted by S.C.Sri Vastava, Folk Culture and Oral Tradition, pp.306.

6. திருவிழாக்கள்

6.0. அழகர்கோயிலில் நடைபெறும் திருவிழாக்களைப் பற்றிக் கி.பி. 1803 இல் எழுதப்பட்ட தொழில், சுதந்திர அட்டவணையும், கி.பி.1971இல் எழுதப்பட்ட ஸ்ரீகள்ளழகர் கோயில் வரலாறு என்ற நூலும்' செய்திகளைத் தருகின்றன. இவ்விரண்டு நூல்களும் தரும் திருவிழா நாட்களின் பட்டியலை ஒத்திட்டுக் காணும்போது, திருவிழா நாட்களின் எண்ணிக்கையில் காலப்போக்கில் ஏற்பட்ட மாற்றங்கள் தெரிகின்றன.

மாதம்	திருவிழாவின் பெயர்	திருவிழா நாட்கள் தொ.சு. அட்டவணை 1803	கோயில் வரலாறு 1971
சித்திரை	கொட்டகை உற்சவம்	-	1
	கோடைத் திருநாள்	10	9
வைகாசி	வசந்த உற்சவம்	10	10
ஆனி	பெரிய பெருமாள் ஜேஷ்டாபிகேம்	10	இல்லை
	முப்பழ உற்சவம்	-	1
ஆடி	கருட சேவை	-	1
	திருவாடிப் பூரம்	-	1
	திருத்தேர் உற்சவம்	10	10
ஆவணி	திருப்பவித்திர உற்சவம்	10	5
	உறியடி உற்சவம்	-	1
புரட்டாசி	விநாயக சதுர்த்தி	-	1
	கருடசேவை	-	-
	நவராத்திரி	0	0
	விஜயதசமி	-	1
ஐப்பசி	தீபாவளி	-	1
	எண்ணெய்க்காப்பு	10	3
கார்த்திகை	திருக்கார்த்திகை தீபம்	10	3

மார்கழி	திருவத்யயன உற்சவம் (பகல்பத்து - இராப்பத்து)	10-10	10-10
தை	சட்டத்தேர் உற்சவம்	10	இல்லை
	கனு உற்சவம்	1	1
	தைலப் பிரதிஷ்டை	-	3
	மாசி தெப்ப உற்சவம்	10	11
	கஜேந்திர மோக்ஷம்		
பங்குனி	திருக்கல்யாண உற்சவம்	10	5

6.1. பட்டியல் விளக்கம்

'கோயில் வரலாறு' நூலின் மூலம் ஆனி மாதம் நடைபெற்று வந்த ஜேஷ்டாபிஷேகத் திருவிழாவும், தைமாதம் நடைபெற்று வந்த சட்டத்தேர்த் திருவிழாவும் இப்போது நின்றுபோய்விட்டதை அறியலாம்.

கல்லின்மேல் மருந்துச்சாந்து பூசப்பெற்ற மூலத்திரு மேனிகளை உடைய வைணவக் கோயில்களில், ஆண்டுக்கொருமுறை மூலத் திருமேனியின்மீது நிரந்தரமாகச் சார்த்தப் பெற்றுள்ள வெள்ளிக் கலசங்களைக் களைந்து, மூலத்திருமேனியின்மீது மருந்துச்சாந்தினை மேலும் பூசிய பின் மீண்டும் சார்த்துவர். ஆனி மாதம் கேட்டை நட்சத்திரத்தன்று இது நடைபெறும். மீண்டும் சார்த்திய கவசங்களுடன் இறைவன் காட்சி தருவதே 'ஜேஷ்டாபிஷேகம்' என்னும் திருவிழாவாகக் கொண்டாடப்பெறும். அழகர்கோயிலில் இத்திருவிழா இப்போது நடைபெறுவதில்லை.

வைணவக் கோயில்களில் ஆடி மாதம் நடைபெறும் திருவிழா விற்குப் 'பிரம்மோற்சவம்' எனப் பெயருண்டு. இது 'தக்ஷிணாயா புண்யகாலத்தில்' (ஆடி மாதம் தொடங்கி ஆறு மாதம் சூரியன் தென்திசையிற் செல்லும் காலத்தில்) நடைபெறுவதாகும். இதைப் போல 'உத்தராயண புண்யகாலத்தில்' (தை மாதம் தொடங்கி ஆறு மாதம் சூரியன் வடதிசையிற் செல்லும் காலத்தில்) கொண்டாடப்பெறும் பிரம்மோற்சவம் பெரிய கோயில்களில் மட்டுமே நடைபெறும் அழகர்கோயிலில் அவ்வாறு நடைபெற்றுவந்த உத்தராயணப் பிரம்மோற்சவம் 'சட்டத்தேர்த்திருநாள்' எனப்பட்டது. இத்திரு விழாவில் நடைபெறும் தேரோட்டத்தில் பெரிய தேரைப் பயன்படுத்து

வதில்லை. நான்கு சக்கரங்களை மட்டும் உடைய சகடையின் மீது இறைவனை எழுந்தருளச் செய்வர். இதுவே 'சட்டத்தேர்' எனப்படுகிறது. இத்திருவிழாவும் இப்போது நடைபெறுவதில்லை. அட்டவணை குறிக்கும் திருக்கார்த்திகைத் திருவிழா இக்கோயிலில் இப்பொழுதும் நடந்துவருகிறது. எனினும் கோயில் வரலாறு அதனைக் குறிக்க மறந்துவிட்டது. புரட்டாசி மாதம் 'கருடசேவை' நடைபெறுவது இக்கோயிலில் இல்லை. எனினும் கோயில் வரலாறு அதனைக் குறிக்கிறது.

கோயில் வரலாறு குறிப்பிடும்,

1. கொட்டகை உற்சவம் *(சித்திரை)*
2. முப்பழ உற்சவம் *(ஆனி)*
3. கருடசேவை *(ஆடி)*
4. திருவாடிப் பூரம் *(ஆடி)*
5. உறியடி உற்சவம் *(ஆவணி)*
6. விநாயகசதுர்த்தி *(புரட்டாசி)*
7. விஜயதசமி *(புரட்டாசி)*
8. தீபாவளி *(ஐப்பசி)*
9. கனு உற்சவம் *(தை)*

ஆகியவை தொழில், சுதந்திர அட்டவணையில் திருவிழாக்களாகக் குறிப்பிடப்படவில்லை. எனினும் மேற்குறித்த திருநாட்களில் பணியாளர்க்கு உள்ள பொறுப்பினையும், உரிமைகளையும் தொழில், சுதந்திர அட்டவணை குறிப்பதனால் அக்காலத்திலும் இத்திருவிழாக்கள் நடந்தன என்று தெரிகிறது.[3] 'கொட்டகை உற்சவம்' எனக் கோயில் வரலாறு குறிப்பது, சித்திரைத் திருவிழாக் கொட்டகை அமைக்கக் கால்நடும் *(கால்கோள்)* விழாவாகும். இந்த நாளையும் சேர்த்தே தொழில், சுதந்திர அட்டவணை சித்திரைத் திருவிழா நாட்களைப் பத்தாகக் கணக்கிடுகிறது கோயில் வரலாறு இதனைத் தவிர்த்து ஒன்பதாகக் கணக்கிடுகிறது.

கோயில் வரலாறு குறிக்கும் "தைலப் பிரதிஷ்டை" மூன்று ஆண்டுகளுக்கு ஒருமுறை நடைபெறும் விழாவாகும். ஆண்டுதோறும் நடைபெறுவது இல்லை. எனவே தொழில், சுதந்திர அட்டவணை இதனைத் தனியாகக் குறிக்கவில்லை போலும்.

6.2. ஆடி அமாவாசை (கருப்பசாமியின் திருவிழா)

தொழில், சுதந்திர அட்டவணையும், கோயில் வரலாறும் குறிப்பிடாத ஒரு திருவிழா ஆடி அமாவாசையாகும். பெருவாரியான கிராமத்து மக்கள் இத்திருவிழாவில் கலந்துகொள்வதை ஆய்வாளர் மூன்றாண்டுகளாகத் *(1977, 78, 179)* தொடர்ந்து காண முடிந்தது.

இத்திருவிழா இக்கோயில் இறைவனுக்காக எடுக்கப்படும் திருவிழா அன்று; கோயில் பிராமணப் பணியாளர்க்கும் இதில் தொடர்பில்லை. இது கோயில் கோபுரவாசலில் உள்ள பதினெட்டாம்படிக் கருப்பசாமிக்குரிய திருவிழாவாகும். கருப்பசாமியாகக் கருதப்பெறும் இரட்டைக் கதவுக்கு இந்நாளில் சந்தனம் பூசப்பெறுகிறது. இச்சன்னிதியில் கருப்பசாமிக்குச் சிலையுருவம் இல்லை. சந்தனம் பூசப்பெறும் இக்கதவிலேயே கருப்பசாமி உறைவதாகக் கருதி மக்கள் வணங்குகின்றனர். இந்தக் கதவுகளை நாட்டி வைத்ததாகக் கருதப்படும் குடும்பத்தினர் ஆடி அமாவாசையன்று சந்தனக்குடம் கொண்டுவந்து இக்கதவுகளுக்குச் சந்தனம் பூசுகின்றனர். எனவே இத்திருவிழா இக்கோயில் இறைவனான அழகரின் திருவிழாவாக அல்லாமல், கருப்பசாமியின் திருவிழாவாகக் கொண்டாடப்படுகின்றது. சந்தனம் பூசும் உரிமையுடைய குடும்பத்தினர் கோனார் சாதியினராவர். இத்திருவிழா கோயில் ஆட்சி மரபில் சேரவில்லை. எனவே மேற்குறித்த இரு நூல்களும் இதனைக் குறிக்கவில்லை.

6.3. திருவிழாக்களின் சமூகத் தொடர்பும் தொடர்பின்மையும்

கோயில்களில் நடைபெறும் திருவிழாக்கள் பொதுவாகக் கோயிலுக்கும் சமூகத்துக்குமான உறவைக் காத்தும் வளர்த்தும் வருவன. இருப்பினும் சில திருவிழாக்களுக்கே தொலைவிலுள்ள மக்களையும் ஈர்த்துச் சமூகத்துக்கும் கோயிலுக்குமிடையே நல்லுறவை வளர்க்கும் ஆற்றல் அமைந்திருக்கின்றது. பிற திருவிழாக்கள் கோயிற் பணியாளர். கோயிலை ஒட்டி வாழ்வோர் ஆகியோரளவிலேயே நின்று விடுகின்றன. அழகர்கோயிலில் சித்திரைத் திருவிழா, ஆடித் திருவிழாவில் ஒன்பதாம் நாளான தேர்த்திருவிழா, ஐப்பசி மாதம் நடைபெறும் எண்ணெய்க்காப்புத் திருவிழா எனப்படும் தலையருவித் திருவிழா, மார்கழி இராப்பத்துத் திருவிழாவில் எட்டாம் நாள் நடைபெறும் வேடுபறித் திருவிழா ஆகியவையே கோயிலுக்கும் சமூகத்துக்குமான தொடர்பு வாயில்களாக அமைந்து. சுற்றுவட்டார மக்களை ஈர்க்கும் திறமுடையனவாக விளங்குகின்றன. ஏனைய திருவிழாக்கள் கோயிற் பணியாளர் அளவிலேயே அமைந்து விடுகின்றன. கோயிலுக்கும் சமூகத்துக்கும் உள்ள உறவில் இத்திருவிழாக்களுக்குப் பாங்கில்லை எனலாம்.

மலையடிவாரத்திலமைந்த இக்கோயிலைச் சுற்றி ஊர் எதுவும் இன்றளவும் இல்லை. வடக்கிலும், மேற்கிலும் மலைகள் அமைந்திருக்க, கிழக்கிலும், தெற்கிலும் ஒருமைல் தொலைவிலேயே கிராமங்கள் அமைந்துள்ளன. கோயிற் பணியாளர்க்கென அமைக்கப் பட்டுள்ள குடியிருப்புக்களைத்தவிர இன்றளவும் கோயிலுக்கருகில் மக்கள் வாழும் பகுதிகள் இல்லை. எனவே சமூகத்தொடர்புடைய திருவிழாக்

காலங்களைத் தவிரப் பிற காலங்களில் சுற்றுலாப் பயணிகளே இக்கோயிலுக்கு வருகின்றனர்; அருகிலுள்ள கிராமத்து மக்கள்கூட வருவதில்லை. எனவே சமூகத் தொடர்பில்லாத திருவிழாக்கள் இக்கோயிலில் பணியாளர் அளவிலேயே அமைந்து விடுகின்றன.

இக்கோயிலுக்கு மட்டுமேயுரிய சில தனித்த இயல்புகளையுடைய தேரோட்டம், எண்ணெய்க்காப்பு எனப்படும் தலையருவித் திருவிழா, வேடுபறித் திருவிழா ஆகிய சமூகத் தொடர்புடைய திருவிழாக்கள் இவ்வியலின் பிற்பகுதியில் விரிவாக ஆராயப்பெறும். சித்திரைத் திருவிழா அடுத்த இயலில் ஆராயப்பெறும்.

6.4. சமூகத் தொடர்பில்லாத திருவிழாக்கள்

வசந்த உற்சவம் முதலான பதினைந்து திருவிழாக்கள் பெருமளவு மக்கள் கலந்து கொள்ளும் திருவிழாக்களாக அமையாமல், இக்கோயிற் பணியாளர் அளவிலேயே அமைந்துவிடுகின்றன. அவை கீழே விளக்கப்படுகின்றன.

6.4.1 வசந்த உற்சவம்

வைகாசி மாதம் வளர்பிறையில் தொடங்கிப் பத்தாம் நாள் பௌர்ணமியன்று இத்திருவிழா நிறைவுறும், திருவிழாவின் பத்து நாட்களிலும் இறைவன் கோயிலுக்குத் தென்புறத்திலுள்ள வசந்த மண்டபத்தின் நடுவில் நீர்சூழ அமைந்த நீராழி மண்டபத்தில் தன் தேவியரோடு எழுந்தருளி அடியார்களுக்குக் காட்சி தருவார். இவ்வசந்த மண்டப மேற்கூரையில் (Ceiling) நாயக்கர் ஆட்சிக்கால இராமாயண ஓவியங்கள் தீட்டப்பெற்றுள்ளன.

6.4.2. முப்பழ உற்சவம்

ஆனி மாதம் பௌர்ணமியன்று நடைபெறும் இத்திருவிழாவிற்கு முப்பழத் திருமஞ்சனம்' என்னும் பெயருமுண்டு. ஆயினும் பழங்களினால் இறைவனைத் திருமஞ்சனம் ஆட்டுவதில்லை. மா, பலா, வாழை ஆகிய மூன்று பழங்களையும் இந்நாளில் இறைவனுக்குப் படைப்பர்.

6.4.3. கருட சேவை

எல்லா வைணவ ஆலயங்களிலும், திருமால் கருட வாகனத்தில் திருவீதியுலா வருதல் வைணவ அடியார்களால் சிறப்பாகக் கருதப் படும். இதுவே 'கருட சேவை' எனப்படும். இக்கோயிலில் ஆடிமாதம் நான்காம் திருநாளன்று கருடசேவை நடைபெறும். இக்கோயிலில் பிற வைணவக்கோயில்களைப் போலப் புரட்டாசி மாதம் கருட சேவை நடைபெறுவது இல்லை.

6.4.4. திருவாடிப் பூரம்

ஆடிமாதத்துப் பூர நட்சத்திரத்தினை எல்லா வைணவக் கோயில்களிலும் ஆண்டாளின் திருநட்சத்திரமாகக் கொண்டாடுவர். இத்தலத்திறைவனான அழகரை ஆண்டாள் மணாளனாகக் கருதி மனமுருகிப் பாடியிருப்பதால் இங்கு இத்திருவிழா வைணவ அடியார்களால் சிறப்பாகப் போற்றப்படுகின்றது. சித்திரைத் திருவிழாவில், திருவில்லிபுத்தூரிலிருந்து ஆண்டாள் சூடிக் கொடுத்து வரவிட்டமாலையினை அழகர் அணிவதும் அழகர்கோயிலுக்கும் திருவில்லிபுத்தூர் ஆண்டாள் கோயிலுக்குமுள்ள உணர்வுப் பிணைப்பினைக் காட்டும்.

தமிழ்நாட்டு வைணவத்தில் ஒவ்வொரு தலத்திறைவனுக்கும் ஆண்டுக்கு ஒரு நாள் அத்தலத்திறைவனின் திருநட்சத்திரமாகக் கருதப் பெறும். அழகர்கோயிலில் இறைவன் திருநட்சத்திரமாக ஆடிமாதத்து உத்திராட நாளைக் கருதுவர். இந்நாள் அழகர்கோயிலில் கொண்டாடப் பெறுவது போலவே திருவில்லிபுத்தூர் ஆண்டாள் கோயிலிலும் கொண்டாடப்பெறுவதே இதன் சிறப்பாகும். திருவில்லிபுத்தூர் கோயிலில், ஆண்டாள் சப்பரத்தில் எழுந்தருளிக் கோயிலுக்குள்ளே ஒரு மண்டபத்தில் வடக்கு நோக்கி அமர்ந்து இத்திருவிழாவினைக் கொண்டாடுவது வழக்கமாகும்.[4] அழகர் கோயிலில் இந்நாளில் இறைவனுக்குப் புத்தாடை அணிவிப்பர்.

6.4.5. ஆடித்திருவிழா

இத்திருநாள் ஆடி மாதத்தில் பத்து நாட்கள் கொண்டாடப் பெறும். ஒன்பதாம் திருநாள் பௌர்ணமியாக அமையும் வகையில் இத்திருவிழா தொடங்கும். ஒன்பதாம் நாளன்று தேரோட்டம் நடைபெறும். வெளிக்கோட்டையின் உள்ளே மதிற்சுவரை ஒட்டியுள்ள பாதையில் தேர்வலம் வரும். தேரோட்டம் பற்றிய பிற செய்திகள் இவ்வியலின் பிற்பகுதியில் விளக்கப்பட்டுள்ளன.

6.4.6. திருப்பவித்திர உற்சவம்

பிராமணர்களும் பூணூல் அணியும் பிற சாதியினரும் ஆவணி மாதம் அவிட்ட நட்சத்திரத்தன்று பூணூலைப் புதிதாக மாற்றி அணிவது வழக்கம். இக்கோயிலில் இறைவனுக்கு ஆவணி மாதம் வளர்பிறை முதல் நாளில் (சுக்கிலபட்ச ஏகாதசியில்) புதிய பூணூல் அணிவிப்பர். தமிழ்நாட்டில் பிராமணர் பூசை செய்யும் பெருந்தெய்வக் கோயில்களில் இத்திருவிழா நடைபெறுவது வழக்கமாகும்.

6.4.7. உறியடி உற்சவம்

உறியடி உற்சவம் தமிழ்நாட்டில் ஒவ்வொரு வைணவக் கோயிலிலும் வெவ்வேறு நாட்களில் நடைபெறும். அழகர்கோயிலில்

ஆவணி மாதம் வளர்பிறை எட்டாம் நாளில் *(சுக்கிலபட்ச அட்டமி)* நடைபெறும்.

ஆய்ப்பாடியில் வளர்ந்த கண்ணன் உறியிலிருந்து வெண்ணெய் திருடி உண்ட நிகழ்ச்சியினை இத்திருவிழாவன்று நடத்திக் காட்டுவர். ஓர் உயரமான மரத்தை வெட்டிக்கொண்டுவந்து நட்டு அதில் உறியினைத் தொங்கவிட்டு இறைவனை அதன்முன் எழுந்தருளச் செய்வர். உறியில் வெண்ணெய், தேங்காய் முதலியன வைக்கப் பெற்றிருக்கும். பரம்பரை உரிமை உடைய ஒருவர், ஒரு கோலினால் இரண்டு மூன்று முறை அவ்வுறியினை வீழ்த்த முயல்வதுபோல் நடித்துப் பின்னர் அவ்வுறியினை அக்கோலினால் வீழ்த்திவிடுவார். இதனையே 'உறியடித்தல்' என்பர். அழகர்கோயிலில் பரம்பரைக் கொத்தர்கள் உறியடிக்கின்றனர்.

6.4.8. நவராத்திரி - விஜயதசமி

பொதுவாக வைணவக் கோயில்களில் கோயிலுக்கு வெளியே இறைவியைத் தனியே எழுந்தருளச் செய்யும் வழக்கமில்லை. அழகர் கோயிலில் இறைவன் விஜயதசமியன்று வெளிக்கோட்டையின் தெற்குவாசலுக்கு எழுந்தருளி அங்குத் திருவிழாவிற்கென நடப் பட்டுள்ள வன்னிமரத்தின் மீது அம்பெய்வார். பின்னர் கோயில் கொத்தன் அம்மரத்தினை வெட்டி வீழ்த்துவார். முந்திய ஒன்பது நாட்களிலும் இறைவனை வெவ்வேறு வகையாக அலங்கரித்து வைக்கின்றனர்.

6.4.9. தீபாவளி

ஐப்பசி மாதம் தீபாவளியன்று இறைவனுக்குப் புதிய ஆடைகளைச் சார்த்துவர். வேறு சிறப்புக்கள் இல்லை.

6.4.10. திருக்கார்த்திகைத் திருவிழா

கார்த்திகை மாதம் கார்த்திகை நட்சத்திரத்தில் மலைமீது உள்ள ஒரு பெரிய பாறையில் மிகப்பெரிய கார்த்திகைத் தீபம் ஏற்றுகின்றனர். கோயில் கொத்தர் மலைமீது சென்று இத்தீபத்தை ஏற்றுகின்றனர். திருவிழா நிகழ்ச்சியாகக் கோயிலில் வேறேதும் கொண்டாடப் பெறுவதில்லை. இத்திருவிழா தமிழ்நாட்டில் எல்லாப் பெருந்தெய்வக் கோயில்களிலும் கொண்டாடப் பெறுவதாகும்.

6.4.11. திருவத்யயன உற்சவம்

மார்கழி மாதத்தில் 'வைகுண்ட ஏகாதசி' எனப்படும் சுக்கிலபட்ச ஏகாதசிக்கு முன்னர் திருவாய்மொழி தவிர்ந்த திவ்விய பிரபந்தப் பாசுரங்கள் பகற்பொழுதினும், வைகுண்ட ஏகாதசி தொடங்கிப் பத்து

நாட்கள் இராப்பொழுதில் நம்மாழ்வாரின் திருவாய்மொழியும் வைணவக் கோயில்களில் வைணவ அடியார்களால் பாடப்பெறுவது வழக்கமாகும். 'பகற்பத்து', 'இராப்பத்து' எனப் பாடப்பெறும் பொழுதினைக் கொண்டு இத்திருவிழா அழைக்கப்படும். இராப்பத்தில் திருவாய்மொழி மட்டுமே பாடப்பெறுவதால் அதற்குத் திருவாய் மொழித் திருநாள்' எனவும் பெயருண்டு. மொத்தம் இருபது நாட்களும் 'திருவத்யயன உற்சவம்' என்றும் 'பிரபந்த உற்சவம்' என்றும் அழைக்கப்பெறும்.

"திருவாய்மொழி சாமவேதமாகக் கருதப்படுகிறது அதனைக் கோயிலில் மோக்ஷ ஏகாதசியன்றே (மார்கழி மாதம் சுக்கிலபட்ச ஏகாதசி) தொடங்குகிறார்கள். அன்றிலிருந்து திருவாய்மொழித் திருநாள் 10 நாள் நடைபெறுகிறது. ஒவ்வொரு நாள் ஒவ்வொரு பத்தாக அனுசந்திக்கப்படுகிறது. முடிவில் 'அவாவற்று வீடுபெற்ற குருகூர்ச்சடகோபன்' என்றபடி ஆழ்வார் மோட்சமடைகிறார். மோக்ஷ ஏகாதசியன்று சொர்க்க வாசல் திறக்கப்படுகிறது.

மோக்ஷ ஏகாதசிக்கு முன்னும் பின்னுமாகக் கோயிலில் திவ்விய பிரபந்தப் பாசுரங்கள் அனைத்தும் அத்யயனம் செய்யப்படுகின்றன. இது பெரிய உத்ஸவமாகக் கொண்டாடப்படுகிறது. திரு அத்யயன உத்ஸவமென்றே இதற்குப் பெயர். மோக்ஷ ஏகாதசிக்கு முந்திய 10 நாட்கள் பிந்திய 10 நாட்களுமாக 20 நாட்கள் இவ்வத்யயன உத்ஸவம் கொண்டாடப்படுகிறது. முந்தியது பகற்பத்து என்றும் பிந்தியது இராப்பத்து என்றும் சொல்லப்படும். அந்தந்த வேளைகளில் அத்யயனம் செய்யப்படுவதற்கேற்ப அவ்வாறு பெயர் வழங்கப் படுகிறது.

வடமொழி மறை தைப் பௌர்ணமியன்று முதல் ஓதாது நிறுத்தப்பட வேண்டுமென்றும், ஆவணிப் பௌர்ணமியிலிருந்து மீண்டும் தொடங்கவேண்டுமென்றும் நியமமுள்ளது. அவ்வாறே தென்மொழி மறையாகிய திவ்வியபிரபந்தமும் கார்த்திகை மாசத்தில் பௌர்ணமியன்று முதல் ஓதாது நிறுத்தப்படவேண்டுமென்றும், மார்கழியில் அமாவாசை கழித்து மீண்டும் தொடங்குவதென்றும் நியமம் கையாளப்பட்டும் இவ்வுத்ஸவம் கொண்டாடப்பட்டு வருகிறது" என்று திருமலை நல்லான் இராமகிருஷ்ணய்யங்கார் இத்திருவிழாவினை விளக்குகிறார்.[5]

திவ்விய பிரபந்தப் பாசுரங்கள் வழக்கிழந்து போனபோது, வைணவ ஆசாரியரான நாதமுனிகள் நம்மாழ்வாரின் பிறப்பிடமான ஆழ்வார் திருநகரி சென்று அவற்றைத் தொகுத்தார். மீண்டும் அவை வழக்கிழந்து போகாது. காப்பதற்காகத் தமிழ்நாட்டு வைணவக்

கோயில்களில் இத்திருவிழா ஏற்பட்டிருக்கலாம். ஆழ்வார்களின் பாசுரங்களை மனப்பாடமாக ஆக்கிக்கொள்வதற்கு வைணவர்களுக்கு இத்திருவிழா ஒரு வாய்ப்பாக அமைகிறது. இன்றும் வைணவக் கோயில்களில் திவ்வியபிரபந்தம் பாடுவோர்கள் பாசுரங்கள் அனைத்தையும் மனப்பாடமாகவே ஓதுவதைக் காணலாம். நாலாயிர திவ்விய பிரபந்தப் பாசுரங்கள் அனைத்தும் நாதமுனிகள் காலம் தொடங்கி இந்த நூற்றாண்டுவரை அழியாது காக்கப்பட்டதில் வைணவக் கோயில்களில் நடைபெறும் இத்திருவிழாவிற்குப் பெரும் பங்குண்டு.

6.4.12. கனு உற்சவம்

தை மாதம் பொங்கலுக்கு மறுநாள் மாட்டுப் பொங்கலன்று நடைபெறும் திருவிழா இது. ஏனைய திருவிழாக்கள் இறைவனுக்காக நடத்தப்பெறுபவை. இத்திருவிழா இறைவிக்காக (பிராட்டிக்காக) இந்நாளில் வைணவக் கோயில்களில் நடைபெறும். பிராட்டி மஞ்சட் கிழங்கு, குங்குமம், செஞ்சாந்து உள்ளிட்ட பொருட்களைத் தன் பிறந்த வீட்டிலிருந்து இந்நாளில் சீதனமாகப் பெறுகிறாள் என்பது வைணவர்களின் நம்பிக்கை.

வைணவக் கோயில்களில் இத்திருவிழா நாளில் பிராட்டியை மட்டும் கோயிலுக்குள் எழுந்தருளச் செய்வர். அழகர்கோயிலிலும் பிராட்டியை மட்டும் எழுந்தருளச் செய்து, மலைப்பாதையில் நாராயணயராயர் தெப்பக்குளத்தின் அருகிலுள்ள மண்டபத்தில் எழுந்தருளச் செய்வர். அப்போது பிராட்டிக்குச் 'சித்ரான்னம்' எனப்படும் பல வகைச் சாதங்கள் படைக்கப்படும்.

6.4.13. தைலப் பிரதிஷ்டை

இத்திருவிழா ஆண்டுதோறும் நடைபெறுவதில்லை. மூன்றாண்டு களுக்கொருமுறை தை அமாவாசை நாளில் நிறைவுறும்படி இத்திருவிழா மூன்று நாட்கள் நடைபெறும்.

இக்கோயில் இறைவனின் மூலத்திருமேனி முழுவதும் கல்லால் ஆன திருமேனி அன்று. கல்லில் வரிவடிவமாகச் (rough cut) செதுக்கப் பட்டு, அதன் மீது தைலத்தில் குழைக்கப்பட்ட சாந்தினைப் பூசியுள்ளனர். மூன்றாண்டுகட்கு ஒருமுறை இச்சாந்தினைக் களைந்து விட்டுப் புதிய சாந்தினைத் திரும்பவும் பூசுகின்றனர்.

இச்சாந்தினைக் கோயிற் பணியாளர் செய்வதில்லை. திருவரங்கத்தில் சில குடுப்பத்தினர் இதனை ஒரு கலையாகப் பயின்று காத்து வருகின்றனர். சந்தனக்கட்டையினைப் பொடியாக்கி, சாம்பிராணியோடு அதனைக் கலந்து ஒரு கலத்திலிட்டு, மண்ணில் புதைத்து நிலச்

சூட்டினால் அதனை தீர்ப்பொருளாக்கி, அதனோடு வேறு சில பொருட்களைக் கலந்து, சாந்துக் கட்டிகளாக்குகின்றனர். இச்சாந்துக் கட்டிகளோடு பச்சைக்கருப்பூரத்தினைச் சேர்த்தால் சாந்து இளகி விடுகிறது. இவ்வாறு இளக்கிய சாந்தினையே திருமேனியிற் பூசுகின்றனர். இதுவே தைலப் பிரதிஷ்டை எனப்படும்.

கல்லின்மேல், சாந்து பூசப்பெற்று மூலத்திருமேனியினையுடைய எல்லா வைணவக் கோயில்களிலும் இத்திருவிழா நடைபெறும். இவ்வாறமைந்த மூலத்திருமேனிக்குத் திருமஞ்சனம் செய்வது (நீராட்டு) இல்லை. அழகர்கோயிலிலும் இவ்வாறமைந்த மூலத்திருமேனியைத் திருமஞ்சனமாட்டுவதில்லை. தைலம் சாத்திய பின் ஆறுமாத காலத்திற்கு இத்திருமேனிக்குக் கருவறையிலிருந்து கருப்பூர ஆரத்தி காட்டுவதுமில்லை. நெருப்பின் வெம்மையில் பூசப்பெற்ற சாந்து இளகிவிடும் என்பதே காரணம்.

மூலத்திருமேனிக்குத் தைலம் சார்த்தப்பெறும் நாட்களில் எல்லாப் பூசைகளையும் உலோகத்தாலான மற்றொரு திருமேனிக்கே செய்வர். தைலம் சார்த்தப் பெற்றபின் மூலத்திருமேனி அடியார்க்குக் காட்சி அளிப்பதே திருவிழாவாகக் கொண்டாடப்படுகிறது. தைலம் சார்த்துவதால் மூலத்திருமேனி பழுதுபடாமல் காக்கப் பெறுவதோடு, இறைவனின் அருளும், ஆற்றலும் காக்கப்படுவதாகப் பிராமணப் பணியாளர் நம்புகின்றனர்.

6.4.14. கஜேந்திரமோட்சம் - தெப்பத் திருவிழா

மாசி மாதம் பௌர்ணமியன்று இக்கோயிலில் தெப்பத்திருவிழா நடைபெறும். தெப்பத்திருவிழாவிற்கு முதல் நாள் ‘கஜேந்திரமோட்சம்’ எனும் யானைக்கு முத்தியளித்த திருவிழா நடைபெறும். இவ்விழாவும் தெப்பக்குளத்திலேயே முன்னர் நடைபெற்று வந்ததாம். தற்போது கோயில் முற்றத்திலுள்ள ஒரு கல்தொட்டியினையே ஒரு பொய்கையாகப் பாவித்து இறைவனை அதன்முன் எழுந்தருளச் செய்கின்றனர். கோயில் கொத்தனால் செய்யப்பட்ட முதலை, யானைப் பொம்மைகளை நீரில் நிறுத்தி இவ்விழாவினைக் கொண்டாடி விடுகின்றனர்.

தெப்பத்திருவிழா நடைபெறும் தெப்பக்குளம் கோயிலுக்கு ஒரு மைல் தெற்கிலுள்ள பொய்கைக்கரைப்பட்டி கிராமத்திலுள்ளது. தெப்பத்தின் மீது சப்பரத்தில் இறைவன் தேவியரொடு அமர்ந்து பத்துமுறை சுற்றிவருகிறார். தெப்பம் கட்டும் வேலை கோயிற் பணியாளர்க்குரியதன்று, ஒப்பந்தக்காரர்களால் செய்யப்படுகிறது.

6.4.15. திருக்கல்யாணத் திருவிழா

பங்குனி மாதம் உத்திர நட்சத்திரத்தில் கோயிலின் முன்னுள்ள கல்யாண மண்டபத்தில் இத்திருவிழா நடைபெறும். பெரும்பகுதி

நகர்ப்புற மக்களும், சிறிய அளவில் கிராமத்து மக்களும் இத்திரு விழாவில் கலந்து கொள்கின்றனர். பெண்கள் கூட்டமே அதிகமாகக் காணப்படுகின்றது.

6.5. சமூகத் தொடர்புடைய திருவிழாக்கள்
6.5.1 தேரோட்டம்

இக்கோயிலுக்கென்று சில தனித்த நடைமுறைகளைக் கொண்ட திருவிழாக்களில் முதலில் குறிப்பிட வேண்டியது தேரோட்டம் ஆகும். ஆடி மாதம் நடைபெறும் திருவிழாவில் ஒன்பதாம் திருநாளான பௌர்ணமியன்று தேரோட்டம் நடைபெறும். தேரோட்டம் முடிகின்ற வரை திருவிழா நாட்களில் காலையிலும் மாலையிலும் இறைவனின் போர்க்கருவியான திருவாழியாழ்வார் (சக்கரத்தாழ்வார்) தேரோடும் வீதியில் வலம்வந்து, திக்குத் தெய்வங்கட்குப் பலி (படையல்) இடுகின்றார். கோயிலுக்குள் இருந்து வெளிவரும் சக்கரத்தாழ்வார் சிவிகை ஆண்டு முழுவதும் அடைக்கப் பெற்றுள்ள பதினெட்டாம் படிக் கோபுர வாசலைத் திறந்து அதன் வழியே வெளிவருவதும், அதே வழியில் திரும்பிச் செல்வதும் ஆடித் திருவிழாவில் குறிப்பிடத்தக்க நிகழ்ச்சியாகும். பொதுமக்களும், திருவீதி எழுந்தருளக் கோயிலை விட்டு வெளிவரும் இறைவனின் பல்லக்கும் கூட இவ்வழியைப் பயன்படுத்துவதில்லை. சற்று வடக்கே மதிற் சுவரை இடித்து அமைக்கப்பட்ட 'வண்டி வாசலையே' பயன் படுத்துகின்றனர்.

தேரோட்டத்தில் குறிப்பிட வேண்டிய செய்தி ஒன்றுண்டு. இத்தேரினை இழுக்கும் பொறுப்பு கோயிலுக்குக் கிழக்கிலும் தெற்கிலுமுள்ள சில கிராமத்தவரின் பரம்பரைப் பொறுப்பாக உள்ளது. அவர்களே இன்றளவும் தேரினை இழுக்கின்றனர். தேரிழுப்பதனைப் பொறுப்பாகக் கருதாமல் மரியாதைக்குரிய உரிமையாகவே இவர்கள் கருதுகின்றனர்.

தேரின் முதல் வடத்தை இழுக்கும் மக்கள், இக்கோயிலுக்குத் தெற்கிலுள்ள வெள்ளியக்குன்றம் ஜமீன்தாரின் முன்னாள் ஆளுகைக்கு உட்பட்ட கிராமங்களைச் சேர்ந்தவர்கள். அவர்களை வண்டிகளிலேற்றி கோயிலுக்கு அழைத்துவரும் பொறுப்பு ஜமீன்தாருடையது. முதலில் தேங்காய் உடைத்துத் தேரோட்டத்தைத் தொடங்கி வைப்பதும், முதல் வடத்துக்கான மரியாதையினைப் பெற்றுக் கொள்வதும் அவரது உரிமையாகும்.

தேரின் இரண்டாவது வடத்தை இழுக்கும் பொறுப்பு நரசிங்கம்பட்டி, வெள்ளரிப்பட்டி, ராமநாதபுரம் ஆகிய (மேலூர் வட்டத்தைச் சேர்ந்த) மூன்று கிராமத்தார்க்குமுரியது. இம்மூன்று கிராமங்களும் 'மேலத்தெருநாடு' எனப்படும்.

தேரின் மூன்றாவது வடத்தை இழுக்கும் பொறுப்பு 'வடக்குத் தெரு' நாட்டார்க்குரியது. வல்லாளப்பட்டி, கல்லம்பட்டி, மாங்குளம், அரிட்டாபட்டி, கிடாரிப்பட்டி, கள்ளந்திரி, கவுண்டன்கரை ஆகிய கிராமங்கள் 'வடக்குத்தெரு நாடு' எனப்படும். இக்கிராமங்கள் அனைத்தும் கோயிலிலிருந்து நான்கைந்து மைல் சுற்றளவுக்குள் உள்ளன.

தேரின் நான்காவது வடத்தை இழுக்கும் பொறுப்பு 'தெற்குத் தெரு' நாட்டில் (மதுரையிலிருந்து மேலூர் செல்லும் நெடுஞ்சாலையில் உள்ள) தெற்குத் தெரு என்னும் சற்றே பெரிய கிராமத்து மக்களுக்கு உரியது.

மேலத்தெரு, வடக்குத்தெரு. தெற்குத்தெரு ஆகிய நாட்டுப் பிரிவுகளிலடங்கிய கிராமங்களில் நாட்டுக் கள்ளர்களே பெரும் பான்மையினர். எனவே இம்மூன்று வடங்களுக்குரிய மரியாதையினையும் கள்ளர் சாதியினரே பெற்றுவருகின்றனர்.'

தேரோட்டம் தொடங்குவதற்கு முன் இம்மூன்று தெருப் பிரிவுகளைச் சேர்ந்த நாட்டார்களும் கூடி, அலங்கரிக்கப்பட்ட தேர்முன் அமர்ந்து தங்கள் கிராமங்களுக்கு இடையிலேயான தகராறுகளைப் பேசித் தீர்த்துக் கொள்கின்றனர். கண்மாய்களில் மீன்பிடிப்பது தொடர்பாக இரு கிராமங்களுக்கிடையிலான தகராறும், ஒரு தெருப் பிரிவுக்குள்ளேயே அவ்வாண்டு மரியாதையினை யார் பெற்றுக் கொள்வது என்பது தொடர்பான தகராறும் பெரும்பாலும் எழுவதுண்டு. 1978, 1979-ஆகிய இரு ஆண்டுகளிலும் மேலத்தெருப் பிரிவினர்க்குள் மரியாதை தொடர்பாக வெள்ளரிப்பட்டி, நரசிங்கம் பட்டி ஆகிய இரு கிராமத்தார்க்கும் இடையில் தகராறு ஏற்பட்டது. இரண்டு ஆண்டுகளிலும் மேலத்தெருவிற்கான மரியாதை இருசாரார்க்கு மில்லாமல் காவல்துறையினரின் தலையீட்டால் நிறுத்தி வைக்கப்பட்டது.

தங்கள் தகராறுகளை இம்மூன்று தெருவினரும் பேசித் தீர்த்துக் கொண்டபின், அனைவரும் மேளதாளங்களுடன் தாரை, கொம்பு முழக்கத்துடன் சென்று முதல் வடத்து மரியாதைக் காரரான வெள்ளியக்குன்றம் ஜமீன்தாரை அழைத்துவருகின்றனர். அவர் சற்றுத் தள்ளி கோயில் எல்லைக்குள் தற்காலிகமாக அமைக்கப்பட்ட கொட்டகையில் தங்கியிருக்கின்றார். அவர் தன் வடத்துக்குரிய மக்களுடன் வந்து, தேர்ச்சக்கரத்தில் தேங்காய் உடைத்துத் தேரோட்டத்தைத் தொடங்கி வைக்கின்றார். தேரோட்டம் முடிந்தவுடன் அல்லது உணவிற்காக நிறுத்தப்பட்டவுடன் மீண்டும் இம்மூன்று தெருப்பிரிவினரும் அவரை மேளதாளத்துடன் அவரது கொட்டகையில் கொண்டுவிடுகின்றனர்.

வெள்ளியக்குன்றம் ஜமீன்தாருக்குக் கி.பி.1659இல் (சகம் 1591இல்) திருமலைநாயக்கர் வழங்கிய பட்டயத்தில் அழகர்கோயில், "ஆடி உற்சவத்தில் சன சமூகத்துடன் திருத்தேர் ஓட்டிவைத்துத் தீர்த்தம் திருத்தளுகை பட்டுப்பரிவட்டமும் பாளைய சனங்களுக்குப் படியும்"[8] பெற்றுக்கொள்ள உரிமை அளித்துள்ளார். இப்பட்டயத்தில் வெள்ளியக் குன்றம் ஜமீன்தார், "வடக்குக்கோட்டைவாசல் அநுமார் கோவில் கொத்தழங் காவல்" எனக் குறிக்கப்படுவதிலிருந்து, இக்கோயிலைச் சுற்றிய கோட்டையும் நாயக்கராட்சிக் காலத்தில் அவருடைய பாதுகாவல் பொறுப்பிலிருந்த செய்தியை அறியலாம். ஆனால் இப்பட்டயத்தில் கள்ளர்களைப் பற்றிய செய்தியோ குறிப்போ இல்லை என்பது நினைவிற் கொள்ளவேண்டிய செய்தியாகும்.

தேரிழுக்கும் மக்களுக்குக் கோயிலிலிருந்து 'படி' வழங்கப்பட்ட செய்தியைப் "பாளைய சனங்களுக்குப் படியும்" என்ற பட்டயத் தொடரினாலறியலாம். இன்றும் அது நடைமுறையில் இருந்து வருகிறது. கோயிலிலிருந்து ஒவ்வொரு வடத்தார்க்கும் 60படி அரிசி உணவுக்காக வழங்கப்படுகிறது. முற்காலத்தில் தேரோட்டத்தன்று பதினெட்டாம்படி சன்னிதியில் வெட்டப்படும் ஆட்டுத் தலைகள் நான்கு வடத்தார்க்கும் சமமாகப் பங்கிடப்படும். தற்போது சட்டப்படி ஆடுவெட்டுதல் தடை செய்யப்பட்டிருப்பதால், ஆட்டுத்தலைகளுக்கு நட்ட ஈடாகக் கோயில் நிருவாகம் வடம் ஒன்றுக்கு 125 ரூபாய் தருகிறது.

ஜமீன்தாருக்கும், ஏனைய மூன்று தெருப்பிரிவினரின் தலைவர் களுக்கும் 8 முழமுள்ள 'நாகமடிப்பட்டு' கோயில் மரியாதையாகத் தரப்படுகிறது. இவை தவிர, ஜமீன்தாரின் வடத்தைச் சேர்ந்த மக்களுக்கு 5 தோசையும் 5 படி அரிசிப் பொங்கலும் கோயில் பிரசாதமாகத் தரப்படுகின்றன.

6.5.2. தலையருவித் திருவிழா

ஐப்பசி மாதம் சுக்கிலபட்ச துவாதசியன்று நடைபெறும் எண்ணெய்க்காப்பு உற்சவத்திற்குத் தலையருவி உற்சவம், தொட்டி உற்சவம் என்னும் பெயர்களும் உண்டு, மலைமீதுள்ள அருவிக் கரையில் நடப்பதால் தலையருவி உற்சவம் என்றும், அருவிநீர் ஒரு கல்தொட்டியில் விழுவதனால் 'தொட்டி உற்சவம்' என்றும் இத்திருவிழா அழைக்கப்படுகிறது.

ஐப்பசி மாதம் வளர்பிறை பன்னிரண்டாம் நாளில் (சுக்கில பட்ச துவாதசியில்) முதல் திருமாலையாண்டான் காலமானார்.[9] இவர் ஆளவந்தாரின் மாணவர்; இராமானுசர்க்குத் திருவாய்மொழி

கற்பித்தவர். இவர்க்கு அழகர்கோயிலுக்குள் ஒரு சன்னிதியும் உள்ளது. இவரது மரபினர் இக்கோயிலில் 'ஆசார்ய' மரியாதையினைப் பெற்றுவருகின்றனர்.

குரு (ஆசார்ய) வழிபாடு வைணவத்தில் பேரிடம் பெறும். "கிணற்றில் விழுந்த குழந்தையை எடுக்கத் தானே கிணற்றில் குதிக்கும் தாயைப் போலத் தானே பல அவதாரங்களையெடுத்தும் திருந்தாமையாலே மானைக் கொண்டு மானைப் பிடிப்பாரைப் போலே சேதனரைத் திருத்தச் சேதனரான ஆழ்வார்களையும், ஆசாரியர்களையும் அவதரிக்கச் செய்யத் திருவுள்ளம் கொண்டான் ஸ்ரீயபதியான ஸர்வேஸ்வரன்"[10] என்பது வைணவ அறிஞர் கருத்தாகும். இதனால் ஆழ்வார்களும், ஆசாரியர்களும் இறைவனின் தூதுவர்கள் எனத் தமிழ்நாட்டு வைணவர் கருதுவது பெறப்படும். எனவே வைணவ ஆசாரியரான முதல் திருமாலையாண்டான் மறைந்த ஐப்பசி மாதம் வளர்பிறைப் பன்னிரண்டாம் நாளில் (சுக்கிலபட்சத் துவாதசி) ஆசாரிய மரியாதையின் பொருட்டு இறைவன் மலைமீதுள்ள சிலம்பாற்றிற்குச் சென்று தைலமிட்டு நீராடித் திரும்புகிறார்.

இந்நிகழ்ச்சியின்போது கலந்து கொள்ளும் மக்களுக்கும் தேய்த்து நீராடத் தைலம் வழங்கப்படுகிறது. இறைவன் தேவியரின்றித் தனித்துச் சென்று நீராடுகிறார். குடத்து நீரில் நீராடாமல், அருவியின் கீழ் உடுத்தவை. அணிந்தவையுடன் நின்று நீராடுகிறார். இன்றும் தமிழ் நாட்டில் பெரும்பாலும் பிராமணரல்லாத சாதியினர் "இறப்புத் தீட்டு' கழியும் நாளில் தலைக்கு எண்ணெயிட்டு நீராடுவதைக் காணலாம். தமிழ்நாட்டு வைணவத்தில் குருவின் சிறப்பை விளக்கிக் காட்டும் இத்திருவிழா இக்கோயிலுக்கேயுரியது. பிற வைணவக் கோயில்களில் இல்லை.

"திருமாலிருஞ்சோலையில் இன்று நூபுரகங்கை என்று அழைக்கப்படும் சிலம்பாற்றின் தலையருவிக்கரையிலே அழகர் எழுந்தருளியிருக்கின்ற காலத்தில் திருமாலிருஞ்சோலை நின்றார் ஆனமாவலி வாணாதிராயர் குமாரர் சுந்தரத்தோளுடையார் மழவராயர் மாதாக்கள் ஸ்ரீரங்கநாயகியார் நாம் கொடுத்த தனம் சாதனப்பட்டயம்" என்ற அவர் வெளியிட்ட ஸ்ரீவில்லிபுத்தூர்க் கல்வெட்டுச் சாதனம் தொடங்குகிறது"[11] என்று வேதாசலம் குறிப்பதிலிருந்து இத்திருவிழா வாணாதிராயர்கள் காலத்திலும் கொண்டாடப்பட்டதை அறியலாம்.

6.5.3. வேடுபறித் திருவிழா

திருமங்கையாழ்வார், மணக்கோலத்தில் வந்த திருமாலை வழிமறித்துக் கொள்ளையிட்ட கதை நிகழ்ச்சி 'வேடுபறி உற்சவம்' என்ற பெயரில் தமிழ்நாட்டில் பெரிய வைணவக் கோயில்களில்

கொண்டாடப்படுவது வழக்கம். 'திருமங்கை மன்னன் மடிபிடி' என்ற பெயருள்ள ஓர் ஏடு சென்னை கீழ்திசைச் சுவடி நூலகத்தில் உள்ளது.¹² திருமங்கை மன்னன் திருமாலை வழிமறித்த கதை நிகழ்ச்சி தமிழ்நாட்டு வைணவ மரபில் பெரிதும் போற்றப்பட்டு வந்ததனை இக்கதை நிகழ்ச்சியைக் கொண்டு ஒரு நூலே இப்பெயரில் எழுந்திருப்பதால் உணரலாம். மார்கழி மாதம் இராப்பத்து எட்டாம் திருநாளில் இக்கோயிலில் கொண்டாடப் பெறும் 'வேடுபறி உற்சவம்' தனிச்சிறப்பு வாய்ந்தது.

கி.பி.1659இல் திருமலைநாயக்கர் வெள்ளியக்குன்றம் ஜமீன்தாருக்கு வழங்கிய பட்டயம், அக்காலத்தில் அழகர்கோயிலில் கொள்ளையிட்ட வேடர்களை அவர் பிடித்து வெட்டி, களவுபோன பொருட்களையும் மீட்டதற்காக வழங்கப்பட்ட சில உரிமைகளைக் குறித்ததாகும். அவ்வுரிமைகளில் ஒன்று அழகர்கோயிலில் "மார்கழி உற்சவத்தில் திருமங்கையாழ்வார் லீலை யாகம் நடப்புவித்து அதில் தீர்த்தம் திருமாலை பரிவட்டமும் பெற்றுக் கொள்வது"¹³ என்பதாகும்.

இக்கோயிலில் இத்திருவிழா நடைபெறும்போது, இறைவனை வழிமறிக்கவரும் திருமங்கையாழ்வார் சப்பரத்துடன் மாங்குளம் கிராமத்தைச் சேர்ந்த கள்ளர் சாதியினர் சிலரும் பெருஞ்சத்தம் எழுப்பிக்கொண்டு வருகின்றனர். கொள்ளையடித்துக் கொண்டு சப்பரத்துடன் கள்ளர்கள் சற்றுத்தள்ளிச்சென்று நின்று கொள்கின்றனர். கோயிலின் முன்னாள் பரம்பரைப் பாதுகாவலரான ஜமீன்தார் திருடர்களைப் பிடித்துவரத் தன்னுடைய ஆட்களை அனுப்புகின்றார். அவர்கள் சென்று திருமங்கையாழ்வார் சப்பரத்துடன் சுற்றி நிற்கும் கள்ளர்களையும் பிடித்து அவர்களின் கைகளை முதுகுப்புறத்தே கட்டிக் கொண்டு வருகின்றனர். பிறகு இறைவன் திருமங்கையாழ்வாருக்குக் காட்சிகொடுத்து அவரையும், உடன் வந்தோரையும் தன் அடியார் களாக்குகின்றார். திருவிழாவில் இந்நிகழ்ச்சிகளனைத்தும் ஒரு நாடகம் போல நடத்திக் காட்டப்படுகின்றன. ஆழ்வாருடன் கள்ளர்களாக வந்த மாங்குளம் கிராமத்தைச் சேர்ந்த கள்ளர் சாதியினரும் நிகழ்ச்சி முடிந்தவுடன் கோயிலில் பரிவட்ட மரியாதை பெறுகின்றனர்.

திருமங்கைமன்னன் இறைவனை வழிமறித்ததைக் கூறும் குருபரம்பரை நூல் திருமாலின் திருவணிகளைத் திருமங்கையாழ்வார் கொள்ளையடித்துக் கொண்டு ஓடினதாகக் குறிப்பிடவில்லை. கொள்ளையடித்துக் கட்டிய நகைகளைத் தூக்கமாட்டாமல் திணறிய திருமங்கைமன்னன் ஒரு பிராமண மணமகனைப் போல வந்த திருமாலை நோக்கி, "நீ மந்தர வாதம் பண்ணினாய் என்று நெருக்க

எம்பெருமானும் அம்மந்தரத்தை உமக்குச் சொல்லுகிறோம் வாரும்" என்று ஆழ்வாருடைய வலத்திருச் செவியிலே உபதேசித்தருள[14] திருமங்கைமன்னன், வந்தது. இறைவனே என அறிந்து கொண்டதாகவே குருபரம்பரை நூல் குறிப்பிடுகின்றது.

அழகர்கோயிலில் 'வேடுபறித் திருவிழா நிகழ்ச்சியில் இம்மாற்றம் ஏற்பட்ட காரணம் தெளிவாகவே புரிகிறது. உண்மையிலேயே கோயில் நகைகளைக் கொள்ளையிட்ட வேடர்களைப் படித்த ஜமீன்தாருக்கும், ஒரு காலத்தில் உண்மையிலேயே அழகர் ஊல்வலத்தை வழிமறித்துக் கொள்ளையிட முயன்று, பின் அடியாரான நாட்டுக் கள்ளர்க்கும் கோயில் நிருவாகம் சமயத்தின் பேரால் காட்டிய மரியாதையாகும் இது. அதுமட்டுமன்றிக் கள்ளர்களின் தொல்லையை என்றென்றைக்கும் தடுக்க வேண்டி அவர்களைச் சமய எல்லைக்குள் இழுத்துவந்து, இக்கோயிலின் மீது ஓர் உணர்வு நிறைந்த ஈடுபாட்டினை உண்டாக்கி, கோயிலின் சொத்துக்களுக்குப் பாதுகாப்புத் தேடியுள்ளனர் என நினைக்கத் தோன்றுகிறது.

6.6. உணவு

நாள்தோறும் வழக்கமாக இறைவனுக்குப் படைக்கப்பெறும் உணவு வகைகளே திருவிழாக் காலங்களிலும் இறைவனுக்குப் படைக்கப் பெறுகின்றன.

உணவையே முதன்மையாகக் கொண்ட ஒரு விழாவும் இக்கோயிலில் நடைபெறுகிறது. இத்தலத்திறைவனை, மணவாளனாக வரித்த ஆண்டாள் தம் நாச்சியார் திருமொழியில்,

"நாறுநறும் பொழில்சூல் மாலிருஞ் சோலைநம்பிக்கு நான்
நூறுதடா வில்வெண்ணெய் வாய்நேர்ந்து பராவி வைத்தேன்
நூறுதடா நிறைந்த அக்கார வடிசில் சொன்னேன்
ஏறுதிருவுடையான் இன்று வந்திவை கொள்ளுங் கொலோ"[15]

என நேர்ந்து கொள்கிறார். ஆண்டாளின் காலத்திற்குப் பின்வந்த இராமானுசர் இத்தலத்தில் ஆண்டாளின் பாசுரப்படி இறைவனுக்கு நூறுதடா வெண்ணெயும் நூறுதடா அக்காரவடிசிலும் (சக்கரைப் பொங்கல்) படைத்துப் பின் திருவில்லிபுத்தூர் சென்றார். அப்போது தனக்கு அண்ணனாக நின்று திருமாலிருஞ்சோலை நம்பிக்குத் தான் வாய்நேர்ந்ததை இராமானுசர் படைத்த காரணத்தால், ஆண்டாள் அவருக்குக் 'கோயிலண்ணர்' என்ற திருநாமம் கொடுத்ததாக ஆறாயிரப்படி குருபரம்பராப்ரபாவம் கூறுகிறது. 16 இக்கோயிலில் இறைவனுக்கு இன்றும் மார்கழி மாதம் இருபத்துயேழாம் நாள் நூறு கிண்ணங்களில் அக்காரவடிசிலை உணவாகப் படைக்கின்றனர்.

சித்திரைத் திருவிழாவிற்காக மதுரைக்குப் புறப்படும் இறைவன் கோயிலுக்கு வெளியில் வண்டிவாசலுக்கருகிலுள்ள கொண்டப்ப நாயக்கர் மண்டபத்தில் இரவு உணவை முடித்துக் கொண்டு பயணத்தைத் தொடங்குகிறார். காட்டுவழி தாண்டிப் பயணம் செல்லுமுன் கொள்ளும் இவ்வுணவினைக் 'காட்டுத்தளிகை' என்று வழங்குகின்றனர்.

ஆவணி மாதத்தில், 'முப்பழத் திருமஞ்சனம்' எனப்பெறும் திருவிழாவில் மா, பலா, வாழை ஆகிய மூன்று பழங்களையும் இறைவனுக்குப் படைப்பதே திருவிழாவாகக் கொண்டாடப்படுகிறது. தேரோட்டத்தின்போது, தெற்கு வீதியில் தேர் திரும்பும்போது காணப்பருப்பினால் (கொள்ளுப்பருப்பு) ஆக்கிய சோறும், காத்தொட்டிக்காய் வற்றலும் படைக்கும் வழக்கம் ஒரு காலத்தில் இருந்திருக்கிறது.[17]

6.7. உடை

பொதுவாக எல்லாக் காலங்களிலும் இறைவனுக்கு அணிவிக்கப் பெறுகின்ற பஞ்சகச்சம் வைத்துக் கட்டிய அரையாடையே திருவிழாக் காலங்களிலும் இறைவனுக்கு அணிவிக்கப் பெறுகிறது.

சித்திரைத் திருவிழாவில் கள்ளர் திருக்கோலம் பூணும்போது மட்டும் அக்காலத்திய நாட்டுக்கள்ளர்களைப் போல் இறைவனுக்கு உடை அணிவிக்கப் பெறுகிறது. ஒரு கருப்பு நிறப் புடைவையினை இடுப்புவரையிலான அரையாடையாகச் சுற்றி அதையே இரண்டு மார்பிலும் குறுக்காகச் சுற்றி முழங்கை வரையிலும், முழுக்கைச் சட்டை போலவும் சுற்றி ஆடையாக அணிவிக்கின்றனர். தலையில் உருமால் அணிவித்துள்ளனர். உருமாலுக்குமேலே தங்கத்தாலான நெற்றிப்பட்டமும் அணிவிக்கின்றனர்.

அழகர் ஆற்றிலிறங்கிய அன்று இரவு வண்டியூர் வீரராகவப் பெருமாள் கோயிலில் தங்குகிறார். அங்கு அழகரின் திருமேனியின் மீது மெல்லிய மல் துணியினைச் சுற்றி, முகம் தவிரப் பிற இடங்களை எல்லாம் சந்தனத்தைப் பூசி, அதன் மீது வைர நகைகளைப் பதித்துவிடுவர். இறைவன் சந்தனத்தாலான ஆடை அணிந்தது போலக் காட்சி தருவார்.

குறிப்புகள்

1. *தொழில், சுதந்திர அட்டவணை (28.6.1803), ப.9.*
2. *ஸ்ரீ கள்ளழகர் கோயில் வரலாறு, பக். 59-60.*
3. *தொழில், சுதந்திர அட்டவணை, பக்.5,14.*
4. *தகவல் : சீனிவாசையங்கார், மதுரை, நாள் :7.1.1979.*

5. திருமலை நல்லான் இராமகிருஷ்ணையங்கார், "வைகுண்ட ஏகாதசியும் திருவத்யயன உற்சவமும்", திருக்கோயில் பத்தாம் ஆண்டுத் தொகுதி,ப.182.

6. தேரோட்டம் பற்றிய செய்திகளைத் தந்தவர்கள்; வெள்ளியக்குன்றம் ஜமீன்தார் இம்முடி கனகராம செண்பகராஜபாண்டியன், ஐயா என்ற சீனிவாசையங்கார், மதுரை.

7. தேரிழுக்கும் உரிமையினையுடைய கள்ளர் நாட்டுப் பிரிவுகள் பற்றிய செய்திகளைத் தந்தவர்; பெ.தி.வீரப்பன் அம்பலம்,மாங்குளம், நாள் : 28.6.78.

8. வெள்ளியக்குன்றம் ஜமீன்தார் வசமுள்ள பட்டயம், பார்க்க: பிற்சேர்க்கை எண் III:2.

9. தகவல்: ஆண்டார் (காலஞ்சென்ற) சந்தானகிருஷ்ணையங்கார் தல்லாகுளம், நாள் : 5.2.1977.

10. ஸ்ரீகிருஷ்ணஸ்வாமி அய்யங்கார் (ப.ஆ.), ஆறாயிரப்படி குருபரம்பராப்ரபாவம், முதற்பதிப்பின் முகவுரை, பரிதாபி.ப.1.

11. வேதாசலம். பாண்டியநாட்டில் வாணாதிராயர்கள் (வெளியிடப்பெறாதது) ப.79.

12. திருமங்கைமன்னன் மடிபிடி, D482, கீழ்த்திசைச் சுவடி நூலகம் சென்னை. "ஆழ்வாருக்கு ஸ்ரீ விஷயத்திலே உண்டான ஸ்ரீ ஊற்றஞ்சொல்லுகிறது இது" எனத் தொடங்கும் இந்த ஏட்டுச் சுவடி ஓரங்களில் பொடிந்திருப்பதனால், நூல் முழுவதையும் வாசிக்க முடியவில்லை. வழிமறித்து மடியிலிருப்பதைப் பிடுங்கிக் கொள்வதால் "மடிபிடி" என்ற சொல் வழிப்பறிக் கொள்ளையை உணர்த்துவதாகும்.

13. மேற்குறித்த பட்டயம். பார்க்க: பிற்சேர்க்கை எண் III:2.

14. ஆறாயிரப்படி குருபரம்பராப்ரபாவம், பக்.77-78. இராமானுசர் காலம் ஆண்டாளின் காலத்திற்கு ஏறத்தாழ நான்கு நூற்றாண்டுகள் பிற்பட்டதாகும். இருப்பினும் தன் செயலால் இராமானுசர் ஆண்டாளின் அண்ணனாகக் கருதப்படுகிறார். தமிழ்நாட்டில் வைணவர்களிடையே பெரிதும் வழங்கப்பெறும் ஆண்டாளுக்குரிய வாழித்திருநாமப் பாட்டியலும்,"பெரியாழ்வார் பெற்றெடுத்த பெண்பிள்ளை வாழியேபெரும்பூதூர் மாமுனிக்குப் பின்னானாள் வாழியே" என்று ஆண்டாள் இராமானுசரின் தங்கையாகக் குறிக்கப்படுவதும் இக்கதையினை அடியொற்றியேயாகும்.

15. நாலாயிர திவ்விய பிரபந்தம், பாடல் 592.

16. ஆறாயிரப்படி குருபரம்பராப்ரபாவம், பக்.266-267

17. விளக்கத்திற்குக் "கோயிற் பணியாளர்கள்" இயல் காண்க.

7. சித்திரைத் திருவிழாவும் பழமரபுக் கதையும்

7.0 அழகர்கோயிலில் நடைபெறும் சித்திரைத்திருவிழா தமிழகத்தின் தென்மாவட்டங்களில் நடைபெறும் திருவிழாக்களில் மிகப் பெரியதாகும். ஆண்டுதோறும் சித்திரை மாதம் வளர்பிறைப் பதினொன்றாம் நாளில் (சுக்கிலபட்ச ஏகாதசியில்) தொடங்கி ஒன்பது நாள் நடைபெறும் திருவிழாவாகும் இது. ஐந்தாம் திருநாள் சித்திரை நிறைமதி (பௌர்ணமி) நாளாகும்.[1]

7.1. பயணத் திருவிழாவும் கூட்டமும்.

இத்திருவிழாவில் குறிப்பிடத்தகுந்த சிறப்பு ஒன்றுண்டு. இத்திரு விழாவின் முதல் நான்கு திருநாட்களும் கோயிலில் கொண்டாடப் படுகின்றன. மூன்றாம் திருநாள் இரவுப் பூசை முடிந்தவுடன் உடனே நான்காம் திருநாளுக்குரிய பூசைகளைத் தொடங்கி மூன்றாம் திருநாளன்று இரவு பன்னிரண்டு மணிக்குள் முடித்துவிடுகின்றனர். இரவு ஒரு மணியளவில் இறைவன் கள்ளர் திருக்கோலம் பூண்டு, மதுரை நகருக்குக் கிழக்கே வைகை ஆற்றின் வடகரையிலுள்ள வண்டியூருக்குப் புறப்படுகின்றார். நான்காம் திருநாள் பயணத்தில் கழிந்துவிடுகிறது. மீண்டும் ஒன்பதாம் திருநாளன்று கள்ளர் திருக் கோலத்தில் கோயிலை வந்தடைகிறார். இப்பயணத்தின் மொத்தத் தொலைவு ஏறத்தாழ முப்பது மைல்களாகும். ஒன்பதாம் திருநாளன்று கோயிலுக்குத் திரும்பும்வரையிலுள்ள திருவிழா நிகழ்ச்சிகள் வழியிடை ஊர்களிலும், மதுரையிலும், வண்டியூரிலும் நடை பெறுகின்றன.[2] இப்பயணத்தில் 'அழகர் ஆற்றிலிறங்கும்' நிகழ்ச்சியை மட்டும் ஆண்டுதோறும் ஐந்து இலட்சம் மக்கள் காணுகின்றனர் என இந்திய சென்சஸ் அறிக்கை கூறுகிறது.[3] இதழ்ச் செய்திகளும் இதனை உறுதிப்படுத்துகின்றன.[4]

7.2. பயண நோக்கம்

“மண்டூக முனிவரது சாபவிமோசனத்தின் நிமித்தமாகவும், "சுந்தரத்தோளுடையான்' என்று ஸ்ரீ ஆண்டாள் மங்களாஸாஸனம் செய்த சுந்தரத்தோள்களுக்கு வருஷம் ஒருமுறை ஆண்டாள் சாற்றிக் கொண்ட திருமாலையை ஏற்றுக் கொள்ளும் பொருட்டும் ஸ்ரீ சுந்தரராஜன் கள்ளர் திருக்கோலத்துடன் மதுரைக்கு எழுந்தருளி வருவதாகக் கோயில் திருவிழா அழைப்பிதழ் அழகரின் பயணத்துக்கான காரணங்களைக் குறிப்பிடுகிறது.[5]

"சுதபஸ் என்ற முனிவர் நீராடிக் கொண்டிருந்தபோது துர்வாச முனிவர் அவ்விடத்திற்கு வந்தார். அவரைக் கவனிக்காது சுதபஸ் முனிவர் நீராடிப் பூசைகளை முடித்தபின் காலந்தாழ்த்தித் துர்வாசரை வரவேற்க வந்தார். அதனால் சினங்கொண்ட துர்வாசமுனிவர், தவளையாக (மண்டூகமாக)க் கடவாய்" எனச் சுதபஸைச் சபித்து விட, சுதபஸ் முனிவர் தவளையானார். பின்னர் சுந்தரராஜப் பெருமாளை நோக்கித் தவமிருந்து அவர் அருட்காட்சி தந்ததனால் முத்தியடைந்தார்".[6] கோயில் தலபுராணம் கூறும் மண்டூக முனிவரின் கதைச் சுருக்கம் இதுதான். இந்த மண்டூக முனிவரின் சாபத்தைத் தீர்த்து வீடுபேறு தரவே இறைவன் கோயிலிலிருந்து வண்டியூர் நோக்கி வருவதாகத் திருவிழா அழைப்பிதழ் கூறுகின்றது.

ஆண்டாள் சூடிக்கொடுத்த திருமாலையை அழகர் ஏற்றுக் கொள்வது. சித்திரைத் திருவிழாவில் மதுரை தல்லாகுளம் பெருமாள் கோயிலில் நடைபெறும் ஒரு நிகழ்ச்சியாகும்.

7.3. மக்கள் வழக்கிலுள்ள பழமரபுக்கதை

அழகரின் மதுரை வருகை குறித்துத் திருவிழாக் காணவரும் மக்களிடம் பரவலாக வழங்கும் பழமரபுக்கதை (Myth) மேற்குறித்த இரண்டு காரணங்களையும் கூறவில்லை; புதியதாக ஒரு செய்தியினைக் கூறுகிறது.

"அழகர் தன் தங்கை மீனாட்சியின் திருமணத்திற்குச் சீர் வரிசைகளுடன் புறப்பட்டு மதுரைக்கு வருகிறார். அவர் வருவதற்கு முன்னரே அவரில்லாமலே மீனாட்சியின் திருமணம் நடந்து முடிந்து விடுகிறது. வைகையாற்றிலிறங்கிய அழகர் தானில்லாமல் தங்கையின் திருமணம் நடந்துவிட்ட செய்தியினையறிந்து கோபத்துடன் கிழக்கே வண்டியூர் நோக்கித் திரும்பிவிடுகிறார். அங்குத் தன் காதலியானது துலுக்கநாய்ச்சியார் வீட்டில் அன்று இரவு தங்கவிட்டு. மலைக்குத் திரும்பிவிடுகிறார்.' இதுவே அழகர் மதுரைக்கு வருவது குறித்து மக்களிடம் பரவலாக வழங்கிவரும் கதையாகும்.

7.4. அழைப்பிதழ் கூறும் காரணங்களும் மக்கள் மதிப்பீடும்

திருவிழாக் காணவரும் மக்களில் பெரும்பாலோர்க்கு, மண்டூக முனிவரின் சாபவிமோசனம் திருவிழாவில் ஒரு நிகழ்ச்சியாக நடப்பதே தெரியவில்லை. ஆனால் மேற்குறித்த பழமரபுக் கதையினை எல்லோரும் கூறுகின்றனர். அழகர் ஆற்றிலிறங்கும் நிகழ்ச்சியைக் காண இலட்சக்கணக்கான மக்கள் கூடுகின்றனர். ஆனால் மறுநாள். (தியாகராசர் கல்லூரியின் பின்புறம் ஆற்றின் நடுவிலுள்ள) தேனூர் மண்டபத்தில் நடைபெறும் மண்டூகமுனிவரின் சாபவிமோசன

நிகழ்ச்சியைக் காணவரும் மக்களின் எண்ணிக்கை ஆயிரம்கூட இல்லை. இந்நிகழ்ச்சிக்காக இம்மண்டபத்தின் முன்னர் ஆற்று மணலைச் சிறிய குளம்போலத் தோண்டி அதில் மீன், தவளை, நாரை முதலியவற்றை விடுகின்றனர். கண்ணுக்குத் தெரிவது நாரையேயாகையால் நேரில் காணும் மக்கள் கூட இந்நிகழ்ச்சியை 'நாரைக்கு முத்தி கொடுத்தல்' என்றே சொல்கின்றனர்.

கோயில் திருவிழா அழைப்பிதழ் கூறும் இரண்டாவது காரணமான, ஆண்டாள் சூடிக்கொடுத்த மாலையினை அழகர் ஏற்பதும் திருவிழாக் காணவரும் மக்களின் பெரும்பாலோர்க்குத் தெரியவில்லை. இந்நிகழ்ச்சி தல்லாகுளம் பெருமாள் கோயிலுக்குள் நடைபெறுகிறது. அளவிறந்த கூட்டம் காரணமாக அந்நிகழ்ச்சியைக் காணப் பொது மக்கள் அனுமதிக்கப்படுவதில்லை. அதிகாரிகள் மட்டுமே அனுமதிக்கப் படுகிறார்கள். எனவே ஆண்டாள் சூடிக் கொடுத்த மாலையினை அழகர் ஏற்றுக் கொள்ளும் நிகழ்ச்சி திருவிழாக் காணவரும் மக்களில் பெரும்பாலோர்க்குத் தெரியாமலே போய் விடுகின்றது.

7.5. திருவிழாவின் முக்கிய நிகழ்ச்சிகள்

இப்பயணத்தின்போது அழகர்கோயிலிலிருந்து புறப்பட்ட அழகர் வழியிடை அமைந்துள்ள ஊர்களில் அடியவர்களால் அமைக்கப்பட்ட 'திருக்கண்கள்' தோறும் எழுந்தருளுகிறார். இத்திருக்கண்கள் கல்மண்டபங்களாகச் சில இடங்களில் அமைக்கப்பட்டுள்ளன; பெரும்பாலும் கூரைக் கொட்டகைகளாக அமைந்துள்ளன. ஊர்ப் பொதுவாகவும் தனியார் அல்லது சாதிச்சங்கச் சார்பாகவும் இவ்வாறமைக்கப்பட்டுள்ள திருக்கண்களின் எண்ணிக்கை 1979 இல் முந்நூற்று இருபத்தொன்றாகும் எனக் கோயில் அலுவலகத்தார் தெரிவிக்கின்றனர். ஒவ்வொரு திருக்கண்ணிலும் போகும்போதும், வரும்போதும் ஆக இருமுறை அழகர் எழுந்தருளுகிறார்.

நாயக்கராட்சிக்காலம் தொடங்கி இக்கோயிலின் பாதுகாவலராக விளங்கிய வெள்ளியக்குன்றம் ஜமீன்தார் முதலில் வண்டியில் செல்கிறார். அடுத்து இக்கோயில் ஆசாரியரான ஆண்டார் தன் அடியவர்கள் புடைசூழ்ந்து நடந்துவர, ஒரு பல்லக்கிற் செல்கிறார். அதனையடுத்து அழகரின் பல்லக்கு செல்கிறது. இறைவனின் பல்லக் கோடு கோயிற் பணியாளர்கள் பயண நாட்களில் தேவைப்படும் அழகரின் உடைகளைச் சுமந்து செல்வோர், அணிகலப் பெட்டியினைச் சுமந்து செல்வோர், உண்டியல் சுமந்து செல்லும் வண்டிகள், வேடமிட்டு வரும் அடியவர்கள் ஆகியோர் செல்வது ஓர் ஊர்வலமாக அமைந்திருக்கின்றது.⁹

மூன்றாம் திருநாளன்று இரவு பன்னிரண்டு மணியளவில் நான்காம் திருநாளுக்குரிய பூசைகளையும் முடித்து அழகர் கோயிலிலிருந்து புறப்படும் அழகர் பொய்கைக்கரைப்பட்டி கள்ளந்திரி, அப்பன் திருப்பதி, கடச்சனேந்தல், சுந்தரராஜன்பட்டி ஆகிய ஊர்களைக் கடந்து மறுநாள் பிற்பகல் நான்கு மணிக்குக் கோயிலிலிருந்து ஆறுகல் தொலைவிலுள்ள மூணுமாவடி வந்து சேர்கிறார். இங்கு பல்லக்கின் மேல் விரிக்கப்பட்டுள்ள துணியைக் களைந்துவிடுவர். இத்துணியினைப் 'பண்ணாங்கு' என அழைக்கின்றனர். அழகரைக் காண மதுரையில் இருந்து இவ்விடத்திற்கு மக்கள் எதிர்கொண்டு வருகின்றனர். இவ்விடத்தில் இறைவனைத் தரிசிப்பது 'எதிர்சேவை' எனப்படும்.

இங்கிருந்து சுமார் இரண்டு மைல் தொலைவிலுள்ள தல்லாகுளம் பெருமாள் கோயிலை அழகர் அன்று இரவு பதினொரு மணியளவில் அடைகிறார். இக்கோயிலில் அழகரின் கள்ளர் வேடம் களையப் படுகிறது. இயல்பான பெருந்தெய்வக்கோலம் பூணுகிறார். அப்போது திருவில்லிபுத்தூரிலிருந்து கொண்டுவரப்பட்ட ஆண்டாள் சூடிக்களைந்த மாலையும், சிந்தூரம், ஒரு பட்டுக்கயிறு முதலியவையும் இறைவனுக்குச் சார்த்தப் பெறுகின்றன. திருவில்லிபுத்தூர் ஆண்டாள் கோயிற் பணியாளர்கள், முதல் நாளே ஆண்டாள் சூடிக்களைந்த மாலையுடன் புறப்பட்டுச் சுமார் அறுபது மைல் தூரம் நடந்தே வந்து சேர்கின்றனர்.

பின்னர் இறைவன் வெட்டிவேரினால் அலங்கரிக்கப்பட்ட சப்பரமொன்றில் குதிரை வாகனத்துடன் எழுந்தருளித் தல்லாகுளம் கோயிலைவிட்டு வெளிவருகிறார். இந்த இடத்திலிருந்து ஏறத்தாழ அரை மைல் தொலைவுக்குப் பல்லாயிரக்கணக்கான மக்கள் சாலையில் அழகருக்காகக் காத்திருக்கின்றனர். வேடமிட்டு ஆடுபவர்களும் வர்ணிப்புப் பாடல்களைப் பாடுவோரும் கேட்போரும் இரவு முழுவதும் விழித்திருக்கின்றனர். சுமார் நான்கைந்து மணி நேரம் கழிந்தபின் ஒரு பர்லாங் தொலைவிலுள்ள தல்லாகுளம் கருப்பசாமிக் கோயிலுக்கருகில் வந்துசேரும் அழகர். அவ்விடத்தில் நிறுத்தப்பட்டுள்ள 'ஆயிரம் பொன்சப்பரம்' எனப்படும் மிகப்பெரிய சப்பரமொன்றில் குதிரை வாகனத்துடன் எழுந்தருளி வைகையாற்றங்கரை நோக்கி வருகிறார். வைகை மேம்பாலத்தை அடுத்துக் கீழ்ப்புறத்திலுள்ள மூங்கிற்கடை வீதியிலிருந்து, ஐந்தாம் திருநாளன்று காலை ஆறுமணியளவில் வைகையாற்றில் அழகர் இறங்குகிறார். இந்நாள், சித்திரை மாதம் பௌர்ணமி நாளாகும் இறைவனாகிய அழகர் ஆற்றிலிறங்கும் நிகழ்ச்சியே திருவிழாவின் உச்சக்கட்ட நிகழ்ச்சியாக அடியவர்களால் கருதப்பெறுகிறது. ஆண்டுதோறும் இந்நிகழ்ச்சியைக்

காணவே ஐந்து லட்சம் மக்கள் கூடுவதாக இந்திய சென்சஸ் அறிக்கை கூறுகிறது. இந்நிகழ்ச்சியின் போது ஆற்றுப்படுகையில் நூற்றுக் கணக்கான மக்கள் தங்கள் குழந்தைகளுக்குத் தலைமுடி மழித்துக் காது குத்துகின்றனர். மதுரையிலிருந்து வரும் வீரராகவப் பெருமாளை ஆற்றிலிறங்கிய அழகர் சந்திக்கிறார்.

அவ்விடத்தில் சிறிது நேரம் தங்கிவிட்டுப் பின்னர் ஆற்றிலிறங்கி வடகரை வழியாகவே கிழக்கு நோக்கி திரும்புகின்றார். பிற்பகலில் இராமராயர் மண்டபத்தின்முன் சென்றவுடன், துருத்திநீர் தெளிப்பவர்கள் அவ்விடத்தில் ஆயிரக்கணக்காகக் கூடி இறைவன் மீது தாங்கள் தோலினாலான துருத்தியில் கொண்டு வந்த நீரைப்பீய்ச்சி அடிக்கின்றனர்.[10] நாட்டுப்புறமக்கள் இந்நிகழ்ச்சியை மிக முக்கியமானதாகக் கருதுகின்றனர். இந்நிகழ்ச்சி முடிந்தவுடன், திருவிழாவுக்கு வரும் நாட்டுப் புறமக்கள் ஊர் திரும்ப முற்படுகின்றனர்.

இந்நிகழ்ச்சியையடுத்து இராமராயர் மண்டபத்தில் இறைவன் தங்கியிருக்கும்போது அடியவர்கள் கையில் ஒரு தேங்காயினைப் பிடித்துக் கொண்டு தரையில் படுத்தவண்ணம் இறைவனின் முன்னால் ‘அங்கப்பிரதட்சணம்’ செய்கின்றனர். சௌராட்டிர சாதியினர் மட்டுமே இவ்வாறு அங்கப்பிரதட்சணம் செய்கின்றனர். பிற சாதியினர் இவ்வாறு அங்கப்பிரதட்சணம் செய்வதில்லை

அன்று இரவு இறைவன் ஆற்றங்கரையிலுள்ள வண்டியூர் கிராமத்தில் வீரராகவப்பெருமாள் கோயிலில் தங்குகின்றார். இதையே ‘துலுக்கநாய்ச்சியார் வீட்டில் இரவு அழகர் தங்குகிறார்’ என்று நாட்டுப்புற அடியவர்கள் கூறுகின்றனர்.”[11] இவ்விரவுப் பொழுதை ஆயிரக்கணக்கான மக்கள் ஆற்றின் நடுவிலேயே கழிக்கின்றனர். மறுநாள்-ஆறாம் திருநாள்காலை இறைவன் சேக்ஷவாகனத்தில் புறப்பட்டுவந்து பதினோரு மணியளவில் வண்டியூர் அருகில் கருட வாகனத்தில் ஆற்றின் நடுவிலுள்ள ‘தேனூர் மண்டபத்தில்’ அமர்ந்து தவளையாகிவிட்ட மண்டூகமுனிவருக்குச் சாபவிமோசனம் கொடுக்கிறார். இந்நிகழ்ச்சி முடிந்ததும் அழகர் மீண்டும் கோயிலுக்குத் திரும்புகிறார்.

திரும்பும் வழியில் அன்று இரவு இராமராயர் மண்டபத்தில் இறைவன் அடியார்களுக்குத் தசாவதாரக் காட்சி கொடுக்கிறார். இந்நிகழ்ச்சி இரவு முழுவதும் நடைபெறுகிறது. இந்நிகழ்ச்சியில் பெரும்பாலும் நகர்ப்புறமக்களே கூறுகின்றனர். நடைமுறையில் மச்சவதாரம், கூர்மவதாரம், வாமனவதாரம் முதலிய அவதாரங்களே காட்டப்பெறுகின்றன. நேரமில்லாத காரணத்தால் பிற அவதாரக் காட்சிகள் காட்டப் பெறுவதில்லை. கடைசியாகக் காட்டப்பெறும்

மோகினிவேடக் காட்சியைக் காட்டித் தசாவதார நிகழ்ச்சியை முடித்து விடுவர். மறுநாள் ஏழாம் திருநாள், காலையில் அங்கிருந்து புறப்பட்டு மாலை நான்கு மணியளவில் வைகை வடகரையிலுள்ள அம்மாளு அம்மாள் மண்டபத்தில் இறைவனை எழுந்தருளச் செய்து, இறைவனின் "சடாரி"யை மட்டும் ஆற்றின் தென்கரையிலுள்ள 'அய்யங்கார் தோப்பு மண்டகப்படிக்கு' ஒரு சிறிய பல்லக்கில் கோயிற் பணியாளர் எழுந்தருளச் செய்கின்றனர். சடாரி மீண்டும் வடகரை திரும்பியவுடன் அழகர் தல்லாகுளம் நோக்கி வருகிறார். அன்று இரவு தல்லாகுளம் கருப்பசாமி கோயிலுக்கு எதிரிலுள்ள சேதுபதிராஜா மண்டபத்தில் கள்ளர் திருக்கோலம் பூண்டு பூம்பல்லக்கிலேறி தன் மலையினை நோக்கிப் பயணத்தைத் தொடர்கிறார். மறுநாள் எட்டாம் திருநாள் இரவு மூணுமாவடி தாண்டி மறவர் மண்டபம் வந்து சேர்கிறார். மறுநாள் ஒன்பதாம் திருநாள் காலை அழகர்கோயில் வந்து சேர்கிறார். ஏழாம் திருநாள் இரவு தல்லாகுளத்தில் பூண்ட கள்ளர் திருக்கோலத்திலேயே அழகர்கோயில் வந்துசேர்கிறார்; இடையில் வேறுகோலம் பூணுவதில்லை.

ஒன்பதாம் திருநாள் காலையிலேயே கோயிலுக்கு வந்துசேர வேண்டியிருந்தும், கூட்ட மிகுதியாலும், திருக்கண்களின் மிகுதியாலும் அழகர் அன்று இரவே கோயிலுக்கு வந்து சேரமுடிகிறது.

7.6. பழமரபுக்கதைச் செய்தி விளக்கம்

இனி அழகரின் பயணத்தைக் குறித்து மக்களிடையே வழங்கும் கதைச் செய்தியினை விளக்கமாகக் காணவேண்டும்.

14. இரா.நாகசாமி (ப.ஆ). மு.நூல்., ப.234.

1. அழகர் தன் தங்கை மீனாட்சியின் திருமணத்துக்காகச் சீர்வரிசை களுடன் புறப்பட்டு வருகிறார்.
2. அவர் வருவதற்கு முன்னரே திருமணம் முடிந்து விடுகிறது. வைகையாற்றிலிறங்கிய அழகர் செய்தியறிந்து கோபத்துடன் ஆற்றைக் கடக்காமல் கிழக்கே வண்டியூர் நோக்கித் திரும்பிவிடுகிறார்.
3. அன்றிரவு வண்டியூரில் தன் காதலி துலுக்கநாய்ச்சியார் வீட்டில் தங்கிவிட்டு மலைக்குத் திரும்பிவிடுகிறார்.

இவை கதை தரும் மூன்று முக்கிய செய்திகளாகும்.

7.7. சமூக அமைப்பில் அண்ணன்-தங்கை உறவு

புராணமரபுகளின் (mythology)படி, அழகராகிய திருமால், மீனாட்சியாகிய பார்வதிக்கு அண்ணனாவார், அண்ணன் தங்கைக்குச் சீர்கொண்டுவரும் நிகழ்ச்சியை நாட்டுப்புறப் பாடல்கள் குறிக்குமிடத்து,

தொ.பரமசிவன்

அழகரையும் மீனாட்சியையுமே அண்ணன் தங்கையாகக் காட்டுவதில் இருந்து நாட்டுப்புற மக்களிடம் இக்கதையின் செல்வாக்கினை உணரலாம்.

"சம்பா கதிரடித்து – சொக்கர்
தவித்து நிற்கும் வேளையிலே
சொர்ணக் கிளிபோல மீனாள்
சோறுகொண்டு போனாளாம்
நேரங்கன் ஆச்சுதென்று – சொக்கர்
நெல்லெடுத்து எறிந்தாராம்
அள்ளி எறிந்தாராம்
அளவற்ற கூந்தலிலே
மயங்கி விழுந்தாளாம் – மீனாள்
மல்லிகைப்பூ மெத்தையிலே
சோர்ந்து விழுந்தாளாம்
சொக்கட்டான் மெத்தையிலே
அழுதகுரல் கேட்டு
அழகர் எழுந்திருந்து
வரிசை கொடுத்தாராம்
வையகத்தில் உள்ளமட்டும்
சீரு கொடுத்தாராம்
சீமையிலே உள்ளமட்டும்
மானாமதுரை விட்டார்
மதுரையிலே பாதிவிட்டார்
தல்லாகுளமும் விட்டார்
தங்கச்சி மீனாளுக்குத்
தளிகையிலே பாதிவிட்டார்"[12]

என்பது மக்களிடையே வழங்கும் ஒரு தாலாட்டுப் பாடலாகும்.

மைத்துனராகிய சிவபெருமானுடைய கோபத்தையும், தங்கை மீனாட்சியினுடைய வருத்தத்தினையும் அண்ணனாகிய அழகர், தான் கொண்டுவரும் சீர்வரிசைகளால் தணிக்க முற்படுகிறாரேயன்றி, அவர்களின் பிணக்கிற்கான காரணத்தைக் கண்டறிய முற்படவில்லை. அவர்களின் பிணக்கினை நீக்குவதற்கான வழி பெண்ணுக்குப் பிறந்த வீட்டிலிருந்து செல்லும் சீர்வரிசைகள் என்பது மட்டும் அவருக்குத் தெரிகிறது. ஏனெனில் அதுதான் சமூகத்தில் நிலவிவரும் வழக்கமாகும்.

பெண்ணுக்குச் சொத்துரிமை மறுக்கப்பட்ட சமூக அமைப்பில் திருமணத்தின்போது நகையாகவும் பின்னர்ச் 'சீர்வரிசை' என்ற பெயரிலும் அவள் பிறந்த வீட்டுச் சொத்தின் தன்பங்கினைப் பெற்றுக்

கொள்ள முயல்கிறாள். மீண்டும் தன் பிறந்த வீட்டிற்குத் தன் பெண்ணை மருமகளாக அனுப்பியோ அல்லது உடன்பிறந்தவன் மகளைத் தன் மகனுக்கு மனைவியாக்கியோ தன் பிறந்த வீட்டுச் சொத்தை அனுபவிக்க முயல்கிறாள். எனவே சொத்துரிமையை முன்னிறுத்தி முறைப்பெண், முறை மாப்பிள்ளை என்ற உறவும் தொடங்குகிறது. மாமன்மகள் அத்தைமகள், என்ற மணவுறவு முறை (Cross cousin marriage) தென்னிந்தியாவில் பார்ப்பனரல்லாதாரின் வழக்கம் என்று ஹட்டன் கூறுகிறார்.[13]

தென்னிந்தியாவில் பார்ப்பனரல்லாத சாதியாரின் இவ்வழக்கத் தினைத் தமிழ்நாட்டு வைணவமும் தழுவிக்கொண்டது. தமிழ்நாட்டு வைணவக் கோயில்களில் தைப்பொங்கல் கழிந்த மறுநாள், இறைவி (தாயார்) தன் பிறந்த வீட்டிலிருந்த மஞ்சள், குங்குமம் முதலிய பொருட்களைச் சீர்வரிசையாகப் பெறுவதாக ஒரு விழாக் கொண்டாடு கிறார்கள். இதற்காக இறைவியைத் தனியாகக் கோயிலுக்குள் மற்றொரு மண்டபத்திற்கு எழுந்தருளச் செய்கின்றனர். அம்மண்டபம் தாய்வீடாகக் கருதப்படும். இறைவிக்குச் 'சித்ரான்னங்கள்' (வகைச்சோறு) படைக்கப்படும். இவ்விழாவிற்குக் 'கனு உற்சவம்' என்பது பெயராகும். தமிழ்நாட்டு வைணவம் பிறந்த வீட்டிலிருந்து ஒரு பெண் சீர்வரிசை பெறும் இவ்வழக்கத்தை ஏற்றுக் கொண்டு, நிலத்து மரபுகளோடு ஒத்துப்போயிருக்கிறது.[14] மேற்குறித்த பழமரபுக்கதை பிறப்பதற்குத் தமிழ்நாட்டு வைணவ மரபுகள் தடையாகயில்லை; மாறாக உதவும் தன்மையிலுள்ளன என்பதே இவ்விழாவின்மூலம் நாம் இங்கே நினையத்தகும் செய்தியாகும்.

7.8. 'சீர்வரிசை' நம்பிக்கை

அழகர், மீனாட்சிக்கு அண்ணன் முறையானதால் சீர் கொண்டு வருகிறார் என்ற கதைச் செய்தியின் பிறப்புக்குத் திருவிழா நிகழ்ச்சி ஒன்று அடிப்படையாக அமைகிறது. அழகர் ஊர்வலத்தில் உடைகள், நகைகள், பிற அணிகலன்கள் ஆகியவற்றை எடுத்து வரும் வண்டிகளும், திருவிழாக் கூட்டத்திற்கேற்ப அடியவர் காணிக்கை செலுத்தும் உண்டியல் ஏந்திய சிறிய வண்டிகளும் நிறைய வருகின்றன. இந்த உண்டியல் வரும் காட்சியினை,

> **“காணிக்கை வாரியன்பர் கைகோடி யள்ளியிடும்**
> **ஆணிப்பொன் கொப்பரை முன்னாகவர”[15]**

என அழகர் கிள்ளைவிடு தாது வருணிப்பதால், இது அக்காலத்திலேயே திருவிழாக் காட்சிகளில் முக்கியமான ஒன்றாகும் எனத் தெரிகிறது இவ்வண்டிகளைக் காணும் மக்கள், அவையெல்லாம்

அழகர் தங்கை மீனாட்சிக்குக் கொண்டுவரும் சீர்ப்பொருள்கள் என்றே எளிதாக எண்ணுகின்றனர்; சொல்லுகின்றனர்.

பெண்கள் பத்திரிகை ஒன்றுகூட இந்நம்பிக்கையைப் புலப் படுத்தும் வகையில், "கள்ளழகர் சுந்தரராஜப் பெருமாள்" தங்கையின் திருமணத்திற்குத் தந்தப்பல்லக்கு, முத்துக்குடை. தங்கக்குடம் முதலிய சீர்வரிசைகளுடன் புறப்பட்டு வருகிறார்" என்றெழுதுகிறது.[16] ஆனால் நடைமுறையில் அழகரின் சித்திரைத் திருவிழா ஊர்வலத்திற்கும் மதுரை மீனாட்சியம்மன் கோயிலுக்கும் எந்தவிதத் தொடர்புமில்லை.

வண்டியில் வரும் உண்டியல்களில் தாங்கள் காணிக்கையிட்டாலும், அவற்றை அழகர் தன் தங்கைக்குச் சீர் கொண்டுவரும் வண்டிகள் என்றே மக்கள் கருதுவது இந்நம்பிக்கையின் ஆழத்தைக் காட்டுகிறது.

7.9. திருமணச் செய்தி-சிற்பச்சான்றும் இலக்கிய வழக்கும்

கதையின் அடுத்த பகுதி இது: 'அழகர் வருவதற்கு முன்னரே அவரில்லாமலே தங்கை மீனாட்சியின் திருமணம் முடிந்துவிட்டது. எனவே ஆற்றில் இறங்கிய அழகர் கோபத்துடன் வண்டியூர் நோக்கித் திரும்பிவிடுகிறார்.

மீனாட்சியம்மன் கோயில் கம்பத்தடி மண்டபத்திலும் புது மண்டபத்திலும் உள்ள மீனாட்சி திருமணச் சிற்பங்களில் திருமால் சிவபெருமானுக்குத் தன் தங்கையைத் தாரைவார்த்துக் கொடுக்கும் காட்சி செதுக்கப்பட்டிருக்கிறது. எனவே பழமரபுக்கதை தரும் செய்தியினை இச்சிற்பங்களைக் காட்டி மறுக்க வாய்ப்பு ஏற்படுகிறது. மேலும் பரஞ்சோதி முனிவரின் திருவிளையாடற் புராணம்.

"அத்தலம் நின்ற மாயோன், ஆதி செங்கரத்து. நங்கை
கைத்தலம் கமலப் போது பூத்ததோர் காந்தள் ஒப்ப
வைத்தகு மனுவாய் ஓதக் கரகநீர் மாரி பெய்தான்"[17]

என்று திருமால் தங்கை மீனாட்சியின் திருமணத்தில் கலந்து கொண்டு சிவபெருமானுக்குத் தன் தங்கையைத் தாரைவார்த்துக் கொடுத்த செய்தியினைக் குறிப்பிடுகிறது. கடவுளர்க்குள் உறவு முறையில் திருமால் பிரமனுக்குத் தந்தையாவார். சிவனுக்கும் திருமாலுக்கும் தந்தையர் உண்டு என்றே பேசப்படுவதில்லை. எனவே அண்ணனாகிய திருமால் தந்தையின் இடத்திலிருந்து தங்கையைத் தாரைவார்த்துக் கொடுக்கிறார்.

'அழகர் வருவதற்கு முன்னரே மீனாட்சியின் திருமணம் முடிந்து விட்டது' என்ற பழமரபுக்கதைச் செய்தி, திருவிளையாடற் புராணத் தோடும் சிற்பச் சான்றுகளுடனும் முரண்படும்போது இக்கதைப்

பிறப்புக்குக் காரணம் என்னவாக இருக்க முடியும் என்ற அடுத்து ஒரு கேள்வி எழுகிறது.

“பன்னிரண்டு மைல் ஊர்வலம் வந்த அழகர் அரை மைல் தூரத்திலுள்ள தன் தங்கை மீனாட்சியின் கோயிலுக்குச் செல்லாதது ஏன்? ஆற்றிலிறங்குவதற்கு இரு நாட்களுக்கு முன்னர் நடந்த தங்கையின் திருமணத்திற்கு வராதது ஏன்? இத்தனை நெடுந்தூரம் வந்த பின்னரும், ஆற்றைக்கடந்து பெரும்பதியாகிய மதுரைக்குள் நுழையாத காரணமென்ன?” - இந்தக் கேள்விகளெல்லாம் திருவிழாக் காணவரும் நாட்டுப்புறமக்கள் மனத்தில் வலுவாக எழுந்திருக்கின்றன. இந்தக் கேள்விகளினால் அலைக்கப்பட்ட தங்கள் மனத்துக்கு அமைதி வேண்டி அவர்களே இக்கதையினைப் படைத்து வழங்கி வருகின்றனர் எனலாம்.

தமிழ்நாட்டுக் குடும்ப அமைப்புமுறையில், உறவினர்கள் உரிய மதிப்பினைத் தரவில்லை என்ற காரணத்தால் ஒருவன் கோபமும் வருத்தமும் கொள்வதும், வருத்தத்தினால் உறவினர்களிடமிருந்து ஒதுங்கிச் செல்வதும் நடைமுறையில் இயல்பாகக் காணக்கூடிய நிகழ்ச்சியேயாகும். சமூகமும் அதை ஏற்றுக் கொள்கிறது. எனவே திருவிழாக் காணவரும் நாட்டுப்புறமக்கள் தங்கள் சமூக அமைப்பைப் பிரதிபலிக்கும் ஒரு காரணத்தையே அழகரின் கோபத்திற்கும் வருத்தத்திற்கும் காரணமாகக் கற்பித்திருக்கிறார்கள் எனக் கருத முடிகிறது.

அழகர் மதுரைக்குள் வந்திருந்தாலும், கிழக்கே வண்டியூரருகே உள்ள தேனூர் மண்டபத்தில் மண்டூகமுனிவருக்குச் சாபவிமோசனம் தரும் நிகழ்ச்சிக்காகக் கிழக்கு நோக்கித்தான் திரும்பிச் செல்ல வேண்டும். ஆகையால் அழகர் சினங்கொண்டு மதுரைக்குள் நுழையாமல் கிழக்கு நோக்கித் திரும்பிவிடுகிறார் என்ற கதைச் செய்தி இயல்பாகவே அந்நிகழ்ச்சியோடு பொருந்திவிடுகிறது. எனவே இப்படியொரு கதையினைப் படைப்பதில் நாட்டுப்புறமக்கள் சிக்கல்கள் எதனையும் எதிர்கொள்ளவில்லை.

7.10. துலுக்கநாய்ச்சியார்

கதையின் கடைசிப்பகுதி, ‘அழகர் வண்டியூர் சென்று தன் காதலி துலுக்கநாய்ச்சியார் வீட்டில் இரவினைக் கழிக்கின்றார்’ என்பதாகும்.

முசுலிம்களுக்கும் தமிழ்நாட்டு வைணவத்திற்குமுள்ள தொடர்பு கூர்ந்து நோக்கப்பட வேண்டிய ஒன்றாகும். வண்டியூரில் துலுக்க நாய்ச்சியார் கோயில் என்பதே இல்லை. அங்குள்ள சிறிய பெருமாள் கோயிலில்தான் அழகர் இரவு தங்குகிறார். இருப்பினும் தகவலாளிகள்,

அப்பெருமாள் கோயிலுக்குச் சற்றுத் தூரத்தில் நின்று அப்பெருமாள் கோயிலையே ‘துலுக்கநாய்ச்சியார்’ கோயில் என்று அழுத்தமாகக் கூறுகின்றனர். எனவே இது ஆழவேரூன்றிய நம்பிக்கை என்பது தெளிவாகிறது.

அழகர் வண்டியூரில் தங்கும் இரவில் முசுலிம்களும் திருவிழாவில் கலந்து கொண்டு பெரிய அளவில் வாணவேடிக்கைகள் நடத்தியதைத் தான் முப்பதாண்டுகட்கு முன்னர் நேரில் கண்டதாக ஒரு தகவலாளி கூறுகிறார்.[18]

முசுலிம் படையெடுப்புக் காலத்தில் திருவரங்கம் கோயில் கொள்ளையடிக்கப்பட்டு மேலும் பல தொல்லைகளுக்குள்ளானதை, "டில்லீசுவரனான துலுக்கன்... திரவரங்கந் திருப்பதியிலேயும் வந்து புகுந்து கோயிலிலே ப்ரவேஸித்து... கருவூலம் முதலானவைகளையும் கொள்ளையிட்டு, அழகிய மணவாளப் பெருமாள், சேரகுல வல்லியார் முதலான விக்ரஹங்களையும் எடுத்துக் கொண்டு, ஸர்வத்தையும் கொண்டு போகையில்......" என்ற கோயிலொழுகு குறிப்பிடுகிறது.[19] அதே கோயிலொழுகு திருமால் ஆணையால் 'சாந்து நாய்ச்சியார்' என்ற துலுக்கநாய்ச்சியார் திருவரங்கம் கோயிலில் திருநிலைப் படுத்தப்பட்டதை. “பெருமாள் நியமனத்தினாலே ராஜமஹேந்திரன் திருவீதியில் வடகீழ் மூலையிலே திருநடைமாளிகையிலே அறையாகத் தடுத்து அந்த டில்லீசுவரன் புத்ரியான ஹுரதாணியை சித்ரரூபமாக எழுதிவைத்து ப்ரதிஷ்டிப்பிந்து” என்றும் கூறுகிறது.”[20]

“துலுக்கநாய்ச்சியார் கதை முகமதியப் படையெடுப்பு, ஸ்ரீரங்கத்தின் சிதைவு இவை பற்றிய நினைவுகளில் இருந்து பிறந்திருக்க வேண்டும். நாட்டுப்புறப் பண்பாட்டியல் ஆய்வுமாணவர்க்கு இது ஒரு நல்ல செய்தி. ஸ்ரீரங்கம் மட்டுமன்றி, முசுலிம் படை எடுப்பினால் ஏதேனும் ஒருகாலத்தில் தொல்லையுற்ற பெரும்பாலான விஷ்ணுகோயில்களில் இம்மரபு (துலுக்கநாய்ச்சியார் வழிபாடு) உண்டு" என்கிறார் ஹரிராவ்.[21] இக்கருத்து ஏற்புடையதாகவே தோன்றுகிறது.

அழகர்கோயிலும் முசுலிம் படையெடுப்பினால் ஒருமுறை பாதிக்கப்பட்ட செய்தியை, “1757ல் ஹைதர் அலி மதுரையைச் சுற்றியுள்ள ஊர்களைக் கொள்ளையடித்து, அழகர்கோயில் கலியாண மஹாலில் உள்ள விக்கிரகங்களை உடைத்துக் கோயிலில் இருந்த ஏராளமான பணத்தையும் சொத்தையும் கைப்பற்றிக் கொண்டான்” என்று இக்கோயில் வரலாறு கூறுவதால்,[22] ஹரிராவின் கருத்து பொருத்தமாகவே தோன்றுகிறது.

துலுக்கநாய்ச்சியார் கதை நம்மை மற்றுமொரு வகையிலும் சிந்திக்கத் தூண்டுகிறது. முசுலிம் படையெடுப்புக்கள் ஓய்ந்த பின்னரும்

தமிழகத்தில் முசுலிம்கள் இருந்தனர். வலிய எதிரியை உறவு கொண்டாடி வளைத்துக் கொண்டு செயலற்றவனாக்குவது சொத்து உடைமைச் சமுதாயத்தில் இயல்பாகப் படிந்துள்ள ஒரு பண்பாகும். இதைத் 'தத்துவ வெற்றி' (ideological victory) என்றும் சிலர் வாதிடக்கூடும். துலுக்கநாய்ச்சியார் கதை வழியாகத் தெய்வீகச் சாயலுடன் கூடிய ஓர் உறவு முறையினைக் கற்பித்துக் கொண்டு, வலிமையான எதிரிகளான முசுலீம்களின் பகையுணர்ச்சியினைத் தமிழ்நாட்டு வைணவம் மழுங்கச் செய்திருக்கிறது என்றே தோன்றுகிறது. நடைமுறைக் கண்ணோட்டத்தில், சொத்துடைமை நிறுவனங்களான கோயில்களின் சொத்துக்களைப் பாதுகாக்கும் முயற்சியே இது எனலாம்.

முகலிம்கள் ஆட்சியைத் தமிழகத்தில் முடித்துவைத்தவர்கள் நாயக்க மன்னர்களேயாவர். எனவே முசுலிம்களுக்கும் தெலுங்கு மொழி பேசுபவர்களுக்கும் பகைமை உணர்ச்சி ஏற்படுவது இயல்பே. ஆனால் தமிழகத்தில் இன்றளவும் தெலுங்கைத் தாய்மொழியாகக் கொண்ட நாயுடு, நாயக்கர், ரெட்டியார் முதலிய சாதியினரும் தமிழ் பேசும் முசுலிம்களும் 'மாமன்-மருமகன்' என உறவு சொல்லி அழைத்துக் கொள்ளும் வழக்கம் நடைமுறையிலுள்ளது. மேற்குறித்த தெலுங்குச் சாதியார் வைணவ சமயம் சார்ந்தவர்களே. இவ்வுறவு முறைப் பிறப்பின் காரணமும் எதிரிகளான முசுலிம்களின் பகையுணர்ச்சியை மழுங்கச் செய்வதே எனக் கருதலாம்.

மற்றொரு செய்தியும் இங்குக் குறிப்பிடத்தக்கதாகும். தென்னார்க்காடு மாவட்டம் ஸ்ரீமுஷ்ணத்தில் (திருமுட்டத்தில்) கோயில் கொண்ட திருமால் ஆண்டுக்கொருமுறை மாசிமகத்தில் கிள்ளை என்னும் ஊருக்குக் கடலாடச் செல்லும்பொழுது அவ்வூரிலுள்ள ஒரு முசுலிம் சமாதிக்கு அடியவர்க்குரிய மரியாதையினை அளித்துச் செல்வது இன்றளவும் வழக்கமாக நடந்து வருகிறது. 23 ஸ்ரீமுஷ்ணம் (திருமுட்டம்) கோயிலில் உள்ள பதினாறுகால் மண்டபத்தில் பல சிற்பங்கள் சிதைக்கப்பட்டுள்ளன. இது முசுலிம் படையெடுப்புக் காலத்தில் நிகழ்ந்தது என அவ்வூர் மக்கள் கூறுகின்றனர். இருப்பினும் பிற்காலத்தில் இக்கோயிலில் திருவிழா நடத்த மானியமாகச் சில நிலங்களை ஒரு முசுலிம் அளித்துள்ளார். ஆகையால் இக்கோயிலில் இன்றும்கூட முசுலிம்கள் தேங்காய் உடைத்து இறைவனை வழிபடுவதாகக் கோயில் அர்ச்சகர் கூறுகிறார்.[24]

இவையனைத்தும் வலிய எதிரிகளான முசுலிம்களை எதிர்க்க வழியில்லாத தமிழ்நாட்டு வைணவம், அவர்களை உறவாக்கிச் செயலற்றவர்களாக ஆக்க முயன்றதற்குச் சான்றுகளாகும். துலுக்க நாய்ச்சியார் கதை அம்முயற்சியிற் பிறந்த ஒரு கதையாகும்.

7.11. டென்னிஸ் அட்சன் நான்கு செய்திகள் மதிப்பீடு

சித்திரைத் திருவிழாவில் மீனாட்சி திருமணம் அழகர் வருகை பற்றிய பழமரபுக் கதையினை (myth) முதலில் ஆராய்ந்தவர் டென்னிஸ் அட்சன் (Dennis Hudson) என்பவர் ஆவார்.[25] இக்கதை பிறப்பதற்கான அரசியல், சமூக, வரலாற்றுப் பின்னணியைப் பற்றிய அவரது ஆய்வுக் கருத்துக்களும் முடிவுகளும் எண்ணப்பட வேண்டிய வையாகும். தம் ஆய்வின் விளைவாக அவர் தரும் நான்கு கருத்துக்களை மதிப்பிடுவது இப்பழமரபுக் கதையினை நாம் ஆய்ந்துணரத் துணைபுரியும்.

செய்தி :1.

பாண்டிய நாட்டில் நீண்டகாலமாகச் சைவ வைணவப் போராட்டம் நடந்துவந்திருக்கிறது. மதுரை நகரம் சைவத்தோடு நெருங்கிய தொடர்புடையது. இருப்பினும், பாண்டிய நாட்டு வைணவர், பெரும்பாலும் சைவர் நிறைந்த அல்லது வைணவரல்லாத இந்து சமூகத்தில் வேகமும் தற்காப்புணர்வும் பொருந்திய சிறுபான்மையினராக இக்கதையின்வழி உருவகப்படுத்தப்பட்டனர்.[26]

மதிப்பீடு

இக்கருத்து ஏற்புடையதாகவே தோன்றுகிறது. ஸ்ரீகள்ளழகர் கோயில் வரலாறு இக்கதையினை "சைவ, வைஷ்ணவ மதங்களை ஐக்கியப்படுத்தும் ஒரு முயற்சி" என்று குறிப்பிடுகிறது.[27]

செய்தி : 2

மதுரை மீனாட்சி திருமணத் திருவிழா, அழகர் சித்திரைத் திருவிழா இரண்டையும் இணைத்தவர் திருமலைநாயக்கரே. தான் புதிதாக மீனாட்சியம்மன் கோயிலுக்கு அமைத்த தேர்களை இழுக்க ஆட்களைச் சேர்க்கவும், கால்நடைச் சந்தைகளை நடத்தவும், மக்கள் தம்முட் கலந்துறவாடவும், மிகப்பெரிய திருவிழாவாக அமையும் பொருட்டும் அவர் இதனைச் செய்தார். திருவிழாக்களை மாற்றக்கூடத் தனக்கு அதிகாரமிருப்பதைக் காட்டவும் அவர் இவ்வாய்ப்பைப் பயன்படுத்தினார் என்கிறார் அட்சன்.[28]

மதிப்பீடு

திருமலைநாயக்கரே இரண்டு திருவிழாக்களையும் இணைத்தார் எனும் கருத்து ஏற்புடையதே.[29] சித்திரை மாதம் நடைபறும் மீனாட்சி திருமண ஊர்வலம் சித்திரை வீதியில் வராமல் இன்றும் மாசி வீதியிலேயே வருவது, மீனாட்சி திருமண விழா மாசி மாதத்திலிருந்து சித்திரை மாதத்திற்கு மாற்றப்பட்டிருப்பதற்கு நல்ல சான்றாகும்.

இச்செயலுக்கு அட்சன் கற்பிக்கும் நோக்கங்களும் ஏற்றுக் கொள்ளக் கூடியனவே.

செய்தி : 3

அழகரும் கள்ளருக்குமிடையேயான உறவு திருமலை நாயக்கர் காலத்திலோ அதற்கு முன்னரோ ஏற்பட்டிருந்தால் திருமலை நாயக்கர் கள்ளரோடு தான் கொண்ட, உறவினை இத்திருவிழாவில் உருவகப் படுத்தியிருக்கிறார் என்று கொள்ள வேண்டும். திருமலை நாயக்கர் கள்ளருடைய தனித்தன்மையைக் காட்டும் அழகரின் சித்திரைத் திருவிழாவினை மதுரையின் தனித்துவத்தினைக் காட்டும் மீனாட்சி திருமணத் திருவிழாவுடன் இணைத்திருக்கிறார் என்கிறார் அட்சன்.³⁰

இதனை மேலும் விளக்குகையில், 'அழகரைக் கள்ளர் வழி மறிக்கும் சடங்கு திருமலைநாயக்கர் கள்ளர்களை அரசியலில் வென்றதனையும், பின்னர் இரு சாராரும் ஒரே தெய்வத்தினை வணங்குவோர் என்ற முறையில் நல்லுறவு கொண்டதனையும் உருவகமாகக் காட்டுவதாகக் கொள்ளலாம் என்றும் அவர் கூறுகிறார்.³¹

மதிப்பீடு

இம்மூன்றாவது செய்தியினை ஓர் ஊகத்தின் (assumption) அடிப்படையில் அட்சன் தருகிறார். கள்ளர்க்கும் அழகர்க்குமிடையிலான உறவு திருமலைநாயக்கர் காலத்திலோ (கி.பி.1623-1669) அல்லது அதற்கு முன்னரோ ஏற்பட்டிருக்க வேண்டும் என்பதே அவரது ஊகம்.

இவ்வூகத்தோடு வரலாற்றுச் சான்றுகள் முரண்படுகின்றன. விசயரங்கசொக்கநாதன் காலத்தில் (கி.பி.1706-1717) கள்ளர்கள் மதுரை நகருக்குள் நுழைந்து கொள்ளையிட்ட செய்தியினையும் அழகர் கோயிலுக்கு வருவோர்களைக் கள்ளர்கள் தொல்லைப்படுத்திய செய்தியினையும் மதுரை வீரசுவாமி கதை கூறுகிறது.³² கி.பி.1700 இலும் கி.பி.1709 இலும் மார்ட்டின் அடிகளார் எழுதிய கடிதங்கள் மதுரை நாயக்கராட்சியை அக்காலத்தில் கள்ளர்கள் எதிர்த்துப் போரிட்ட செய்தியைக் காட்டுகின்றன.³³

திருமலைநாயக்கர் காலத்திலோ அதற்கு முன்னரோ கள்ளர் அழகர் உறவு ஏற்பட்டு, திருமலைநாயக்கர் காலத்தில் திருவிழாச் சடங்குகளில் அவ்வுறவு நிலைநிறுத்தப்பட்டிருந்தால், அதன்பின்னர் கள்ளர்கள் மதுரையில் நாயக்கர் அரசியல் தலைமையினை எதிர்த்துப் போரிட்டு இருக்கமாட்டார்கள். ஏனெனில் இவ்வுறவு வெறும் அரசியல் உறவாக மட்டுமன்றி ஆன்மீக வண்ணமும் (spiritual color) பெற்றமைவதாகும். எனவே திருமலைநாயக்கர் காலத்தில் கள்ளர்கள் அழகர்கோயிலோடு உறவு கொண்டு விட்டதாகக் கருதமுடியாது.

மதுரை நாயக்கராட்சியின் வீழ்ச்சிக்காலத்தில் பெரும்பாலும் விசயரங்கசொக்கநாதன் காலத்தில் அழகரின் ஊர்வலத்தைக் கள்ளர்கள் மறித்த நிகழ்ச்சியும் பின்னர் அவர்கள் கோயிலோடு நல்லுறவு கொண்டதும் நடந்திருக்கலாம்.[34]

எனவே வரலாற்றுச் சான்றுகளின்றி அட்சன் தரும் ஊகத்தின் அடிப்படையிலான செய்தி ஏற்கவியலாததாகும்.

செய்தி : 4

திருமலைநாயக்கரே விசயநகரப் பேரரசிலிருந்து முதலில் பிரிந்த மதுரை நாயக்க மன்னராவார். எனவே பாண்டிய நாட்டின் பழைய அரசியல் சுதந்திரத்தை அவர் மீண்டும் நிலைநிறுத்த வேண்டியிருந்தது. எனவே தன் நாட்டில் 'தர்மம்' தழைக்க மன்னர் இது போன்ற திருவிழாக்களை நடத்தியிருக்கலாம் என்கிறார் அட்சன்.[35]

இதனை விளக்குகையில் தெலுங்கைத் தாய்மொழியாகக் கொண்டதனால் பிற என்னதான் இருப்பினும் ஓரளவு மதுரைக்குத் தாம் அன்னியர் என்பதனால், பழந்தமிழ்நாட்டின் மன்னர் எனத் தன்னை நிலைநிறுத்திக் கொள்வதற்கும் (to legitimize himself) இத்திருவிழா திருமலைநாயக்கருக்கு வழி வகுத்திருக்கலாம் என்கிறார்.[36]

மதிப்பீடு

அட்சன் தரும் நான்காவது செய்தி ஏற்றுக்கொள்ளக்கூடியதே. திருமலை நாயக்கருக்குப் பின்னரும், 'மொழியால் நாம் மதுரைக்கு அன்னியர்' என்ற உள்ளுணர்வு மதுரை நாயக்க மன்னர்களை உறுத்திக் கொண்டேயிருந்திருக்கிறது. பதினெட்டாம் நூற்றாண்டின் முற்பகுதியிலெழுந்த அழகர் கிள்ளைவிடு தூது நூலின் தலைவி, "கிளியே, நீ செல்லும்போது திருமாலாகிய அழகர் தன்தேவியரோடு இருப்பின், அவர்கள் கோபம் கொள்ளாதவாறு என்நிலைமையினை வடுகிலே (தெலுங்கிலே) சொல்" என்கிறாள்.[37] 'திருமாலின் தேவியர்க்குத் தெலுங்கு மொழி தெரியாது. திருமாலாகிய அழகர் தெலுங்குமொழி தெரிந்தவர்' என்னுங் கருத்து 'தெலுங்கர்க்கும் தமிழர்க்கும் அழகர் பொதுவானவர்' என விரிந்து, தமிழர்களுக்குத் தெலுங்கர்களிடம் நேச உணர்வினை வளர்க்கப் பயன்பட்டிருக்கிறது. எனவே அட்சன் தரும் நான்காவது செய்தி ஏற்புடையதே என்று கொள்ளலாம்.

7.12. இரண்டு முடிவுகள் மதிப்பீடு

இனி, தன் ஆய்வின் முடிவுகளாக அட்சன் தரும் இரு கருத்துக்கள் ஆழ்ந்து சிந்திப்பதற்குரியவை.

1. மீனாட்சி திருமணம் - அழகர் வருகை பற்றிய பழமரபுக் கதை மூன்று வகையான போராட்டங்களைக் காட்டுகின்றது என்பது அவர் கருத்தாகும்.

அ) அரசியல் ரீதியாகக் கள்ளர்களுக்கும் மதுரை நாயக்க மன்னர்களுக்கும் இடையிலான போராட்டம்.

ஆ) சமூகவியல் ரீதியாகத் தாழ்ந்த சாதியாரான கிராமப்புற மக்கள், அவர்தம் வழிபாட்டு நெறிகள் ஆகியவற்றுக்கும் பெரும்பாலும் உயர்சாதியாரான நகரமக்கள்,அவர்தம்வழிபாட்டு நெறிகள் ஆகியவற்றுக்கும் இடையே நடந்த போராட்டம்.

இ) வரலாற்று ரீதியாகச் சைவ-வைணவ மதங்களுக்கிடையேயான போராட்டம்.[38]

இரண்டாவதாகக் குறிப்பிடும் போராட்டத்தினை விளக்குகையில், அழகரின் திருவிழா ஊர்வலத்தில் கலந்து கொள்வோரில் பெரும்பான் மையினர் தாழ்ந்த சாதியினர்; கிராமப்புறத்தினர்; பெரும்பாலும் கோனார், கள்ளர் ஆகிய சாதியினர் ஆவர் என்கிறார் அட்சன். ஆய்வாளர் நடத்திய களஆய்வில் அரிசனங்களும் இத்திருவிழாவில் பெருந்தொகையினராகக் கலந்து கொள்வதை அறியமுடிந்தது. அழகரை வேடமிட்டு வழிபடும் அடியவர்களிடத்தில் கோனார் சாதியினர் 32 சதவீதமும், அரிசனங்கள் 28 சதவீதமும் இருப்பதைக் களஆய்வில் காணமுடிந்தது. அட்சனின் நோக்கில் (observation) பிறந்த கருத்தினைக் களஆய்வு ஒரு சிறு மாறுதலுடன் வலியுறுத்தவே செய்கிறது.[39] மேலும் மீனாட்சி திருமணத் திருவிழாவில் கலந்து கொள்ளும் சாதியினர் ஒரு காலத்தில் சுத்தமற்றவராகக் கருதப்பட்டு, மதுரை கோயிலுக்குள் நுழையவும் உரிமை மறுக்கப்பட்டவர்கள் எனக் குறிப்பிடும் அட்சன்; அழகர் கோபித்துக் கொண்டு மதுரைக்குள் நுழையாமல் திரும்புவதனை மேற்குறித்த உண்மையோடு இணைத்து, தாழ்ந்த சாதியினரான கிராமப்புற மக்களுக்கும் நகரத்தினரான உயர்சாதியினருக்கும் இடையிலான போராட்டமாகக் காண்கிறார்.

அட்சன், இந்தப் போராட்டம் கருத்தளவிலானது என்பதோடு நிறுத்திக் கொள்கிறார். ஆனால் ஆய்வாளர்க்குக் களஆய்வில் கிடைத்த செய்திகள் உண்மையிலேயே இவ்வாறு ஒரு போராட்டம் நிகழ்ந்ததோ என எண்ணத் தூண்டுகின்றன.

'தல்லாகுளத்திலிருக்கும் கருப்பசாமி கோயில் அவ்விடத்தில் எப்படி வந்தது?' என்ற கேள்விக்குத் தகவலாளிகள் தந்த பதில் இது: "ஒருமுறை அழகரின் ஊர்வலம் அந்த இடத்தில் வந்தபொழுது அவரைப் பாண்டிமுனி மறித்துக் கொண்டது, உடனே அழகர், தம்

காவலாளியான கருப்பசாமியை நினைத்தார். அவர் நினைத்தவுடனே கருப்பசாமி அந்த இடத்திற்கு வந்து பாண்டிமுனியை அடித்து விரட்டிவிட்டு, அந்த இடத்திலேயே அமர்ந்துவிட்டது".[40]

இந்தக் கதை அழகர் ஊர்வலம் ஏதோ ஒரு காலத்தில் ஏதோ ஒரு காரணம் பற்றி இந்த இடத்தில் மறிக்கப்பட்டது என்ற செய்தியினைச் சொல்வதாகவே தோன்றுகிறது.

இந்த இடத்தில், கருப்பசாமி கோயிலுக்கு எதிர்ப்புறம், சாலையின் மறுபகுதியில் ஓர் அனுமார்கோயில் உள்ளது. அழகர் கோயிலின் பதினெட்டாம்படிக் கருப்பசாமி சன்னிதியின் முன்புறத்திலுள்ள படிகளின் தெற்குப்புறம் தரையினையொட்டி ஒரு சிறிய அனுமார், தானும் காவல் தெய்வமாக அமர்ந்துள்ளது இங்கே குறிப்பிட வேண்டிய செய்தியாகும். தல்லாகுளம் அனுமாருக்கு 'ஜெயவீர அனுமார்' என்று பெயர். இந்த அனுமாருக்கு இடுப்பில் ஒரு கத்தியும் செருகப் பட்டிருக்கிறது. இந்த அனுமார் இந்த இடத்தில் என்ன வீரம் காட்டினார்? யாரை ஜெயித்தார்? ஆகியவை இயல்பாக எழும் கேள்விகள் ஆகும்.

அழகரை, வேடமிட்டு வழிபடும் அடியவர்களில் திரியெடுத்து ஆடுவோர் சாட்டையினால் அடித்து ஆடுவோர் ஆகியோரின் உடை அமைப்பு, - சிறுதெய்வக் கோயில்களின் சாமியாடுவோரை, ஒத்திருக்கிறது. ஆனால் துருத்திநீர் தெளிப்போரின் உடை அமைப்பு வேறுபட்டதாக அமைகிறது. அட்சன், இவர்கள் கிருஷ்ணனைப் போலத் தோற்றமளிக்கும் வகையில் ஆடை, அணிகலன்களைப் பூண்டிருப்பதாகக் கருதுகிறார். தலையிலுள்ள கொக்குமுடி, உருமால், நிறையப் பூமாலைகளை அணிந்துகொள்ளல், முகத்தில் வண்ணப் பொடி பூசுதல், பெரும்பாலும் பல வண்ணப் பட்டுத் துணிகளால் ஆன ஆடையினை அணிந்திருத்தல் ஆகியவை அவரை அவ்வாறு எண்ணத் தூண்டியிருக்கலாம். ஆனால் இடுப்பில் வரிந்து கட்டிய கச்சையும் (தற்போது முழங்காலுக்குச் சற்றுக் கீழாக வரும் அளவில் 'பேண்ட்' (pant) ஆகத் தைத்துக் கொள்கின்றனர்). கச்சைக்கு மேலே இறுகக்கட்டியுள்ள சல்லடமும், இரண்டிற்கும் மேலாக இறுகக் கட்டியுள்ள பட்டியும் (belt) ஒரு போர்வீரனின் உடைகளைப் போலத் தோற்றமளிக்கின்றன. இவர்கள் கையில் போர்க் கருவிகள் எதுவுமில்லை. எனினும் கச்சைக்கு மேலே சல்லடம் கட்டுதல் ஒரு கடினமான வேலை செய்யும்போதே தேவைப்படும். கணுக்காலளவில் இல்லாமல் முழங்காலுக்குச் சற்றுக் கீழாக உள்ள இறுக்கிய கச்சையும் அவ்வாறே ஒரு கடினமான வேலைக்கு ஆயத்தப்படுபவனைப் போன்ற தோற்றத்தைத் தருகிறது. 'கச்சை கட்டுதல்' என்ற தொடரே வழக்கு

மரபில், 'சண்டைக்குப் போதல்' என்னும் பொருளைத் தருவதும் எண்ணத்தகுந்தது.

ஒரு வீரனுடைய தோற்றம், இறைவனை வழிபடும் அடியவனுக்கு ஏன் தேவைப்பட்டது என்பது சிந்தனைக்குரிய ஒரு செய்தியாகும்.

திருவிழாவில் ஆய்வாளர் நடத்திய களஆய்வில் 'அழகர் ஏன் மதுரைக்குள் போகவில்லை?' என்ற கேள்விக்கு மொத்தம் முப்பத்திரண்டு விழுக்காட்டினரே *(32%)* விடையளித்தனர். ஒன்பது விழுக்காட்டினர் அளித்த விடைகள் ஒன்றுபோல அமைந்தன.[41]

1. *மதுரை வந்து தங்கச்சிபூமி.*
2. *அவருக்கு (அழகருக்கு) அங்கே (மதுரைக்குள்) போக இடமில்லை.*
3. *அது (மதுரை) மீனாட்சிபூமி. அவருக்கு (அழகருக்கு) அக்கரைதான்.*
4. *மதுரை மீனாட்சிபூமி.*
5. *அவரது (அழகரது) எல்கை அதோடு சரி.*
6. *அழகருக்கு அக்கரையும், மீனாட்சிக்கு இக்கரையும் தீந்திட்டு.*
7. *அழகருக்கு எல்கை அவ்வளவுதான்.*
8. *அவருக்கும் மீனாட்சிக்கும் முடிவாயிட்டு, உனக்கு அந்தப்பக்கம் எனக்கு இந்தப்பக்கம்ணு.*
9. "தல்லாகுளமும் விட்டேன் தங்கச்சி மீனாளுக்கு
தமுக்கடிக்கும் மேடைவிட்டேன்
மானாமதுரை விட்டேன் மதுரையிலும் பாதிவிட்டேன்
அப்படிண்ணு அழகர் விட்டுக் கொடுத்திட்டார்."

இந்த ஒன்பது விடைகளும் அழகருக்கும் மீனாட்சிக்கும் சில எல்லைகள் வரையறுக்கப்பட்டன என்ற உணர்வினைத் தோற்று விக்கின்றன. ஒன்பதாவது விடை 'தமுக்கடிக்கும் மேடை' என்பதற்குப் பதிலாக, 'தளிகையிலே பாதி' என்ற மாற்றத்துடன் தாலாட்டுப் பாடலாகவும் விளங்கி வருவது குறிப்பிடத்தகுந்தது. இவ்விடை அழகர் தனக்குரிய ஒன்றைத் தங்கைக்குத் தந்ததையும் உணர்த்துகின்றது.

'அழகருக்கும் மீனாட்சிக்கும் எல்லைகள் வரையறுக்கப்பட்டன' என்ற உணர்வினை, மேற்குறித்த அடியவர்கள் தந்த விடைகள் தவிர, மற்றுமொரு நிகழ்ச்சியும் உறுதிப்படுத்துகிறது.

ஊர்வலமாக வரும் அழகருக்கு வைகையாற்றின் தென்கரையில் மதுரை நகர்ப்பகுதியில் ஒரே ஒரு திருக்கண் உண்டு. யானைக்கல்

பகுதியில் திருமலைராயர் படித்துறையை அடுத்து (இன்றைய கல்பனா திரையரங்கு இருக்குமிடம்) உள்ள இத்திருக்கண்ணுக்கு 'ஐயங்கார் தோப்பு மண்டகப்படி' என்பது பெயராகும். அழகர் வண்டியூர் சென்று திரும்பவும் வைகையாற்றின் வடகரை வழியாக மலைக்குத் திரும்பும்போது இத்திருக்கண்ணுக்கு வருதல் வேண்டும். ஆனால் இத்திருக்கண்ணுக்கு அழகர் பல்லக்கு வருவதில்லை. வைகை வடகரையில் ஒரு மண்டபத்தில் அழகர் பல்லக்கு இருக்க (இறைவனின் திருவடியாகக் கருதப்பெறும்) 'சடாரி'யினை மட்டும் ஒரு சிறிய பல்லக்கில் இத்திருக்கண்ணுக்கு எடுத்துவந்து பூசை செய்து, திரும்பவும் கொண்டு செல்கின்றனர். கோயில் பிராமணப் பணியாளர்க்கோ, ஏனையோருக்கோ, 'இதுதான் வழக்கம் என்பதைத் தவிர இதற்கான தனிக்காரணம் எதனையும் சொல்லமுடியவில்லை. அழகர் ஊர்வலம் மதுரை நகருக்குள் வரக்கூடாது எனத் தடுக்கப்பட்டது என்ற எண்ணத்தை இந்நிகழ்ச்சி வலுப்படுத்துகிறது. திருமாலுக்குப் பதிலாகத் திருவடிநிலைகளை எடுத்துச் செல்வது சமூகத்தில் தொன்றுதொட்டு வழங்கிவருகின்ற ஒரு மரபாகும். இராமன் வரமுடியாத இடத்தில் அவன் திருவடிகளைப் பரதன் கொண்டு சென்ற இராமாயணக் கதை நிகழ்ச்சி இதனைத் தெளிவாக எடுத்துக்காட்டும். எனவே மதுரை நகருக்குள் அழகர் செல்லமுடியாத காரணத்தால்தான் அவரது திருவடியாகிய 'சடாரி' மட்டும் அங்கு எடுத்துச் செல்லப்பட்டதோ என்றெண்ணத் தோன்றுகிறது.

அழகர்கோயிலிலிருந்து கள்ளர் வேடம் புனைந்து வருகின்ற அழகர், தல்லாகுளம் பெருமாள் கோயிலில் கள்ளர் வேடத்தைக் களைந்து, பெருந்தெய்வக் கோலம் பூணுகிறார். வைகையாற்றிலும் வண்டியூரிலும் திருவிழா நிகழ்ச்சிகளை முடித்துவிட்டுத் திரும்பும் வழியில் மீண்டும் தல்லாகுளத்தில்தான் கருப்பசாமி கோயிலுக்கு எதிரிலுள்ள மண்டபத்தில் கள்ளர் வேடம் புனைகிறார். வைகையாற்றுப் பகுதியிலும் வண்டியூரிலும் மூன்று பகற்பொழுதுகளையும் இரண்டு இரவுப் பொழுதுகளையும் கழித்தாலும், அழகர் இப்பகுதிகளில் கள்ளர் வேடம் புனைவதில்லை. இதற்கான காரணத்தையும் ஆய்ந்துணர வேண்டும்.

வேறு தெளிவான வரலாற்றுச் சான்றுகள் இல்லாத நிலையில், அழகரைப் பாண்டிமுனி மறித்த கதை, கத்தியுடன் கூடிய காவல் தெய்வமான அனுமார். துருத்திநீர் தெளிப்போரின் ஆடை போர் வீரனைப்போலத் தோற்றம். அடியவர்கள் அழகருக்கும் மீனாட்சிக்கும் எல்லை வரையறை செய்யப்பட்டதாகக் கூறுவது, மதுரை நகர்ப்பகுதிக்கு அழகரின் திருமேனி வருவது தடுக்கப்பட்டுத் திருவடி நிலையினைக் கொண்டு செல்வது ஆகிய அனைத்துக்கும் ஊகமாக அளிக்கக்கூடிய விடை இதுவே:

'அழகர் ஊர்வலம் மதுரையைச் சேர்ந்த உயர்சாதியினரால் பெரும்பாலும் சைவர்களால் தல்லாகுளத்தில் மறிக்கப்பட்டிருக்கலாம். பிராமணப் பூசனைபெறும் பெருந்தெய்வமான (bramanical deity) அழகர், தாழ்ந்த சாதிக்காரர்களான கள்ளர்களைப் போல வேடம் புனைந்து வந்தது. இம்மறிப்புக்கு வலுவான காரணமாயிருக்கலாம். மோதல்களுக்குப் பிறகேற்பட்ட உடன்பாட்டில் அழகர் ஊர்வலம் மதுரை நகருக்குள் வருவது தடுக்கப்பட்டு மதுரையை ஒட்டிய வையையாற்றுப் பகுதியிலும், வண்டியூரிலும் அழகரின் கள்ளர் வேடம் தடைசெய்யப்பட்டிருக்கலாம்.

அப்படியாயின் அழகர் கள்ளர் வேடம் புனையத் தொடங்கிய காலத்திற்குமுன் மதுரை நகருக்குள் வந்ததுண்டா? என்ற கேள்வி எழுகிறது. இக்கேள்விக்கும் ஒரே ஒரு சான்றினைக் கொண்டே ஊகமாக விடையளிக்க வேண்டியுள்ளது.

மதுரை அரசரடி-ஆரப்பாளையம் பகுதிகளுக்கிடையே 'அழகரடி' என ஒரு பகுதி இன்றளவும் வழங்கப்படுகிறது. மதுரை நகருக்குள் அழகர் ஒரு காலத்தில் வந்து இவ்விடத்தில் தங்கியதாக ஒரு வழக்குமரபும் இப்பகுதி மக்களிடத்தில் உள்ளது. மிகப்பெரிய இருபாதங்கள் கல்லில் செதுக்கப்பட்டு, அவ்விடம் ஒரு சிறிய கோயிலாக ஆக்கப்பட்டு, மக்களால் 'அழகரடி' என வழங்கப்படுகிறது.[42] மதுரை நகரிலேயே அனுப்பக்கவுண்டர்கள் ஒரு காலத்தில் தங்கிய இடம் 'அனுப்பானடி' என இன்றளவும் வழங்கப்படுவது போல, அழகர் வந்து தங்கிய இடம் 'அழகரடி' என வழங்கப் பட்டிருக்கலாம். மக்கள் இரு பாதங்களை இவ்விடத்தில் வணங்கி வந்தாலும் 'அடி' எனும் சொல் இடப்பொருண்மை தருவதாகவே (குழாயடி கிணற்றடி என்பவை போல) வழங்கியிருக்க வேண்டும் என்றும் கொள்ள முடிகிறது.

எனவே கிராமப்புறத் தாழ்ந்த சாதியினரான அழகரின் அடியவர் கட்கும். மதுரை நகரத்து உயர்சாதியினரான சைவர்க்கும் நடந்த போராட்டம் என அட்சன் கூறும் இரண்டாவது போராட்டமும் பொருத்தமானதே.

மூன்றாவதாக அட்சன் குறிப்பிடும் 'சைவ-வைணவப் போராட்டம் என்ற கருத்தும் இரண்டாவது போராட்டத்தின் உள்ளடக்கமாகி விடுகிறது.

அட்சனின் இரண்டாவது முடிவு, இரு தெய்வங்களுக்கு இடையிலான உறவு இந்துசமூக அமைப்பில் ஒரு குலத்தைச் சேர்ந்த மைத்துனன்மார்களுக்கிடையிலான 'முறைப்பான உறவைக்' கொண்டு (tensionridden relationship) உருவகப்படுத்தப்பட்டுள்ளது. இந்துக்

குடும்ப அமைப்பில் ஒரு பெண் மனைவி, சகோதரி, தாய் என்ற முறையில் ஒரு குலத்தின் நடுவில் அமைந்திருக்கின்றாள். இது தென்னிந்தியக் குடும்ப அமைப்பில் ஓர் அம்சமாகும் என்பதாகும்.[43]

இப்பழமரபுக் கதையில் இக்கருத்து விளக்கம்பெறுவது உண்மையே. இவ்வியலில் முன்னர்க் காட்டிய நாட்டுப்புறப்பாடல் அட்சன் கூறும் இக்கருத்தினை உறுதி செய்கிறது. எனவே சித்திரைத் திருவிழாவில் வழங்கப் பெறும் பழமரபுக் கதையிலிருந்து கிடைக்கும் செய்திகளை அட்சன் தமது இரண்டு முடிவுகளின் வாயிலாகத் தெரிவிக்கிறார். அவருடைய முடிவுகள் நாம் ஏற்றுக் கொள்ளும் வகையில் அமைந்துள்ளன.

குறிப்புகள்

1. ஒரு திதியின் கடைசி ஆறுநாழிகைப் பொழுதினையே வைணவக் கோயில்களில் அத்திதிக்குரிய நாளாகக் கணக்கிடுகின்றனர். ‘இறைவனுக்கு ஒரு நாளில் ஆறுநாழிகைபோதும்’ என்பது பிராமணப் பணியாளர்களின் நம்பிக்கை. எனவே பௌர்ணமியின் கடைசி ஆறுநாழிகைப் பொழுது அடுத்த நாளுக்குரியதாக இருந்தால் அந்த அடுத்த நாளையே பௌர்ணமி நாளாகக் கணக்கிடுவர். ஆகையால் மக்கள் பொதுவாகப் பின்பற்றும் நாட்காட்டிக்கும், வைணவக் கோயில்களில் பின்பற்றும் முறைக்கும் ஒருநாள் வேறுபாடு ஏற்பட வாய்ப்புண்டு.
2. சித்திரைத் திருவிழாப் பயண நிகழ்ச்சிகளை விளக்கமாக அறிய, பார்க்க: பிற்சேர்க்கை எண் III:4.
3. Census of India, 1961, vol.IX Madras: prt VII B Faris and Festivals, pp.32-33.
4. தினமலர் நாளிதழ் (நெல்லைப் பதிப்பு), நாள்12.5.1979.1.1.
5. சித்திரைப் பெருந்திருவிழா அழைப்பிதழ், 1977, அருள்மிகு கள்ளழகர் திருக்கோயில் வெளியீடு, 1977.
6. K.N.Radhakrishna, Thirumalirunjolaimalai (Sri Alagarkoil) Sthalapurana, Part III, ‘ஸ்ரீ விருஷபாத்ரி மகாத்மியம்’.
7. வயதுவந்த ஒவ்வொருவரும் இக்கதையினை அறிந்துள்ளனர். பார்க்க: தொ.மு.பாஸ்கரத் தொண்டைமான், வேங்கடம் முதல் குமரி வரையில் (பொருநைத் துறையிலே, பக்.144-115. சமய நன்னெறிக் கலைக்களஞ்சியம், துலுக்கநாய்ச்சியார் பற்றிய செய்தி இல்லாமல் இக்கதையினைக் கூறுகிறது. பார்க்க : J.P.Jones, "Madurai", Encyclopaedia of Religion and Ethics, ed. by James Hastings, Vol.VII, pp.329-240.
8. கோயில் அலுவலகத்தார் தெரிவித்த தகவல், நாள்: 28.6.78.
9. பார்க்க: பிற்சேர்க்கை எண் III:4.
10. பார்க்க: ‘நாட்டுப்புறக் கூறுகள்’ என்னும் இயல், (பக்.209, பிற்சேர்க்கை எண் III:4).
11. பார்க்க : இதே இயல்.
12. தமிழண்ணல், தாலாட்டு, பக். 59-60.
13. J.H.Hutton, Caste in India, p-260.
14. கனுஉற்சவம் பற்றிய செய்தி விரிவுக்கு, பார்க்க: டி.எஸ்.ராஜகோபாலன், கண்ணபுரத்தாயார் கனு, சென்னை. 1964.

15. அழகர் கிள்ளைவிடு தூது, கண்ணி, 159.
16. மங்கை (திங்களிருமுறை), பெண்கள் இதழ், நாள்:15.04.1978, பக்.24-25.
17. பரஞ்சோதிமுனிவர், திருவிளையாடற் புராணம், திருமணப்படலம், பாடல், 777..
18. தகவல்: டாக்டர் விஜயவேணுகோபால், மதுரை, நாள்: 3.11.1979.
19. கோயிலொழுகு, (எஸ்.கிருஷ்ணசாமி அய்யங்கார் பதிப்பு). 1976, ப.19..
20. மேலது.ப.29.
21. "The legend of Tulukka Nacciyar must have grown up around memories of the Mohammadan invasions and the sack of srirangam and is of considerable interest to a student of folklore. The Shrine of Bibi Nacciyar in t he Srirangam Temple is a standing testimony to this tradition, which is common to most Vishnu temples, which suffered from Muslim raids at one time or another"- V.N.Harizao (Ed.) Koilolugu,p.33.
22. ஸ்ரீ கள்ளழகர் கோயில் வரலாறு, ப.24.
23. கள ஆய்வு நாள்: 12.3.79.
24. தகவல்: கோவிந்தராஜன், அர்ச்சகர், ஸ்ரீமுஷ்ணம், களஆய்வு நாள்:11.3.79.
25. Dennis Hudson, "Siva, Minakshi, Visnu-Refections on a popular myth in Madurai" South Indian Temples, Burton Stein (Ed.).
26. Ibid., pp.110-111.
27. ஸ்ரீ கள்ளழகர் கோயில் வரலாறு, 1970, ப.55.
28. Dennis Hudson, op. cit., p.111.
29. சந்திரசேகரபட்டர், "மதுரைத் திருவிழாக்கள்" Madura Sri Meenakshi Sundareswarar Mathakumbabhisekham Souvenir,1974, p.108.
30. Dennis Hudson, op. cit., p.
31. Ibid., p.113.
32. மதுரை வீரசுவாமி கதை (ரத்தினநாயகர் பதிப்பு) ப.34.
33. Letters of Fr.Peter Martin, Quoted by Sathyanatha lyer, History of the Nayaks of Madura, pp.305,323.
34. பார்க்க: 'கள்ளரும் கோயிலும்' இயல்.
35. DennisHudson, op.cit., p.113.
36. Ibid., p.113.
37. அழகர் கிள்ளைவிடு தூது, கண்ணி, 206,209.
38. Dennis Hudson, op.cit., p.114.
39. கள ஆய்வு நாள்: 9,10, 11.5.1979.
40. சுப்பையா, ஆவியூர் உப்பிலிக்குண்டு (அருப்புக்கோட்டை அருகே), நாள்: 10.5.79
41. கள ஆய்வு நாள்: 9,10, 11.5.1979. பார்க்க: பிற்சேர்க்கை எண் IV:1, தகவலாளிகள் எண்: 9,58,60,80,45,51,49,69,4.
42. கள ஆய்வு நாள்: 15.9.1977.
43. Dennis Hudson, op.cit., pp. 115-116.

8. வர்ணிப்புப் பாடல்கள்

8.0 அழகர்கோயிலை மையமாகக் கொண்டு எழுந்த நாட்டுப்புறப் பாடல்கள் இப்பகுதியில் ஆராயப்படுகின்றன. இவற்றுள் சில அச்சிடப் பட்டவை. ஆய்வாளர் களஆய்வில் திரட்டியவை அச்சிடப் படாதவை ஆகும். இவை எல்லாப் பாடல்களுமே 'வர்ணிப்பு' என்ற பெயரோடு விளங்குகின்றன.

8.1. கிடைத்துள்ள வர்ணிப்புகள்

1) அச்சிடப்பட்டவை

1. அழகர் வர்ணிப்பு (ஸ்ரீமகள் கம்பெனி வெளியீடு)
2. கிருஷ்ணாவதார வர்ணிப்பு
3. கூர்மாவதார வர்ணிப்பு
4. இராமசாமிக்கவிராயர் இயற்றிய 'பெரிய அழகர் வர்ணிப்பு'
5. மொட்டையக்கோன் சிஷ்யர் சாமிக்கண்ணுக் கோனார் இயற்றிய 'சோலைமலைக் கள்ளழகர் வைகையாற்றுக்கு வந்த தசாவதார வர்ணிப்பு'
6. மூக்கன் பெரியசாமிக்கோன் இயற்றிய 'ஸ்ரீகள்ளழகர் அட்டாக்கர மந்திர வர்ணிப்பு'

2) அச்சிடப்படாதவை

7. வர்ணிப்பு
8. ராக்காயி வர்ணிப்பு
9. பதினெட்டாம்படிக் கருப்பன் உற்பத்தி வர்ணிப்பு
10. வலையன்கதை வர்ணிப்பு

இவை நான்கும் ஆய்வாளரால் களஆய்வில் ஒலிப்பதிவு செய்யப்பட்டவை.

11. கையெழுத்துப்படியாகக் கிடைத்த கருப்பசாமி வர்ணிப்பு

பிள்ளையார்பாளையம் சமயக்கோனார் வீட்டில் கிடைத்த பாடல் இது. முத்திருளமாமலை நாடாரால் இது எழுதப்பட்டது என அவர் கூறினார்.

8.2. "வர்ணிப்புப் பாடல்" - விளக்கம்

ஒரு கதை அல்லது ஒரு நிகழ்ச்சி அல்லது ஒரு செய்தி அல்லது ஒரு காட்சியினைப் பலப்பட வருணித்துக்கூறும் பாடல்கள் 'வர்ணிப்பு' ஆகும். ஒரு கதையினையோ அல்லது ஒரு நிகழ்ச்சியினையோ பாட வந்தாலும் அவற்றின் முக்கியத்தன்மையினை மறந்து, வருணித்துச் சொல்லும் பாங்கிலேயே இவை கருத்தூன்றும். எனவே ஒரு காட்சி வருணனை அல்லது பல காட்சி வருணனைகளின் தொகுப்பே வர்ணிப்புப் பாடல் எனப்படும்.

ராக்காயி வர்ணிப்பு, ராக்காயி தன் குழந்தைகளுடன் தன் அண்ணன் கருப்பசாமியைக் காணவரும் நிகழ்ச்சியினையும், அவன் அவளுக்குக் காட்சி தருவதையும் பாடுகிறது. பாடல் முழுவதும் இந்த ஒரு நிகழ்ச்சியே விரித்து வருணிக்கப்படுகிறது.

வர்ணிப்புப் பாடல்கள் ஒரு கதையினைக் கூறும்போதுகூடக் கதைப்பாடல் (ballad) என்ற தகுதியைப் பெற இயலாதவை. ஒரு கதைப்பாடலுக்குரிய தோற்றம், வளர்ச்சி, உச்சம் முதலிய படிநிலைகள் வர்ணிப்புப் பாடல்களில் இருப்பதில்லை. எல்லாச் செய்திகளையும் உணர்ச்சிகளில் ஏற்ற இறக்கமின்றி, நாடகத் தன்மை இன்றி. ஒரே சீராக இவை பாடிச்செல்லும். குறிப்பிடத்தகுந்த இந்த வேறுபாட்டினால் வர்ணிப்புப் பாடல்களைக் கதைப் பாடல்கள் எனவும் மதிப்பிட முடியாது.

'பதினெட்டாம்படிக் கருப்பன் உற்பத்தி' என்ற வர்ணிப்புப் பாடல் கோயிலைக் கொள்ளையிட வந்த பதினெட்டுப்பேர் பிடிக்கப்பட்டு, வெட்டிப் புதைக்கப்பட்ட கதையினைக் கூறுசிறது. பதினெட்டு திருடர்களையும் பலப்பட வருணிக்கும் இப்பாடல் மந்திர தந்திரங்களில் வல்ல இப்பதினெட்டுப்பேரையும் நாட்டார்கள் வெட்டிப் புதைத்த நிகழ்ச்சியினைகதையின் உச்சமான பகுதியினை இரண்டே அடிகளில் சொல்லிவிடுகிறது.

8.3. பாடப்பெறுவன படிக்கப்பெறுவனவல்ல

சாதாரண நாட்களில் பாடக்கேட்டு மகிழவும், திருவிழா நேரங்களில் ஒருவர்மீது சாமி இறங்கச் செய்யவும் இப்பாடல்கள் பாடப்படுகின்றன. எனவே வர்ணிப்புப் பாடல்களின் சுவையும் பயனும் பாடுபவரின் குரல்வளத்தைப் பொறுத்து அமையுமே தவிரப் பாடலின் கதைப் பொருளைப் பொறுத்தல்ல. ஒருவர்மீது சாமி இறங்கச் செய்ய முழுப்பாடலையும் பாடவேண்டிய தேவை இல்லை. பத்துப்பதினைந்து அடிகள் பாடுமுன்னரே சாமி இறங்கிவிடுகிறது.

பாடல் நிறுத்தப்படுகிறது. எனவே இந்தப் பாடல்கள் பாடவும் கேட்கவும் பாடுவனவே தவிர. படிக்கப் பெறுவனவல்ல என்பதை உணரலாம்.

8.4. ஆசிரியர்கள்

அச்சிடப்பட்ட அழகர் வர்ணிப்பு கிருஷ்ணாவதாரன் வர்ணிப்பு, ஊர்மாவதாரன் வர்ணிப்பு ஆகியவற்றைப் பாடிய ஆசிரியர்களின் பெயர்கள் தெரியவில்லை. ஆய்வாளர் ஒலிப்பதிவு செய்த நான்கு வர்ணிப்புகளில் மூன்றில் ஆசிரியர் பெயர் பாடலுக்குள்ளேயே வருகின்றது. ராக்காயி வர்ணிப்பினையும் (8) பதினெட்டாம்படிக் கருப்பன் உற்பத்தி வர்ணிப்பினையும் (9) மொட்டையக்கோன் என்பவர் பாடியுள்ளார். வலையன் கதை வர்ணிப்பினைப் (10) பாடியவர் பொன்னுசாமி வித்துவான் என்பவர் ஆவார். அச்சிடப்படாத அழகர் வர்ணிப்பின் (7) ஆசிரியர் பெயர் தெரியவில்லை.

ஸ்ரீ கள்ளழகர் பக்தர்கள் வர்ணிப்பாளர்கள் மகாசபையின் வரவு செலவுப் புத்தகத்தில் 'வர்ணிப்பு உபாத்தியாயர்கள்' எனப் பதினொருபேர் குறிக்கப்பட்டுள்ளனர்.[2] 1.கருப்பணப்புலவர், 2.நாகலிங்கக்கோன். 3.மொட்டையக்கோனார், 4.ஆறுமுகக்கோனார். 5.ராசாக்கோனார், 6.முந்திருளமாமலை நாடார். 7.மகாலிங்கம் பிள்ளை, 8.வீரணன் கோடாங்கி 9.கன்னையாக் கோனார் 10.வீரையாபிள்ளை, 11.ஸ்ரீகுழந்தைதாசர் ஸ்ரீ வெங்கடேஸ்வரர் ஆகியோர் மகாசபைப் புத்தகம் குறிக்கும் ஆசிரியர்களாவர். இவர்கள் தவிர முற்குறித்த இராமசாமிக் கவிராயர், மொட்டையக்கோனாரின் சிஷ்யர் சாமிக் கண்ணுக்கோனார். மூக்கன் பெரியசாமிக்கோனார் ஆகியோரும் பாடல்கள் எழுதியுள்ளனர்.

மூக்கன் பெரியசாமிக்கோனார் தவிர யாரும் தற்போது உயிருடன் இல்லை. வாய்மொழிச் செய்திகளின்படி, இவர்களனைவரும் கடந்த எண்பதாண்டுகளுக்குள் வாழ்ந்திருக்க வேண்டுமெனத் தெரிகிறது.

கருப்பணப்புலவர் அரிசன வகுப்பினர், வீரணன் கோடாங்கி கோனார் சாதியினர்; பொன்னுசாமி வித்துவான் நாயக்கர் சாதியினர் என மகாசபைத் தலைவர் தெரிவித்தார். இராமசாமிக் கவிராயர் உன் சாதியினர் என அவரெழுதிய பெரிய அழகர் வர்ணிப்பு நூலில் குறிக்கப்படுகிறார். ஸ்ரீகுழந்தை சர் ஸ்ரீவெங்கடேஸ்வரர் எச்சாதியினர் எனத் தெரியவில்லை.

8.5. பக்தர்-வர்ணிப்பாளர் மகாசபை-வரலாறு

'ஸ்ரீகள்ளழகர் பக்தர்கள் வர்ணிப்பாளர் மஹாசபை' என்ற அமைப்பு 1966 - ஆம் ஆண்டு மதுரை மதிச்சியம் ஆறுமுகக்கோனாரால்

தொடங்கபு! பெற்றுள்ளது. இச்சபையின் வரவு-செலவுப் புத்தகத்தில், 'வர்ணிப்பு உபாத்தியாயர்கள்' என அச்சிடப்பட்ட பகுதியில் இவரும் ஒரு வர்ணிப்பு உபாத்தியாயராகக் குறிக்கப்பட்டுள்ளார். இவர் எழுதிய பாடல்கள் எவையெனத் தெரியவில்லை. பாடுவதில் மட்டும் இவர் வல்லராகப் பேசப்படுகிறார். இவர் காலமான கி.பி.1978 - ஆம் ஆண்டு வரை இவரே இச்சபையின் தலைவராக இருந்துள்ளார். 1978 - ஆம் ஆண்டு முதல் மதுரை, தத்தநேரி வி.எம்.பெரியசாமிக்கோன் தலைவராக இருந்துவருகிறார். பதிவு செய்யப்படாத இச்சபைக்குச் செயலாளரும் பொருளாளரும் உள்ளனர்.

சித்திரைத் திருவிழாவில் வைகைக்கரையில் இராமராயர் மண்டபத்திற்கு எதிரில் சபையின் சார்பில் ஒரு திருக்கண் ஆண்டு தோறும் அமைக்கப்படுகிறது. சித்திரைத் திருவிழா நிகழ்ச்சிகள் மதுரையில் முடிந்து அழகர்கோயிலுக்கு இறைவன் திரும்பும் போது இவர்கள் பாடிக்கொண்டே பின்னால் செல்கிறார்கள். மறுநாள் தங்கள் சபையின் செலவில் இறைவனுக்குப் பூசை நடத்தி அன்னதானம் செய்கிறார்கள். அதற்கடுத்த நாள் நடைபெறும் இறைவன் திருமஞ்சன விழாவிலும் இவர்கள் கலந்து கொள்கிறார்கள்.

சபையின் செலவுக்காக, சித்திரைத் திருவிழாவிற்குச் சில நாட்கள் முன்னதாகவே உறுப்பினர்கள் தங்கள் பகுதிகளில் பணமும் வரியும் வசூல் செய்கிறார்கள். சபையின் அச்சிட்ட வரவு-செலவுப் புத்தகத்தில் இருந்து முசுலிம்களிடத்திலும், கிறித்தவர்களிடத்திலும் கூட இவர்கள் வசூல் செய்திருப்பது தெரிகிறது

இச்சபையின் 1978 - ஆம் ஆண்டு வசூல் வரவு 5011 ரூபாய் செலவு 4264 ரூபாய். திருவிழாவுக்கு ஒருமாத காலம் முன்னும் பின்னுமாக ஆண்டுக்கு இரண்டு கூட்டங்கள் நடைபெறுகின்றன. சபைக்கு வேறு அலுவல்கள் இல்லை.

புதிய தலைவர். 18.6.1978 - இல் நடத்திய சிறப்புக் கூட்டத்தில் ஆய்வாளர் கலந்துகொண்ட போது, அங்கு கூடிய அனைவருமே வர்ணிப்பாளர்கள்தாம் என்பதை அறியமுடிந்தது. ஆயினும் ஒரு பாடலினை முழுவதும் பாடத்தெரிந்தவர்கள் அங்கு விரல்விட்டு எண்ணுமளவிலேயே இருந்தனர்.

ஒன்றிரண்டு வர்ணிப்பு நூல்கள் அச்சேறியவுடன் இவர்களில் வாசிக்கத் தெரிந்தவர்கள் மனப்பாடம் செய்வதை விட்டுவிட்டனர். எனவே அச்சேறாத பாடல்களையும் மறந்துவிட்டனர். சாமி இறக்கு வதற்கும் ஒருசில அடிகளே போதுமானதாகி விடுகின்றன. மேலும் திருவிழாக் காலங்களில் மட்டுமே இப்பாடல்கள் நினைக்கப்பட

வேண்டியதிருப்பதால் இவர்கள் பாடல்களை மறந்துபோவது எளிதாயிற்று. எனவே அச்சேறாத பல வர்ணிப்புகள் மறைந்து விட்டன. இதன் விளைவாகப் பெரும்பாலோர் முன்னும் பின்னும் தொடர்பில்லாத சில அடிகளையே திரும்பத்திரும்பப் பாடிவருகின்றனர்.

பிறவிக் குருடரான மாரியப்பன் என்பவர் மட்டும் வர்ணிப்புப் பாடல்களைப் பாடுவதைத் தொழிலாகக் கொண்டிருக்கிறார். அவர் ஒருவரே பாடல்களை முழுமையாகவும் தெளிவாகவும் பாடுகிறார். தொழில்முறைப் பாடகராக வேறுயாரும் இல்லை.

நாற்பத்திரண்டுபேர் கூடிய இக்கூட்டத்தில் இவர்கள் அனைவருமே நடுத்தர வயதினராகவும், முதியவர்களாகவுமே உள்ளனர். இளைஞர்கள் பாடுவதை நாகரிகக்குறைவு எனக் கருதுகின்றனர் எனச் சங்கத் தலைவர் கூறினார். அனைவரும் நெற்றியில் தென்கலைத் திருமண் (திருநாமம்) அணிகின்றனர்; சாதி வேறுபாடுகள் கருதப் படுவதில்லை. ஆயினும் கோனார்' சாதியினர் கணிசமாக உள்ளனர்.

குறைந்த அளவு பள்ளிக்கல்வி உடையவர்களாகவே அனைவரும் காணப்படுகின்றனர். பெரும்பாலோர் விவசாயிகள்; சங்கத் தலைவர் கிராமமுனிசீப் ஆகவும், மற்றொருவர் அலுவலகத்தில் கடைநிலைப் பணியாளராகவும் பணியாற்றுகின்றனர். அனைவருமே மதுரைக்குப் பத்து மைல் சுற்றளவில் வசிப்பவர்களே என்பது குறிப்பிடத்தக்க செய்தியாகும்.[3]

8.6. வர்ணிப்புகளின் மூலம்

ஒன்றுக்கு மேற்பட்ட வர்ணிப்புக்களைக் காணும்போது இவ்வகையான பாடல்நூல்கள் தமிழில் எங்கிருந்து இவ்வடிவத்தைப் பெற்றன என்பது இயல்பாகவே எழும் கேள்வியாகும். 'வர்ணிப்பு' என்ற தனிச் சிற்றிலக்கிய வகை தமிழில் இருந்ததாகத் தெரியவில்லை. ஆயினும் இப்பாடல்கள் பிற எல்லாவகையிலும் மரபு வழிப்பட்டன என்பதால் இவற்றின் வடிவ மூலமும் தமிழில் இருக்கலாம் என்று எதிர்பார்க்கலாம்.

8.7. வர்ணிப்பாளர் கருத்து

வர்ணிப்பாளர் மகாசபைக் கூட்டத்தில் கலந்துகொண்ட ஒரு முதியவர்ணிப்பாளர், சங்கரமூர்த்திக்கோனாரின் பாகவத அம்மானை தான் வர்ணிப்புகளுக்கெல்லாம் மூலம்' என்று கூறினார்.[4] இவர் எழுதப்படிக்கத் தெரியாதவர். எனவே இவர் பாகவத அம்மானையைப் படித்திருக்க இயலாது. எனவே இச்செய்தி வர்ணிப்பாளர்களிடையே செவிவழிச் செய்தியாகவே நிலவியிருக்க வேண்டும். எனினும் இவர் கூற்று ஆய்விற்குரியதே.

8.8. பாகவத அம்மானை

ஸ்ரீமதி பாகவதத்தின் முதல் என்பது கந்தங்களை மு.மாரியப்பக் கவிராயர் என்பவர் தமிழில் அம்மானையாகப் பாடினாரென்றும், பத்து, பதினொன்று, பன்னிரண்டாம் கந்தங்களை சங்கரமூர்த்திக் கோனார் பாடினாரென்றும், சங்கரமூர்த்திக்கோனார் பாடிய ஸ்ரீமத்பாகவத அம்மானையின் வெளியீட்டாளர் தரும் குறிப்பால் அறிய முடிகிறது.[5] சங்கரமூர்த்திக் கோனார் பாகவத அம்மானை யினைப்பாடி. சகம் 1739 இல் (கி.பி.1817இல்) மதுரை யாதவர்கள் ராமாயணமண்டபத்தில் (வடக்குமாசி வீதியிலுள்ளது) 'சொர்க்கவாசல் ஏகாதசி' (வைகுண்ட ஏகாதசி)யன்று அரங்கேற்றியுள்ளார்.[6] இந்நூல் பாகவத அம்மானையின் இரண்டாம் புத்தகமாக 1932இல் இராம. குருசாமிக்கோன் என்பவரால் வெளியிடப்பட்டுள்ளது. இந்நூலின் சிறப்புப் பாயிரத்தால், சங்கரமூர்த்திக்கோனார் பாகவதத்தின் கண்ணன் திருவவதாரம் தொடங்கும் பத்தாம் கந்தம் முதல் பன்னிரண்டாம் கந்தம் முடியப் பாடிய பின்னரே, மாரியப்பக் கவிராயர் முதல் ஒன்பது கந்தங்களைப் பாடினார் என்ற செய்தியை அறிகிறோம்.[7] மாரியப்பக் கவிராயர் பாடிய நூல் இப்போது கிடைக்கவில்லை.

8.9. பாகவத அம்மானை அமைப்பு

சங்கரமூர்த்திக்கோனாரின் பாகவத அம்மானை முதனூலோ, வழி நூலோ, தழுவல் நூலோ அன்று. செவ்வைச் சூடுவார் இயற்றிய பாகவதத்தின் பத்து, பதினொன்று, பன்னிரண்டாம் கந்தங்களில் உள்ள 82 அத்தியாயங்களின் 2335 பாடல்களையும் வரிசை பிறழாமல் மிகக்குறைந்த எழுத்தறிவுடையோரும் புரிந்துகொள்ளும்படி எளிய நடையில் பாடியுள்ளார். எழுத்தறிவில்லாதவரும் இதை வாசிக்கக் கேட்டால் மிக எளிமையாகப் புரிந்து கொள்ள முடியும்.

சில இடங்களில் சில நிகழ்ச்சிகளைத் தன் சொந்தக் கவிதையால் வருணித்துள்ளார். நாற்பது, ஐம்பது அடிகளுக்கொருமுறை செவ்வைச் சூடுவார் பாகவதத்தின் கதைத் தொடர்புடைய ஒரு விருத்தத்தை அப்படியே கொடுத்துள்ளார். இனி எடுத்துக்காட்டுகளோடு இவற்றைக் காணலாம்.

தொடக்கம்

"பருதி வானவன் மரபொடு பானிலாத் திங்கள்
மரபு கேட்டவேன் மன்னவன் மதிமர புதித்த
ஒருத நிச்சுடர திருவிளை யாட்டெலாமுள்ளம்
தெருளக் கேட்பது விரும்பினன் செப்பலுற் றனளால்[8]

(பாகவதம்)

சூரியன்றன் வங்கித்தும் சந்திரன்றன் வங்கித்தும்
சீரியன்ற வேந்தர் செயலெல்லாங் கேட்டமன்னன்
சந்திரகுலத்தில் தயவாக வந்துதித்த
செந்திருமால் செய்யும் திருவிளையாட்டத் தனையும்
கேட்க மிகவிரும்பிக் கெம்பீரமாய் மகிழ்ந்து
நாட்கமல மாமுகத்தான் நற்சுகனைப் பார்த்துரைப்பான்"[9]
(பாகவத அம்மானை)

"அரவு யர்த்தவ னாலடம் படைக்கட லைவர்
ஒருகு ளப்படி யாம்படி கடப்பவோர் புணையாய்க்
கருவின் மற்றெனைக் காத்தசெந் தாமரைக் கண்ணன்
பொருவின் மாக்கதை விரித்தனை புகலெனப் புகன்றான்"[10]
(பாகவதம்)

"தியோதன ராஜன் சேனைப் பெருங்கடலை
அருகோர் குளம்படிபோ லைவர்கடக் கும்படிக்கு
தெப்ப மதுவாகிச் சிறியேன் பொருட்டாக
கெற்பமதில் வந்து கிருபைசெய்து தற்காத்த
எங்கோன் திருவிளையாட் டெல்லாஞ் சொல்வா யெனவே"[11]
(பாகவத அம்மானை)

இவ்வாறே பாகவதத்தின் ஒவ்வொரு பாடலையும் எளிய கவிதையாக்கிச் செல்லும் இம்முறையினைக் கடைசிப்பாடல் வரையில் சங்கரமூர்த்திக் கோனார் கையாளுகிறார்.

முடிவு

'கனைத்துவண் டிமிர்துழாய்க் கண்ணன் மாக்கதை
மனத்துற வழங்குநர் மகிழ்ந்து கேட்குநர்
விளைத்திருக் கற்றுறு மெய்ம்மை யாதியா
நினைத்தன பெற்றிவண்நீடு வாழியே"[12] (பாகவதம்)

"புனைத்துளவ மாலைப் புருடோத்தமன் கதையை
மனத்தில் மகிழ்ச்சிபெற வாகாய்ப் படிப்பவரும்
இனித்தமு துண்பவர்போ லின்புற்றே கேட்பவரும்
நினைத்தவரம் பெற்றுலகில் நீடூழி வாழியவே"
(பாகவத அம்மானை)

சில இடங்களில் சங்கரமூர்த்திக்கோனார் பாகவதம் கூறும் கதை நிகழ்ச்சியினைத் தன் கவிதையால் விரித்துக் கூறுகின்றார். கண்ணன் உரோகினி நாளில் பிறக்கிறான். இச்செய்தியினைக் கூறியபின்.

"பெற்றதாய் தந்தைமுன்னாட் பேர்பெறச்செய் மாதவமோ
குற்றமிலாச் சந்த்ர குலமுன்செய் மாதவமோ

உத்தமனட்பாக முன்னா ளுத்தவன்செய் மாதவமோ
சித்திரப்பொற் றேர்நடத்தத் தேர்விஜயன் செய்தவமோ
அன்பின் முலையூட்ட வசோதைசெய்த மாதவமோ
நம்பியைய னென்றழைக்க நந்தகோன் செய் தவமோ"[14]

என வரும் அம்மானைப் பகுதி சங்கரமூர்த்திக் கோனாரின் கவிதையாகும். செவ்வைச்சூடுவார் பாகவதத்தில் இப்பகுதி இல்லை. இவ்வாறு வருணித்தபின், "தாமரைக்கர நான்கில் வெண்சங்கொடு" எனத் தொடங்கும், செவ்வைசூடுலார் பாகவதப் பாடலை அப்படியே சொல்லிவிட்டு, அதைத் தன் கவிதையில்,

"சங்கொருகை தண்டொருகை சக்ரா யுதமொருகை
அங்கொருகை மீதில் அலர்தா மரைதுலங்க"[15]

என விளக்குகிறார்.

மேற்குறித்த ஒப்புமைப் பகுதிகளிலிருந்து, பாகவத அம்மானை பாகவதத்தின் "வழி நூல்" என்றோ, "தழுவல் நூல்" என்றோ குறிப்பிட முடியவில்லை. உவமைகளைக்கூட அப்படியே எடுத்தாளுவதால், இப்பெயர்கள் இதற்குப் பொருந்துவனவாயில்லை. வடமொழியும் தமிழும் கலந்த மணிப்பிரவாள நடையிலமைந்த நம்பிள்ளை ஈட்டினைத் தமிழில் மட்டும் எழுதி அதனை 'ஈட்டின் தமிழாக்கம்' எனப் பெயரிட்டழைப்பர். ரா.புருஷோத்தமநாயுடு.[16] பாகவத அம்மானை, தமிழிலிருந்தே எளிய தமிழ் நடைக்கு மாற்றப்பட்ட கவிதை நூலாகும். எனவே இதனைப் 'பாகவதத்தின் எளிநடையாக்கம்' எனக் குறிப்பிடலாம்.

8.10. பாகவத அம்மானையும் வர்ணிப்புப் பாடல்களும்

இனி, பாகவத அம்மானைக்கும் வர்ணிப்புப் பாடல்களுக்கும் உள்ள தொடர்பினைக் காண முற்பட வேண்டும்.

1. சங்கரமூர்த்திக்கோனார் பெயரும், அவர் அம்மானை என்ற பெயரில் திருமாலின் கதையினைப் பாடிய செய்தியும் வர்ணிப்புப் பாடலில் பேசப்படுகிறது.

"கொங்கார் துலவணிந்தோன் (Sic) கதையை
அம்மானை (Sic) யதாய்க் குலவயத்திலே வகுத்த
சங்கரமூர்த்திக்கோன் பாதார விந்தமலைச்
சாஸ்டாங்கமாய்ப் (Sic) பணிந்தேன்."[17]

என ஸ்ரீ கள்ளழகர் அட்டாக்கரமந்திர வர்ணிப்பு ஆசிரியர் அவையடக்கம் கூறுகிறார். அவையடக்கப் பகுதியில் வரும் இவ்வடிகள் குருவணக்கம் போல அமைந்திருப்பது குறிப்பிடத்தக்கது.

2. கண்ணன் திருவவதார நாளை,

'ஒளிமணி வண்ணத்தண்ணல் உதித்தன னுரோணிதன்னில்'[18]

எனச் செவ்வைச்சூடுவார் பாகவதம் கூறும். சங்கரமூர்த்திக் கோனாரின் பாகவத அம்மானை இச்செய்தியினை,

'ஆவணி மாதத்தி லமரபக்ஷத் தஷ்டமியில்
மேவு முரோகணியில் மீறிடப லக்கினத்தில்'[19]

என மாதமும், பட்சமும் (பிறை), திதியும் (பிறைநாள்), லக்னமும் (ஓரையும்) கூறி விரித்துப் பாடும். வர்ணிப்பு ஆசிரியர்கள் இந்த அடிகளை அப்படியே எடுத்தாளுகின்றனர்.

'ஆவணி மாதத்தில் காயாம்புமேனி அமரபட்சத் தட்டமியில்
மேவு முரோகணியில் நீலமேகசுவாமி மீறிடப லக்கனத்தில்'[20]
(ஸ்ரீ கிருஷ்ணாவதாரன் வர்ணிப்பு)

'ஆவணி மாதத்தில் அமரபக்ஷத் தட்டமியில்
அவதாரஞ் செய்வதற்கு'[21]
(பெரிய அழகர் வர்ணிப்பு)

அமரபட்சம், இடப லக்கனம் முதலிய துல்லியமான செய்திகளைக் குறைந்த கல்வியறிவே பெற்று, ஓசை வரம்பையே யாப்பு வரம்பாகக் கொண்ட வர்ணிப்பு ஆசிரியர்கள் பாகவத அம்மானையிலிருந்தே பெற்றிருக்கலாம் என்று தோன்றுகிறது.

3. கண்ணன் அரக்கியான பூதனையிடம் பால்குடித்து அவளை மடிந்து வீழச் செய்கிறான். மடிந்து வீழ்ந்த அவளுடலை ஆய்ப்பாடி மக்கள் எடுத்து எரியூட்டுகின்றனர். இந்நிகழ்ச்சியைப் பாடும் செவ்வைச் சூடுவார். தம் பாகவதத்தில் தம் கற்பனையில் ஒரு செய்தியினைக் கூறுகின்றார். கண்ணன் வாய்வைத்து முலையருந்திய காரணத்தால் பூதனையின் உடல் எரிகின்றபோது மணம் வந்ததாம்.

"மேதகு கடற்பவளம் வென்றுமிளிர் செவ்வாய்
ஆதிகதிர் மாமுலை யருந்திய திறத்தால்
பூதனை யுடற்சுடு புகைப்படல மண்டிடிக்
காதமொரு நான்குவிளை காரகில் கமழ்ந்த"[22]

இச்செய்தியினைப் பாகவத அம்மானை,

"உம்பர்தமக் கன்றமுர்த முண்ணவருள் கண்ண னங்கே
செம்பவள வாய்திறந்து செய்யமுலை யுண்டதனால்
பூதனையாள் தேகப் புகைதான் கமகமெனக்
காதமொரு நான்குங் கமழுமகிலு மாமணமே"[23]

எனப் பாடுகின்றது.

ஸ்ரீ கிருஷ்ணாவதாரன் வர்ணிப்பு இச்செய்தியினை,

"பூதனை தன் பேருடலை செந்தணலை மூட்டிப்
பொசுக்கலுற்றா ராயரெல்லாம்
நாதன் வாய் வைத்ததனால் நான்கு நாதமட்டும்
நற்களபந்தான் மணக்க"[24]

எனப் பாடுகின்றது.

செவ்வைச்சூடுவாரின் பாகவதம், பாகவத அம்மானை வழியாக. வர்ணிப்பு ஆசிரியர்களிடம் தன் செல்வாக்கினைப் பதித்திருப்பதற்கு இப்பகுதி எடுத்துக்காட்டாகும்.

பாகவத அம்மானை ஆசிரியர் நிகழ்ச்சிகளையும் காட்சிகளையும் வருணிப்பதிலும் வர்ணிப்புப்பாடல் ஆசிரியர்களுக்கு வழி காட்டி யுள்ளார். செவ்வைச்சூடுவார் பாகவதப் பாடல்கள் தரும் செய்திகளை எளிய நடையில் கவிதையாக்கிய பின் அவற்றைத் தமது கவிதையில் பாகவத அம்மானை ஆசிரியர் சில இடங்களில் விரித்து வருணித்து உள்ளார். அவ்வகையிலமைந்த ஒரு பகுதியை வர்ணிப்புப் பாடல்களோடு ஒத்திட்டுக் காண்பது இக்கருத்தை நன்கு விளக்கும்.

தேவகியைத் திருமணப் பெண்ணாக அலங்கரித்த நிகழ்ச்சியைப் பாகவத அம்மானை ஆசிரியர் வருணிக்கிறார். இது செவ்வைச் சூடுவார் பாகவதத்தில் இல்லாத வருணனையாகும்.

"சொருகுங் குழலில் முத்துத் தொங்கலிட்டுக் குப்பியிட்டு
நெற்றிக்கிப் (Sic) பொட்டுமிட்டு நீள்விழிக்கி (Sic) மையுமிட்டு
வெற்றிப்பிறைபோல் விளங்கு முருகுமிட்டு
காதுக்குத் தோடுமிட்டு கற்பதித்த கொப்புமிட்டு
சோதிக் குழிழ்மூக்கிற் தூக்குமூக் குத்தியிட்டார்.
முத்துச்சரமும் முழுப்பவளத் தாவடமுங்
கொத்துச் சரப்பளியும் கோர்வையதாய் மார்பிலிட்டார்
மாதனத்தால் வாடும் மருங்கிலொட்டி யாணமிட்டு
பாதசரந் தண்டையொடு பாடகமுங் காலிலிட்டார்"[25]

முருகு, கொப்பு முதலிய காதணிகள் இன்றும் பெரும்பாலும் பிற்பட்ட சாதியார் அணியும் நகைகள் ஆகும். தம்மைச் சுற்றியுள்ள மக்களின் தன்மையையே தம் காவியப் பாத்திரத்துக்கும் ஏற்றிக் காட்டுகிறாரேயன்றி 'உயர்ந்த' சாதியினராகக் கற்பனை செய்யப் பாகவத அம்மானை ஆசிரியரால் இயலவில்லை.

இனி 'அலங்கரித்தல்' என்ற நிகழ்ச்சி வர்ணிப்புப் பாடல்களில் எப்படி காணப்படுகின்றது என ஒத்திட்டுக் காண்போம்.

அழகராகிய திருமால், மதுரைக்குப் புறப்படும் முன் அவரை அலங்கரிக்கின்றனர், இந்நிகழ்ச்சியினை,

"இரண்டு செவிகளுக்கும் வயிரக் கடுக்கன்
    இசையும்படி தானணிந்து
கைதனிலே பாசிபந்து கரியமால் வண்ணன்
    கணையாழி தானணிந்து
இடுப்பிலே ஒட்டியாணம் என் அய்யனுக்கு
    இருபுறமும் பொன்சதங்கை
காப்புக் கொலுசுமிட்டார் கரியமாலுக்கு
    காலில் பாடகமிட்டார்"[26]

என்று தசாவதார வர்ணிப்பு பாடுகின்றது.

ஸ்ரீ கிருஷ்ணாவதாரன் வர்ணிப்பு இந்நிகழ்ச்சியினை,

"முத்தணிந்த குல்லாவைச் சுந்தரராஜனுக்கு
    முடிமேல் புனைந்தார்கள்
நெற்றியில் பொன் நாமமிட்டார் நீலமேகத்திற்கு
    நீலமுருகு மணிந்தார்
வயிரக்கடுக்கனிட்டார் பச்சைமால் தனக்கு
    மார்பில் பதக்கமிட்டார்"[27]

என வருணிக்கும். இதே நிகழ்ச்சியைப் பெரிய அழகர் வர்ணிப்பு

"முந்தியசவ் வாததனால் மோகினி சொரூபனுக்கு
    முன்முகத்தில் பொட்டுமிட்டு
சார்ந்த மரகதத்தால் சங்காழிக் கையனுக்கு
    தான்மேல் முருகுமிட்டு
வார்ந்த மாணிக்கமதால் மாமுகில் வண்ணனுக்கு
    வண்டிக் கடுக்கனிட்டு
வைத்த கணையாழிதனை மரகத மேனிக்கடவுள்
    மணிவிரலின் மேலணிந்து"[28]

என வருணித்துப் பாடுகின்றது.

'அலங்கரித்தல்' என்ற ஒரே நிகழ்ச்சியைப் பலபட வருணிக்கும் பாங்கு, பெருங்கவிஞர்களைப் போல ஒரு தொழிலுக்குப் பல வினைச் சொற்களைப் பயன்படுத்தித் தம் சொல்வளத்தைக் காட்டாமல் 'இடுதல்' என்ற ஒரே வினைச்சொல்லையே பயன்படுத்தும் முறை, தாமறிந்தகொப்பு, முருகு வண்டிக்கடுக்கன் ஆகிய அணிகளின்

பெயர்களையே கூறல், ஓசை வரம்பின்றி வேறு மரபிலக்கண வரம்பமையாமை இவையனைத்தாலும் பாகவத அம்மானைப் பாடலும் வர்ணிப்புப் பாடல்களும் ஒரே வகையான நடை அமைப்பினை உடையனவாய் இருப்பதை உணரலாம்,

பாகவத அம்மானை ஆசிரியருக்கும். வர்ணிப்பு ஆசிரியர்களுக்கும் சொற்களைப் பயன்படுத்தும் முறையிலும் நெருங்கிய ஒற்றுமை காணப்படுகிறது. நாட்டுப்புற மக்களின் உணர்வலைகளை அவர்கள் பயன்படுத்தும் சொற்களிலேயே கவிதையாக்குவதும் ஓசை வரம்பையே யாப்பு வரம்பாகக் கொண்டு பாடுவதும் இவர்கள் நாட்டுப்புறக் கவிஞர்கள் என்பதைக் காட்டுகின்றன.

செவ்வைச் சூடுவாரின் பாடல்களையே எளிய நடைக்கு மாற்றினாலும் பாகவத அம்மானை ஆசிரியர்க்கு வங்கிம், கெம்பீரம் கெற்பம், திரியோதன ராஜன், அன்புவைத்துக் கேளும், சொல்லக்கேளும் முதலிய பேச்சுமொழிச் சொற்களையும் சொல்லமைப்பையும் தவிர்க்க முடியவில்லை.

கார்த்தாய், மாயனுடகதை, துகை, பேய்ரம்பை (ஸ்ரீகிருஷ்ணாவதாரன் வர்ணிப்பு) களவாண்டு, திரியோதரன், தேவாமுர்தம் (கூர்மாவதாரன் வர்ணிப்பு) சருபேஸ்வரன், தெண்டித்து, ஆச்சியர் (பெரிய அழகர் வர்ணிப்பு) தொழுவு. கெந்திருவாள், கருவேலம் (அழகர் வர்ணிப்பு) (1), முதலிய பேச்சு வழக்குச் சொற்களை வர்ணிப்பு நூல்களில் நிறையக் காணலாம்.

வர்ணிப்புப் பாடல்களில் ஓரிரண்டு சொற்களில் அல்லது ஓரிரண்டு அடிகளில் கண்ணனது பெருமையாகப் பேசப்படுவனவெல்லாம் அவனது ஆய்ப்பாடித் திருவிளையாடல்களே கண்ணன் ஆய்ப்பாடி வருதல், பூதனையாள் முத்தி பெறுதல், கண்ணன் சகடமுதைத்தல், மருதிடைத் தவழ்தல், அரவின்மேலாடல், கோவியர் துகில் கவர்தல், குன்று குடையாக எடுத்தல், கஞ்சனைக் கொல்லல் ஆகிய நிகழ்ச்சிகளே வர்ணிப்புப் பாடல்களில் மீண்டும் மீண்டும் பேசப்படுவனவாகும். இவையனைத்தும், சங்கரமூர்த்திக்கோனாரின் பாகவத அம்மானையின் முதற் கந்தத்தில் (பாகவதத்தின் பத்தாம் கந்தம்) தனித்தனி அத்தியாயங்களாக விரித்துப் பாடப்பட்டுள்ளன.

பாகவத அம்மானையையும், வர்ணிப்புப் பாடல்களையும் ஒப்பிட்டு நோக்கும்போது நமக்குக் கிடைக்கின்ற செய்தி இதுவேயாகும். கண்ணனின் திருவிளையாட்டுச் செய்திகள் நாட்டுப்புற மக்கள் அறியாதவையல்ல. எனினும் கதைகளின் நுணுக்கமான சில செய்திகளும், சில பாத்திரப் பெயர்களும் நாட்டுப்புற மக்கள் அறியாதவையே.

இவற்றை விரித்து விளக்கிக்கூறும் செவ்வைச் சூடுவாரின் பாகவதம் இலக்கியப் பயிற்சி உடையவர்களே உணர்ந்து சுவைக்கும் தரமுடைய தாகும். நாட்டுப்புற மக்களும், நாட்டுப் புறக் கவிஞர்களும் எழுத்திலக்கியப் பயிற்சியும், யாப்பு அறிவும் பெறாதவர்கள். அவர்கள் பாகவதத்தை நேரடியாகப் படித்துணர்ந்து சுவைக்கவியலாது சங்கரமூர்த்திக் கோனாரின் பாகவத அம்மானை பாகவதத்தின் ஒவ்வொரு பாடலையும் நாட்டுப்புற மக்கள் கேட்டுச் சுவைக்கும் வண்ணம் மிக எளிமையாக்கியதோடு, இடையிடையே சில நிகழ்ச்சிகளை நாட்டுப்புறக் கவிதை நடையில் விரித்தும் கூறுகிறது. எனவே செவ்வைச்சூடுவாரின் பாகவதம் கூறும் அனைத்துச் செய்திகளும் நாட்டுப்புறக் கவிஞர்க்கும் மக்களுக்கும் பாகவத அம்மானை வழியாக எளிதிற் கிடைத்திருக்கின்றன. செவ்வைச் சூடுவாரின் பாகவதத்திற்கும் நாட்டுப்புறக் கவிஞர்களுக்கும் இடையில் ஏற்பட்ட இடை வெளியினைப் பாகவத அம்மானை பாலமாக நின்று இணைத் திருக்கின்றது. இதன்வழி, வர்ணிப்பு ஆசிரியர்கள் தங்கள் கதைச் செய்திகளைப் பாகவத அம்மானையில் இருந்தே எடுத்திருக்கிறார்கள். எனவேதான் வர்ணிப்புப் பாடல்கள் எல்லாம் பாகவத அம்மானையைப் போல் (வைணவச் சார்புடை யனவாகவே) பெருகின என்று கருதலாம். சுருக்கமாகக் கூறுவதானால் 'உயர்ந்தோர்' இலக்கியத்தை வடிவ மாற்றத்தால் 'மக்கள்' இலக்கியமாக்கும் ஒரு முயற்சியே பாகவத அம்மானை எனலாம். இவையனைத்தும் பாகவத அம்மானை 'வர்ணிப்புகளின் மூலம்' என்ற கருத்தினை உறுதிசெய்கின்றன. இருப்பினும் வர்ணிப்புத் திறனை முக்கியப்படுத்தும் நிலை பாகவத அம்மானைக்குமுன் தமிழில் இருந்ததா என்பதையும் ஆராய வேண்டும்.

8.11. காவிய மரபு

சங்க இலக்கியங்களில் ஆற்றுப்படை நூல்களிலும், நீண்ட அகப்பாடல்களில் கருப்பொருள் விளக்கமாகவும் வருணனைகள் இடம் பெற்றுள்ளன. எனினும் தமிழ்க் காவியங்களிலேயே வருணனை பெருமளவு வளர்ந்துள்ள நிலையைக் காணமுடிகிறது.

மலை, ஆறு, நாடு, வளநகர், பருவம், இருசுடர்ந் தோற்றம் இவையெல்லாம் காவியத்தில் இடம்பெற வேண்டும் என்பர் தண்டியாசிரியர்

காவியத்தில் வாய்ப்புற்ற இடங்களில் எல்லாம் இவை வருணிக்கப்பட வேண்டும் என்பதே அவர் கருத்தாகும். காவியங்களுக்கு வருணனை இன்றியமையாத ஒரு தேவை என்றும் அவர் கருதியிருக்கிறார். அவ்வாறாயின் ஒரு வருணனைப் பகுதி, கதைப் பகுதியோடு நெருங்கிய தொடர்பின்றி வருணனைக்காகவே

தமிழ்க்காப்பியங்களில் பயன்படுத்தப்பட்டுள்ளதா என்பதையும் நாம் கண்டறிய வேண்டும்.

கலவியும் புலவியுமாக மாதவி கோவலனுடன் இனிது வாழ்ந்தாள் என்பதைக் கூறவந்த இளங்கோவடிகள், மாதவி பல்வேறு அணிகளையும் அணிந்திருந்த காட்சியை வருணிக்கிறார்.

"பரியகம் நூபுரம் பாடகஞ் சதங்கை
அரியகம காலுக் கமைவுற அணிந்து
குறங்கு செறிதிரள் குறங்கினிற் செறித்து
....
நிறங்கிளர் பூந்துகிர் நீர்மையி னுடீஇ
தூமணித் தோள்வளை தோளுக் கணிந்து
....
சித்திரச் சூடகம் செம்பொற் கைவளை
பரியகம் வால்வளை பவளப் பல்வளை
அரியகம் முன்கைக் கமைவுற அணிந்து
வாளைப் பகுவாய் வணக்குறு மோதிரம்
கேழ்கிளர் செங்கோழ் கிளர்மணி மோதிரம்
வாங்குவில் வயிரத்து மரகதத் தாள்செறி
காந்தண் மெல்விரல் கரப்ப அணிந்து"[29]

என்றெல்லாம் கூறி மேலும் தொடர்ந்து மொத்தம் 32 அணிகளையும் அணிந்த இடங்களையும் விளக்குகிறார். கடலாடு காதையில் இவ்வருணனை இடம்பெறும் 27 அடிகளுக்கும். வருணனையே பொருளன்றி வேறுபொருள் இல்லை என்பது தெளிவு.

எனவே காவியங்கள் எழுந்த காலத்தில் காவியங்களில் ஓர் உறுப்பாகக் கருதுமளவு வருணனை வளர்ந்திருந்தது. அதுவே காவியங்களும் பிற சிற்றிலக்கியங்களும் எழாத நிலையில், நிறைந்த இலக்கியப் பயிற்சியில்லாத புலவர்களிடையே வர்ணிப்புகளாக மலர்ந்தது என்ற முடிவுக்கு நாம் வரவேண்டியுள்ளது. வர்ணிப்புப் புலவர்களுக்கு இவ்வகையில் பாகவத அம்மானை வழிகாட்டியாக அல்லது முன்னோடியாக அமைந்திருக்கலாம்.

8.12. அழகர் வர்ணிப்புகள்

பெருமளவு பெயர்பெற்றதும், பெரும்பாலோரால் பாடப் படுவதும் அச்சிடப்பட்டுள்ள 'அழகர் வர்ணிப்பு' என்ற பாடலே. சென்னை ஆவணக்காப்பகக் குறிப்புக்களிலிருந்து (Madras Archives) இந்நூல் கி.பி. 1889இல் இராமசாமிக்கவி என்பவராலும். கி.பி.1894 இல் பெரியசாமிப்பிள்ளை என்பவராலும் அச்சிடப்பட்டு வெளியிடப்

பெற்ற செய்தி தெரிகிறது.[36] ஆனால் ஆசிரியர் பெயர் தெரியவில்லை. ஸ்ரீமகள் கம்பெனி வெளியிட்ட, பதிப்பாண்டு இல்லாத அழகர் வர்ணிப்புப் பதிப்புக்களிலும் ஆசிரியர் பெயர் இல்லை.

அச்சிடப்பட்டுள்ள அழகர் வர்ணிப்பு பெருங்குடி கருப்பணதாசன் எழுதியது என்றும், அவர் அரிசன வகுப்பினர் என்றும் வர்ணிப்பாளரான ஒரு தகவலாளி கூறுகிறார்.[31]

8.13. அமைப்பு முறை

அழகர்கோயிலிலிருந்து சித்திரைத் திருவிழாவிற்காக மதுரை நோக்கிப் புறப்படும் இறைவனின் அலங்காரம், தல்லாகுளத்தில் ஏறிவரும் சப்பரத்தின் அலங்காரம், குதிரை வாகனத்தின் அலங்காரம் ஆகியவற்றை அச்சிடப்பட்ட அழகர் வர்ணிப்பு (1) பலபட வருணிக்கும், இடையிடையே திருவிழாவின் பிற நிகழ்ச்சிகளான திரியாட்டக்காரர் சாமியாடுதல், குறி சொல்லுதல் ஆகியவற்றையும், வழியிலமைந்த பெரிய திருக்கண்களின் பெயர்களையும் குறிப்பிடுகிறது வண்டியூருக்கு அழகர் ஊர்வலம் சென்று சேரும் வரையுள்ள நிகழ்ச்சிகளை விரிவாகவும் திரும்புவதைச் சுருக்கமாகவும் இப்பாடல் வருணிக்கிறது. அச்சிடப்படாத அழகர் வர்ணிப்பு (7) திரியாட்டக்காரர் சாமியாடுதல், குறி சொல்லுதல் ஆகியவற்றை மட்டும் பாடவில்லை. இவை தவிர அச்சிடப்பட்ட (எண்.1) அச்சிடப்படாத (எண்.7) இரண்டு அழகர் வர்ணிப்புகளும் ஒரே போக்கில்தான் அமைந்துள்ளன.

8.14. வேறுபாடு

அச்சிடப்படாத அழகர் வர்ணிப்பு ஒரு செய்தியினைப் புதிதாகக் கூறுகிறது. பிரிட்டிஷார் கமிட்டியார் போலீசார் சூழ்ந்துவர' அழகர் ஊர்வலம் சென்றது எனக் குறிப்பிடுகிறது.[32] பாடலின் போக்கில் இவர்கள் ஊர்வலப் பாதுகாப்புக்காக உடன் வந்ததாகவே தெரிகிறது வேறு பொருள்கொள்ளுமாறு இல்லை.

8.15. பிற வர்ணிப்புகள்

1. ஸ்ரீ கள்ளழகர் அட்டாக்கர மந்திர வர்ணிப்பு

மிக அண்மையில் (1979) வெளிவந்த இவ்வர்ணிப்பு நூலின் பெயருக்கும் பாடலுக்கும் தொடர்பில்லை. திருவிழா நிகழ்ச்சிகளை இவ்வர்ணிப்பு பாடவேயில்லை. "ஓம் நமோ நாராயணா" என்னும் அட்டாக்கர மந்திரம், நூலின் முதலடியாக வருவதைத் தவிர மந்திர விளக்கம் எதுவும் இல்லை. திருமாலைப் பல பெயர்கள் சொல்லிப் போற்றித் துதிக்கும் பாடலாக மட்டும் இது விளங்குகிறது. நூலினுள்ளும் அட்டாக்கர மந்திர விளக்கம் ஏதும் தரப்படவில்லை.

2. கூர்மாவதாரன் வர்ணிப்பு

இந்நூலை எழுதிய ஆசிரியர் பெயர் தெரியவில்லை. வர்ணிப்புப் பாடல்களில் அளவிற் சிறியதும் இதுவேயாகும். நாட்டுச் சிறப்பு என்ற தலைப்பில் நூலின் தொடக்கத்தில் 28 கண்ணிகள் அமைந்துள்ளன. அவற்றுள் பத்து இடங்களில் திருமால் ஆய்ப்பாடியில் பால், தயிர், வெண்ணெய் உண்டு வளர்ந்தவனாகக் குறிக்கப்படுகிறான். அதன் பின்னரே தேவர்களும் அசுரர்களும் பாற்கடல் கடையும்போது திருமால் ஆமையாக நின்று மந்தரமலையை மத்தாகத் தாங்கியது. மோகினி வடிவில் அமுதம் பரிமாறியது ஆகிய செய்திகள் பேசப்படுகின்றன.

3. கிருஷ்ணாவதாரன் வர்ணிப்பு

இதுவும் ஆசிரியர் பெயர் தெரியாத நூலே. கண்ணன் பிறப்பு, கஞ்சன் ஆலோசனை, கண்ணன் ஆய்ப்பாடி வருதல், மண்ணையுண்டல், மரதிடைத் தவழ்தல், மாடு மேய்த்தல், கோவர்த்தன மலையைக் குடையாகப் பிடித்தல், காளிங்க நர்த்தனம், கோவியர் துகில் கவர்தல், வடமதுரை செல்லல், கஞ்சன்வதம், பாரதப்போர் ஆகிய நிகழ்ச்சிகளைப் பாடியபின் அழகர்மலைச் சிறப்புத் தொடங்கிப் பின்னர் அழகர் வர்ணிப்பைப் போலத் திருவிழா நிகழ்ச்சிகளைப் பாடுகிறது.

4. தசாவதார வர்ணிப்பு

சாமிக்கண்ணுக்கோனார் இயற்றிய இவ்வர்ணிப்புப் பாடல் அழகர் வர்ணிப்பைப் போலவே அமைந்துள்ளது. வைகையாற்றில் ராமராயர் திருக்கண்ணில் அழகர் தசாவதாரக் காட்சி தரும் நிகழ்ச்சியை மட்டும் அவதாரவாரியாகக் கதையினைக் கூறி விரிவாகப் பாடுகிறது. பின் நிகழ்ச்சிகளை அழகர் வர்ணிப்பைப் போல், ஆனால் சுருக்கமாகப் பாடி முடித்துவிடுகிறது.

5. பெரிய அழகர் வர்ணிப்பு

இராமசாமிக்கவிராயர் இயற்றிய பெரிய அழகர் வர்ணிப்பே கிடைத்துள்ள வர்ணிப்புகளில் அளவிற் பெரியது. இரண்டு பகுதிகளாக உள்ள இந்நூலின் முதற்பகுதி விநாயகர், சுப்பிரமணியர், சரசுவதி, சோமசுந்தரர், மீனாட்சியம்மன், தேவர்கள், சித்தர்கள், திருமால், மாரியம்மன், காளியம்மன், பேச்சியம்மன், செல்லத்தம்மன், சக்கம்மா, இருளப்பன், இருளாயி ஆகிய தெய்வங்களை வணங்கி விட்டு, புரட்டாசி மாதம் 'மீனாட்சி அம்மன் கோவில் நவராத்திரி கொலுவின்போது பேயோட்டுகிற வர்ணிப்பு' என்ற தலைப்பில் சில சிறுதெய்வங்களோடு மீனாட்சியம்மனையும் வணங்கி விட்டு முடிந்து விடுகிறது.

நூலின் இரண்டாவது பகுதியான அழகர் வர்ணிப்பிற்கும் இதற்கும் தொடர்பு இல்லை. இரண்டாவது பகுதியில் கிருஷ்ணன் பிறப்பு, ஆய்ப்பாடி வருதல், பூதனை முத்திபெற்றது. கிருஷ்ணன் மருதிடைத் தவழ்ந்தது, பசு மேய்த்தது ஆகிய பகுதிகட்குப் பின் அழகர் மலைக் கோயில், சன்னிதி, தீர்த்தம் அழகர்மலையின் பல்வேறு பிரிவுகள் ஆகியவற்றின் சிறப்பினைக்கூறிப் பின்னர் அழகர் வர்ணிப்பினைப் போலத் திருவிழா நிகழ்ச்சிகளைப் பாடி, இராமராயர் மண்டபத்தில் தசாவதாரக் காட்சியில் பத்து அவதாரச் சிறப்பினைச் சற்று விரித்துப்பாடி இறைவன் அழகர்மலைக்குத் திரும்புவதையும் வருணித்து முடிகிறது.

கிருஷ்ணாவதாரன் வர்ணிப்பு கூறும் செய்திகள், அழகர் வர்ணிப்பு கூறும் செய்திகள், தசாவதார வர்ணிப்பு கூறும் செய்திகள். முதலிய அனைத்தையும் இராமசாமிக்கவிராயர் 'பெரிய அழகர் வர்ணிப்பு' என்ற பெயரில் ஒரு நூலாகப் பாடியுள்ளார். இவற்றோடு தொடர்பில்லாத பிற கடவுளர் துதி நூலின் முதற் பகுதியாகத் தரப்பட்டுள்ளது. இரண்டு பகுதிகளையும் சேர்த்து அச்சிட்டதற்கு வெளியீட்டாளரின் வணிக நோக்கம் தவிர வேறு காரணம் காணமுடியவில்லை.

6. பதினெட்டாம்படிக் கருப்பன் உற்பத்தி வர்ணிப்பு

களஆய்வில் கிடைத்த இவ்வர்ணிப்பு அச்சிடப் பெறாதது. அழகர்கோயிலில் பதினெட்டாம்படிச் சன்னிதி ஏற்பட்டது குறித்து மக்கள் வழக்கில் உள்ள கதையே இவ்வர்ணிப்பின் பாடுபொருளாகும். இராமசாமிக் கவிராயரின் பெரிய அழகர் வர்ணிப்பும் 'பதினெட்டாம்படி உண்டான விசேடம்' என்ற தலைப்பில் இக்கதையைச் சுருக்கமாகப்பாடுகிறது.

7. ராக்காயி வர்ணிப்பு

ராக்காயி அம்மன் அழகர்மலையில் சிலம்பாற்றின் கரையிலுள்ள ஒரு சிறுதெய்வமாகும். இப்பாடல் ராக்காயி தன் குழந்தைகளுடன் தன் தமையனான பதினெட்டாம்படிக் கருப்பனைப் பார்க்க வரும் நிகழ்ச்சியை மட்டும் விரித்துப் பாடுகிறது. கருப்பசாமி அவளுக்குக் காட்சி கொடுக்கிறார். 'ஜெகநாதன் தங்கச்சி' என இவ்வர்ணிப்புப் பாடல் அவளைத் திருமாலுக்கும் தங்கையாகக் குறிப்பிடுகிறது. களஆய்வில் கிடைத்த இவ்வர்ணிப்பும் அச்சிடப்பெறாததேயாகும்.

8. வலையன் கதை வர்ணிப்பு

இவ்வர்ணிப்புப் பாடல், ஒரு வலையன் அழகர்மலை அடிவாரத்தில் கிழங்கு தோண்டும்போது அந்தக் குழியிலிருந்து அழகர் கோயில் இறைவன் வெளிப்பட்டார் என்ற செய்தியை வருணிக்கிறது.

9. கருப்பசாமி வர்ணிப்பு

தொடக்கமும் முடிவும் இல்லாத கையெழுத்துப்படியாக ஆய்வாளர்க்குக் கிடைத்த இவ்வர்ணிப்பு அழகர்கோயிலில் ஆடிமாதம் பௌர்ணமி நாளில் கருப்பசாமியாக வழிபடப்பெறும் கதவுகளுக்குச் சந்தனம் பூசும் நிகழ்ச்சியை வருணிக்கிறது.

8.6. அவதார வர்ணிப்புகள் பிறப்புக் காரணம்

இராமசாமிக்கவிராயரின் பெரிய அழகர் வர்ணிப்பு ஆற்றில் இறங்கிய மறுநாள் இரவு அழகர் ராமராயர் மண்டபத்தில் பத்து அவதாரங்களிலும் காட்சிதரும் திருவிழா நிகழ்ச்சிகளை அவதாரக் கதைகளோடு விரிவாக வருணிக்கிறது. மாயாவதார வாணிப்பு முதலியவை ஒரேயொரு அவதாரத்தைப் பற்றி மட்டும் பாடும் தனித்தனி வர்ணிப்புகளாகும். பிற அவதாரங்களுக்குத் தனியான வர்ணிப்புப் பாடல்கள் கிடைக்கவில்லை.

சித்திரைத் திருவிழாவில் தசாவதார நிகழ்ச்சி முதல் நாள் இரவு தொடங்கி மறுநாள் பொழுதுவிடியும் வரை நடைபெறும். இவற்றைக் காணவரும் மக்கள் இரவு முழுவதும் தூங்காது விழித்திருக்க வேண்டும். எனவே இம்மக்கள் தூங்காது விழித்திருக்க வேண்டி இரவு முழுவதும் பாடும் வகையில் அவதார வர்ணிப்புகள் பிறந்திருக்க வேண்டும். எனவே சித்திரைத் திருவிழா நிகழ்ச்சிகளே இவற்றின் பிறப்புக்கும் அடிப்படையாகின்றன. ஆயினும் தொடர்ந்து மூன்று ஆண்டுகளாக (1977,1978,1979) ஆய்வாளர் கண்டதில், இந்நிகழ்ச்சியில் நகர்ப்புற மக்களே நிறைந்திருப்பதை அறிய முடிந்தது. நாட்டுப்புற மக்களையோ வர்ணிப்பாளர்களையோ காணமுடியவில்லை.

8.17. பிற பாடல்கள்

சித்திரைத் திருவிழாவில் பாடப்பெறும் இப்பாடல்களைத் தவிர வேறுசில பாடல்களையும் வர்ணிப்பாளர் பாடுகின்றனர். அவை வர்ணிப்புப் பாடல்கள் அல்ல; கதை பொதிந்த பாடல்கள் ஆகும். எனவே அவற்றை வர்ணிப்புப் பாடல்களைப் போல் வீதியில் நின்று பாடுவதில்லை. ஓரிடத்தில் கேட்கும் ஆர்வமுள்ள பலர் அமர்ந்து, ஒருவரைப் பாடசொல்லிக் கேட்டு மகிழ்வர். சில நேரங்களில் மதுரை வட்டாரத்தில் சிறுதெய்வக்கோயில் திருவிழாக்களில் பொழுது போக்கு நிகழ்ச்சியாக ஒருவர் பாட ஏனையோர் அமர்ந்து கேட்கின்றனர். அவ்வாறு பாடப்பெறும் பாடல்கள் கிருஷ்ணன் பிறப்பு, கிருஷ்ணன் தூது, கீசகன் சண்டை. திரௌபதி கலியாணம். திரௌபதி வஸ்திராபஹரணம் (துகிலுரிதல்), கண்ணன் பிறப்பு. விராட இவற்றுள் பார்வதி கலியாணம் முதலியன. இவற்றுள் பார்வதி கலியாணம் தவிர ஏனையவை மகாபாரதத்திலிருந்து கதைப்பொருள் பெற்றவை என்பது சிந்தனைக்குரிய செய்தியாகும்.

8.18. இலக்கிய மரபு

இதிகாசங்களில் ஒரு பகுதியை மட்டும் எடுத்து நாடகமாகவும் காவியமாகவும் அமைக்கும் மரபு வடமொழி இலக்கிய வரலாற்றில் போற்றப்பட்டு வந்த ஒன்றாகும். இவ்வாறு அமைக்கும் காவியங்களுக்குக் 'கண்டகாவ்யம்' (காவியத் துண்டங்கள்) எனப் பெயர் தமிழில் நளவெண்பா, இரணியவதைப்பாணி, பாரதியின் பாஞ்சாலி சபதம் ஆகியன இவ்வகையினவாகும். ஆயினும் தமிழ் எழுத்திலக்கியங்களை விட, நாட்டுப்புற இலக்கியங்களில் கண்டகாவியம் பாடும் இம்மரபு செல்வாக்கோடு திகழுகின்றது. மேற்குறித்த இலக்கியங்கள் அதற்குச் சான்றாகும்.

முடிவுரை

சித்திரைத் திருவிழாவோடு இணைந்துவரும் மதுரை மீனாட்சி அம்மன் கோயில் திருவிழாவில் மீனாட்சியம்மன் பட்டம் சூடுதல், திருமணம், தேரோட்டம் ஆகிய நிகழ்ச்சிகளில் மக்கள் பெருந்திரளாகக் கூடுகின்றனர். ஆயினும் அக்கூட்டத்தினர் பெரும்பாலும் நகரமக்களே, அவர்கள் வர்ணிப்புப் பாடல்களைப் பாடுவதில்லை. 'மீனாட்சி திருமணம்' என்றொரு வர்ணிப்புப் பாடல் இருந்தாலும் இதுவுங்கூட இத்திருவிழாவில் யாராலும் பாடப்படுவ தில்லை. வர்ணிப்புப் பாடல்களைப் படைப்போரும் படிப்போரும், கேட்போரும் நாட்டுப்புற மக்களேயாவர்.

அழகர்கோயில் சித்திரைத் திருவிழாவிலேயே வர்ணிப்புப் பாடல்கள் பாடப்படுகின்றன; பிற திருவிழாக்களில் பாடப்படுவதில்லை.

வர்ணிப்புப் பாடல்கள் சிற்றிலக்கிய வகைகளில் ஒன்றாக மதிக்கத்தகுந்தவை. ஆயினும் பிற சிற்றிலக்கியங்கள் இலக்கியப் பயிற்சியும் எழுத்தறிவும் பெற்றவர்களாலேயே படைக்கவும் சுவைக்கவும்படுவன. வர்ணிப்புப் பாடல்கள் நாட்டுப்புற மக்கள் இலக்கியமாகத் தோன்றி வளர்ந்திருக்கின்றன. பாகவத அம்மானை வைணவச் சார்பானதால், அதனைப் பெருமளவு பின்பற்றி எழுந்த வர்ணிப்புப் பாடல்களும் வைணவச் சார்பானவையாயின. அழகர் கோயிலை வழிபடும் அடியவர் கூட்டத்தின் பரப்பும், இக்கோயில் சித்திரைத் திருவிழா நிகழ்ச்சிகளும் வர்ணிப்பு இலக்கியம் வளரப் பெருங்காரணங்களாயின. குறிப்பிட்ட ஒரு கோயில் சிற்றிலக்கிய வகையொன்றின் வளர்ச்சியில் பெரும்பங்கு பெறுவது என்பது அழகர்கோயில் பெற்ற தனிச்சிறப்பாகும்.

குறிப்புகள்

1. பார்க்க: பிற்சேர்க்கை எண் II : 3,4,5,6,7.

2. ஸ்ரீ கள்ளழகர் பக்தர்கள் வர்ணிப்பாளர் மஹாசபை. 14ஆவது ஆண்டு (1979) அழைப்பிதழ் 2,13 ஆவது ஆண்டு விழா வரவுசெலவு விவரங்கள், பின் அட்டை உட்புறம்.
3. சபை பற்றிய தகவல் உதவியவர், வி.எம்.பெரியசாமிக் கோனார். தத்தநேரி, மதுரை, நாள்:18.06.78.
4. பிச்சைக்கோனார், வயது.66, கீரைத்துறை, மதுரை, நாள்:18.6.78.
5. அ.சங்கரமூர்த்திக்கோனார். ஸ்ரீமத் பாகவத அம்மானை. இரண்டாம் புத்தகம், 1932.
6. மேலது, ப.16.
7. மேலது.
8. பாகவதம். இரண்டாம் பாகம், திருமலை-திருப்பதி தேவஸ்தான வெளியீடு, பாடல் 2636, ப.1.
9. ஸ்ரீமத் பாகவத அம்மானை, ப.1.
10. பாகவதம், பாடல் 2638, ப.1.
11. ஸ்ரீமத் பாகவர அம்மானை, ப.2.
12. பாகவதம், பாடல் 4970, ப.624.
13. ஸ்ரீமத் பாகவத அம்மானை, ப.380.
14. மேலது,ப.12
15. மேலது.
16. ரா.புருஷோத்தமநாயுடு, ஈட்டின் தமிழாக்கம், சென்னைப் பல்கலைக்கழக வெளியீடு, இரண்டாம் பதிப்பு.1972.
17. ஸ்ரீகள்ளழகர் அட்டாக்கர மந்திர வர்ணிப்பு. ப.2.
18. பாகவதம், பாடல் 2685, ப.13
19. ஸ்ரீமத் பாகவத அம்மானை, 1.12.
20. ஸ்ரீகிருஷ்ணாவதாரன் வர்ணிப்பு, குருசாமிக்கோனார் பதிப்பு, 1930.4.2.
21. பெரிய அழகர் வர்ணிப்பு, 1970. ப.10
22. பாகவதம், பாடல் 2742, ப.27.
23. ஸ்ரீமத் பாகவத அம்மானை, ப. 22.
24. ஸ்ரீ கிருஷ்ணாவதாரன் வர்ணிப்பு, ப.5
25. ஸ்ரீமத் பாகவத அம்மானை,ப.5
26. தசாவதார வர்ணிப்பு,ப.6.
27. ஸ்ரீகிருஷ்ணாவதாரன் வர்ணிப்பு, ப.21.
28. பெரிய அழகர் வர்ணிப்பு, ப.35.
29. சிலப்பதிகாரம்(உ.வே.சா.பதிப்பு), கடலாடுகாதை, அடி 82-107.
30. Classified Catalogue of Books Registered, From 1867-1886. p.174; from 1890-1900. p.145. Madras Archives.
31. பிச்சைக்கோனார், வயது 66, கீரைத்துறை, மதுரை, நாள்: 18.6.78.
32. அழகர் வர்ணிப்பு, பார்க்க: பிற்சேர்க்கை எண் 11:3, வரி 77.

9. சித்திரைத் திருவிழாவில் நாட்டுப்புறக் கூறுகள்

9.0 அழகர் கோயிலில் நாட்டுப்புற மக்களின் ஈடுபாட்டினை முன் இயல்களில் கண்டோம்.[1] நாட்டுப்புற மக்களின் கலை மரபுகள், பண்பாடு ஆகியவை இக்கோயில் சித்திரைத் திருவிழாவில் வெளிப்பட்டுத் தோன்றுவதை இவ்வியலில் காணலாம்.

9.1. திருவிழாக்களும் பண்பாடும்

ஒரு குறிப்பிட்ட சமூகத்தின் கலையுணர்வு, மரபுகள் பண்பாட்டுக் கூறுகள் முதலியவற்றை அச்சமூகத்தைச் சேர்ந்த ஒரு தனிமனிதனிடம் முழுமையாகக் காணவியலாது; தனிமனிதனிடம் இவற்றின் சாயல்களையே ஓரளவு காணமுடியும். கூட்ட உணர்வு (herd instinct) மிகுதியும் வெளிப்பட்டுத் தோன்றும், குடும்பச் சடங்குகளிலும், சமூக விழாக்களிலுமே அக்கூட்டத்தாரின் கலையுணர்வினையும், மரபு களையும், பண்பாட்டுக் கூறுகளையும் அவற்றின் முழுப் பரிமாணத்துடன் காணமுடியும். அவற்றிலும் குடும்பங்களில் நடைபெறும் சடங்குகளை விடச் சமூகம் முழுவதும் பங்குபெறும் திருவிழாக்களில் இவற்றை மிகத்தெளிவாகக் காணலாம்.

இக்கோயில் சித்திரைத் திருவிழாவின் உச்சக்கட்டமான அழகர் ஆற்றிலிறங்கும் நிகழ்ச்சியைக் காணவரும் மக்களை, இதழ்கள் இலட்சக்கணக்கில்தான் அளவிடுகின்றன.[2] 1961ஆம் வருடத்தில் சென்சஸ் கணிப்பிதழ் இந்நிகழ்ச்சியைக் காண ஆண்டுதோறும் வரும் மக்களின் எண்ணிக்கை ஐந்து இலட்சத்திற்குக் குறையாது என்கிறது.[3] இப்பெரிய திருவிழாவில் கலந்துகொள்ளும் மக்களின் தொண்ணூறு விழுக்காட்டினர் நாட்டுப்புறமக்களே என்பதைத் திருவிழாவினை நேரில் காண்போர் உணர இயலும்.

9.2 நாட்டுப்புற மக்கள் பங்கு

பண்பாட்டாய்வு பற்றிக் குறிப்பிடும் பி.கே.சர்க்கார் இந்துப் பண்பாட்டிற்கு உயர்குடிகளும் பேரவைகளும் (elites and courts) வழங்கி யதனை விட நாட்டுப்புற மக்கள் வழங்கியவை குறைந்தவை யல்ல என்கிறார்.[4] எனவே சமூக ஆய்வுகள் நாட்டுப்புறக் கூறுகளை உள்ளடக் கியதாக இருத்தல் வேண்டும். தமிழகத்தின் தென்பகுதியில் மிகப் பெரியதான சித்திரைத் திருவிழாவில் வெளிப்படும் நாட்டுப்புற மக்களின் பண்பாட்டுக் கூறுகளை ஆராய்வதும் மிக இன்றியமையாதது ஆகும்.

தன்னுடைய உலக அனுபவமின்மையைக் குறிப்பதற்கு 'ஆற்றைக் கண்டேனா அழகரைச் சேவிச்சேனா' என்று மதுரை, முகவை மாவட்டங்களில் நாட்டுப்புற மக்கள் கூறுவது வழக்கம். அழகர் ஆற்றிலிறங்கிக் காட்சி தரும் சித்திரைத் திருவிழா பல வகைப்பட்ட பண்பாட்டுக் கூறுகளையும் ஓரிடத்தில் காட்டவல்லது என்பதே இவ்வழக்கின் கருத்தாகும். இத்திருவிழாவினைக் காணும் ஒருவன், பலதரப்பட்ட மக்களின் பழக்கவழக்கங்களையும் தெரிந்து கொள்ள முடியும் என்ற உண்மை இவ்வழக்குமரபில் வெளிப்படுத்தப்படுகிறது. எடுத்துக்காட்டாக மண்டைத்தாலி, பொட்டுத்தாலி, சிர தாலி, காரைக்கயிற்றுத்தாலி, பஞ்சாரத்தாலி, பார்ப்பாரத்தாலி எனப் பல்வேறு வகையான தாலிகளை அணிந்த தென்மாவட்டங்களின் பல்வேறு பகுதிகளைச் சேர்ந்த முதிய பெண்களை இத்திருவிழாவில் காணலாம். தலையில் பூச்சூடாமல் தாலியில் பூச்சூட்டும் வழக்கமுடையவர்களையும் காணலாம். புடவைக்கட்டிலிருந்து தலைமுடியினை அள்ளிச் செருகுவது வரை பல்வேறு வகையான பழக்கமுடைய மக்களைக் காணலாம். இவர்களனைவரும் நாட்டுப் புறங்களைச் சேர்ந்த மக்களே, எனவே இத்திருவிழாவினைக் காணுவதால் தமிழ்நாட்டின் தென்பகுதிக் கிராமங்களைச் சுற்றிப்பார்த்த அனுபவத்தை ஒருவர் பெற இயலும். இதனைக் கருதியே மேற்குறித்த சொல்வழக்கு ஏற்பட்டிருக்க வேண்டும் எனக் கருதலாம்.

9.3. சித்திரைத் திருவிழா - இரு பிரிவுகள்

சித்திரைத் திருவிழா என்ற பெயர் ஒரே நேரத்தில் நடைபெறும் மதுரை மீனாட்சியம்மன் கோயில் திருவிழாவினையும் அழகர் ஆற்றிலிறங்கும் திருவிழாவினையும் குறிக்கிறது. குறிப்பிட்டுச் சொல்வதானால் அழகர் ஊர்வலம் மூன்றாம் திருநாளன்று இரவு அழகர்கோயிலிலிருந்து புறப்படுகிறது. அதே நாளில் மதுரை மீனாட்சியம்மன் கோயில் திருவிழாவின் கடைசி நிகழ்ச்சியான தேரோட்டம் நடைபெறுகிறது. நான்காம் திருநாளன்று இரவு மதுரை தல்லாகுளம் பகுதிக்கு வந்துசேரும். அழகர் ஐந்தாம் திருநாளன்று அதிகாலையில் வையை நதியில் இறங்குகின்றார். மீனாட்சியம்மன் கோயில் திருவிழா நிகழ்ச்சிகள் மதுரை நகருக்குள் வையை நதிக்குத் தென்புறத்திலேயே முடிந்துவிடுகின்றன. வையை நதிப் படுகையிலும் நதிக்கு வடகரையிலும் அழகர்கோயில் திருவிழா நிகழ்ச்சிகள் நடைபெறுகின்றன. முன்னதில் நகரமக்கள் பெரும்பகுதியினரும், பின்னதில் நாட்டுப்புற மக்கள் பெரும்பகுதியினரும் கலந்து கொள்கின்றனர். முன்னது நகரமக்களின் விழா; பின்னதோ நாட்டுப்புற மக்களின் விழா. 1961ஆண்டு சென்சஸ் கணிப்பும் இத்திருவிழாவினை இவ்வாறே மதிப்பிடக் காணலாம்.

9.4. கோலம் பூண்டு வழிபடல்

இத்திருவிழாவில் அழகராகிய திருமாலை நாட்டுப்புற அடியவர்கள் கோலம் பூண்டு (வேடமிட்டு) வழிபடும் முறைகளே முதலில் நம் கருத்தைக் கவர்வன. இவ்வாறு வழிபடுவோர்களை 1. திரியெடுத் தாடுவோர், 2.திரியின்றி ஆடுவோர், 3.சாட்டை அடித்தாடுவோர். 4.துருத்திநீர் தெளிப்போர் என நான்கு வகையினராகக் காணலாம்.

ஆண்கள் மட்டுமே இவ்வாறு வேடமிட்டு வருகின்றனர். வதிவிலக்காக 1979 ஆம் ஆண்டு சித்திரைத் திருவிழாவில் நேர்த்திக் கடனுக்காகத் துருத்திநீர் தெளிப்போரில் 12 வயது சிறுமி ஒருத்தி வேடமிட்டிருந்ததை ஆய்வாளர் காணமுடிந்தது. எனவே பெண்கள் வேடமிட்டு வழிபடுவது இயற்கைத்தடை (menstruation) தவிரப் பிற காரணங்களால் தடைசெய்யப்பட்ட ஒன்றல்ல எனத் தெரிகிறது. இருப்பினும் வழிபட வரும் பெண்கள் அழகர் கோயிலில் பதினெட்டாம்படிக் கருப்பன் சன்னிதியிலும், கோயிலுக்குள் சன்னிதிக்கெதிரில் தொண்டைமான் கோபுர வாசலிலும் திடீரென்று சாமியாடுகின்றனர். ஆனால் பொதுவாக வேடமிட்டு வருவதில்லை.

வேடமிட்டு வழிபடும் அடியவரிடத்தில் அவர்கள் வெவ்வேறு வேடமிட்டிருந்தாலும், சில பொதுக்கூறுகள் உண்டு. 1.அனைவர் நெற்றியிலும் மார்பு, புயங்கள், முதுகுப் பகுதிகளிலும் தென்கலை வைணவத்திருநாமங்கள் இட்டுள்ளனர். 2.அனைவரும் மார்பில் துளசிமாலை அணிந்துள்ளனர். 3.அனைவரும் தங்கள் வசதிக்கேற்ப மூன்றிலிருந்து முப்பது நாட்கள் வரை புலால் உண்ணாது விரதமிருக்கின்றனர். 4.சாதி வேறுபாடின்றி எச்சாதியினரும் எவ்வேடமும் இடலாம்.

இவ்வாறு வேடம் பூண்டு வழிபடுவதற்கான காரணத்தை இவர்களால் சொல்லமுடியவில்லை. களஆய்வில் 'இவ்வாறு ஆடை அணிவதற்கு என்ன காரணம்?' என்ற கேள்விக்குப் பெரும்பாலோர் 'தெரியாது' என்றும், மற்றவர்கள் 'வழக்கம்' 'இதுதான் முறை' 'பரம்பரையா இப்படித்தான் செய்கிறோம்'. 'அழகுக்காக' 'அலங்காரத்திற்காக' என்றும் விடையளித்தனர்.[6]

9.4.1. வினாப்பட்டி வழித் திரட்டிய செய்திகள்

சித்திரைத் திருவிழாவில் ஆய்வாளர் வினாப்பட்டி (questionnaire) மூலம் நிகழ்த்திய ஆய்வின் வழிச் சில செய்திகளைத் தெரிந்து கொள்ள முடிகிறது.

கோலம் பூண்டு வழிபடும் அடியவரில், திரியெடுத்தாடுவோர் முப்பத்திரண்டு விழுக்காட்டினர் (32%); திரியின்றி ஆடுவோர் ஐந்து விழுக்காட்டினர் (5%), துருத்திநீர் தெளிப்போர் அறுபத்து மூன்று விழுக்காட்டினர் (63%); சாட்டையடித்தாடுவோர் ஒரு விழுக்காட்டிற்கும் குறைவானவர்களே.

கோனார், அரிசனர் (பள்ளர், பறையர்) சேர்வை, தேவர், பிள்ளை, குறவர், சக்கிலியர், நாயுடு, நாயக்கர், ஆசாரி, மூப்பனார் (வலையர்) அம்பலம், செட்டியார், வேளார் (குயவர்) ஆகிய சாதியினர் வேடமிட்டு வழிபடுகின்றனர். கோனார். அரிசனர், சேர்வை ஆகிய சாதியினர் முறையே முப்பத்து நான்கு, இருபது, பதினாறு விழுக்காட்டினராக (34%, 20%, 16%) அதிக அளவில் பங்கு பெறுகின்றனர்.

'பரம்பரையாக வருகிறார்களா அல்லது புதியவரா?' என்ற கேள்விக்கு அறுபத்தைந்து விழுக்காட்டினர் (65%) பரம்பரையாக இவ்வாறு வேடமிட்டு வருவதாகத் தெரிவித்தனர். 'நேர்த்திக் கடனாகவா அல்லது விருப்பத்தின் பேரிலா?' என்ற கேள்விக்குப் பதினெட்டு விழுக்காட்டினர் (18%) நேர்த்திக்கடனாக வேடமிட்டு வருவதாகத் தெரிவித்தனர்.

மொத்தத்தில் பதினைந்து விழுக்காட்டினர் (15%) ஆண்டாரிடம் அக்கினி முத்திரை பெற்றுள்ளனர். இருபத்திரண்டு (22%) விழுக்காட்டினர் பூ முத்திரை பெற்று வருகின்றனர்; ஏனையோர் முத்திரை பெறுவதில்லை.

இக்கோயிலோடு பெரிதும் தொடர்புடைய 'அம்பலம்' எனும் சாதிப்பட்டமுடைய மேலநாட்டுக்கள்ளர் சாதியினர் வேடமிட்டு வழிபடுவோரில் ஒரு விழுக்காட்டினராகவே இருப்பது குறிப்பிடத்தக்கது. அரிசனர் (பள்ளர், பறையர்) அல்லாத தாழ்த்தப்பட்ட சாதியினரில் சந்தனக்குறவர் மூன்று விழுக்காட்டினராகவும் (3%) சக்கிலியர் மூன்று விழுக்காட்டினராகவும் (3%) இருப்பது குறிப்பிடத்தக்க செய்தியாகும்.

ஆடை

திரியெடுத்தாடுவோரும், திரியின்றியாடுவோரும், சாட்டையடித் தாடுவோரும் சிவப்புநிற அரைக்காற்சட்டை அணிந்துள்ளனர். திரியெடுத்தாடுவோர் மட்டும் தலையில் சிவப்பு நிறத்தில் 'லேஞ்சி' எனப்படும் சிறிய துணி ஒன்றை அணிந்துள்ளனர். வேடமிட்டு வழிபடும் இம்மூன்று பிரிவினரும் உடம்பின் மேற்பகுதியில் சட்டை அணிவது இல்லை. தென்மாவட்டங்களில் சிறுதெய்வக் கோயில்களில் சாமியாடுவோரெல்லாரும் சிவப்புநிற அரைக்காற் சட்டையும்,

தலையில் சிவப்புத்துணியும் அணிந்திருப்பதைப் பரவலாகக் காணலாம். எனவே இவ்வகையில் ஆடை அணிவது சிறுதெய்வ வழிபாட்டு நெறிகளில் ஒன்று என்பதால், இக்கோயிலுக்கு என்று தனித்த இயல்புகள் எதனையும் அடையாளமாகக் கொண்டிருக்கவில்லை என்றறியலாம்.

துருத்திநீர் தெளிப்போரின் ஆடை அமைப்பு அவர்களுக்குப் போர்வீரனைப் போன்ற தோற்றத்தைத் தருகிறது. தலையிலுள்ள கொக்கின் இறகு அல்லது மயிலிறகு இணைந்த உருமாலும் இடுப்பிலும் மார்பிலுமுள்ள வண்ண ஆடைகளும் இவர்களுக்கு அழகிய தோற்றத்தைத் தருகின்றன. கொக்கு இறகினைத் தலையில் செருகிக்கொள்வது ஒருவகை அலங்காரம் போலும், சிவபெருமான் தலையில் கொக்கிறகினை அணிந்திருப்பதாகத் திருநாவுக்கரசர் பாடுகிறார்.[8] எனவே தலைமுடியினையோ அல்லது தலைமீது வைக்கும் மகுடத்தையோ கொக்கிறகினால் அணிசெய்வது பழங்காலத்து வழக்கங்களில் ஒன்றெனத் தெரிகிறது.

9.4.1.1. திரியெடுத்து ஆடுவோர்

இடுப்பில் கச்சை எனப்படும் சிவப்புநிற அரைக்காற்சட்டை அதன் மேல் கருப்பு அல்லது சிவப்பு நிறத்தில் “கருங்கச்சை" எனப்படும் பட்டித்துணி (belt), தலையில் முக்கோணவடிவில் அமைந்த சிவப்பு நிறமுடைய ‘லேஞ்சி’ எனப்படும் சிறியதுண்டு, உடம்பிலும் நெற்றியிலும் தென்கலைத் திருநாமங்கள், கையில் குறைந்தது மூன்றடி உயரமுள்ள (பெரும்பாலும் ஒரு சாட்டைக் கயிறு சுற்றப்பட்ட) திரி. காலில் கனத்த தண்டை - இதுவே இவர்களின் கோலமாகும். கையிலுள்ள திரி மூன்றடியிலிருந்து ஐந்தடி உயரத்தில், ஒன்பது அங்குலம் முதல் பதினைந்து அங்குலம் விட்டமுள்ளதாக அடிப்பகுதி சற்றுச் சிறுத்து அமைத்திருக்கும் கழிவுநூல் அல்லது தையற்கடை வெட்டுத் துணி களையும், சிறு குச்சிகளையும் ஒரு நீண்ட துணிப்பையில் நெருக்கமாகத் திணித்து அதன் மேல் மஞ்சள்துணி சுற்றப்பட்டிருக்கும், அதன் மேல் தடித்த நூல் அல்லது சணலால் தைக்கப்பட்டிருக்கும்.

திரியின் மேற்பகுதியில் எண்ணெய் ஊற்றி, அது ஊறியபின், நெருப்பினை எரியவிட்டு, இடுப்பில் இடுக்கிப் பிடித்துக்கொண்டு, மேளம், பறை, சேகண்டி, சங்கு ஆகியவை முழங்க ஆடுகின்றனர். கிராமப்புறங்களில் பெரும்பாலும் தாழ்த்தப்பட்ட சாதியார் வாசிக்கும் திமிரி அல்லது ஊதி எனப்படும் ஒருவகைச் சிறிய நாதசுரத்தினையும் சிலர் மேளத்துடன் சேர்த்துக் கொள்கின்றனர். ஒரு கிராமத்தைச் சேர்ந்த நால்வர், ஐவர் சேர்ந்தாற்போல ஆடிவருகின்றனர். கிராமத்தவர்கள் ஒன்றாக உடன்வரவும், மேளக்குழுவின் செலவுகளைப் பகிர்ந்து கொள்ளவும் இம்முறை அவர்களுக்கு உதவியாக இருக்கிறது.

திரியெடுப்போர்கள், அழகர்கோயிலில் பதினெட்டாம்படிச் சன்னிதிக்கெதிரிலுள்ள மண்டபத்தில் அமர்ந்திருக்குப் ஆண்டாரை வணங்கிப் பூ முத்திரையோ அக்கினி முத்திரையோ பெற்றுக் கொண்டு அவருக்குக் காணிக்கை செலுத்துகின்றனர். பின்னர் பதினெட்டாம்படிச் சன்னிதியிலும், அழகர்கோயில் இறைவன் சன்னிதியிலும் இவர்கள் 'மருள்ஏறி' (அருள் இறங்கி possessing the divine spirit) ஆடுகின்றனர். அழகர் மதுரைக்கு வந்துசேரும் நாளன்று இரவில் தல்லாகுளம் கோயிலுக்கெதிரிலுள்ள திடலிலும் சாலையிலும் இவர்கள் மருளேறி ஆடிப் பலருக்கும் குறி சொல்லிக் கொண்டிருப்பதனைக் காணலாம். இரவு நேரத்தில் இவர்கள் கையில் எரியும் திரியேந்தி ஆடுவதனை,

"அங்கிக் கடவுளும்வந் தன்பருடன் ஆடுதல்போல்
திங்கட் கடவுள்சே விப்பதுபோல் கங்குற்
கரதீபமும் வாணக்காட்சியும்"[9]

என்று அழகர் கிள்ளைவிடு தூது குறிப்பிடுகின்றது. ஆனால் இவர்கள் ஆடும்போது குறி சொல்வதனைக் குறிக்கவில்லை.

வாய்மொழிப் பாடலான அழகர் வர்ணிப்பு இவர்கள் குறிசொல்லும் முறையினை வருணிக்கின்றது. மக்கள், குறி சொல்ல வேண்டுமென்று திரியாட்டக்காரர் காலில் விழுகின்றனர்:

"விழுந்ததொரு மானிடரை -- அப்போது
எழுந்திருக்கத் தானுரைத்து
அழுத்தமுடன் சாமிதன்னை திரியாட்டக் காரா
அன்பாய் வரவழைத்தார்
விழித்துமே தான்பார்த்து அப்போது
எரித்து விடுவதுபோல்
அழுத்தமுடன் சொல்லுகிறார் முன்னே
அவர்செய்த குற்றமெல்லாம்
முன்னோர்கள் தானடைந்த செய்கை
முறைதவறி நீ நடந்தாய்
என்னாளுமென்னை அடேயப்பா நீ
பெரிதாய் நினைக்கவில்லை
மாடுகன்று போட்டால் என்னைநினைத்துப்
பால்வைத்துக் கும்பிடுவார்
வீடுதனில் பொங்கலது மங்களமாக
விரும்பியே போடுவார்கள்
காடேயெடுத்த தினம் முன்னோர்கள்
கும்பிட்டு ஆக்கிவைப்பார்
...."

இத்தனையும் செய்யாது பயலே
　　என்னைமிக மறந்தாய்
பத்தினி பசுப்போல பயலே
　　வைத்ததுவும் நானேதான்[10]

என்று திரியாட்டக்காரர் கூற, குறிகேட்பவர் 'மெய்தான் என்கிறார்.

இனி ஒழுங்காக இருக்கவேண்டுமெனக் கூறி,

"பெற்றபிள்ளை செய்ததொரு அடே
குற்றமெல்லாம் நான் பொறுப்பேன்
அச்சப்படாமலிரு உனக்கு
ஆண்குழந்தை நான் தாரேன்"[11]

என்று திரியாட்டக்காரர் வரம் தருகிறார். அழகர் வர்ணிப்பு நடைமுறைகளை அப்படியே வருணிக்கின்றனர். குறி சொல்லி முடிந்தவுடன் ஆட்டம் நின்றுவிடுகிறது. திரியையும் அனைத்து விடுகின்றனர்.

9.4.1.2. திரியின்றி ஆடுவோர்

திரியாட்டக்காரர் போலவே இவர்களும் வேடமிட்டிருப்பர். ஆனால் தலையில் லேஞ்சியும், கையில் திரியும் கிடையாது. மாறாகக் கையில் 4 அல்லது 5 அடி உயரத்தில் 3 அங்குல கனமுடைய இரு முனைகளிலும் வெள்ளி அல்லது வெண்கலப்பூண்கட்டியுள்ள கருப்புநிறத் தடிக்கம்பினை வைத்துள்ளனர். இது நாங்குலி மரத்தில் செய்த கம்பு என்பர். எனவே இது நாங்குலிக்கம்பு எனப் பெயர் பெறுகிறது.

அழகர்கோயிலில் இறைவன் சன்னிதியிலும், பதினெட்டாம்படிச் சன்னிதியிலும் இவர்கள் மருளேறி ஆடுகின்றனர். பிற இடங்களில் ஆடுவதில்லை. ஆடும்போது குறி சொல்வதும் இல்லை. பிற நேரங்களில் திருவிழாக் கூட்டத்தில் ஒவ்வொருவராகக் காணப் படுகின்றனர். சில சமயங்களில் திரியெடுத்தாடுவோர்களோடு சேர்ந்து வருகின்றனர். கையில் கனத்த நாங்குலிக்கம்புடன் இவர்களது தோற்றம் ஒரு காவல்காரரைப் போல இருக்கிறது.

9.4.1.3. சாட்டையடித்து ஆடுவோர்

இவர்களும் திரியாட்டக்காரர் போலவே வேடமிட்டிருப்பர். தலையில் லேஞ்சிக்குப் பதிலாக உருமால் அல்லது உருமால் போன்ற தலைப்பாகை அணிந்திருக்கின்றனர். மாடுகளின் கழுத்தில் அணியும் பெருமணி சல்லடத்தை இடுப்பில் கட்டியுள்ளனர். அழகர்கோயில்

வெளிக்கோட்டை வாசல் தொடங்கி பதினெட்டாம்படிச் சன்னிதி வரை ஒரு பெரிய சாட்டையால் தங்களைத் தாங்களே அடித்துக் கொண்டு பறை மேளம் முழங்க ஆடிவருகின்றனர். பின்னர் பதினெட்டாம்படிச் சன்னிதியில் சாட்டையைத் தோளிலிட்டு, கையில் பெரிய அரிவாள் ஏந்தி, காற்சலங்கை ஓசையைவிட இடுப்புமணி ஓசை பெரிதாகக் கேட்குமாறு இடுப்பைக் குலுக்கி மருளேறி ஆடுகின்றனர். ஆட்டம் முன்னோக்கியதாக இல்லாமல் பக்கவாட்டில் நகருவதாக அமைகிறது.

ஆவேசம் மிகுந்த கண்கள், துருத்திய நாக்கு, பக்கவாட்டில் திரும்பிய பார்வை, இடுப்புமணி ஓசையிட ஆடுதல் ஆகியவற்றால் வழிபடுவோரிடையே அச்சம் கலந்த பக்தியை விளைவிக்கும் ஆட்டம் இது.

9.4.1.4. துருத்திநீர் தெளிப்போர்

திருவிழாவில் கண்ணைக் கவரும் தோற்றமுடையோர்களில் இன்னொரு கூட்டத்தார் துருத்திநீர் தெளிப்போர்கள் ஆவர். சிறுசிறு குழுக்களாக, எண்ணிக்கையில் மிகுதியாகக் காணப்படுவோரும் இவர்களே.

தலையில் சரிகைக் கரையுடன் கூடிய உருமால், அதில் நெற்றிக்கு நேராகச் செருகப்பட்ட மயிற்பீலி அல்லது கொக்கின் இறகு, நெற்றியிலும் உடம்பிலும் தென்கலைத் திருநாமங்கள். இடுப்பில் முழங்காலுக்குக் கீழே இறங்கியகச்சை (இப்போது அதே அளவில் 'பேன்ட்' (pant) போலத் தைத்துக் கொள்கின்றனர்), அதற்கு மேலேயே பெருந்தொடைப்பகுதி வரையில் துணியாலான சிறு கச்சை (ஜட்டி போன்றது), காலில் சலங்கை கையில் ஆட்டுத் தோலால் செய்யப்பட்ட ஏறத்தாழ 4 லிட்டர் கொள்ளும் நீர் நிரம்பிய தோற்பை (இதன் ஒரு மூலையில் பையை அழுத்தினால் நீரைப் பீய்ச்ச ஒரு சிறு குழாய்), மார்பிலும் தோள்களில் குறுக்காகவும் மிகப்பெரிய பூமாலைகள் இதுவே இவர்களின் கோலமாகும்.

கச்சையும், கச்சைக்கு மேலுள்ள சிறு கச்சையும் மலிவான சரிகைகளால் அணிசெய்யப் பெற்றுள்ளன. சிலர் முகத்தில் அரிதாரம் பூசி. புருவங்களையும் மைதீட்டி அலங்கரித்துக் கொள்கின்றனர். ஐந்து, ஆறு வயதுடைய சிறுவர்களிலிருந்து முதியவர்கள் வரை இக்கோலத்தில் காணப்படுகின்றனர். வயதில் இளையவர்கள் இவ்வேடத்தில் மகிழ்ச்சியுடன் பங்குபெறுகின்றனர். சில இடங்களில் அழகர் வர்ணிப்பினைப் பாடிக்கொண்டு வட்டமாக நின்று ஆடுகின்றனர் ஆட்டம் எவ்வித ஒழுங்குமின்றி விருப்பம்போல அமைகிறது.

அழகர்கோயிலிலும், அழகர் மதுரைக்கு வந்துசேரும் இரவில் தல்லாகுளம் பகுதியிலும் இவர்கள் தரையிலும், கூட்டத்தினர் மீதும் தண்ணீரைப் பீய்ச்சிக்கெண்டே வருவர். அழகர் ஆற்றிலிறங்கிய அன்று பிற்பகல் இராமராயர் மண்டபத்துக்குள் அழகர் சப்பரம் நுழையும் போது இவர்கள் அனைவரும் ஒன்றாகக் கூடிநின்று அழகர் மீதும் சப்பரத்தின்மீதும் தண்ணீரை எல்லாப் பக்கங்களிலிருந்தும் பீய்ச்சுவார்கள். இதுவே தண்ணீர் பீய்ச்சுதலின் உச்சக்கட்ட நிகழ்ச்சியாகும்.

இருபது ஆண்டுகட்கு முன்வரை இவர்கள் எல்லா இடங்களிலும் சப்பரத்தின் மீது தண்ணீரைப் பீய்ச்சுவதுண்டு. திருவிழாக் கூட்டத்தில் அமைதியை நிலைநாட்டவேண்டி, இப்போது அழகர் ஆற்றிலிறங்கிய அன்று பிற்பகல் இராமராயர் மண்டபத்துக்குள் நுழையுமுன்னர் ஐந்து அல்லது பத்து நிமிடங்கள் மட்டும் சப்பரத்தின்மீது தண்ணீர் பீய்ச்ச அனுமதிக்கப்படுகின்றனர்.

திருவிழா நடைபெறும் சித்திரை மாதம் கடுங்கோடைக் காலமாதலால் அடியார்க்கு வெளியில் வருத்தம் ஏற்படாதிருக்கத் தரையிலும், இறைவனுக்கு சூட்டியுள்ள பூமாலைகள் வாடிவிடாதிருக்க அவ்வப்போது அவற்றின்மீதும் நீர் தெளிக்கும் வழக்கம் ஓர் இறைப் பணியாகத் தொடங்கப்பட்டு, பின்னர் இவ்வடிவம் பெற்றிருக்கலாம் என்று தோன்றுகிறது.

இராமராயர் மண்டபத்தின் முன் இவர்கள் தண்ணீர் பீய்ச்சும் போது இவர்களுடைய எண்ணிக்கை மிக அதிகமாக இருப்பதால், ஒவ்வொரு ஆண்டும் காவல்துறையினரின் தலையீடு ஏற்படுகிறது.

வேடம்பூண்ட அடியவரில் இவர்கள் மட்டும் சாமியாடுவதில்லை; குறி சொல்லுவதில்லை, திருவிழாக் காட்சியினை வருணிக்கும் அழகர் கிள்ளைவிடு தூது.

"..............நீர்தூம்
துருத்தி மழைபோற் சொரிய........"

என்று இவர்களைக் குறிப்பிடுகின்றது. வேறு செய்திகளைத் தரவில்லை.

9.5. கோலம் பூணாது ஆடுவோர்

வேடம் பூண்டு வழிபடும் இவர்களைத் தவிரச் சாதாரணமாக வழிபட வருவோரிற் சிலரும் பதினெட்டாம்படிச் சன்னிதியிலும், கோயிலுக்குள். தொண்டைமான் கோபுர வாசலும் திடீரென்று மருளேறி ஆடிவிடுகின்றனர். பெண்களில் நடுத்தரவயது கடந்தவர்களே இவ்வாறு ஆடுகின்றனர். ஆண்களில் இளைஞரும் இவ்வாறு ஆடுகின்றனர்.

9.6. வர்ணிப்புப் பாடல்

அழகர் ஊர்வலம் மதுரை வந்து சேர்ந்த இரவு முழுவதும் திருவிழாக் கூட்டத்தில் பலர் வருணிப்புப் பாடல்களைப் பாடுகின்றனர். சிறுசிறு குழுக்களாகச் சாலையோரங்களில் அமர்ந்திருக்கும் மக்களில் ஒருவர் பாடுகிறார். இவ்வாறு பத்திருபது பேர் சூழ அமர்ந்து கேட்க, ஒருவர் பாடிக்கொண்டிருப்பதனைத் தல்லாகுள வைகையாற்றுப் பாலம்வரை உள்ள சாலையில் பல இடங்களில் காணலாம், பாடத் தெரிந்தவர்கள் யார் வேண்டுமானாலும் பாடலாம்; இன்னார்தான் பாடவேண்டும் என்ற வரைமுறை இல்லை.

பெரும்பாலும் பாடப்படுவது 'அழகர் வர்ணிப்பு' என்ற அச்சிடப்பட்ட பாடலே. அழகர் ஊர்வலம் கோயிலிலிருந்து புறப்பட்டு வண்டியூர் சேர்வது வரை உள்ள காட்சிகளையும் நிகழ்ச்சிகளையும் வருணிக்கும் பாடல் இது. ஆய்ப்பாடிக் கண்ணனின் திருவிளையாடல் களைச் சிலர் பாடுகின்றனர். பெரும்பாலும் தொடக்கமும் முடிவுமில்லாது ஏதேனும் ஒரு வருணிப்புப் பாடலில் அங்குமிங்குமாகச் சில அடிகளையே பாடுகின்றனர்

அழகர் வர்ணிப்பு, கிருஷ்ணவதாரன் வர்ணிப்பு முதலிய அச்சிடப்பட்டுள்ள வாய்மொழிப்பாடல் புத்தகங்களைக் கையில் வைத்துக் கொண்டு சிலர் பாடுகின்றனர். நாட்டுப்புற மக்களின் நினைவாற்றல் (folk - memory) வருணிப்புப் பாடல்களைப் பொறுத்த மட்டில் பெருமளவு அழிந்துவிட்டதெனலாம்.

9.7. திருக்கண்களும் கலையுணர்வும்

அழகர் பல்லக்கு அழகர்கோயில் தொடங்கி வழிநெடுகத் தனியார்களிலும், சாதிச்சார்பாகவும், கிராமச்சார்பாகவும் அமைக்கப் பட்டிருக்கும் 'திருக்கண்'களில் ஓரிரு நிமிடங்கள் தங்கிச் செல்லும், நிரந்தரமான கல்மண்டபங்களாகவோ, தற்காலிகமாக அமைக்கப்பட்ட கொட்டகைகளாகவோ இவை இருக்கும். இறைவன் அமர்ந்து அடியார்களுக்குத் திருக்கண் அருள் பாலிப்பதால், இவற்றுக்குத் "திருக்கண்கள்" எனும் பெயர் வந்திருக்கலாம். 'கண்' எனும் சொல் இடப்பொருண்மையினை உணர்த்துவதாகவும், 'திரு' எனும் சொல் இறைமைத் தன்மையினை உணர்த்துவதாகவும் பொருள்கொண்டு, 'இறைவன் தங்கும் இடம்' என்றும் இச்சொல்லுக்குப் பொருள் கொள்ள முடிகிறது.

அழகர்கோயில் தொடங்கி வண்டியூர்ப் பெருமாள் கோயில் வரை தற்போதுள்ள திருக்கண்களின் எண்ணிக்கை 321 என்று கோயில் அலுவலகத்தார் தெரிவிக்கின்றனர். வண்டியூர் செல்லும் போதும் அங்கிருந்து திரும்பும்போதும் ஆக இருமுறை இத்திருக்கண்களில்

அழகர் அமர்ந்து செல்வார். இத்திருக்கண்களின் அலங்காரம் நாட்டுப்புறக் கலைஉணர்வுக்கு நல்ல எடுத்துக்காட்டாகும். வாழை மரங்களாலும், கமுகங்குலைகள், பனங்குலைகள், தென்னம்பாளைகள். தென்னங்குருத்துத் தோரணங்கள் முதலியவற்றாலும், சில இடங்களில் கரும்பினாலும் இவை அணிசெய்யப் பெற்றிருக்கும். கொட்டகைக் கால்கள் வெளியிலே தெரியாவண்ணம் தரையிலிருந்து ஆறடி உயரத்திற்குக் கரும்பினைச் சார்த்திக்கட்டி, அதன்மேல் மும்மூன்றடிகள் உயரத்துக்கு முறையே பனங்குலை. தென்னங்குலை, வாழைக்குலை இவற்றைச் சுற்றித் தைக்கபட்டது போல் இறுக்கமாகக் கட்டியிருப்பர். கரும்பின் தோகையினை உட்புறமாக வைத்துக் கட்டியிருப்பதால், கரும்பிலிருந்து தென்னையும், பனையும், வாழையும் குலை தள்ளியது போல இவை தோன்றும். கிழக்கிந்தியப் பகுதிகளில் திருவிழா அலங்காரங்களில் 1917இலேயே 'தாள்' (paper) இடம் பெற்று விட்டதைப் பி.கே.சர்க்காரின் குறிப்பால் அறிகிறோம்.[13] புதூர், தல்லாகுளம் பகுதிகள் ஒரு காலத்தில் மதுரை நகருக்குப் புறத்தே இருந்தவை. இன்று இப்பகுதிகள் மதுரை மாநகராட்சியின் எல்லைக் குட்பட்டவை. ஒரு மாநகராட்சிப் பகுதியில் அமைந்திருந்தும் கூட இப்பகுதியிலமைந்த திருக்கண்களின் அலங்காரத்தில் இன்றளவும் தாள் பயன்படுத்தப்படாமை நாட்டுப் புறக் கலைமரபின் செல்வாக்கினைக் காட்டுகிறது எனலாம்.

விவசாயிகள் இறைவனுக்குக் காணிக்கை செலுத்தக் கொண்டு வரும் புதிய விளைபொருட்களைக் கூடையில் கொண்டுவருவதில்லை. புதிதாக விளைந்த வைக்கோலையே புரிகளாகத் திரித்து, கூடை போலப் பின்னி புதிய தானியத்தை அதில் நிரப்பி மேற்பகுதியினையும் புரிகளாலேயே பின்னி மூடிவிடுகின்றனர். வைக்கோல் புரியாலேயே கத்தரிக்காய்க் காம்பு போன்ற கைப்பிடியினையும் செய்து தூக்கி வருகின்றனர். சுமார் 15 கிலோ வரை எடையுள்ள தானியங்களை இவ்வாறு கொண்டு வருகின்றனர். நாட்டுப்புறக் கலைத்திறமைக்கு (folkCraft) 'தளுக்கு' எனப்படும். இத்தானியக் கூடைகள் எடுத்துக் காட்டாகும். இறைவனுடைய 'தளிகைக்கு' (உணவுக்கு) எனக் கருதி கொண்டுவரப்படுவதால் இவை (தளிகைக்கு என்ற சொல் மருவி) 'தளுக்கு' என வழங்கப்படுவதாகத் தோன்றுகிறது. தளிகை என்ற சொல்லைத் 'தளிகை' என்றே குறிப்பிடுகின்றனர். எனவே 'தளிகைக்கு' எனும் சொல் 'தளுக்கு' என ஆகியிருக்கலாம்.

9.8. நாட்டுப்புற மக்களின் காணிக்கை

நாட்டுப்புற மக்கள் கோயிலுக்குச் செலுத்தும் காணிக்கையின் பெரும்பகுதி தானியங்களாகவும் கால்நடைகளாகவுமே அமைகின்றது. தானியங்களை அழகர்கோயிலிலும், மதுரை தல்லாகுளம் பெருமாள்

கோயிலிலும் காணிக்கை செலுத்துகின்றனர். இரண்டு கோயில்களும் பரம்பரையாக ஒரே நிருவாகத்தின் கீழ் (கோயிற் பணியாளர்கள் உட்பட) அமைந்திருப்பதாலும். மதுரை வரும் அழகர் தல்லாகுளம் கோயிலில் தங்குவதாலும் அழகர்கோயிலின் துணைக்கோயிலாகவே தல்லாகுளம் தல்லாகுளம் பெருமாள் கோயில் கருதப்படுகிறது. எனவே சித்திரைத் திருவிழாவில் தல்லாகுளம் பெருமாள் கோயிலும் மக்கள் அழகருக்குரிய தானியக் காணிக்கையினைச் செலுத்தி விடுகின்றனர். அழகரின் ஆடித்திருவிழா அழகர் கோயிலில் மட்டும் நடைபெறுவதால் ஆடித்திருவிழாக் காணிக்கையினை அழகர் கோயிலிலேயே நேரில் செலுத்திவிடுகின்றனர். எடுத்துக்காட்டாக 1388 ஆம் பசலி ஆண்டுக்கு (1.7.1978 முதல் 30.6.1979 முடிய) கோயிலுக்குத் தேவையானது போக மிச்சமாக ஏலத்தில் விற்பனை செய்யப்பட்ட தானியங்களின் அளவு கீழே தரப்படுகிறது.[14]

தானியத்தின் பெயர்	ஆடித்திருவிழா அழகர் கோயிலில் கிலோ கிராம்	சித்திரைத் திருவிழா	
		அழகர் கோயிலில் கிலோ கிராம்	தல்லாகுளம் கோயிலில் கிலோ கிராம்
நெல்	17100.000	28000.000	12000.000
வரகு	2262.000	1125.000	698.000
வெள்ளைச் சோளம்	3367.000	243.000	7.500
கோப்பை	1632.000	848.000	248.000
கம்பு	2013.000	646.000	237.000
இருங்குச் சோளம்	1484.000	384.000	373.000
மிளகாய் வற்றல்	128.000	426.500	80.500
நிலக்கடலை	1429.000	694.500	345.000
குதிரைவாலி	128.000	42.000	-
சாமை	107.000	-	-
தினை	23.000	29.500	-
புளியம்பழம்	19.000	48.000	105.000
எள்	38.000	6.500	
பருத்தி	318.000	86.500	39.000
வெல்லம் (அச்சு)	99.000	3.000	5.500

ஏல விளம்பரங்களில் மேற்குறித்த தானியங்கள் ஆடி அல்லது சித்திரைத் திருவிழாவிற்கு உபயமாக வந்தவை என்றே குறித்திருக்கின்றனர்.

ஆடித்திருவிழா உழவுவேலைகள் தொடங்குகின்ற நேரத்திலும் சித்திரைத் திருவிழா விளைந்தவற்றை அறுவடை செய்துவிட்டு உழவுத் தொழிலில் ஈடுபட்டோர் ஓய்வுபெறும் நேரத்திலும் நடைபெறுகின்றன. உழவுத்தொழில் செய்வோர் இறைவனை நினைக்கும் தேவையும் அல்லது ஓய்வும் கொண்ட திருவிழாக் காலங்கள் இவையாகும்.

கோயில் அலுவலகத்தார் கணக்கின்படி இதே பசலி ஆண்டில் *(1.7.1978 - 30.6.1979)* இக்கோயிலுக்குக் காணிக்கையாக வந்த கால் நடைகளின் எண்ணிக்கை 954 ஆகும்.[15] இரண்டு எருமைகள் தவிர மற்றவை பசுக்களும், பசுங்கன்றுகளும், காளைகளுமாகும். இவற்றையும் கோயில் ஏலத்தில் விற்பனை செய்துவிடுகிறது.

9.9. பண்பாட்டுக் கூறுகள்

இரண்டு, மூன்று, நான்காம் திருவிழா நாட்களில் அழகர் கோயில் வெளிக்கோட்டைப் பகுதியில் மரங்களினடியில் நாட்டுப்புற மக்கள் தங்கள் மாட்டுவண்டிகளை நிறுத்துகின்றனர். பதினெட்டாம்படிச் சன்னிதியில் ஆடுவெட்டுதல் சட்டரீதியாகத் தடைசெய்யப் பட்டிருப்பதால், தங்கள் வண்டிகளின் கீழேயே ஆடுகளை வெட்டி விடுகின்றனர். கற்களால் அடுப்புமூட்டி அங்கேயே ஆட்டுக்கறியினைச் சமைத்து உண்கின்றனர். மிஞ்சிய கறி, உப்புத்துண்டமாக மரங்கள் தோறும் கயிற்றில் கட்டி உலரவைக்கப்படுகிறது. கறித்துண்டுகள் உலரும் இந்த இடத்தைத் தாண்டியே அழகரின் ஊர்வலம் மதுரையை நோக்கிச் செல்கிறது. கடுமையான தண்ணீர் பற்றாக்குறை இருந்தும் வண்டி கட்டிக்கொண்டு வருவோர் அழகர் கோயிலில் ஓர் இரவேனும் தங்குகின்றனர். பக்தி உணர்வோடு சுற்றுலா உணர்வும் இம்மக்களிடம் நிறைந்து காணப்படுகிறது. வண்டியின் கீழ்ப்பகுதியிலோ உட்புறத்திலோ குழந்தைகட்குத் தொட்டிலைக் கட்டிக் கொள்கின்றனர். வண்டியின்கீழ் வைக்கோலைப் பரப்பி அல்லது சாக்கினை விரித்துப் படுத்துக் கொள்கின்றனர்.

எளிமையினையும் ஏழ்மையினையும் வெளிக்காட்டும் வாழ்க்கை இவர்களிடம் தெரிகிறது. இவ்வகையான மக்களே சித்திரைத் திருவிழாவுக்கு உயிர்ப்பு ஊட்டுகின்றனர். திருவிழாக் கூட்டத்தில் எங்கும் நிறைந்திருக்கின்றனர்.

9.10. சாதி ஆசாரங்கள் அணிகள்

சாதிக்கென்றேயுரிய தனித்த ஆசாரங்கள் சமூக மாற்றத்தின் பகுதியாக இந்நாளில் வேகமாக மறைந்து வருகின்றன. மதுரை,

முகவை மாவட்டங்களைச் சேர்த்த கிராமப்புற மக்களே பெருவாரியாகக் கலந்து கொள்வதால் சித்திரைத் திருவிழாவில் சாதி ஆசாரங்களை இன்றளவும் பின்பற்றும் நாட்டுப்புறமக்களைக் காணமுடிகிறது.

எடுத்துக்காட்டாக, ஆண்கள் கொண்டையிட்டுக் காதுகளில் வண்டிக்கடுக்கன் அணிந்திருப்பின் அவர்கள் அம்பலப் பட்டமுடைய மேலநாட்டுக்கள்ளர் சாதியினர்; தலைப்பாகையோடு கையில் பெரிய கம்போடு காதுகளில் வாழைப்பூக்கடுக்கன் ஏறத்தாழ $1_{1/4}$(அங்குல) நீளத்தில் நீள் செவ்வக வடிவத்தில் அமைந்த காதுவளையமாகும். பெண்கள் மேற்காதில் அணிகின்ற முருகு என்னும் காதணியை ஒரு காதில் மட்டும் அணிந்துவரும் ஆண்கள் பிறமலைக்கள்ளர் சாதியினர்; கையில் பூண்பூட்டிய சிறு பிரம்பு வாழைப்பூக்கடுக்கன் போன்ற ஆனால் சன்னமான நான்கைந்து கம்பிகளின் தொகுப்பாக அமைந்த கடுக்கண்களை அணிந்திருப்பவர்கள் கோயில் பூசாரிகள் ஆவர். சாமியாடிகள் கையில் வெள்ளிக்காப்பு அல்லது கனத்த வளையல் போன்ற 'கடயம்' அணிந்து வருகின்றனர். கடயத்தை விரல்களின் வழியேதான் அணியவும் கழற்றவும் முடியும், காப்பின் நடுவில் பிளப்பதற்குச் சுரையும் திருகாணியும் வைக்கப் பெற்றிருக்கும். எனவே விரல்களின் வழியே அணியாமல் பிளந்தவண்ணம் முன்கையில் பூட்டித் திருகாணியைத் திருகிச் சேர்த்துவிடலாம்.

'காதுக்கு ஐந்து நகை' என்பது நாட்டுப்புற வழக்கு, இதற்கேற்ப காதில் தண்டட்டி, ஒன்னப்பூ, குருட்டுத்தட்டு, கர்ணப்பூ, கொப்பு ஆகிய ஐந்து நகைகளையும் அணிந்த பெண்களை ஏராளமாகக் காணமுடியும். பள்ளர், பறையர் சாதிகளைச் சேர்ந்த பெண்கள் காதின் வெளிமடலின் நடுப்பகுதியில் அணியப்பெறும் கர்ணப்பூவினை ('செவிப்பூ' என ஆண்டாள் அதனைத் திருப்பாவையில் (27) குறிப்பர்) அணிவதில்லை.

இதற்குப் பதிலாக இலை போன்ற அல்லது கவிழ்ந்த குமிழ் போன்ற ஓரணியினை அணிகின்றனர்.

9.11. சேவற் சண்டை

ஒன்பதாம் திருநாளன்று, மதுரை வந்த அழகர் தம் கோயிலைத் திரும்பச் சென்றடைகிறார். வழியிலுள்ள 'அப்பன் திருப்பதி என்ற ஊரில் அன்று சேவற் சண்டை நடக்கிறது. சேவற் சண்டை சட்ட ரீதியாகத் தடை செய்யப்பட்டிருப்பினும், அன்று இவ்வூரில் நூற்றுக் கணக்கான சேவற்சண்டைப் போட்டிகள் நடைபெறுகின்றன. அழகர் மலைக்குத் திரும்பி வரும் மகிழ்ச்சயினைக் கொண்டாட மலைப் பக்கத்து ஊர்மக்களால் இது நடத்தப்படுகிறது என்று சேவற்

சண்டையில் ஆர்வமுடைய பெரியவர் ஒருவர் கூறினார்.[16] தமிழ்நாட்டில் சேவற் சண்டை இன்று பெரும்பாலும் மறைந்து விட்டது எனலாம்.

9.12. ஐயங்கள்

சித்திரைத் திருவிழா நிகழ்ச்சிகளை நோக்கும்போது, பிராமணப் பூசனை பெறும் இப்பெருந்தெய்வம் (brahmanical deity) சிறுதெய்வ வழிபாட்டு நெறிகளைத் தயங்காமல் ஏற்றுக் கொண்டு விளங்குகிறது. அழகரை வழிபடுவோர் சிறுதெய்வக் கோயில்களில் சாமியாடுவோரின் ஆடைகளை அணிந்து அவர்களைப் போலவே சாமியாடுகின்றனர்; குறி சொல்லுகின்றனர், இரத்தப்பலி தருகின்றனர். உயர்சாதியினரால் 'தீட்டு' வாயிலாகக் கருதப்பெறும் தோலினாற் செய்த பைகளில் தாங்கள் கொண்டுவரும் நீரை இறைவன்மீது பீய்ச்சி அடிக்கின்றனர்; கோயிலுக்குள்ளேயே சன்னிதிக்கெதிரில் சாமியாடுகின்றனர். வைணவ சமயத் தலைவர்கள் இந்நெறிகளை எவ்வாறு ஒத்துக்கொண்டனர் என்பது விடை காண வேண்டிய கேள்வியாகும்.

இக்கேள்விக்கு விடை காணுமுன் மற்றொரு ஐயத்தினைத் தீர்த்துக்கொள்ள வேண்டும். வைணவக் கோயில்களில் அழகர் கோயில் மட்டுமே இவ்வாறு நாட்டுப்புற மக்களின் வழிபாட்டு நெறிகளை ஏற்றுக் கொண்டு தனித்தன்மையுடன் விளங்குகிறதா? அல்லது வேறு வைணவக் கோயில்கள் எவையேனும் இதுபோன்ற நாட்டுப்புற வழிபாட்டு நெறிகளை ஏற்றுக் கொண்டுள்ளனவா? எனக் காண வேண்டும்.

9.13. தமிழ்நாட்டு வைணவம் - சில சான்றுகள்

ஆய்வாளர் *21, 22.2.1978* இல் கோவை மாவட்டம் காரைமடையிலும், *11.3.1979* இல் தென்னாற்காடு மாவட்டம் திருமுட்டத்திலும் (ஸ்ரீமுஷ்ணம்), *13.3.1979*இல் காரைக்காலையடுத்த திருமலைராயன்பட்டினத்திலும் நடத்திய களஆய்வுகள் இவ்வையத்தினைத் தீர்த்து வைக்கின்றன.

கோவை மாவட்டம் காரைமடை இரங்கநாதர் கோயிலில் மாசி மாதம் பௌர்ணிமியன்று நடைபெறும் தேரோட்டத் திருவிழாவில் இருளர், படகர் ஆகிய மலைச்சாதியினரும் போயர் (கொத்து வேலை செய்வோர்), மாதாரி (பறையரைப் போன்ற உழுதொழிலாளர்) தாசபளஞ்சிக செட்டியார் ஆகிய சாதியினர் பெருவாரியாகக் கலந்து கொள்கின்றனர். அழகர்கோயிலைப் போலவே இவ்வைணவக் கோயிலிலும் அடியவர்கள் திரி எடுத்து, சாமியாடுகின்றனர். திரி வளைந்ததாக உள்ளது; தோளில் தொங்கவிட்டுக் கொள்கின்றனர் ஆட்டுத் தோற் பைகளில் கோயில் தெப்பக்குளத்திலிருந்து நீரெடுத்துவந்து

கோயில் திருச்சுற்றில் விடுகின்றனர். நேர்த்திக் கடனுக்காக நூறு அல்லது இருநூறு முறை இவ்வாறு செய்கின்றனர். தென்கலைத் திருமண் அணிந்து துளசிமாலையினைக் கொத்தாக மார்பிலணிந்து கையிற் சிறுபிரம்பொன்றேந்திப் பறை, மேளங்களுடன் சிலர் சாமியாடுகின்றனர். சாமியாடி வருவோர்க்கு அடியவர்கள் 'கவாளம்' கொடுக்கின்றனர். 'கவாளம்' என்பது பலவகைப் பழங்களைச் சர்க்கரை வெல்லத்துடன் சேர்த்துப் பிசைந்த உருண்டையாகும்.

சாமியாடிகள் சாலையில் நடந்து வரும்போது கவாளத்தைச் சாமியாடிகள் வாயில் ஊட்டுவது 'நடைகவாளம்' எனப்படுகிறது. சாலையில் ஓரிடத்தில் அல்லது கோயில்முன் ஒரு வெள்ளைத் துணியில் (மாற்று) இரண்டு மூன்று கவாளங்களை வைத்து விடுகின்றனர். சாமியாடி வருவோர், தரையில் முழங்காலிட்டு, கைகளைப் பின்புறம் கட்டிக்கொண்டு, துணியில் வைக்கப்பட்ட கவாளங்களை வாயினால் கவ்வி எடுக்கின்றனர். இதற்கு 'மாற்றுக் கவாளம்' என்று பெயர். கவாளம் எடுக்கும் தாசர்களில் சாதிவேறுபாடு இல்லை.

இக்கோயிலில் தல ஆசாரியராகப் புகழ்பெற்ற வைணவ ஆசாரியரான பராசரபட்டரின் வழியினர் இருக்கின்றனர். திரி எடுப்போரும், கவாளம் எடுப்போரும் இவரை வணங்கி 'அக்கினி' முத்திரை பெற்றுக் கொள்கின்றனர்.

இத்திருவிழாவில் ஆய்வாளர் சந்தித்த நஞ்சன் எனும் மலைச் சாதியினர் (இருளர்) அக்கினி முத்திரை பெற்றவர்; எப்பொழுதும் புலால் உண்ணாதவர், நீலகிரி மலைக் காடுகளில் இருளர் அதிகமாக வசிக்கும் குணவக்கரை, கேர்பன் ஆகிய ஊர்களில் இரங்கநாதருக்குக் கோயில்களிருப்பதாகவும் அவர் கூறினார்.[17]

தென்னார்க்காடு மாவட்டம் திருமுட்டத்துப் பூவராகப்பெருமாள் கோயிலில் ஒரு முசுலிம் அக்கோயிலுக்கு மானியம் விட்டதற்காக, முசுலிம்கள் அக்கோயில் இறைவனுக்குத் தேங்காய் உடைத்து வழிபாடு செய்யக் கோயிலுக்குள் அனுமதிக்கப்படுகின்றனர்.[18]

திருக்கண்ணபுரம் சௌரிராஜப்பெருமாள், மாசி மகத்தன்று காரைக்காலையடுத்த திருமலைராயன் பட்டினத்திற்குக் கடலாட எழுந்தருளுகிறார். கடற்கரையில் 'பட்டினஞ்சேரி' என்ற மீனவக் கிராமம் உள்ளது. இம்மீனவர்கள் திருக்கண்ணபுரத்திலிருந்து வரும் இறைவனைத் திருமலைராயன்பட்டினத்து மேற்கு எல்லையிலிருந்து கடற்கரை வரை நெற்கதிர்களால் அலங்கரித்த பவளக்காய்ச் சப்பரம்' எனும் சப்பரத்தில் தூக்கிச்செல்லும் உரிமை பெற்றிருக்கின்றனர்.

இப்பெருமாளைத் தங்கள் 'வீட்டு மருமகன்' என்று கூறிக்கொள்வதோடு தங்கள் ஊரெல்லையை அடைந்ததும் ஊரார் சார்பில் மாலையும், பட்டும் இறைவனுக்குச் சார்த்தி, 'மாப்பிளே, மாப்பிளே' என மகிழ்ச்சியுடன் கூக்குரலிட்டபடி சப்பரத்தைக் குலுக்குகின்றனர். கடற்கரையில் பாய்மரங்களைக் கால்களாக நாட்டி மீன்வலைகளைக் கூரையாக விரித்து, தாங்கள் அமைத்த பந்தலில் இறைவனை அமரவைக்கின்றனர். அந்நாளிலும் அதற்கு முன்னும் பின்னுமான இருநாட்களிலும் இவர்கள் மீன்பிடிக்கச் செல்வதுமில்லை. மீனோ, புலாலோ உண்பதும் இல்லை.[19]

இங்கு போலவே, சிதம்பரத்தையடுத்த கிள்ளைகிராமத்து மீனவர்கள் மாசி மகத்தன்று அவ்வூருக்குக் கடலாடச் செல்லும் திருமுட்டம் பூவராகப்பெருமாள் 'மரிமகன்' என்றழைப்பதனை அக்கோயில் அர்ச்சகர் குறிப்பிட்டார்.[20]

திருமாலின் தேவியான லெட்சுமி (அலைமகள்) திருப்பாற்கடலில் பிறந்தவள் என்னும் புராணமரபுச் செய்தியே, மீனவர்கள் லெட்சுமியை மகளாகவும், திருமாலை மருமகனாகவும் ஏற்கவைத்தது என்பதை எளிதில் ஊகிக்க முடிகிறது.

மலைக்காடுகளில் வாழும் இருளர் முதல் கடற்கரையில் வாழும் மீனவர்கள் வரை எல்லாச் சாதியினரையும் - குறிப்பாக அன்றைய சமூக அமைப்பில் ஒதுக்கப்பட்டவர்களைத் - தமிழ் நாட்டு வைணவம் ஏற்றுக் கொண்டது. எனவே அவர்கள் விரும்பிய வழிபாட்டு நெறிகள் வைணவத்தில் இணைந்துவிட்டன. எனவே பெருந்தெய்வக் கோயில்களான வைணவக் கோயில்களில் சிறுதெய்வக் கோயில்களைப் போல சாமியாட்டம் (asiatic dance) குறி சொல்லுதல் முதலியவை நடைபெறத் தொடங்கிவிட்டன.

"குருபரம்பரை" வைணவர்களிடம் பெருமதிப்புப் பெறுவது ஆகும். குருபரம்பரையினரான வைணவ ஆசாரியர்கள் இந்நெறிகளை விரும்பி ஏற்றுக் கொண்டனரா அல்லது தவிர்க்க முடியாத சூழ்நிலையில் ஒத்துக்கொண்டனரா என்பதையும் நோக்க வேண்டும்.

9.14. வைணவ ஆசாரியர்கள் ஏற்றமை

ஆண்டாளின் திருமாலிருஞ்சோலைப் பாசுரத்துக்கேற்ப, அழகர் சன்னிதியில் இராமானுசர் நூறு தடா வெண்ணையும் நூறு தடா அக்காரவடிசிலும் படைத்து ஆண்டாள் வாக்கினை நிறைவேற்றிப் பின்னர் திருவில்லிபுத்தூர் செல்கிறார். அங்கு "ஆழ்வார் திருமகளாரை அடிவணங்கி நிற்க, கோதையும் குலமுதல்வனைக் குறித்துத் தம் பிரார்த்தனையைத் தலைக்கட்டினதற்கு மிகவும் உகந்து, 'நம்

கோயிலண்ணர்' என்று அர்ச்சக முகேந திருநாமமும் ப்ராஸாதிக்க"[21] என்று ஆறாயிரப்படி குருபரம்பராப்ரபாவம் இந்நிகழ்ச்சியை வருணிக்கிறது.

மற்றுமொரு செய்தி, திருவரங்கத்து இறைவன் மணவாள மாமுனிகளைத் திருவாய்மொழி ஈட்டினைக் காலட்சேபமாக நடத்த ஆணையிட்ட செய்தியினைக் கோயிலொழுகு இவ்வாறு தெரிவிக்கின்றது. "அழகிய மணவாளப் பெருமாள் பெரிய ஆயரை அர்ச்சமுகேந அழைத்து நாளை முதல் பெரிய திருமண்டபத்திலே ஈடு தொடங்கிக் காலேக்ஷம் நடத்தும்' என்று நியமித்தருளி".[22] அவரும் அவ்வாறு செய்கிறார்.

வழிபடுதெய்வம் பூசை செய்வோர் மூலமாகத் தன் கருத்தினைத் தெரிவிப்பது சிறுதெய்வநெறியில் 'சாமியாடுதல்' எனப்படும். அதையே குருபரம்பராப்ரபாவமும் கோயிலொழுகு 'அர்ச்சக முகேந (அர்ச்சகா மூலமாக) எனக் குறிப்பிடுகின்றன. பூசை செய்வோர் அல்லது வழிபடுவோர்மீது தெய்வம் இறங்கிக் கூறும் வாக்கே 'தெய்வ வாக்கு' எனக் கருதப்படும். அவ்வாறு தெய்வமுற்ற நிலையில் அவர்கள் தோற்றம் எவ்வாறிருக்குமென அடியார்க்கு நல்லார் உரையிலுள்ள ஒரு மேற்கோள் பாடலால் அறியலாம்:

> "தெய்வ முற்றோ னவிநயஞ் செப்பிற்
> கைவிட் டெறிந்த கலக்க முடைமையும்,
> மடித்தெயிறு கவ்விய வாய்த்தொழி லுடைமையும்
> துடித்த புருவமும் துளங்கிய நிலையும்
> செய்ய முகமுஞ் சேர்ந்த செருக்கும்
> எய்து மென்ப வியல்புணர்ந் தோரே"[23]

இதுவே தெய்வமுற்று ஆடுவோரின் மெய்ப்பாடாகும்.

இத்தகைய நிலையில்தான் அர்ச்சகர்கள் வழிபடுதெய்வத்தின் வாக்கினைத் தெரிவித்திருக்க முடியும். இவ்வாறு ஆடுவதனையே சிறுதெய்வ நெறியில் 'சாமியாடுதல்', 'மருள்ஏறி ஆடுதல்' எனக் குறிப்பர். சிறுதெய்வ நெறியில் சிறப்பிடம்பெறும் சாமியாடுதலைத் தமிழ்நாட்டு வைணவ ஆசாரியர்களும் மறைமுகமாக ஏற்றுக் கொண்ட செய்தியினைக் கோயியொழுகும் ஆறாயிரப்படி குருபரம்பராப்ரபாவமும் உணர்த்துகின்றன

நாட்டுப்புறக் கூறுகளை அழகர்கோயில் திருவிழாவில் காணும் நமக்குத் தமிழ்நாட்டு வைணவப் பின்னணி அதற்கு ஆதரவு கொடுத்த செய்தியை அறியும்போது வியப்பேதும் இல்லை. அரசர்களின் தொடர்ந்த ஆதரவைத் தமிழ்நாட்டில் குறைவாகப் பெற்ற மதம் வைணவமே. எனவே அது அன்றையச் சமூகத்தில் கீழ்நிலையிலிருந்த

மக்களிடம் சென்றது அவர்களின் வழிபாட்டு முறைகளைத் தயங்காது ஏற்றுக் கொண்டது.

திருவிழாக் காலங்களில் அவர்களைப் புலால் உண்ணாது விரதமிருக்கச் செய்ததனைத் தவிரக் கொள்கையளவில் தமிழ்நாட்டு வைணவம் பெரிய வெற்றி எதனையும் பெற்றிடவில்லை. ஆயினும் தமிழ்நாட்டில் பௌத்தத்தைப் போல முற்றும் அழிந்துவிடாமலும். சமணத்தைப் போல மிகப்பெரிய வீழ்ச்சிக்குள்ளாகாமலும் வைணவம் தன்னைக் காத்துக் கொண்டது. அவ்வகையில் வைணவ சமயத்தின் வாழ்க்கைப் போராட்டத்தின் (struggling for existence) ஒரு பகுதியாகவே அழகர்கோயிலும் நாட்டுப்புற மக்களைத் தன்னிடம் ஈர்த்துக் கொண்டது எனலாம்.

குறிப்புகள்

1. பார்க்க: இயல்கள் 57.
2. தினமலர் (நாளிதழ்). நெல்லைப் பதிப்பு, 20.4.1978, ப.6.
3. Census of India, 1961, Vol.IX- Madras, part VII B, Fairs and Festivals, p.32.
4. B.K.Sarkar, Folk Elements in Hindu Culture, Preface, p.x.
5. ".... The festival of the Madurai Temple will be confined to the city, while the other will be confined to the rural areas". Census of India 1961: op. cit., p.33. Also see Dennis Hudson, "Siva, Minakshi, VisnuReflections of a Popular Myth in Madurai", South Indian Temples, p.114.
6. களஆய்வு நாள் : 9,10,11.5.1979. பார்க்க : பிற்சேர்க்கை எண் IV:1 தகவலாளிகள் எண்: 17,35, 45,49,67,71.
7. பார்க்க: பிற்சேர்க்கை எண் மிக்ஷி:1.
8. 'கொக்கிறகர் குளிர்மதிச் சென்னியர்'

   5. ஆம் திருமுறை திரு அன்பிலாலந்துறை, பாடல் 4,

   'கொக்கின் தூவலும் கூவிளங் கண்ணியும்'

   5 ஆம் திருமுறை, திரு நாரையூர், பாடல் 4.
9. அழகர் கிள்ளைவிடு தூது, கண்ணிகள் 164-165.
10. அழகர் வர்ணிப்பு, ப.13.
11. மேலது, ப.13.
12. அழகர் கிள்ளைவிடு தூது, கண்ணி 157.
13. B.K.Sarkar, op.cit., p.18.
14. கோயில் ஏலவிளம்பரம், வெளியிட்ட நாள் குறிக்கப்பட வில்லை. ஏலநாட்கள்: 2.11.78 & 28.6.79.
15. தகவல் : கோயில் மேலாளர், அழகர்கோயில், நாள்:25.11.79.
16. இம்முடி கனகராம செண்பகராஜ பாண்டியன், வெள்ளியங்குன்றம், நாள்: 20.7.78.
17. களஆய்வு, காரைமடை, கோவை மாவட்டம், நாள்: 22, 23.2.1978.

18. *களஆய்வு, திருமுட்டம், தெ.ஆ.மாவட்டம் நாள்:11.3.1979.*
19. *களஆய்வு, திருமலைராயன்பட்டினம், நாள்:13.3.1979.*
20. *களஆய்வு, திருமுட்டம், நாள்:11.3.1979.*
21. *ஸ்ரீகிருஷ்ணசாமி (ப.ஆ) ஆறாயிரப்படி குருபரம்பராப்ரபாவம். ப.267.*
22. *ஸ்ரீகிருஷ்ணசாமி (ப.ஆ.), கோயிலொழுகு, ப.83.*
23. *சிலம்பு. உ.வே.சா. பதிப்பு. 1960, ப.86.*

10. கோயிற் பணியாளர்கள்

10.0. அழகர் கோயில் ஆட்சிமரபு பதினான்கு பணிப்பிரிவுகளாக, முப்பத்திரண்டு நிருவாகங்களுடன் அமைந்தது எனக் கோயிற் பரம்பரைப் பணியாளர் கூறுகின்றனர்.[1] இக்கோயிலின் தொழில், சுதந்திர அட்டவணையும் இதனை உறுதிசெய்கின்றது.[2] சில பணிப் பிரிவுகள் இருவர் மூவர்க்குப் பங்கு செய்து தரப்பட்டுள்ளன. இப்பங்குகளே நிருவாகங்கள் எனப்படும்.

10.1.	பணிப்பிரிவுகள்	நிருவாகம்
1.	அர்ச்சகர்	
	1)ஸ்ரீரெங்கராஜபட்டர்	
	2)ஏறுதிருவுடையான்பட்டர்	
	3)நலந்திகழ் நாரணப்பட்டர்	4
	4)அலங்காரபட்டர்	
2.	ஜீயர் ஸ்ரீகாரியம்	1½
3.	ஆண்டார்.	
	1)திருமாலை ஆண்டார்	
	2)தோழப்பையங்கார்	2
4.	சன்னிதி பரிசாரகம் :	
	1) அமுதார்	
	2) அலங்காரநம்பி	
	3) திருமாலிருஞ்சோலைமலை நம்பி	
	4) சடகோபநம்பி	
	5) சேனைநாராயண அமுதார்	
	6) திருமலைநம்பி	10
	7) சோலைநம்பி	
	8) வடமாமலை அமுதார்	
	9) தெய்வசிகாமணி நம்பி	
	10)தியாகம்செய்த நம்பி	

5.	சன்னிதி பட்டைகள் (வேதவிண்ணப்பம் செய்வோர்): திருமலை நம்பிகள்	1
6.	திருப்பணி செய்வார் திருமலை நம்பிகள்	1
7.	நாச்சியார் பரிகாரம் (மடைப்பள்ளிப்பணி)	
	1)திருமலை நம்பிகள் 2)அமுதார்	2
8.	சன்னிதி பண்டாரி (திருமாலை கட்டுவோர்)	
	சுத்தரராஜ பண்டாரி	1½
9.	கணக்கு :	
	1)திருமாலிருஞ்சோலைப்பிரியன் 2)சேதுராஜப்பிரியன் 3)சௌந்திரராஜப்பிரியன்	3
10.	சன்னிதி ஸ்தானாபதி	1
11.	திருவிளையாட்டான்	1
12.	கொத்தன்:	
	1)அலங்காரக்கொத்தன் 2)அண்ணாவிக்கொத்தன்	2
13.	சின்னமேளம்,பெரியமேளம்	1
14.	ஸ்ரீபாதம்தாங்கிகள் (4 கரையார்)	1
		32

10.2. கல்வெட்டுச் செய்திகள்

இக்கோயிலின் பரம்பரைப் பணியாளர்களைப் பற்றிக் கல்வெட்டுக்கள் தரும் இரண்டு செய்திகள் குறிப்பிடத்தக்கவையாகும். ராமராஜ திருமலை தேவமகாராஜா காலத்தில் சோழியர், சாமானியர் ஆகிய இருவகைப் பிராமணப் பணியாளர்களுக்குமிடையில் தொழில், உரிமைகள் ஆகியவை குறித்து ஏற்பட்ட சிக்கலில் இருதரப்பாரும் முன் மாவலி வாணாதிராயர் காலத்திலிருந்த நடைமுறைப்படி நடந்து வரவேண்டுமென்று மன்னர் முன்னிலையில் தீர்மானிக்கப்பட்டது.[3] பணியாளர்களின் தொழில், உரிமைகளைக் குறிக்கும் ஆவணம்,

இக்கல்வெட்டில் 'பாஷபத்ரம்' எனக் குறிக்கப்பட்டுள்ளது என்பர் ராதாகிருஷ்ணன். இக்கல்வெட்டின் மூலம் வாணாதிராயர் காலத்தில் ஏற்படுத்தப்பட்ட பணியாளர் தொழில் உரிமை நடைமுறைகளே, நாயக்கர் ஆட்சிக்காலத்திலும் பின்பற்றப்பட்டு வந்தமையை அறியலாம்.

மற்றொரு கல்வெட்டு சகம் 1573இல் (கி.பி.1651) திருமாலை ஆண்டார் ஐயங்காருக்கும், பட்டர் ஐயங்காருக்கும் (அர்ச்சகர்) தீர்த்தமரியாதை பெறுவதில் ஏற்பட்ட தகராற்றினை வைத்தியப்ப தீட்சிதர், குப்பையாண்டி செட்டி, வசந்தராய பிள்ளை, திருவேங்கடன் ஐயன் ஆகியோர் நடுவர்களாக இருந்து தீர்த்து வைத்ததைத் தெரிவிக்கிறது.[5] கி.பி.1796இல் திருமாலையாண்டாரால் தரப்பட்ட வெள்ளையத்தாதர் வீட்டுப் பட்டயத்தின் நகல் ஓலையும், ஆண்டாருக்கும் பட்டருக்கும் ஏற்பட்ட தகராறில் இரு தரப்பாரும் அடித்துக் கொண்டதில் சிலர் இறந்துபோன செய்தியைத் தெரிவிக்கிறது. எனவே இந்த இரு பணியாளர்க்கும் ஒரு நூற்றாண்டுக்கும் மேலாகவே பகைமை தொடர்ந்து வந்திருக்கிறது என அறியமுடிகிறது.

10.3. தொழில், சுதந்திர அட்டவணை

இக்கோயிலின் பரம்பரைப் பணியாளர்களைப் பற்றி முழுமையாக அறிவதற்கு இப்போது கிடைக்கும் ஒரே ஆவணச்சான்று கி.பி.1803 இல் எழுதப்பட்ட 'திருமாலிருஞ்சோலைமலை ஸன்னிதி கைங்கர்யபரானின் தொழில், சுதந்திர அட்டவணை' யாகும். 'திருமாலிருஞ்சோலைமலை என்னும் அழகர்திருமலை சன்னிதிக்கி ஸ்ரீகாரியம் விசாரணை தர்மகர்த்தா மடாதிபதி ஸ்ரீராமானுஜ ஜீயர் ஸ்வாமிகள் கும்பினி சர்க்காரில் ஆக்ஞாபித்து உத்தரவாகி இருக்கிற பிரகாரம்'[7] எழுதிய இவ்வட்டவணை கி.பி.1937இல் கோயில் அதிகாரியாயிருந்த கே.என்.ராதாகிருஷ்ணனால் அச்சிடப்பட்டுள்ளது. கி.பி. 1939இல் கோயிற் பணியாளர்கள் இவ்வட்டவணையின் சில பகுதிகளை எதிர்த்து அட்டவணையே செல்லாது என வழக்குத் தொடர்ந்தனர். கி.பி.1940 இல் இந்த அட்டவணை செல்லத்தக்கதன்று என நீதிமன்றம் தீர்ப்பளித்தது.[8] எனவே இப்போது கோயிலில் நடைமுறையில் உள்ள உரிமைகளும் பொறுப்புக்களுமே பரம்பரைப் பணியாளர் பற்றி அறிவதற்கு முதற்சான்றாகும்.

10.4. பணியாளர் சாதி

கோயில் பிராமணப் பணியாளரில் அர்ச்சகர் வைகானச ஆகமத்தைப் பின்பற்றுபவராவர். ஏனைய பிராமணப் பணியாளர்கள் பாஞ்சராத்திர ஆகமத்தினர். அவர்களிலும் சன்னிதி பரிசாரகம். நாச்சியார் பரிசாரகம் ஆகிய பணிகளிலுள்ள அமுதார் வழியினர்

சாமானியர் எனும் பிராமணப்பிரிவைச் சேர்ந்தவர்கள். ஏனையோர் சோழியப் பிராமணராவர்.

பிராமணரல்லாத பிரிவினரில் பண்டாரி "சாத்தாணி' வகுப்பினர்; கணக்கர் வேளாளர். இந்த இரு வகுப்பினரும் புலால் உண்ணாத சாதியார் ஆவர். கொத்தன் தேவர் சாதியினர்; மேளம் வாசிப்பவர் மேளக்காரர் சாதியினர்; ஸ்ரீபாதம் தாங்கிகள் செங்குந்த முதலியார் சாதியினர்.

10.5. மறைந்துபோன பணிப்பிரிவுகள்

கோயில் பணிப்பிரிவுகளில் சில காலப்போக்கில் மறைந்து விட்டன. கி.பி.1939இல் அரசு அதிகாரிகளோடு ஏற்பட்ட கருத்து வேறுபாடுகளினால் ஜீயர் பணியிலிருந்து விலகிவிட்டார். கி.பி.1977 இல் ஆண்டார் பணிப்பிரிவில் திருமாலை ஆண்டார் நிருவாகம் வாரிசில்லால் பணியிலிருந்து நீங்கிவிட்டது. கோயில் நிலங்களை மேற்பார்வையிடும் திருவிளையாட்டான் நிருவாகத்தார் இந்த நூற்றாண்டின் தொடக்கத்திலேயே பணியிலிருந்து நீங்கிவிட்டனர்.[9] கி.பி.1939 இல் ஸ்தானாபதி நிருவாகத்தார் பணியிலிருந்து நீங்கி விட்டனர். திருமலை நம்பிகள் வழியினரிடமுள்ள ஓர் ஆவணத்தினால் கி.பி.1915இல் சங்கரலிங்கம் என்ற நட்டுவனாரும், குட்டி, ரெங்கம், கருத்தபிள்ளை. முத்துசுந்தரி, திருமலைப்பொன்னாள், குப்பமுத்து ஆகிய ஆறு நடனமாடும் பெண்களும் (தாசிகள்) இக்கோயிலில் பணிபுரிந்த செய்தியை அறியமுடிகிறது. இவர்கள் வாரிசற்றுப் போனதால், கோயில் மேலாளர் கி.பி. 1864இல் சௌந்திரம் என்ற தாசியினை இப்பணிக்கு அமர்த்தியுள்ளார்.[10] தாசி நடனம் சின்ன மேளத்துடன் சேர்ந்தது இக்கோயிலில் கி.பி. 1864 வரை நடைபெற்றுவந்த தாசி நடனம் நின்றுபோனது எப்போது எனத் தெரியவில்லை.

10.6. பிராமணப் பணியாளர் ஒரு செய்தி

அர்ச்சகப் பணியின் நான்கு நிருவாகக்காரர்களும் வெவ்வேறு கோத்திரத்தைச் சேர்ந்தவர்களாவர். அதைப்போலவே சன்னிதி பரிசராகப் பணியின் பத்து நிருவாகக்காரர்களும் வெவ்வேறு கோத்திரத்தினவரே கருவறையிலுள்ள திருமேனியோடு நேரடியாகத் தொடர்பு கொண்ட பணிப்பிரிவுகள் இவை. ஒரு குடும்பத்தில் பிறப்பு, பூப்பு, இறப்பினால் வரும் தீட்டுக்கள் ஒரு கோத்திரத்தைச் சேர்ந்த அனைவருக்கும் பொதுவாகும். எனவே ஒரே கோத்திரத்தைச் சேர்ந்தவர்களாக இப்பணிப்பிரிவின் நிருவாகக்காரர்கள் இருந்தால் ஒரு குடும்பத்தில் ஏற்படும் தீட்டு காரணமாக அப்பணிப்பிரிவினர் அனைவரும் தீட்டு கழியும்வரை கோயிற் பணியினைச் செய்ய முடியாது. அதனைத் தவிர்க்கவே இந்த விதி வகுக்கப்பட்டுள்ளது.

திருவிழாக்காலங்களிலும், தேவைப்படும் பிறநேரங்களிலும் பிராமணப் பணிப்பிரிவினர் தங்களைப் போன்ற பிறப்பும் சமயக்கல்வித் தகுதியுமுடைய பிராமணர்களைத் துணைக்கு அமர்த்திக் கொள்ள உரிமையுடையவர்களாவர்.

10.7. பணிப்பிரிவு நிருவாகம் இன்றைய நடைமுறை

பதினான்கு பணிப்பிரிவுகள், முப்பத்திரண்டு நிருவாகத்தார் என்பது ஆவணங்களில் மட்டுமே இன்று இருந்துவருகிறது; நடை முறையில் இல்லை.

ஒரு பணிப்பிரிவில் ஒரு நிருவாகத்தார் பணி வாரிசில்லாமல் நின்றுபோக நேரிடும்போது, அதே பணிப்பிரிவிலுள்ள மற்றொரு நிருவாகக்காரர் அதைத் தன்னோடு இணைத்துக் கொள்ளும் வழக்கமும் முன்னர் இருந்திருக்கிறது. அதன் விளைவாக, இன்று அர்ச்சகப் பணியில் ஸ்ரீரெங்கராஜபட்டர், அலங்காரபட்டர் என்ற இரண்டு நிருவாகத்தாரே இப்பணிக்குரிய நான்கு நிருவாகத்தார் பணியினையும் செய்து வருகின்றனர். சன்னிதி பரிசாரகப் பணியில் உள்ள பத்து நிருவாகத்தாரில் திருமலை நம்பிகள், தெய்வசிகாமணி நம்பி. அமுதார் ஆகிய மூன்று நிருவாகத்தாரே இன்று எல்லாப் பொறுப்புக்களையும் ஏற்றுச் செய்துவருகின்றனர். கணக்கு என்ற பணிப்பிரிவில் மொத்தம் மூன்று நிருவாகத்தாரில் திருமாலிருஞ்சோலைப் பிரியன் வழியினரே ஏனைய இரண்டு நிருவாகப் பொறுப்புக்களையும் செய்து வருகின்றனர். கொத்தன் என்ற பணிப்பிரிவில் அண்ணாவிக்கொத்தன் வழியினரே அலங்காரக்கொத்தன் நிருவாகத்தையும் ஏற்றுள்ளனர். இம்மாற்றங்கள் எவ்வெக்காலங்களில் ஏற்பட்டன என அறியச் சான்றுகளில்லை.[11]

1977இல் வாரிசற்றுப்போன ஆண்டார் பணிப்பிரிவின் திருமாலை ஆண்டார் நிருவாகத்தை அறநிலையத்துறை எடுத்துக்கொண்டது. கோயிலுக்குள் இந்நிருவாகத்தாரின் பணி சம்பளம் பெறும் வேலைக்காரர்களால் செய்யப்படுகிறது. திருவிழாக் காலங்களில் இந்நிருவாகத்தாருக்குரிய மரியாதையினைக் கோயில் அதிகாரிகள் சில நேரங்களில் பெற்றுக் கொள்கிறார்கள்; அல்லது விட்டுவிடுகிறார்கள். இதுபோலவே ஜீயர், ஸ்தானாபதி, திருவிளையாட்டான் ஆகிய பணிப் பிரிவுகளுக்குரிய பொறுப்புக்களை அறநிலையத்துறைப் பணியாளர்கள் செய்கின்றனர். அதற்குரிய பரிவட்ட மரியாதையினை அதிகாரிகளே பெற்றுக்கொள்கின்றனர்.

10.8. பரம்பரைப் பணியாளர் தொழிலும் உரிமையும்

நீதிமன்றத்தில், தொழில், சுதந்திர அட்டவணை செல்லத்தக்க தன்று என முடிவு செய்யப்பட்டபோதும், நடைமுறைக்கும்

அட்டவணைக்கும் பெரிய வேறுபாடுகள் காணப்படவில்லை. குறிப்பிடத்தக்க வேறுபாடுகள் சிலவே உண்டு.

1. பட்டர் (பொறுப்பிலுள்ளவர்), ஜீயர், அமுதார், திருமலை நம்பி, பண்டாரி, கணக்கு, திருமாலிருஞ்சோலைப்பிரியன் இவர்கள் ஆறு பேரும் சேர்ந்து 'ஸ்தானிகர்' எனப்படுவர். ஆங்கிலேயர் ஆட்சிக்கு முன்வரை இந்தக் குழுவிடமே கோயில் முழுமைக்குமான பொறுப்புகள் இருந்தன. கோயில் கருவூலமும் இவர்கள் பொறுப்பிலேயே இருந்தது. கருவூலக்காப்பிற்கு ஒவ்வொரு வரிடமும் முத்திரை அச்சு (முகர்) உண்டு. கருவூலஅறைப் பூட்டின் மீது இவர்கள் மண்முத்தரையிடுவர். அர்ச்சகப் பணியினர்க்கு சங்கு முகரும், ஜீயருக்குச் சக்கர முகரும். அமுதாருக்குக் கருட முகரும். திருமலை நம்பிக்குச் சிம்ம முகரும், திருமாலிருஞ் சோலைப் பிரியனுக்கு அனுமார் முகரும் உரிமையானவை. பண்டாரி முகர்மண் கொண்டுவருவார்; முத்திரைகளைச் சரி பார்ப்பார்.[12] இப்போது அர்ச்சகரிடமும், கோயில் நிருவாக அதிகாரியிடமும் மட்டுமே இப்பொறுப்பு உள்ளது; பிறருக்கு இல்லை, 'ஸ்தானிகர்' குழுவும் இப்போது இல்லை.

2. ஒவ்வொரு நிருவாகத்தினரும் சாதாரண நாட்களிலும், திருவிழா நாட்களிலும் வைத்துக் கொள்ளவேண்டிய உதவியாளர்களின் எண்ணிக்கையில் நடைமுறையும் அட்டவணையும் வேறு படுகின்றன. "அட்டவணை உதவியாளர்களின் எண்ணிக்கையினை அதிகமாகக் குறிப்பிடுகிறது" என்பது கோயிற் பணியாளர் கருத்தாகும். பொருளாதாரக் காரணம் கருதியே கோயிற் பணியாளர் அட்டவணை கூறும் உதவியாளர் எண்ணிக்கையோடு உடன்பட மறுத்து நீதிமன்றம் சென்றனர்.[13]

3. ஒன்றிரண்டு சிறிய வேலைகள் தங்களுடையனவல்ல வென்று பணியாளர்கள் கூறுகின்றனர்.

10.9. வைகானச அர்ச்சகர்கள்

தமிழ்நாட்டு வைணவக் கோயில்களில் இருவகையான ஆகம நெறிகள் பின்பற்றப்பட்டு வருகின்றன. ஒன்று "வைகானசம்' மற்றொன்று 'பஞ்சராத்திரம்' எனப்படும். விகாசனர் என்னும் முனிவர் உருவாக்கிய ஆகம நெறியினைப் பின்பற்றுவோர் வைகானசர் எனப்படுவர். ஐந்து இரவுகளில் திருமாலாகிய இறைவனால் உபதேசிக்கப்பட்டதாகக் கருதப்படுவது பாஞ்சராத்திர நெறியாகும். இந்த இரு நெறியினைப் பின்பற்றும் பிராமணர்களும் தம்முள் மணவுறவு கொள்வதில்லை.

அழகர்கோயிலில் மூலத்திருமேனியினைத் தொட்டுப் பூசை செய்யும் அர்ச்சகர்கள் (பட்டர்கள்) வைகானசர் ஆவர். கோயிலின் பிற பணிகளில் ஈடுபட்டுள்ள ஏனைய பிராமணப் பணியாளர் அனைவரும் பாஞ்சராத்திர ஆகம நெறியினராவர். பட்டர்களும் உதவியாகப் பணிபுரிந்தாலும், மூலத்திருமேனியினைத் தொடும் உரிமை இவர்களுக்கில்லை.

"சோழர் கல்வெட்டுகளில் முதலாம் இராசராசன் காலத்திலிருந்து வைகானசர் பெருமளவு குறிக்கப்பெறுகின்றனர். கோயில் நிருவாகமும் கோயில் நிலங்களும் இவர்களது பொறுப்பில் விடப்பட்டிருந்தன".[14] பரத்துவம், வியூகம், விபவம், அந்தர்யாமி, அர்ச்சை எனும் வைணவ வழிபாட்டு நெறிகளில் அர்ச்சாவதாரத்தையே (கண்ணுக்குப் புலனாகும் பொருட்களால் செய்யப்பெற்றுக் கோயில்களில் வழிபடப் பெறும் திருமேனிகளை வணங்குவதையே) வைகானசர் பின்பற்று கின்றனர். பிற நெறிகளை ஏற்பதில்லை. 'பல' ஊர்களும் அலைவதேன்? அங்குள்ள இறைவன் நெஞ்சிலே உள்ளான்! என்னும் பொருள்பட அமைந்த ஆழ்வார்களின் பாசுரங்களை இவர்கள் ஒத்துக் கொள்வதில்லை' என்பர் வெங்கட்ராமன்".[15]

எடுத்துக்காட்டு :

"திருமாலிருஞ்சோலை மலை யென்றேன் என்ன
திருமால் வந்துள்ள நெஞ்சு நிறையப் புகுந்தான்"
(திருவாய்மொழி 10.8.1)

10.10. வைகானசர் பாஞ்சராத்திரர் வேறுபாடு

ஆழ்வார்கள், ஆசாரியர்கள் சன்னிதிகளில் வைகானசர் பூசை செய்வதில்லை. அவர்கள் வழிபடப் பெறுவோராக வைகானச ஆகம நெறியில் குறிக்கப்பெறாததே காரணமாகும். இக்கோயிலும் ஆழ்வார்கள், ஆசாரியர்கள் சன்னதிகளில், வடமொழி வேதவிண்ணப்பம் செய்யும் பொறுப்புடைய "பட்டைகள்" என்ற பணிப்பிரிவினைச் சேர்ந்த பாஞ்சராத்திர நெறியினரே பூசை செய்கின்றனர்.

வைகானசரிடம் தனிப்பட்ட வேறுசில பண்புகளும் காணப் படுகின்றன. பாஞ்சராத்திரப் பிரிவினராகிய பிராமணர்களின் குடும்பங்களில் நடைபெறும் பிறப்பு, பெயரிடல், பூப்பு, திருமணம், இறப்பு நிகழ்ச்சிகளில் திராவிடவேதம் எனப்படும் திவ்வியபிரபந்தப் பாசுரங்கள் கட்டாயம் ஓதப்பெறும். வைகானசர் வடமொழி வேதம் மட்டுமே ஓதுவர்.[16]

பாஞ்சராத்திரப் பிரிவினரான பிராமணர்களும், வைணவத்தில் ஈடுபாடுடைய பிற சாதியினரும், ஒரு குருவினைப் பணிந்து 'வைணவ

முத்திரை' தரித்துக் கொள்வர். திருமாலின் படைக்கருவிகளாகிய சங்கு சக்கர அச்சுக்களை நெருப்பிலிட்டுக் காய்ச்சி இருபுயங்களிலும் ஒரு குருவினால் பொறிக்கப்பெறுவதே 'முத்திரை' யாகும். இதனைப் பிராமணர் "சபஸ்காரம்' என்றும் பிராமணரல்லாத சாதியினர், 'அக்கினி முத்திரை'. கட்டி முத்திரை' என்றும் கூறுவர். 'திருமாலின் அடியார்.' என்பதைக் காட்டும் அடையாளம் இம்முத்திரையேயாகும். பெரியாழ்வார், ஒரு பாசுரத்தில் இதனைக் குறிப்பதால்[17] இவர் பாஞ்சராத்திர ஆகமநெறியையே வலியுறுத்துகிறார் என அறியலாம். வைகானசர் இம்முத்திரை பெறுவதும் இல்லை; ஒரு குருவினை ஏற்பதும் இல்லை, தாயின் கருவிலேயே இம்முத்திரை தங்கட்கு இடப்பட்டுவிட்டது என்பது அவர்களின் நம்பிக்கையாகும். "வைகானச ஆகமத்தின் கொள்கைகள் வேத நெறியையே அடிப்படையாகக் கொண்டிருப்பதால் ஸ்ரீவைஷ்ணவ ஆசாரியர்கள் இதற்குத் தனியான முக்கியத்துவத்தைக் கொடுக்கவில்லை. பாஞ்சராத்திரம் என்ற மற்றவகை நூல் தமிழ்நாட்டில் மிகவும் சிறப்பான இடத்தைப் பெற்று விட்டது. இதற்குக் காரணம் தமிழ்நாட்டு வைணவ ஆசாரியார்கள் தங்களுடைய அடிப்படையான கொள்கைகளுக்கு இதையே நம்பியிருப்பதாகும் என ராமானுஜதாத்தாச்சாரியார் விளக்குகிறார்".[18]

வைகானசரைப் பற்றிய செய்திகளிலிருந்து சில முடிவுகளுக்கு வரமுடிகிறது. ஆழ்வார்கள் ஆசாரியர்கள் காலத்தில் உருவான கொள்கைகளை ஏற்றுக் கொள்ள மறுப்பதால், ஆழ்வார்கள் காலத்திற்கும் முன்பே வைகானசர் தமிழ்நாட்டுக் கோயில்களில் பணியாளராக நிலைபெற்றிருக்க வேண்டும். எனவே தமிழ்நிலத்து நெறிகளில் காலூன்றாமல் தங்களது "தனித்தன்மையினைக் காப்பவர்களாக' (puritans) இவர்கள் உள்ளனர். இவர்கள் வடமொழி வேதங்களை மட்டுமே ஏற்றுக் கொள்வதற்கும் அதுவே காரணமாதல் வேண்டும்.

10.11. சோழியரும் சாமானியரும்

இக்கோயிலில் பரம்பரையாகப் பணிசெய்யும் பிராமணப் பணியாளரில் 'அமுதார்' என்ற பிரிவினர், பிராமணர்களில் சாமானியா' எனப்படும் பிரிவினைச் சேர்ந்தவர்கள், ஏனைய பிராமணப் பிரிவினர் சாமானியரை இழிந்த பிராமணராகக் கருதுவர். தமிழ்நாட்டில் வேறெந்த வைணவக் கோயிலும் சாமானியர் பணியாளராக அனுமதிக்கப் படுவதில்லை. பஞ்சாங்கம் கணித்துச் சோதிடம் கூறுவதும், பிராமண ரல்லாத சாதியாருக்குப் "புரோகிதம்" செய்வதும் சாமானியப் பிராமணரின் குலத்தொழிலாகும்.

இக்கோயில் உயர்பிரிவினைச் சேர்ந்த சோழியப் பிராமணப் பணியாளர்கள், சாமானியர்களைத் தொடர்ந்து எதிர்த்து வந்திருக்கின்றனர்.

“கண்ணிநுண் சிறுத்தாம்பு” உரையில் இது பற்றிய ஒரு குறிப்பு காணக்கிடக்கிறது. குறும்பு செய்த கண்ணனை அசோதை ஒரு சிறுகயிற்றாலே உரலோடு சேர்த்துக் கட்டினாள். அவள் கட்டிய போது முரடனான கண்ணன் இதற்கு இணங்கியவன்போல, எதிர்ப்பேதும் காட்டாது இருந்தான். ‘இவன் ‘சாமான்யன் என்று இடும் ஈடெல்லாம் இடுங்கோள்’ என்றிருந்தான்"[19] என்பது உரைப்பகுதியாம். இதன் தொடர்பாக வைணவர்களிடம் வழங்கிவரும் கதையினைப் புருஷோத்தம நாயுடு விளக்குகிறார்.

“அழகர் திருமலையிலே சாமான்யர், சோழியர் என்று இரு வகைப் பிரிவினர் இருந்தனர்; அவ்விருவகைப் பிரிவினர்களுள் எப்போதும் விரோத உணர்ச்சி உண்டு; அதனால் சோழியர் எல்லாரும் சாமானியரைக் கண்டால் அடித்துத் துன்புறுத்துவது என்ற எண்ணம் கொண்டிருந்தனர். ஒரு நாள் இரவிலே சோழியர்களிலே ஒருவன் தனியே வர, அவனைச் சாமானியன் என நினைத்துச் சோழியர் அனைவரும் ஒருங்கு திரண்டுவந்து அடிக்க, அடிபடுகிற அவன், 'நான் சோழியன்' என்னை ஏன் அடிக்கிறீர்கள்?’ என்ன, 'ஐயோ உன்னைச் சாமானியன் என்று நினைத்து அடித்துவிட்டோமே, என்ன, ‘அப்படியானால் இன்னம் அடியுங்கோள், குத்துங்கோள்’ என்று சாமானியன் மேலே உள்ள பகை உணர்ச்சியால் தான் அடிபடுகிற நோவும் தோற்றாமல் சொன்னான் என்பது ஐதிஹம்”.[20]

10.12. சாமானியர் பெற்ற உரிமை

முற்காலத்தில் சாமானியர் நாச்சியார் பரிகரத்தாராக மட்டுமே இருந்துள்ளனர். பெருமாளுக்கு (இறைவனுக்கு) நாச்சியார் (இறைவி) செய்யவேண்டிய உணவாக்கும் வேலையினை இவர்கள் செய்வதால், இவர்களுக்கு நாச்சியார் பரிகரத்தார் எனப் பெயர். பின்னர் இப்பிரிவினருக்குச் சன்னிதி பரிசாரகப் பணியில் பங்கு கிடைத்ததற்கு இக்கோயில் வரலாற்றில் நடந்த ஒரு நிகழ்ச்சி காரணமாயிருந் திருக்கிறது.

திருமலைநாயக்கர் காலத்திற்கு முன்னர், சித்திரைத் திரு விழாவிற்கு அழகர் ஊர்வலம் சோழவந்தானை அடுத்த தேனூர் கிராமத்திற்கே சென்றது. ஒருமுறை எழுந்தருளியிருந்த பந்தல் தீப்பற்றி எரிந்தது. தீப்பற்றியதும் பணியாளர்கள் உள்ளிட்ட திருவிழாக் கூட்டம் சிதறி ஓடிவிட்டது. நாச்சியார் பரிகரத்தைச் சேர்ந்த ஒரு பணியாளர் தீக்குள் வேகமாகச் சென்று உலோகத்தாலான இறைவனின் உற்சவத் திருமேனியை வெளியில் எடுத்துவந்து ஒரு இடத்தில் வைத்து விட்டார், பின்னர் தீப்புண்களுடன் ஓர் ஓரத்தில் குற்றுயிராய்க் கிடந்தார். உற்சவத் திருமேனியைப் பாதுகாக்கும் பொறுப்புடைய

திருமலைநம்பிகள் எனும் சோழியப் பிராமணர் அதனைக் காணாது தவித்தலைந்தார். குற்றுயிராகக் கிடந்த சாமானியரை அணுகிக் கேட்ட போது, அவர் தான் காத்து எடுத்துவந்த திருமேனியை வைத்திருக்கும் இடத்தைச் சொன்னால், தனக்குத்திருமலை நம்பிகளின் கோயிற் பணிகளில் ஒரு பகுதியைத் தந்துவிட வேண்டுமென்று கேட்டார். தெய்வத் தண்டனைக்கும் அரச தண்டனைக்கும் அஞ்சிக் கொண்டிருந்த திருமலைநம்பிகள் அவ்வாறே தருவதாக வாக்களித்தார். குற்றுயிராகக் கிடந்த சாமானியர் திருமேனியை ஒளித்து வைத்திருக்கும் இடத்தைக் காட்டிவிட்டு உயிர் துறந்தார். அவருடைய வழியினர்க்குத் திருமலைநம்பிகள் கொடுத்த வாக்குறுதிப்படி திருமலை நம்பிகள் பணிப்பிரிவில் பங்கு கிடைத்தது. இக்கோயிலில் பணிபுரியும் இரண்டு பிரிவினரும் இக்கதையினை இன்றும் கூறுகின்றனர்.[21]

பதின்மூன்றாம் நூற்றாண்டைச் சேர்ந்த ஈட்டு உரையினால் சோழியர் சாமானியரைத் துன்புறுத்திய செய்தியினை அறிகிறோம். பின்னொரு காலத்தில் தமக்கு வாய்ப்புக் கிடைத்தபோது இறுதி நேரத்திலும் விரும்பும் பொருளாகச் சோழியப் பிராமணரின் பணியில் உரிமை கேட்ட செய்தி, ஈட்டு உரை தரும் செய்தியினை உறுதிப் படுத்துகிறது. உயர்வு மனப்பான்மையினால் தம்மைத் துன்புறுத்திய சோழியப் பிராமணரிடம் சாமானியப் பிராமணர் இவ்வாறு கேட்டது சோழியரின் உயர்வு மனப்பான்மையை நீக்குவதற்காகவும் இருக்கலாம். சன்னிதி பரிசாரகப் பணியில் இக்கோயிலில் சாமானியரும் பணியாற்றுவது இன்று நடைமுறை உண்மையாகும்.

10.13. பண்டாரி குடும்பத்தார் இறைப்பற்று

இக்கோயிலில் திருமாலை கட்டும் பணியினையுடைய 'பண்டாரி' எனும் பணிப்பிரிவினர், "சாத்தாணி' எனப்படும் சாதியினர், 'சாத்தாதவர்' எனவும் இவர்கள் வழங்கப்பெறுவர். பிராமணர்க்குரிய பூணூலைச் சாத்தாதவர் என இதற்குப் பொருளாகும். இவர்களுடைய முன்னோரைப் பற்றியும் இக்கோயிற் பணியாளரிடையே ஒரு கதை வழங்கி வருகிறது.[22]

முன்னொரு காலத்தில் அழகர்கோயில் வெளிக்கோட்டைப் பகுதிக்குள் கோயிற் பணியாளர் குடியிருந்தனர். கிழக்கு ரதவீதியும், தெற்குரதவீதியும் சந்திக்குமிடத்தில் பண்டாரியின் வீடு இருந்தது. பண்டாரியின் வீட்டிலிருந்த வயதான ஓர் அம்மையார், இத்தலத் திறைவனிடம் ஆழ்ந்த பற்றுடையவர். தேரோட்டத் திருநாளின் போது இறைவனுக்குப் படைக்க அந்த முதியவளிடத்தில் ஏதும் இல்லை. வறுமை காரணமாக அன்று காத்தொட்டிக்காய் வற்றலும், காணப்பருப்புமே அன்றைக்கு அவ்வீட்டில் உணவாக இருந்தது.

அதையும் அவ்வம்மையார் இறைவனுக்குப் படைத்துண்ண இருந்தார், வறுமையிற் பிறந்த கூச்சம் காரணமாக வீட்டிற்குள்ளேயே இறைவனுக்கு அதனைப் படைத்திருந்தார்.

தேர் அவ்வீட்டின் முன் வந்ததும் நகராது நின்றுவிட்டது. "என் அடியாள் உண்ணும் காணப்பருப்பும் காத்தொட்டிக்காய் வற்றலுமே எனக்கு வேண்டும்" எனத் தேர் மீதிருந்த இறைவன் சொன்னார். எல்லோரும் பண்டாரி வீட்டு அம்மையாரின் நிலைமையினை அறிந்து பின்னர் இறைவன் விரும்பிய அவ்வுணவினை அவ்வீட்டிலிருந்து இறைவனுக்குப் படைத்தனர். பின்னரே தேர் நகர்ந்தது.

இக்கதை வழக்கினை உறுதிப்படுத்தும் மற்றொரு செய்தியும் இங்கே நினைக்கத்தகுந்தது.

ஸ்ரீவில்லிபுத்தூரில் கோயில்கொண்டுள்ள ஆண்டாள் இத்தலத்து இறைவனை மணாளனாக நினைத்துப் பாடியவர். எனவே ஸ்ரீவில்லிபுத்தூர் ஆண்டாள் கோயிலில், அழகர்கோயில் இறைவனின் திருநட்சத்திரமான புரட்டாசி திருவுத்திராட நாளன்று ஆண்டாள் வடக்குநோக்கி எழுந்தருளுவர். அப்போது அழகர் உவந்து உண்ட காத்தொட்டிக்காய் வற்றலும், காணப்பருப்புமே அழகரை உவந்த ஆண்டாளுக்குத் தளிகையாகப் படைக்கப் பெறுகிறது.[23] ஆனால் அழகர்கோயிலில் இப்போது இவ்வாறு படைக்கப்பெறுவது இல்லை; இவ்வழக்கம் நின்று போய்விட்டது.

தென்கலை வைணவத்தின் வலிமையான கூறுகளில் ஒன்று. மக்கள் நம்பிக்கையினைப் புலப்படுத்தும் செய்திகளைச் சடங்காக்கி, அது ஆகமநெறி அல்லாத ஒன்றாயினும் அதனைக் கோயில் நடை முறையில் இணைத்துக் கொண்டிருப்பதாகும். எனவே கதைச் செய்தி, ஒரு சடங்காக மாற்றப்பட்டிருப்பது, தென்கலை வைணவ மரபு அறிந்தவர்க்கு வியப்பான செய்தி இல்லை.

கதையின் உள்ளடக்கம், திருமாலின் எளிவந்த தன்மையினையும் (சௌலப்யம்), இறையருள் உயர் சாதியினருக்கு மட்டுமன்றி, எல்லோர்க்கும் உண்டு எனும் கருத்தினையும் விளக்குகிறது. சாதிவேறுபாடுகளைக் கடந்த நிலைமையைத் தமிழ்நாட்டு வைணவம் இராமானுசர் காலத்திலேயே அடைந்துவிட்டது. எனவே அதனை வலியுறுத்தப் பிறந்த கதை என்பதனைவிட இறைவனின் எளிவந்த தன்மையினைப் புலப்படுத்தும் கதையென்றே இதனைக் கொள்ளலாம். வேறு வகையான சமூக அழுத்தங்கள் காரணமாக இக்கதை பிறந்திருக்கலாமெனக் கொள்ள முடியவில்லை.

குறிப்புகள்

1. ஸ்ரீனிவா ஐயங்கார், திருமலை நம்பிகள் நிருவாகத்தார், அழகர்கோயில், நாள்: 11.8.78.
2. திருமாலிருஞ்சோலைமலை ஸன்னதி, வகையறா தொழில்,/ சுதந்திர அட்டவணை, (28.6.1803), 1937, பார்க்க: பிற்சேர்க்கை எண் II:3.
3. A.R.E., of 1932.
4. K.N.Radhakrishna, Thriumalirunjolaimalai (Alagarkoil) Sthalapurana, p. 107.
5. A.R.E. 286 of 1930.
6. பட்டய நகல் ஓலை, பார்க்க: பிற்சேர்க்கை எண் III :5 வரிகள் 13-14.
7. தொழில், சுதந்திர அட்டவணை, மு.நூல், ப.1.
8. Original suit No. 87-91 of 1939, In the Court of Principle Subordinate Judge of Madurai, Judgement dated 21.2.1940.
9. தகவல்: ராகவையங்கார், அழகர்கோயில், பணியாளர் பற்றிய பிற செய்திகளையும் முதலில் தந்துதவியவர் இவரே.
10. Register of Inams, Copy issued by Madurai Collectorate on 13.2.1864, Columns 21 and 14.
11. தகவல்: திருவேங்கட ஐயங்கார். அழகர்கோயில், நாள்:11.8.78
12. தொழில், சுதந்திர அட்டவணை, பக் 2,3,5,7.
13. தகவல்: ஸ்ரீனிவாச ஐயங்கார். திருமலைநம்பிகள் நிருவாகத்தார். நாள் 11.8.78.
14. K.R.Venkataraman, Vaikanasas, Cultural Heritage of India, Vol.IV, p.160.
15. Ibid., p.162.
16. Ibid., p.162.
17. நாலாயிர திவ்விய பிரபந்தம், பாடல் 7,
18. அக்னிகோத்ரம் ராமானுஜ தாத்தாச்சாரியார், வரலாற்றில் பிறந்த வைணவம், பக் 101-102.
19. ரா.புருஷோத்தம நாயுடு, ஈட்டின் தமிழாக்கம், பத்தாம் பத்து, ப.437. 20. மேலது, ப.427.
21. சுந்தரராஜ ஐயங்கார் (சோழியர்), நாள்: 11.8.78.
22. சடகோப ஐயங்கார் (சாமானியர்), நாள். 11.8.78.
23. தகவல்: பரமசாமிப் (மைனர்) பட்டர், அழகர்கோயில், நாள்: 12.8.78.
24. தகவல்: ராகவையங்கார். திருவில்லிபுத்தூர் நாச்சியார்கோயில் ஸ்தானத்தார், நாள்: 12.8.78
25. சிறிய கத்தரிக்காய் போன்ற அளவில் வெள்ளரிக்காய் போன்ற மேல்தோலுடன் கூடியதே காத்தொட்டிக்காய் எனப்படும் காயாகும். தாவரவியலில் வெள்ளரி (Cucurbitaceae) என்ற குடும்பத்தைச் சேர்ந்ததாகும். நகரமக்கள் இதனை "மிதுக்கங்காய்' என்று கூறுகின்றனர். இக்காயின் உட்பகுதியும் வெள்ளரிக்காய் போலவே விதை நிரம்பியதாக இருக்கும்.

11. பதினெட்டாம்படிக் கருப்பசாமி

11.0 தமிழ்நாட்டுப் பெருந்தெய்வக் கோயில்களில் அழகர்கோயில் சில தனித்த நடைமுறைகளையுடையது. அவற்றுள் ஒன்று இக்கோயிலின் தலைவாசல் (ராஜகோபுர வாசல்) எப்பொழுதும் அடைக்கப் பட்டிருப்பதாகும். சிறுதெய்வங்களில் ஒன்றான பதினெட்டாம்படிக் கருப்பசாமி என்ற தெய்வம் இக்கோபுர வாசலில் உறைகின்றது. எனவே இக்கோபுர வாசல் 'பதினெட்டாம்படி வாசல்' என்றும் அழைக்கப்படுகின்றது.

11.1. அடைத்த கதவு

“”அழகர் கோயிலில் உள்ள பதினெட்டாம்படிக் கதவுகளுக்குச் சந்தனம், குங்குமம், கற்பூரம் முதலியவை பூசி, மாலை, புஷ்பம் முதலியவற்றால் அலங்கரித்துப் பூஜை செய்வார்கள். இப்பதினெட்டாம் படிக் கதவு பிரம்மோத்ஸவ காலத்தில் (ஆடி மாதம்) சக்கரத்தாழ்வார் வருவதற்காக மட்டும் வருஷம் ஒருமுறை திறக்கப்படும். சில சமயங்களில் ஏதாவது பிரமாணம் செய்ய விரும்புபவர்களுக்கு அது திறக்கப்படும். ஆகையால் அழகர்கோயில் பிரதான வாசலாகிய இப்பதினெட்டாம்படி வாசல் சாதாரணமாக மூடப்பட்டே இருக்கும். இதற்கு வடக்கே உள்ள வண்டிவாசல் என்பதுதான் கோயிலுக்குள் போகும் வழி” என்று ஸ்ரீகள்ளழகர் கோயில் வரலாறு கூறுகின்றது.[1]

11.2. தெய்வமும் உருவமும்

சந்தனம் சாத்தப்பெறும் கதவில் உறைகின்ற தெய்வமே பதினெட்டாம்படிக் கருப்பசாமியாகும். "இவருக்கு இங்கே உருவம் இல்லை. இங்குப் பதினெட்டாம்படிக் கோபுரக் கதவுகளையே இத்தெய்வமாக எண்ணிப் பூஜைகள் நடக்கும். மற்ற இடங்களில் இவர் கையில் ஒரு கொக்கியும் (அரிவாளும்), கதாயுதமும், ஈட்டி முதலி யவையும் இருக்கும் காலில் செருப்பு அணிந்திருப்பார். இவரது தரிசனம் பயங்கரமாகவும், யுத்தபாவனையிலும் இருக்கும்" என்றும் கோயில் வரலாறு கூறுகின்றது.[2]

ஆய்வாளருக்குக் கிடைத்த 'ராக்காயி வர்ணிப்பு' என்னும் நாட்டுப்புறப் பாடல், பதினெட்டாம்படிக் கருப்பசாமி தன் தங்கை ராக்காயிக்கும் அவள் மக்களுக்கும் தலையில் உருமால், தோளில் வல்லவேட்டு, அரையில் சுங்குவைத்துக் கட்டிய இறுக்கிய கச்சை,

கையில் கத்தி, ஈட்டி, வல்லயம், வீச்சரிவாள், தோளில் சாத்திய கட்டாரி, காலில் சல்லடம் ஆகியவற்றோடு காட்சி தந்ததாகக் குறிப்பிடுகின்றது.

கீழக்குயில்குடி, மதுரை சிம்மக்கல் பகுதி காமாட்சியம்மன் கோயில், சுப்பிரமணியபுரம் பகுதி கருப்பசாமி கோயில், மதுரை மீனாட்சிம்மன் கோயிலில் கிழக்குக் கோபுரத்தை அடுத்துள்ள கருப்பசாமி கோயில் ஆகிய இடங்களில், இரண்டு கைகளோடு நின்ற கோலத்தில் தலையில் பெரிய உருமால், நெற்றியில் தென்கலைத் திருமண், ஓங்கிய கையில் வீச்சரிவாள், தொங்கவிடப்பட்டுள்ள கையில் கதை, சங்கு (கொசுவம்) வைத்துக் கட்டியதாக முழங்காலுக்கும் கீழே வருமளவில் இடுப்பில் கச்சை, மிகப்பெரிய தொந்தி, காலில் செருப்பு ஆகியவற்றோடு கருப்பசாமி காட்சி தருகிறார். 'பதினெட்டாம்படிக் கருப்பசாமி' என்றே எல்லா இடங்களிலும் அழைக்கப்பட்டாலும் மீனாட்சியம்மன் கோயில் கோபுரத்தை அடுத்துள்ள கோயிலில் மட்டும், இவர்க்கு முன்னால் பதினெட்டுப் படிகள் சிறியதாக அடைக்கப்பட்டு உள்ளன.

அழகர்கோயிலில் நிருவாக அதிகாரியாக இருந்த கே.என். ராதா கிருஷ்ணன் பதினெட்டாம்படிக் கருப்பசாமிக்குரியதாக ஒரு வடமொழித் தியான சுலோகத்தைக் கூறுகின்றார்.

""காலனைப் போல கருநிறம் உடையவனும், இரண்டு தோள்களையுடையவனும், இரு கைகளில் கத்தியையும் கதையினையும் ஏந்தியவனும், அழகிய கோரைப் பற்களையுடையவனும், பயங்கர மானவனும், பயங்கரமான தோற்றத்தையுடையவனும், வணங்கிய வர்களுடைய பயத்தைத் தீர்ப்பவனும், பாதுகையின் மீதேறி நடமிடுபவனும், இளமையானவனும், இளஞ்சூரியனது ஒளியை உடையவனும், சிரித்த முகத்தையுடையவனும், ஆயுதத்தினால் மதங் கொண்டவனும், வளைந்த பாதத்தையுடையவனும். சிதறிய கோபந்தத் தையுடையவனும், தாமரை போன்ற கண்ணையுடையவனும், கருநிற முடையவனும் ஆன கிருஷ்ணபுத்திரனை வணங்குகிறேன்"[4] என்பது அவ்வடமொழிச் சுலோகத்தின் பொருளாகும்.

இத் தியான சுலோகத்தில் கருப்பசாமியின் சிலைகளில் காணப்படும் பெருத்த தொந்தியும், முறுக்கிய மீசையும் சொல்லப் படவில்லை. இச்சுலோகத்தில் சொல்லப்படும் "அழகிய கோரைப் பற்கள்' சிலைகளில் காணப்படவில்லை. எனவே இத்தெய்வத்தை வழிபடும் அடியவர் ஒருவரால் இத் தியான சுலோகம் இயற்றப் பட்டதாகக் கொள்ள முடியவில்லை. பெரும்பாலும் சிறுதெய்வங்களை வழிபடாத வடமொழி அறிந்த பிராமணர் யாரேனும் இச்சுலோகத்தைச்

செய்திருக்கலாம். சுலோகம் கூறும் "கிருஷ்ணபுத்திரன்' என்ற பெயரை இக்கோயிலின் பிராமணப் பணியாளர் மட்டுமே அறிந்திருக்கின்றனர் என்பதாலும் இவ்வாறு எண்ணத்தோன்றுகிறது.

நாட்டுப்புற மக்கள் பாடும் ராக்காயி வர்ணிப்பு, கருப்பசாமியை அழகருக்குத் (திருமாலுக்குத்) தம்பியாகவே குறிப்பிடுகின்றது.⁵ பதினெட்டாம்படிக் கருப்பன் உற்பத்தி வர்ணிப்பு, "கண்ணா உன்தமையன் கருப்பன்' எனக் குறிப்பிடுகின்றது.

11.3. கருப்பசாமி சன்னிதி அமைப்பு

கோயில் மதிற்சுவரோடு அமைந்த ராஜகோபுரத்துக்குக் கீழுள்ள இரட்டைக்கதவு கோயிலுக்கு உட்புறமாகத் தாழிட்டு சாத்தப் பட்டுள்ளது. வெளிப்புறமாகக் கருப்பசாமியாக வழிபடப் பெறும் இரட்டைக்கதவு வரை நாற்பதடி நீளம் இருபுறமும் உயரமான சுவர்களைக் கொண்ட பகுதிமேற் வரையில்லாது அமைந்திருக்கிறது. இப்பகுதியில் கோயிலின் மேற்வரையில்லாது அமைந்திருக்கிறது. இப்பகுதியில் கோயிலின் வெளிப்புறத்தை நோக்கிக் கிழக்குமுகமாக இறங்கும் பதினெட்டுப்படிகள் அமைந்துள்ளன. மேற்படியின் ஓரத்தில், மூன்றடி உயரப்பிடியின்மேல் சுமார் எட்டு அடி உயரமுள்ள அரிவாள் நிறுத்தி வைக்கப்பட்டுள்ளது. பதினெட்டுப் படிகளும் இறங்கும் இடத்தில் ஏறத்தாழப் பதினைந்து அடிநீளச் சமதளம் உள்ளது. சமதளப் பகுதியின் முடிவில் சந்தனம் பூசப்பெற்ற இரட்டைக்கதவு உள்ளது. இக்கதவினையே மக்கள் கருப்பசாமியாகக் கருதிச் சந்தனம் பூசி வழிபடுகின்றனர். இக்கதவும் எப்பொழுதும் அடைக்கப் பெற்றிருப்பதால், கதவின் வெளிப்புறத்திலேயே மக்கள் வழிபடுகின்றனர்.

கிழக்கு மேற்காக அமைந்த மலையின் தென்திசைச்சரிவில் கோயில் அமைந்துள்ளது. ராஜகோபுர மதிலுக்குட்பட்ட பகுதி சமதளமாக்கப்பட்டுள்ளது. மதிலுக்கு வெளிப்புறப்பகுதி சரிவாகவே உள்ளது. எனவே ராஜகோபுரத்தின் கீழ், மதிலுக்கு உட்பட்ட பகுதியை விட வெளிப்பகுதி பதினைந்து அடி பள்ளமாகவுள்ளது. எனவே இப்பகுதியில் பதினெட்டுப்படிகள் அமைப்பதற்குப் போதுமான இடமுள்ளது,

11.4. கதவை அடைத்த கதை

இக்கோபுர வாசல் அடைக்கப்பட்டது குறித்து மக்களிடத்தில் ஒரு கதை வழங்கி வருகிறது:

"ஒரு காலத்தில் மலையாளத்திலிருந்து பதினெட்டு லாடர்கள் இக்கோயில் இறைவனின் "களை"யைத் (இறைவனின் அருளொளி Spritual essence) திருடிச்செல்லத் திட்டமிட்டு வந்தனர். அவர்கள்

மந்திர தந்திரங்களில் கைதேர்ந்தவர்கள். ஒரு மந்திர மையைக் கண்ணில் தடவிக் கொண்டால் அவர்கள் பிறர் கண்ணுக்குத் தெரியமாட்டார்கள். அந்த மையைத் தடவிக்கொண்டு அவர்கள் கோயிலுக்குள் புகுந்துவிட்டனர். இரவு நேரங்களில் கருவறையிலுள்ள இறைவனின்களையை மந்திர வலிமையால் இறக்கித் தாங்கள் கொண்டு வந்திருந்த கும்பத்துக்குள் அடக்கிவிடுவர். இவ்வாறு கொஞ்சம் கொஞ்சமாகச் சில நாட்கள் வரை இறைவனின் களையை இறக்கிக் கொண்டே வந்தனர். இறைவன் ஒரு நாள் கோயில் பட்டரின் கனவில் தோன்றி, இச்செய்தியைத் தெரிவித்துவிட்டார். பட்டரும் மறுநாள் நாட்டார்களைத் திரட்டி இச்செய்தியைச் சொன்னார். அனைவரும் சேர்ந்து ஒரு திட்டம் தீட்டினர். அதன்படி மறுநாள் பட்டர் வழக்கம்போல் கருவறையைத் திறந்து பூசைகளைச் செய்து, பின் மிக அதிகமாக ஆவி பறக்கும் சுடுசோற்றை இறைவனுக்குப் படைத்து விட்டு வெளியில் வந்துத் திடீரெனக் கதவை வெளிப்புறமாகப் பூட்டிவிட்டார்.

சுடுசோற்றிலிருந்து எழும்பிய ஆவி மந்திரக்கார லாடர்களின் கண்ணிலிருந்த மையைக் கரைத்துவிட்டது. இப்பொழுது அவர்கள் பிறர் கண்ணுக்குத் தெரியும்படி ஆனார்கள். கோயிலைச் சுற்றி முன்னரே தயாராக இருந்த நாட்டார்கள் கதவைத் திறந்து பதினெட்டுப் பேரையும் பிடித்துக் கொண்டார்கள். வெளியில் கொண்டுவந்து பதினெட்டுப் பேரையும் வெட்டி அவர்கள் தலைகளைக் கோயில் கோபுரவாசல் அடியில் புதைத்துவிட்டனர். அவர்களோடு துணையாக வந்திருந்த கருப்பசாமி என்ற தெய்வம் மட்டும் "என்னை விட்டு விடுங்கள். நான் இந்தக் கோபுரவாசலில் இருந்து இனிமேல் இக்கோயிலைக் காவல் காத்துக் கொண்டிருக்கிறேன்" என்று கெஞ்சியது. அதை மட்டும் அப்படியே விட்டுவிட்டனர்.[7]

11.5 கதையின் வேறுபாடு

மக்களிடம் பரவலாக வழங்கிவரும் கதை இது. ஆவி எழும்புவதற்காகப் பட்டர் சோற்றுக்குப் பதிலாக, சோற்று வடிநீரைக் கொட்டினார் என்று சிலர் கூறுகின்றனர்.[8] இதைத்தவிர இக்கதை மக்களிடத்தில் மாறுபாடின்றியே வழங்கிவருகிறது.

கே.என்.ராதாகிருஷ்ணனும் இக்கதையை இவ்வாறே குறிப்பிடுகின்றார்.[9] 'ஸ்ரீ கள்ளழகர் கோயில் வரலாறு' நூலும் இக்கதையை இவ்வாறே குறிப்பிடுகின்றது.[10] வழக்கு மரபுக்கு மாறுபட்டதாக ஒரே ஒரு செய்தி மட்டும் இவ்விரண்டு நூல்களிலும் உள்ளது. 'பதினெட்டு லாடர்களும் ஓர் அரசனால் ஏவப்பட்டு வந்தனர்' என்பதே அதுவாகும். ஆனால் இது குறித்த விளக்கம் ஏதும் தரப்படவில்லை.

11.6. கதைப்பாடலும் செய்தியும்

மொட்டையக்கோன் என்பவரால் இயற்றப்பட்ட 'பதினெட்டாம் படிக் கருப்பன் உற்பத்தி வர்ணிப்பு' என்னும் சிறிய கதைப் பாடல் ஒன்றை வர்ணிப்பாளர்கள் பாடிவருகின்றனர்.[11] வாய்மொழிச் செய்திகளின்படி இவ்வர்ணிப்பு ஆசிரியர் இந்த நூற்றாண்டின் தொடக்கத்தில் வாழ்ந்தவரெனத் தெரிகிறது. மக்களிடையே வழங்கும் கதையினையே இவ்வர்ணிப்பும் கூறினாலும் சில செய்திகள் வேறுபடுகின்றன. 1.பட்டரின் கனவில் இறைவன் ஒரு கேளிக்கைத் தாதனைப் போல் தோன்றினார்.[12] 2.சூடான தளிகையிட்டு, ஆவிபறக்கச் செய்து, லாடர்களின் நெற்றிப்பொட்டு வேர்வையில் கரைந்துபோகச் செய்யும் உத்தியினையும், திருடர்களைப் பிடித்துக் கோயில் கோபுரவாசலில் வெட்டிப் புதைக்க வேண்டும். என்பதனையும் இறைவனே பட்டரின் கனவில் கூறினார்.[13] 3. வெட்டப்படும் முன்னர் பதினெட்டு லாடர்களும், 'எங்களுக்கு மலைக் காட்டுத் தீர்த்தம். காட்டுத் துளசி, கரிப்பத்துச் சோறு, இறைவன் போட்டுக் கழித்த மாலை - இவற்றைச் சந்திர சூரியர் உள்ளவரை படையலாகக் கொடுத்து ரட்சிக்க வேண்டும்' என்று வரம் கேட்டனர். திருடர்களை வெட்டிப் புதைத்து வந்த நாட்டாருக்குப் பட்டர், மாலை, சந்தனம் மரியாதைகளை வழங்கினார்.[15] 5. திருடர்களை வெட்டிப் புதைத்து விட்டு, நாட்டாரும் பட்டரும் சென்ற பின்னர் அவர்களுடன் வந்த கருப்பசாமி எனுந் தெய்வத்தை இறைவன் அழைத்து, "இன்று முதல் நீ பதினெட்டுப் பேருக்கும் முன்னோடியாகவும் பாதுகாவலனாகவும் இரு. பின்னர் ஒரு 'காலத்தில் மறைவுமைக்காரனை உங்கள் கூட்டத்தைவிட்டுப் பிரிப்பேன். அப்போது நீ ஒரு படிக்குப்பாத்திரனாவாய். இங்கு வரும் உயிர்ப்பலிகளை வாங்கிப் பசியாறிக்கொள்" என்று கூறினார்.[16]

11.7. கதைப்பாடல் - விளக்கம்

1. லாடர்கள் மலையாளத்திலிருந்து வந்தவர்கள் என்று வழக்கிலுள்ள கதை கூறுகிறது. கதைப்பாடலோ "வடக்கே வெகுதூரம் அயோத்தி நாட்டில்" இருந்து வந்தவர்கள் எனத் தொடக்கத்தில் கூறிவிட்டு,[17] இறுதியில் லாடர்களுடன் வந்த தெய்வத்தினை 'மலையாளம் வாழ் கருப்பே' எனக் குறிப்பிடுகிறது. எனவே அயோத்தி நாட்டிலிருந்து வந்தவர்கள் என்பது ஆசிரியர் கற்பனை எனக் கொள்ளத்தகும்.

2. கதைப்பாடல் லாடர்கள் பதினெட்டுப் பேரையும் வகைப்படுத்த முயல்கிறது,

"சரம்பார்ப்பவ னொருவன் பச்சிபார்ப்பவ னொருவன்
தகடுபார்ப்பவ னொருவன்

> மறவுமைக்கார னொருவன் சூனியமுதல் செய்யும்
> மாரணக்கார னொருவன்
> மந்திரக்காரர் சிலர் எச்சன் ஏவுதல்செய்வோர்
> தந்திரக்காரர் சிலர்
> பந்தபாசமறுத்து சித்தர் நூல்களெல்லாம்
> பார்ப்போர் சிலபேர்கள்
> வந்த பிணியைத் தீர்ப்போர் பண்டுவக் காரருடன்
> மறவுநூல் கற்றோர் சிலர்
> இந்த விதமாகத்தான் பதினெட்டுப் பேரும்"
> இருந்தனர் என்கிறது.[18]

3. வந்த லாடர்களின் நோக்கம்பற்றி வழக்கிலுள்ள கதையில் இல்லாத ஒரு செய்தி கதைப்பாடலில் காணப்படுகிறது. "லாடர்கள் இறைவனின் களையை இறக்கினர்' என்ற செய்தியைப் பிற்பகுதியில் சொன்னாலும், முதலில் "பாரோர்க்கும் தெரியாதபடி எங்கே பொருளிருந்தாலும் பார்த்தெடுத்து வருவோமென்று, லாடர்கள் புறப்பட்டு வந்ததாகச் சொல்கிறது.[19] நாடெல்லாம் சுற்றி வந்தபின் சித்தநூல் கற்றவன். அழகர்கோயிலில், கொப்பரை கொப்பரையாகத் தனமிருக்குதென்று கூறினாரகத்தியரும் என்று கூறுகின்றான்.[20]

4. இந்நிகழ்ச்சி நடந்தகாலத்தில் பணிபுரிந்த பட்டரின் பெயர் பரமசாமிப்பட்டர் என்பதும், அவர் பொய்கைக்கரைப்பட்டி கிராமத்தில் குடியிருந்தார் என்பதும் கதைப்பாடல் தரும் புதிய செய்திகளாகும்.[21]

5. பட்டர் ஆவி மிகுதியும் பறக்கவேண்டி, 'காரம் மிகுந்த ரசத்தையும் தாராளமாக ஊற்றினார்' என்றும் கதைப்பாடல் குறிப்பிடுகிறது.[22]

11.8. கதையும் கதைப்பாடலும் - சில முடிவுகள்

மக்கள் வழக்கிலுள்ள கதையும், மேற்குறித்த கதைப்பாடலும் நமக்குத் தரும் முடிவுகள் இவையே

1. இக்கோயிலில் திருடவந்த பதினெட்டுப்பேரும் தமிழ் நாட்டினரல்லர். எனவேதான் "மலையாள நாட்டவர்' என்று வழக்கு மரபும், 'அயோத்தி நாட்டவர்' என்று தொடக்கத்தில் கதைப் பாடலும் குறிப்பிடுகின்றன.

2.. வந்தவர்கள் படையெடுத்து வந்தவர்களுமல்லர். அவர்களின் சிறிய எண்ணிக்கையும், அவர்கள் தந்திரமாகக் கோயிலுக்குள் நுழைந்ததும் அவர்களை ஒரு திருட்டுக் கூட்டத்தார் என்று எண்ணத் தூண்டுகின்றன.

3. ‘தளிகையிலிருந்து ஆவி எழுந்து அணிந்திருந்தமையைக் கரையச் செய்தது’ என்னும் கதைப்பகுதி, பதினெட்டுப்பேரும் தந்திரமாகப் பிடிக்கப்பட்டனர் என்பதையே உணர்த்துகிறது. கோயிலுக்கு வெளியே நாட்டார் பெருங்கூட்டமாயிருந்தது அவர்களை மடக்கி யிருத்தல் வேண்டும். எனவே தப்பிக்கும் முயற்சிக்கோ சண்டையிடவோ அவர்களுக்கு வாய்ப்பில்லை.

4. இறைவனது ‘அருட்களை’ யினை இறக்கினர் என்னும் செய்தி ஆய்வுக்குரியது. சித்தநூல் பார்ப்போன் கொப்பரை கொப்பரையாகத் தனமிருப்பதாகக் கூறக்கேட்டே லாடர்கள் வந்த செய்தி அவர்கள் திருட்டுக் கூட்டத்தார் என்பதை உணர்த்துகிறது. எனவே இறைவனின் இருட்களையினை இறக்கிய செய்தி உட்பொரு ளுடையதாதல் வேண்டும். இக்கோயிலில் 2½’ உயரத்தில் அபரஞ்சி எனும் தங்கத்தாலான திருமால் சிலையொன்று ஏறுதிருவுடையாள்’ என்று பெயரோடு இன்றும் உள்ளது. திருடவந்தவர்களின் குறிப்பொருள் இந்தத் தங்கத் திருமேனியாக இருக்கலாம். பிறர் கண்ணுக்குத் தெரியாமல் நடமாடும் வல்லமை உடையவர்கள் கோயிலில் இருந்த கருவூலத்துக்குள் இழைய வில்லை. இறைவனின் திருமேனியையே குறிவைத்தனர். எனவே இந்தக் கதையின் உட்பொருள் இத்தங்கத் திருமேனியைக் கவர முயன்றதே எனலாம்.

11.9. வழிபாடு, காணிக்கை திருவிழா

கருப்பசாமிக்கு அடியவர்கள் இரத்தப்பலி கொடுப்பதால், கோயில் அர்ச்சகர்கள் இச்சன்னிதியில் பூசை செய்வதில்லை, குயவர் குலத்தைச் சேர்ந்த பூசாரி ஒருவர் தேங்காய்களை உடைத்து விபூதிப் பிரசாதம் கொடுப்பார் எனக் கோயில் வரலாறு கூறுகின்றது.[23]

இருப்பினும் நாள்தோறும் அர்த்தசாமப் பூசைக்குக் கோயிலில் இறைவனுக்குப் படைக்கப்பெறும் தளிகை (உணவு), சாத்தப்பெறும் மாலை முதலியவற்றைக் கோயிற் பணியாளர்களுக்கோ அடியவர் களுக்கோ கொடுக்காமல் “சேஷப்பிரசாதமாக’ (உண்டும் அணிந்தும் எஞ்சியவை) இச்சன்னிதியில் பிராமணப் பரிசாரகர் படைக்கின்றனர்.

“”பதினெட்டாம்படி ஸ்வாமிக்கு ஆடி உத்ஸவம் 8,9 திருநாள் ஆடி அமாவாசை தவிர... நித்தியப்படி அர்த்தசாமத்தில் பெருமாள் கண்டருளும் தளிகை திருமாலைகளைக் கொண்டுவந்து சாத்தித்தளிகை கண்டருளப் பண்ணுகிறது”[24] என்பது திருமலை நம்பிகள் என்ற பணிப்பிரிவினரின் பொறுப்பாகும்.

ஆடி உற்சவம் எட்டு, ஒன்பதாம் திருநாட்களிலும், ஆடி அமாவாசை அன்றும் இச்சன்னிதியின் முன் அடியவர்கள் ஆடு

வெட்டிப் பலி கொடுப்பது வழக்கம். எனவே இந்த நாட்களில் மட்டும் பிராமணப் பரிசாரகர் இச்சன்னிதியில் கோயிலிலிருந்து தளிகை, திருமாலைகளைக் கொண்டு வந்து சார்த்திப் படைப்பது இல்லை. கோயில்களில் உயிர்ப்பலி தருவது சட்டப்படி தடைசெய்யப்பட்டபின், அடியவர்கள் வெளிக்கோட்டைப் பகுதியில் தாங்கள் திருவிழாவுக்கு வரும் வண்டிகளின் கீழேயே ஆடுகளை வெட்டிப் பலிகொடுத்து விடுகின்றனர்.

பதினெட்டு லாடர்களும் அன்றாடம் இறைவன் போட்டுக் கழித்த மாலையினையும், காட்டுத் துளசியையும், கானகத்துத் தீர்த்தத்தையும் கேட்டதாகவும், கோயிலுக்கு வரும் ஆடு, கோழி, சேவல் முதலான உயிர்ப்பலிகளைப் பெற்றுக் கொள்ளுமாறு கருப்பசாமியிடம் இறைவனே கூறியதாகவும் 'பதினெட்டாம்படிக் கருப்பன் உற்பத்தி வர்ணிப்பு' கூறுகின்றது.[25]

ஆடி மாத அமாவாசை, பௌர்ணமி நாட்களில் கருப்பசாமி சன்னிதியில் கதவுகளுக்குச் சந்தனம் பூசுவதை வருணிக்கும் நாட்டுப் பாடலும்,

"காட்டுத் துளசியும் கானகத்துத் தீர்த்தமும்
கரிப்பத்துச் சோறும்
கள்ளழகனுக்குப் போட்டுக் கழிச்ச காஞ்சகதம்பமும்
கடைசிவரை தாரேனென்று[26]

இறைவன் கூறியதாகப் பாடுகிறது.

இச்சன்னிதி முன் சாமியாடிகளுக்கு 'மருள்' இறங்குகிறது. இடுப்பில் கட்டியுள்ள மணி குலுங்க, கையில் நாங்குலிக் கம்புடன் அல்லது மூங்கிற்பிரம்புடன் சாமியாடுகின்றனர். சில சாமியாடிகள் தங்களைச் சாட்டையால் அடித்துக் கொள்கின்றனர்.

கோயில்களில் உயிர்ப்பலித் தடைச்சட்டம் வருமுன்னர் கருப்பசாமி சன்னிதிமுன் ஆடுகள் வெட்டப்பட்டன. தற்போது வெளிக்கோட்டைப் பகுதியில் வெட்டப்படுகின்றன. அடியவர்கள் கத்தி, சுக்குமாந்தடி (கதை) முதலிய ஆயுதங்களையும், சிலர் புதிய செருப்புக்களையும் தருகின்றனர்.

கருப்பசாமிக்குத் தனித்திருவிழா ஏதுமில்லை. ஆடி மாதம் அமாவாசை, பௌர்ணமி நாட்களில், மதுரையைச் சேர்ந்த இடையர் சாதியினரான இரண்டு குடும்பத்தவர் இக்கதவுகளில் சந்தனம் சார்த்தி வழிபடுகின்றனர். அவர்கள் முன்போரான சுப்பக்கோன், பச்சக்கோன் என்ற இருவர் இக்கதவுகளைச் செய்தமைத்த செய்தி, சந்தனம் சாத்தும்

நிகழ்ச்சியினை வருணிக்கும் நாட்டுப்பாடலால் உறுதிப்படுத்தப் படுகிறது.[27]

11.10. சத்தியப் பிரமாணம்

கருப்பசாமி சன்னிதியில், வழக்குகளில் சத்தியப் பிரமாணம் செய்வது வழக்கமாகவுள்ளது. இதன்படிப் பிரமாணம் செய்பவர் சத்திய வாக்கை 'வாங்கிய பணத்தை நான் கொடுத்துவிட்டேன்' 'திருடப் பட்ட பொருளை நான் எடுக்கவில்லை' என்பது போலச் சொல்லி, சந்தனக்கதவு வழியாக உள்நுழைந்து, பதினெட்டுப் படிகளையும் தாண்டிக் கோபுரவாசற் கதவு வழியாக வெளிவருதல் வேண்டும். "இத்தெய்வத்தின் முன் ஒருவரும் வாய் சொல்லவும் துணியமாட்டார்கள். ஆகையால் பெரிய வழக்குகள், வியாஜ்ஜியங்கள் முதலியவற்றில் உண்மையறிய, வியாஜ்ஜியக்காரர்களைக் கோர்ட்டார் கடைசி நேரத்தில்கூட இக்கருப்பணசாமி சன்னிதியில் பிரமாணம் செய்யச் சொல்லி உண்மையைக் கண்டுபிடித்துக் கொள்வார்கள்" என்று கோயில் வரலாறு விளக்குகிறது.[28]

கி.பி.1803இல் எழுதப்பட்ட தொழில், சுதந்தர அட்டவணை. "சன்னிதி படிவாசல் பிரமாணத்தில் வாதி, பிரிவாதிகளால் இரண்டுக்கு கலிபொன் 2 பணம் 4க்கு பூசாரிபணம் 1 கும்பினிசர்க்கார் மணியத்துக்கு பணம் முறைகார அர்ச்சகபரிசாரகன் பணம் 1 போக பாக்கி பொன் 1 பணம் 4க்கு பங்கு 7க்கு ஸ்ரீ ரெங்கராஜபட்டர், அலங்காரபட்டர். ஜீயர் ஸ்ரீகாரியம், அமுதார், திருமலைநம்பி, பண்டாரி, திருமாலிருஞ் சோலைமலைப் பிரியன் 7 பேரும் சமபங்காய் எடுத்துக் கொள்கிறது. தேவஸ்தானத்துக்கு முன் சொல்லினபடிக் கலிபொன் 1 பணம் 4 கட்டிவிடவேணும்" என்று கோயிற் பணியாளர் உரிமையினைக் கூறும்.[29] இப்பொழுது (1979) பிரமாணம் செய்வோர் கட்டவேண்டிய தொகை ரூ.15 என்று கோயில் வரலாறு கூறுகிறது.[30]

11.11 சத்தியப் பிரமாணம் - விரிந்த பார்வை

இவ்வாறு கோபம் மிகுந்த சிறுதெய்வங்களின் சன்னிதியில் சத்தியப் பிரமாணம் செய்யும் வழக்கம் தமிழ்நாட்டில் பரவலாகக் காணப்படுகிறது. நெல்லை மாவட்டத்தில் ஆத்தூர் அருகே ஆறுமுக மங்கலம் சுடலைமாடன் கோயிலிலும். சேரன்மாதேவிக்கு அருகில் பத்மநேரி விளவாக்கல் இசக்கி அம்மன் கோயிலிலும், முகவை மாவட்டத்தில் சிவகங்கையருகே கொல்லங்குடி காளியம்மன் கோயிலிலும், மதுரை மாவட்டத்தில் கருமாத்தூர் மூணுசாமி கோயிலிலும் இவ்வழக்கம் நடைபெறுகிறது. "தலை தொட்டேன் தண்பரங்குன்று' எனத் தலைவன் தலையிலிட்டு ஆணை சொல்வதனைப் பரிபாடலில் காணலாம்.[31] பொய்ச் சாட்சி சொன்னவர்களைப்

புடைத்துண்ணும் சதுக்கப்பூதம் புகாரிலிருந்ததைச் சிலம்பு காட்டும்.³²
'வாய்மை தவறாமை' எனும் பண்பினைத் தெய்வங்களோடு சார்த்திக் காக்கத் தமிழர் முற்பட்டிருக்கின்றனர். அம்மரபு வழியிலேயே கருப்பசாமியின் முன்னும் பிரமாணம் செய்யும் வழக்கம் ஏற்பட்டுள்ளது.

11.12. நிகழ்ச்சி நடந்த காலம்

இக்கோயிலில் உள்ள கல்வெட்டுக்களில் ஒன்றில்கூட இக்கோபுர வாசல் அமைக்கப்பட்ட நிகழ்ச்சி பற்றிக் குறிப்பு இல்லை. அடைக்கப்பட்ட கோபுரவாசலில் காணப்படும் கல்வெட்டுக்களில் காலத்தில் பிந்தியது சகம் 1530இல் (கி.பி.1608இல்) பொறிக்கப்பட்ட சதாசிவராயர் கல்வெட்டாகும்.³³ அக்காலம் வரை இவ்வாசல் பயன்படுத்தப்பட்டு வந்திருக்கிறது. ஏனெனில் மக்கள் நடமாடும் இடங்களில் அவர்கள் பார்வையில் படும்படிக் கல்வெட்டுக்களைப் பொறிப்பதே வழக்கம். எனவே இந்நிகழ்ச்சி கி.பி.1608 க்குப் பின்னரே நடைபெற்றிருக்க முடியும்.

கி.பி.1709 இல் தரப்பட்ட வெள்ளையத்தாதர் வீட்டுப் பட்டய நகல் ஓலையில் 'பதினெட்டாம்படி வாசல்' என்ற தொடர் காணப்படுவதால், அதற்கு முன்னர் இந்நிகழ்ச்சி நடைபெற்றிருக்க வேண்டும் எனத் தெரிகிறது.

எனவே கி.பி.1608 க்கும் கி.பி.1769க்கும் இடைப்பட்ட காலத்தில்தான் இந்நிகழ்ச்சி நடைபெற்றிருக்க வேண்டும். இந்நிகழ்ச்சி நடந்த காலத்தில் மதுரையில் ஆண்ட மன்னர் பெயரினைத் தெரிந்து கொள்ளச் சான்றில்லை. பெரும்பாலும், தெரிந்துகொள்ளச் சான்றில்லை. பெரும்பாலும், மதுரையின் அரசியல் தலைமை பலவீனமடைந்திருந்த விசயரங்க சொக்கநாதன் அல்லது அவன் மனைவி மீனாட்சியின் ஆட்சிக்காலத்தில் (கி.பி.1695-1742) இந்நிகழ்ச்சி நடைபெற்றிருக்கலாம். கோயிலில் திருட வந்தவர்களைப் பிடித்து வெட்டி கோபுர வாசற்படிக்குக் கீழ் புதைத்ததால் அவ்வாயில் தீட்டுப்பட்டது. எனவே அவ்வழியே தெய்வம் வருவது முறையன்று; மக்களும் அவ்வழியே செல்ல அஞ்சுவர். எனவே கோயில் தலைவாசல் அடைக்கப்பட்டது.

இயற்கையல்லாத முறையில் இறந்தவர்களின் ஆவி பற்றிய மக்களின் அச்சத்தோடு கூடிய நம்பிக்கைகளுக்காக அவ்விடத்தில் சிறுதெய்வமான கருப்பசாமி நிலைப்படுத்தப்பட்டிருக்க வேண்டும். திருமாலின் போர்க்கருவியான சக்கரத்தாழ்வார் மட்டும் இறந்தவர் ஆவிபற்றிய அச்சத்தினையும், பகையினையும் வென்று அவ்வழியே செல்ல முடியும். எனவே சக்கரத்தாழ்வார்க்கு மட்டும் அவ்வாசல் ஆண்டுக்கொருமுறை திறக்கப்படுகிறது,

கதை, நடைமுறை-இரண்டிலிருந்தும் நாம் பெறக்கூடிய முடிவுகள் இவையேயாகும்.

11.13. கருப்பசாமி தோற்றம்

வாசுதேவன், சங்கர்'ணன், பிரத்தியும்நன். அநிருத்தன் என்ற நான்கு மூர்த்தங்களை இணைத்து வழிபடும் வைணவர்களின் நெறிக்கு 'வியூகநெறி' என்று பெயராகும். இந்நெறி தமிழ்நாட்டிலும் பரவியிருந்ததற்குப் பரிபாடலில் சான்றுகள் காணப்படுகின்றன.

வாசுதேவ வழிபடும், 'சங்கர்'ண வழிபாடும் வடஇந்தியாவில் கிறித்துவுக்கு முன்னரே வழக்கிலிருந்தன. ஹரிபாத் சக்கரவர்த்தி, பாணினியின் உரையாசிரியரான பதஞ்சலி, வாசுதேவ சங்கர்ண வழிபாட்டைக் குறிப்பதால் கி.மு. முதல் நூற்றாண்டிலேயே இது வளர்ந்துவிட்டது என்று கூறுகிறார்.[35]

கி.பி. நான்கு, ஐந்தாம் நூற்றாண்டுகளிலேயே வியூகக் கொள்கை பெருவளர்ச்சி பெற்றது என்று கே.வி.சௌந்தரராஜன் கருதுகிறார்.[36] ஆனால் டி.சி.சர்க்கார், குப்தர்கள் காலத்திலேயே பிரத்தியும்நன், அநிருத்தன், வழிபாடு நிகழ்ந்ததற்கான கல்வெட்டுச் சான்றுகள் இல்லை, என்கிறார்.[37] வாசுதேவ் 'சங்கர்'ண வழிபாடே அக்காலத்தில் பெரிதும் பரவியிருந்தது என்பது அவர் கருத்தாகும்.

தமிழிலக்கியத்தில் வியூகவாதக் கொள்கையைப் பரிபாடலே நமக்கு முதலில் அறிமுகப்படுத்துகிறது. வாசுதேவன், சங்கர்ணன், பிரத்தியும்நன். அநிருத்தன் ஆகிய பெயர்களைக் கடுவனிளவெயினனார் தமது பரிபாடலில் தமிழாக்கித் தருகின்றார்.

"செங்கட்காரி கருங்கண் வெள்ளை
பொன்கட் பச்சை பையங்கண் மாஅல்"[38]

என முறையே நான்கு வியூகங்களின் பெயர்களையும் தமிழாக்கம் செய்கிறார். கிருஷ்ணன், வாசுதேவகிருஷ்ணன் என அழைக்கப் பெறுவதும் உண்டு. வாசுதேவன் என்ற பெயரினைக் 'காரி' (கரியநிறமுடையவன்) என்று தமிழாக்கம் செய்கிறார் கடுவனிள வெயினனார். புறநானூற்றின் 353ஆம் பாடலைப் பாடிய புலவரின் பெயர் 'காரிக்கண்ணனார்' என்பதாகும். 'வாசுதேவ கிருஷ்ணன்' என்பது காரிக்கண்ணன் எனத் தமிழில் மக்கட்பெயராக வழங்கியதனை இதனால் அறியலாம்.

'சங்கர்ஷணன்' என்ற சொல்லுக்கு 'நல்லுழவன்' என்பது பொருளாகும். இருப்பினும் சங்கர்ஷணனுடைய நிறம் வெள்ளையாதலால் 'வெள்ளை' என்றே அப்பெயரைத் தமிழாக்கம் செய்கிறார்.

பிரத்தியும்நன் என்ற பெயரைப் 'பச்சை' என்றும், அநிருத்தன் என்ற பெயரைக் 'கரியவன்' என்ற பொருளுடைய 'மா அல்' என்றும் மொழி பெயர்க்கின்றார்.

கால்நடை வளர்ப்போர் நிறத்தைக் கொண்டும் கொம்பு, காது, வால் முதலிய உறுப்புக்களைக் கொண்டும் மாடுகளுக்குப் பெயரிட்டு இனங்காண்பது வழக்கம் திருமால் வழிபாட்டினராகிய ஆயர்கள் கருப்புநிறமுடைய மாட்டினைக் காரி என்றும் வெள்ளை நிறமுடைய மாடுகளை நுண்பொறி வெள்ளை, பொற்பொறி வெள்ளை, தூநிறவெள்ளை எனக் குறியும் நிறமும் கொண்டு பெயரிட்டழைத்த செய்தியினைச் சிலப்பதிகாரத்தில் காண்கிறோம்.[40]

இளங்கோவடிகள் காலத்திலும் தமிழ்நாட்டில் காரி கோயிலும் வெள்ளை கோயிலும், தனித்தனியே இருந்தன. இருப்பினும் திருமாலை ஒரு கடவுளாகக் கொண்டு பாடும்போது, "திருவடியும் கண்ணும் திருவாயும் செய்ய கரியவன்' என்றே அவர் குறிப்பிடுகின்றார்."[41] 'கண்ணன் என்னும் கருந்தெய்வம்' என்பது ஆண்டாளின் பாசுரமாகும்.[42]

வியூகக்கொள்கை தமிழ்நாட்டுக்கு அறிமுகமானபின், திருமால் கரிய திருமேனியினையுடைய அழகனாகவே கருதப்பட்டான். கருப்பு. சிவப்பு ஆகிய நிறவேறுபாடுகள் அக்காலச் சமூக அழகுணர்ச்சியைப் பாதித்ததாகத் தெரியவில்லை. கருமை அழகுமிகுந்த ஒரு நிறம் என்றே தமிழர்கள் கருதியிருக்கின்றனர். பதின்மூன்றாம் நூற்றாண்டுக் கல்வெட்டொன்றில், "கரியமால் அழகனான உத்தமவிழுப்பரையன்' என்றொரு பெயரினைக் காண்கிறோம்.[43] பிற்காலத்து எழுந்த (சுமார் 18ஆம் நூற்றாண்டு) அழகர்மலை ஆசிரியர், "கருமை அழுகுக்குறையுள் என்றான்றோர் கருதுகின்றார்' என்பர்.[44] நன்னூல் விருத்தியுரையாசிரியரும். 'கருப்பின்கண்' மிக்குள்ளது 'அழகு' எனக் கூறுவதால் இக்கருத்துமரபு அவர் காலம்வரை வாழ்ந்ததெனக் கருதலாம்.[45]

காரி என்ற பெயர் 'கருப்பு நிறமுடையவன்' என்ற பொருளைத் தந்தாலும் கருப்பன் அல்லது கருப்பசாமி என்ற பெயரினைச் சங்க இலக்கியங்களிலோ, சிலப்பதிகாரத்திலோ, ஆழ்வார்களின் பாசுரங்களிலோ காணமுடியவில்லை. முதலாம் இராசராசனின் தஞ்சைக் கோயில் கல்வெட்டொன்றில், 'கருப்பன் கண்டன்' (கருப்பன் மகன் கண்டன்) என்ற பெயரினைக் காண்கிறோம்.[46] இப்பெயர் வழக்குக் குறித்த முதற் சான்றாக இதனையே கொள்ள முடிகிறது.

கரியமாணிக்கம் என்றொரு பெயர், திருமாலுக்கு வழங்கி வந்ததனைக் கல்வெட்டுகளால் அறியமுடிகிறது. எழுத்தமைதி கொண்டு கி.பி. ஒன்பதாம் நூற்றாண்டினதாகக் கருதப்பெறும் நெல்லை

மாவட்டத்துச் சீவலப்பேரி பெருமாள் கோயில் வட்டெழுத்துக் கல்வெட்டு, 'கீழ்களக் கூற்றத்து தென்திருமாலிருஞ்சோலை நின்றருளிய கருமாணிக்கத்தேவர்'[47] என அக்கோயில் இறைவனைக் குறிப்பிடும். கி.பி.1509இல் எழுந்த குமரி மாவட்டத்துக் கரியமாணிக்கபுரம் கரியமாணிக்காழ்வார் கோயிற் கல்வெட்டால், அக்கோயில் பதினாறாம் நூற்றாண்டில், 'கரியமாணிக்க விண்ணஹர்' என அழைக்கப்பட்டதனை அறியலாம்.[48] திருச்சி மாவட்டத்தில் லால்குடிக்கருகில் 'கரியமாணிக்கம்' என்பது ஓர் ஊர்ப்பெயராக வழங்கி வருகிறது.

இக்காலத்தில் காரி என்னும் பெயர், மக்கட்பெயர் வழக்கில் காணப்படவில்லை. கரியமாணிக்கம் என்ற பெயர்வழக்கு ஒருசில இடங்களில் காணப்படுகிறது. கருப்பன் என்ற பெயரே பெரிய கருப்பன், முத்துக்கருப்பன், நல்லகருப்பன் ஆகிய முன்னொட்டுக் களோடும், கருப்பசாமி என்றும் வழங்கிவருகிறது. வெள்ளைச்சாமி என்ற பெயர் கண்ணுக்கு மூத்தவனான பலராமனைக் குறிக்கும். வாசுதேவ கிருஷ்ணன் என வடமொழியிலும், காரி எனத் தமிழ் இலக்கியங்களிலும் குறிக்கப்பெறுபவனும், வெள்ளைச்சாமியின் தம்பியாகிய கருப்பசாமியும் ஒருவனே என்று கருதலாம்.

'அண்ணன்மார்சாமி கதை' என்ற கதைப்பாடல், மாயவன் (திருமால்) கடல் கடைந்தபோது கருப்பசாமி பிறந்ததாகக் கூறி, கருப்பசாமியின் பிறப்பினைத் திருமாலோடு தொடர்புபடுத்துகிறது. மதுரை வட்டாரத்தில் காணப்பெறும் கருப்பசாமியின் சிலைகள் அனைத்தும் தென்கலை வைணவத் திருநாமத்துடன், வைணவச் சார்பு பெற்றிருப்பதும் இக்கருத்தினை வலியுறுத்துகின்றது.

இந்தப் பின்னணியில்தான், திருடர்கள் உடல் புதைக்கப்பட்ட கோபுரவாசலில் தீயஆவிகளை விரட்டவும் மக்களின் அச்சத்தை நீக்கவும் ஒரு சிறுதெய்வத்தை நிலைப்படுத்த (பிரதிஷ்டை செய்ய) வேண்டிய நிலைமை அழகர்கோயிலில் ஏற்பட்டபோது, அது பிற இடங்களில் தென்கலை வைணவத் திருநாமத்துடன் காட்சிதரும் கருப்பசாமியாக அமைந்தது.

11.14. கருப்பசாமியும் உயர்சாதியினரும்

சிறுதெய்வமாக நிலைப்படுத்தப்பட்ட கருப்பசாமியை அழகர்கோயில் பணியாளரான உயர்சாதிப் பிராமணர்களும் ஏற்க வேண்டிய சூழ்நிலை ஏற்பட்டிருக்கிறது. எனவேதான் நாள்தோறும் அர்த்த சாமப்பூசையில் கோயில் இறைவனுக்குப் படைத்த உணவினையும், அணிவித்த மாலையினையும், கருப்பசாமிக்குக் கொண்டுவந்து படைக்கவும் பிராமணப் பணியாளர் ஒத்துக் கொண்டுள்ளனர்.[50]

நடைமுறையில் கோயிலுக்கும், கருப்பசாமி சன்னிதிக்குமுள்ள ஒரே தொடர்பு இதுதான். தமிழ்நாட்டு வைணவ வரலாற்றைக் கூர்ந்து நோக்கும்போது, கோயிற் பணியாளரான வைணவப் பிராமணர்கள் இதை எந்த வகையில் ஏற்றுக் கொண்டனர் என்பது தெரிகிறது.

திருமால் கோயில்களில் இறைவன் உண்டும், உடுத்தும், அணிந்தும் எஞ்சியவற்றைச் 'சேஷப் பிரசாதம்' எனக் கூறுவது மரபாகும் செங்குட்டுவன் வடதிசை நோக்கிப் போருக்குப் புறப்பட்ட போது,

> ஆடக மாடத்து அறிதுயில் அமர்ந்தோன்
> சேடங் கொண்டு சிலர்நின் றேத்த"[51]

அவன் அதைப் பெற்றுக் கொண்டான் என்பர் இளங்கோவடிகள். இவ்வாறு "சேடம்" பெறுவதைத் திருமாலடியார் பெரும்பேறெனக் கருதுவர்.

> "உடுத்துக்களைத்தநின் பீதகவாடை உடுத்துக்
>   கலத்த துண்டு
> தொடுத்த துழாய்மலர் சூடிக்களைந்தன சூடுமித்
>   தொண்டர்களேம்"[52]

எனப் பெரியாழ்வார், அடியார்கள் 'சேடம்' பெறுவதைக் குறிப்பர். எனவே நாள்தோறும் அர்த்தசாமப் பூசையில் திருமால் உண்டு எஞ்சியதனையும், அணிந்து களைந்த மாலையினையும் கருப்பசாமிக்குப் படைப்பதன் மூலம் கருப்பசாமியினைத் திருமாலின் அடியவராக்க உயர்சாதியினரான பிராமணர் முயன்றிருக்கின்றனர். எனவேதான் இப்பணியினை அவர்கள் ஒத்துக் கொண்டிருக்கின்றனர் எனக் கருதலாம். பிராமணரல்லாதார் தெய்வமாக இரத்தப்பலி பெறும் இத்தெய்வத்தினை ""கிருஷ்ணபுத்ரன்" என வடமொழிச் சுலோகம் குறிப்பதும் இதன் காரணமாகவே என்று கருதமுடிகிறது.[53]

"பிராமணர்களுக்கும், சாமியாடிகளுக்கும் எப்பொழுதும் பகைமை இருந்து வந்திருக்கிறது." என்பர் பியூகஸ் (Mother Fuchs) இக்கோயிலில், சாமியாடிகளின் சிறு தெய்வமான கருப்பசாமிக்கும் பிராமணர்களுக்கும் இடையே ஏற்பட்டுள்ள உறவு வியப்பைத் தருவதாகும். இவ்வுறவினைப் பற்றிய சி.இராசகோபாலச்சாரியாரின் (ராஜாஜி) கருத்து இங்கு நோக்கத்தக்கதாகும். "அழகர்கோயிலில் உள்ள பதினெட்டாம்படிக் கருப்பன் பற்றிய மரபுகள் ஒத்துப்போதலின் (Compromise) மிகப்பெரிய சாதனையை நமக்குக் காட்டுகின்றன. நம் முன்னோர்கள் தங்கள் தகுதிநிலைக்கு (standard) மக்களை எப்படி ஈர்ப்பது என அறிந்திருந்தனர் என்பது அவர் கருத்தாகும்.[55]

தொ.பரமசிவன்

11.15. வழிபாட்டின் வளர்ச்சி

ஆய்வாளருக்குக் கிடைத்த ஒரு வர்ணிப்புப் பாடல், சந்தனக் கருப்பன், சங்கிலிக்கருப்பன், காளாங்கிக்கருப்பன், ஊமைக்கருப்பன், நேரடிக்கருப்பன், பெரியகருப்பன் என ஏழு பெயர்களைத் தருகிறது.[56] கே.என். இராதாகிருஷ்ணன், பெரியகருப்பன், சின்னக்கருப்பன், மண்டைக்கருப்பன், சங்கிலிக்கருப்பன், தொட்டிக் கருப்பன், கும்மட்டிக்கருப்பன், பழைய கருப்பன் முதலியன கருப்பசாமியின் பல்வேறு கூறுகளாகும்" என்பர்.[57]

கருப்பசாமி வழிபாட்டின் வளர்ச்சியினையே இப்பெயர் வேறுபாடுகள் காட்டுகின்றன. அந்தந்த வட்டாரத்துக்குரிய சில பண்புகளை ஏற்றுக்கொண்டு இப்பெயர் வேறுபாடுகளோடு கருப்பசாமி வழிபாடு பரந்து வளர்ந்திருக்கிறது.

11.16. இரண்டு கருத்துக்கள்

11.16.1. காவல் தெய்வம்

கண்மாய்க்கரை, கணவாய், மந்தை கோட்டை ஆகிய இடங்களில் உறையும் கருப்பசாமி முறையே கண்மாய்க்கருப்பசாமி, கணவாய்க் கருப்பசாமி, மந்தைக்கருப்பசாமி, கோட்டைக்கருப்பசாமி என இருக்குமிடத்தால் பெயர் பெறுகின்றார். இவையனைத்தும் காவல் காப்பதற்குரிய இடங்கள் ; காவல் காப்போர் இருக்குமிடங்கள் எனவே கருப்பசாமி காவல் தெய்வமாகவே (guardian deity) கருதப்படுகிறார் என்று சந்திரமூர்த்தியும் வேதாசலமும் கருதுகின்றனர்.[58] இக்கருத்து ஏற்புடையதாகவே தோன்றுகிறது. திருமால் காத்தலாகிய தொழில் செய்யும் கடவுள் என்ற கருத்தும், கருப்பசாமி காவல் தெய்வமாகக் கருதப்படுவதும் வியூக வழிபாட்டில் காரி (வாசுதேவ கிருஷ்ணன்) வழிபாடே கருப்பசாமி வழிபாடாயிற்று என்ற கருத்தினை மேலும் வலிவாக்குகின்றன.

11.16.2 சைவ இணை

"நெல்லை, குமரி மாவட்டங்களில் பெரிதும் வழிபடப்பெறும் சுடலைமாடன் கருப்பசாமிக்கு சைவ இணை ஆகலாம்" என்பர் டாக்டர் முத்துச்சண்முகனார்.[59] இக்கருத்தும் ஆழ்ந்து சிந்தித்தற்குரிய ஒன்றாகும். "தூண்டப்பெற்ற விளக்கின் சுடரிலிருந்து வீழும் எண்ணெய்த் துணிகளைத் தன் முந்தானையில் ஏந்துகிறாள் பார்வதி. சிவனின் திருவருள் விருப்பத்திற்கிணங்க அவை ஒன்று திரண்டு சுடலைமாடனாக உருவெடுக்கின்றன. தொட்டில்பிள்ளையாக இருக்கையிலேயே மாடன் சுடுகாட்டுப்பிணம் தின்பதில் விருப்பம் கொள்கிறான்" என்று வில்லுப்பாடல்கள் கூறும் சுடலை மாடனின் பிறப்பினையும் இயல்பினையும் தி.சு.கோமதிநாயகம் விளக்குகிறார்.[60]

திருநீற்றினைக் 'காடுடைய சுடலைப்பொடி' என்பர் திருஞான சம்பந்தர்.[61] 'உறவு பேய்க்கணம் உண்பது வெண்டலை உறைவது ஈமம்' என்றும்,[62] மாண்டார்தம் என்பும் மலர்க்கொன்றை மாலையும் பூண்டார். என்றும் திருநாவுக்கரசர் சிவபெருமானைப் பாடுகிறார்.[63] சிவபெருமானின் இச்சுடுகாட்டுக் கோலத்தை மட்டும் வழிபடும் 'கபாலிகர்' எனும் பிரிவினரும் தமிழ்நாட்டில் இருந்தனர். "வித்தகக்கோல வெண்தலை மாலை விரதிகள், எனத் தம் காலத்திலிருந்த கபாலிகத் துறவியரைத் திருநாவுக்கரசர் பாடுகிறார்.[64] பிற்காலத்தில் காபாலிக வழிபாடு தமிழ்நாட்டில் மறைந்துவிட்டது.

சிவன் நெருப்பேந்திச் சுடுகாட்டில் நடனமிடுபவன் ; இறந்தவர் எலும்பை மாலையாக அணிந்தவன் ; அதையே உண்பவன் நெருப்பில் இருந்து பிறந்த சுடலைமாடனும் சுடுகாட்டையே இருப்பிடமாகவும் பெயராகவும் உடையவன்; பிணந்தின்பவன்.

காத்தற் கடவுளாகிய திருமாலிடமிருந்து காவல்தொழில் செய்யும் கருப்பசாமி தோன்றியதுபோல, சுடுகாட்டில் உறைந்து வெண்தலை உண்ணும் சிவனிடமிருந்து நெருப்பிலே பிறந்து, பிணந்தின்னும் சுடலைமாடன் தோன்றினான் போலும்.

டாக்டர் முத்துச்சண்முகனாரின் கருத்து நம்மை மற்றொரு முடிவுக்கும்வரத் தூண்டுகிறது. பெருந்தெய்வங்களின் பண்புகள் ஒன்றிரண்டின் பிரதிநிதியாகச் சில சிறுதெய்வங்கள் தோன்றியுள்ளன என்று கருதலாம்.

"பழைய வழிபாட்டுநெறிகள் வலிமையினால் அழிக்கப்பட வில்லை. அவை தன்மயமாக்கப்பட்டன" என்று கோசாம்பி கூறும் கருத்தும்,[65] முற்கூறிய கருத்தை அரண் செய்கிறது.

தமிழ்நாட்டில் காரி வழிபாடும், கபாலிகரின் சிவவழிபாடும் இன்று காணப்படவில்லை. எனினும் அவை சிறுதெய்வ நெறிகளால் தன்மயமாக்கப்பட்டு, புதிய வடிவங்களைத் தந்துள்ளன என்று கருதலாம்.

"கருப்பசாமி ஒரு காவல் தெய்வம்' என்ற கருத்தும், காரி வழிபாட்டிலிருந்து பிறந்த கருப்பசாமிக்குச் சுடலைமாடன் சைவ இணையாகலாம் என்ற கருத்தும் கருப்பசாமியின் தோற்றம் குறித்து முற்கூறிய கருத்தை வலியுறுத்தவே துணை செய்கின்றன.

குறிப்புகள்

1. ஸ்ரீ கள்ளழகர் கோயில் வரலாறு, ப.42.
2. மேலது, ப. 42.
3. ராக்காயி வர்ணிப்பு, ஆரப்பாளையம் மாரியப்பன் பாடியது, பார்க்க: பிற்சேர்க்கை எண் 11 : 7, வரி 224-242.

4. K.N.Radhakrishna, Thirumalirunjolaimalai (Alagar Koil) Sthalapurana, p. 211.
5. ராக்காயி வர்ணிப்பு, அடி 1.
6. பதினெட்டாம்படிக் கருப்பன் உற்பத்தி வர்ணிப்பு, பார்க்க பிற்சேர்க்கை எண் 11 : 5, வரி 1.
7. தகவல் : பெரியமஞ்சாக் கவுண்டர், ஆமந்தூர்ப்பட்டி, நாள்: 30.7.77.
8. தகவல் : அழகு, மேலமடை, நாள் : 29.7.77.
9. K.N.Radhakrishna, op.cit., pp 213-214.
10. ஸ்ரீ கள்ளழகர் கோயில் வரலாறு, ப. 43.
11. பதினெட்டாம்படிக் கருப்பன் உற்பத்தி வர்ணிப்பு, பார்க்க : பிற்சேர்க்கை எண் 11 : 5.
12. மேலது. வரி 101.
13. மேலது. வரிகள் 111-112.
14. மேலது. வரிகள் 139-142.
15. மேலது. வரிகள் 146.
16. மேலது, வரிகள் 150-155.
17. மேலது. வரி 4.
18. மேலது, வரிகள் 8-12.
19. மேலது, வரி 7.
20. மேலது, வரி 20.
21. மேலது, வரி 79.
22. மேலது, வரி 29,
23. ஸ்ரீ கள்ளழகர் கோயில் வரலாறு, ப.42. .5.
24. திருமலைநம்பிகள் மிராசு வகையறா, ப
25. பதினெட்டாம்படிக் கருப்பன் உற்பத்தி வர்ணிப்பு, வரி 153
26. சந்தனம் சாத்தும் வர்ணிப்பு, சமையக்கோனார் வீட்டுக் கையெழுத்துப்படி நாள்:13.2.1978, பார்க்க : பிற்சேர்க்கை எண் 11 : 8, வரிகள் 38,69.
27. மேலது, வரி 49.
28. ஸ்ரீ கள்ளழகர் கோயில் வரலாறு, ப.44.
K.N.Radhakrishna, op.cit., pp 121-210.
29. தொழில் சுதந்திர அட்டவணை (28.6.1803), பக். 12-13.
30. ஸ்ரீ கள்ளழகர் கோயில் வரலாறு, ப. 96.
31. பரிபாடல், 13,
32. சிலம்பு, இந்திரவிழவூர் எடுத்த காதை, 128-134.
33. A.R.E., 89 of 1929.
34. வெள்ளையத்தாதர் வீட்டுப் பட்டய நகல் ஓலை, பார்க்க: பிற்சேர்க்கை எண் 111 : 5, வரிகள் 60-61.
35. Haripad Chakrobarti, Early Brahmi Records in India, p 110.
36. K.V. Soundarajan, Vaishnavism in Chola times in Tamilnadu, Homage to a Historian, p.66.

37. D.C.Sircar, Studies in the Religions life in Ancient and Medieval India, p. 47.
38. பரிபாடல், 3:81 -82.
39. Shakti, M.Gupta. From Daityas to Devatas in Hindu Mythology, p.94.
40. சிலம்பு, ஆச்சியர் குரவை, பாடல் 6,9,10,12.
41. மேலது, கனாத்திறமுரைத்த காதை, 10, நாடுகாண் காதை, 10.
42. நாச்சியார் திருமொழி நாலாயிர திவ்விய பிரபந்தம், பாடல் 627.
43. No. 372 of S. 11., Vol. XIV.
44. அழகர்மாலை கையெழுத்துப்படி, கீழ்த்திசைச்சுவடி நூலகம், பாடல் 30.
45. நன்னூல் விருத்தியுரை, சூத் 301.
46. இரா.நாகசாமி (ப.ஆ.), தஞ்சைப் பெருவுடையார் கோயிற்கல்வெட்டுகள் (முதற்பகுதி), ப. 221.
47. No.71 of S.1.1.Vol. XIV.
48. நடன. காசிநாதன் (ப.ஆ.), கன்னியாகுமரி கல்வெட்டுகள் தொகுதி 1, தொடர் எண் 1968/28.
49. அண்ணன்மார்சுவாமி கதை, சக்திக்கனல் பதிப்பு. ப.20,
50. தொழில், சுதந்திர அட்டவணை, பக். 12-13.
51. சிலம்பு, கால்கோட் காதை, அடி 62-63.
52. திருப்பல்லாண்டு, நாலாயிர திவ்விய பிரபந்தம், பாடல் 9.
53. K.N.Radhakrishna, op. cit p. 211.
54. Mother Fuchs, 'Folk Religion, Magic and Cults', Folklore, Aug. 1975, p.284.
55. C.Rajagopalachariar (Forword), K.N.Radhakrishna, op.cit., p.xii.
56. கருப்பன் பிறப்பு, வளர்ப்பு, வர்ணிப்பு, ஆரப்பாளையம் மாரியப்பன் பாடியது, நாள் : 18.6.1978. பார்க்க : பிற்சேர்க்கை எண் 11:6, வரிகள் 6-9.
57. K.N.Radhakrishna, op.cit., p.211.
58. சந்திரமூர்த்தி, வேதாசலம் (தொல்லியல்துறை), நேரில் தெரிவித்த கருத்து, நாள் : 14.6.1979.
59. பாக்டர் முத்துச்சண்முகனார் நேரில் தெரிவித்த கருத்து, நாள், 14.6.1979.
60. தி.சு.கோமதிநாயகம், தமிழ் வில்லுப்பாட்டுகள்,ப.50
61. முதல் திருமுறை, திருப்பிரம்மபுரம் : பாடல் 1.
62. ஐந்தாம் திருமுறை, திருப்பிரம்மபுரம், பாடல் 1. .
63. நான்காம் திருமுறை, திருப்புகலூர், பாடல் 9.
64. மேலது, திருவாரூர் திருவாதிரைப்பதிகம், பாடல் 1.
65. D.D.Kosambi, The Culture and Civilization of Ancient India in its Historical outlines, p.23.

முடிவுரை

அழகர்கோயிலைப் பற்றி முன் பதினொரு இயல்களில் பேசப்பட்ட செய்திகள் நமக்குச் சில உண்மைகளைத் தெளிவாக்குகின்றன.

அழகர்கோயில் ஊரின் நடுவே அமைந்த ஊரவரால் மட்டும் வழிபடப்பெறும் பெருங்கோயிலாக அமைவதற்கு அதன் இருப்பிடம் துணைசெய்யவில்லை. சுற்றிலும் பெரிய நகரங்கள் அமையாத நிலையில் கிராமப்புரத்து மக்களையே வழிபடுவோராகக் கொண்டு வாழ்வதற்கு ஏற்றமுறையில் அதன் இருப்பிடம் அமைந்துள்ளது. இக்கோயிலின் இருப்பிடமும் கோயிலின் அமைப்பும் முதல் இயலில் விளக்கப்பட்டன.

இரண்டாம் இயலில், 'அழகர்கோயில் பௌத்தக் கோயிலாக இருந்தது' என்று கூறும் மயிலை. சீனி வேங்கடசாமி கூறும் கருத்தின் ஏற்புடைமை ஆராயப்பட்டது. பின்னர் அக்கருத்து முதனிலைச் சான்றுகளாலும், தொல்லெச்சங்களாகக் காணப்பெறும் துணைநிலைச் சான்றுகளாலும் உறுதிசெய்யப்பட்டு ஏற்கப்பட்டுள்ளது.

மூன்றாவது இயலில், அழகர்கோயிலின் மீது பரிபாடல் தொடங்கி இருபதாம் நூற்றாண்டில் எழுந்த 'அலங்காரர் மாலை' வரை எழுந்த அச்சிடப்பட்ட இலக்கியங்களும் கீழ்த்திசைச் சுவடி நூலகத்திலுள்ள அச்சிடப்படாத இலக்கியங்களும் தொகுக்கப்பட்டு ஆராயப்பட்டன. இக்கோயிலைப் பாடும் பரிபாடற் பாட்டும், ஆழ்வார்களின் பாசுரங்களும், சமூகத்துக்கு உண்மையான இலக்கியங்களாக உள்ளன. ஆனால், பிற்காலத்தில் இக்கோயிலின் மீதெழுந்த சிற்றிலக்கியங்கள் அறிந்த செய்திகளையும் சொல்லாது விட்டுவிட்டன; வெறும் வடிவமரபுகளைக் காக்கும் இலக்கியங்களாக அமைந்துவிட்டன. ஆயினும் ஆழ்வார்களின் பாசுரங்களுக்குப் பிற்காலத்தில் எழுந்த உரைகள் ஆழ்வார்களின் பாசுரங்களில் பொதிந்து கிடக்கும் பிற மத எதிர்ப்புணர்ச்சிகளை வெளிப்பட எடுத்து விளக்கியுள்ளன. பிற மத எதிர்ப்புணர்ச்சி சங்க இலக்கியங்களிலே அரும்பிவிட்ட செய்தியும் இவ்வியலில் விளக்கபட்டுள்ளது.

நான்காவது இயலில் தமிழ்நாட்டில் வைணவக் கோயில்களில் இக்கோயிலுக்குச் சிறப்பாக அமைந்த ஆண்டார் - சமயத்தார் அமைப்பு முறை விளக்கப்பட்டுள்ளது. கள ஆய்வின் மூலம் வெளிப் படுத்தப்பட்ட இந்த அமைப்புமுறை காலமாற்றங்களின் காரணமாக இன்று

பெருமளவு சிதைந்து நிற்கிறது. சமய அறிவும், தத்துவ ஞானமும் உடைய ‘உயர்ந்தோர்’, பக்தி உணர்ச்சியை மட்டுமே கொண்ட நாட்டுப்புற மக்களைத் தங்கள் அணியில் இணைத்துக் கொள்வதற்கு ஆண்டார் - மயத்தார் அமைப்புமுறையை உருவாக்கினர். கடந்த நுற்றாண்டுவரை நாட்டுப்புற மக்களுக்கும் இப்பெருந்தெய்வக் கோயிலுக்கும் இடையேயான உறவினை வளர்ப்பதிலும் காப்பதிலும் இந்த இந்த அமைப்பு பெரும் பணியாற்றியுள்ளது.

ஐந்தாவது இயலில் அழகர்கோயில் சமூகத்தோடு கொண்டிருந்த உறவு கள்ளர், இடையர், அரிசனர், வலையர் ஆகிய சாதியாரை முன்னிறுத்தி ஆராயப்பட்டது. திருமாலடியார் என்ற அளவில் இடையர் இக்கோயிலோடு உறவு கொண்டனர். இந்திரனை வழிபட்டிருந்த தமிழ்நாட்டு உழவர்களைப் பலராம வழிபாட்டுக்கும் திருப்பத் தமிழ்நாட்டு வைணவம் முயன்றது. பாண்டிய நாட்டில் அழகர்கோயிலில் நிகழ்ந்த பலராம வழிபாடு உழவர்களை வைணவத்திற்குள் ஈர்க்கப் பயன்படுத்தப்பட்டது. காலப்போக்கில் பலராம வழிபாடு திருமால் வழிபாட்டில் கலந்து மறையவே பலராம வழி பாட்டினரான உழவர்கள் திருமாலை வழிபடுவோராக வைணவ சமயத்துக்குள் நிலைபெற்றுவிட்டனர். தமிழ்நாட்டில் அழகர்கோயில் மட்டுமே உழவர்களை வைணவ சமயத்தில் நிறுத்தும் முயற்சியில் வெற்றி பெற்றது. அழகர் கோயிலுக்குக் கிழக்கேயுள்ள நிலப்பகுதியில் வாழ்ந்த நாட்டுக்கள்ளர் போர்க்குணம் மிகுந்த சாதியாராவர். சொத்துடைமை நிறுவனமான கோயில் தன்னைக் காத்துக் கொள்வதற்கு இவ்வினத்தாரோடு உறவு கொண்டது.. அவ்வுறவுக்கு ஆன்மீக வண்ணமும் தந்தது. எனவே கோயிலுக்கும் கள்ளர் சமூகத்தார்க்கும் ஏற்பட்ட உறவு சமூக அழுத்தங்களினால் உருவானதாகும். எனவேதான் கள்ளர் சாதியார் வைணவ சமயத்தில் இடையரைப் போலவும் அரிசனரைப் போலவும் போதுமான ஈடுபாடு காட்டாது போயினர். அழகர்கோயிலுக்கும் வலையருக்கும் ஏற்பட்ட உறவு, சமூக அழுத்தங்களின் காரணமாக வலையரே ஏற்படுத்திக் கொண்ட உறவாகும். உறவு நாடிவந்த வலையரைக் கோயில், கள்ளர்களைப் போல விரும்பி ஏற்றுக் கொள்ளவில்லை, ஆனால் புறந்தள்ளவும் இல்லை. வாழும் நிலப்பகுதியால் கோயிலுக்கு அருகிலிருப்பதே வலையர் கோயிலோடு உறவுகொள்ளக் காரணமாயமைந்தது.

ஆறாவது இயலில் அழகர்கோயில் திருவிழாக்கள் ஆராயப்பட்டன. இவ்வியலில் இக்கோயிலின் திருவிழாக்களில் பெரும்பாலான சமூகத் தொடர்பின்றி அமைவது விளக்கப்பட்டுள்ளது. நாட்டுப்புற அடியவர்கள் பங்கு கொள்ளும் திருவிழாக்களே இக்கோயிலில் சிறப்பாகவும்,

சமூகத் தொடர்பைக் காப்பனவாகவும் அமைகின்றன. தேரோட்டத் திருவிழாவும், வேடுபறித்திருவிழாவும் கள்ளர் சாரியாரோடு இக்கோயில் கொண்டுள்ள உறவினை விளக்குவதோடு அவ்வுறவினைக் காப்பதாகவும் அமைந்துள்ளது.

ஏழாவது இயலில் சித்திரைத் திருவிழாவும், அத்திருவிழாவில் கூறப்படும் பழமரபுக் கதையும் ஆராயப்பட்டன. இப்பழமரபுக் கதைச் செய்திகள், களஆய்வின்வழித் தெளிவாக்கப்பட்டு, இக்கதை குறித்த டென்னிஸ் அட்சனின் கருத்துக்கள் மதிப்பீடு செய்யப்பட்டுள்ளன. டென்னிஸ் அட்சனின் முடிவுகள் ஓரிரு செய்தி வேறுபாடுகளுடன் ஏற்றுக்கொள்ளப்பட்டுள்ளன.

எட்டாவது இயலில் வர்ணிப்புப் பாடல்கள் ஆராயப்பட்டுள்ளன. மதுரை வட்டாரத்தில் பிறந்து, அழகர்கோயிலை மையமாகக் கொண்டு வர்ணிப்புப் பாடல்கள் ஒரு சிற்றிலக்கிய வகைபோல வளர்ச்சி பெற்றுள்ளன. வர்ணிப்புப் பாடல்களின் தோற்றமும் அவற்றின் வளர்ச்சியில் பாகவத அம்மானை பெறும் இடமும் விளக்கப்பட்டுள்ளன.

ஒன்பதாவது இயலில் சித்திரைத் திருவிழாவில் வெளிப்படும் நாட்டுப்புறக் கூறுகள் ஆராயப்பட்டன. கால்நடை வளர்ப்போர், உழுதொழில் செய்வோர் ஆகியோரின் தெய்வமாக அழகர்கோயில் இறைவன் விளங்கும் செய்தி விளக்கப்பட்டுள்ளது. இது தமிழ்நாட்டு வைணவக் கோயில்களில் அழகர்கோயில் பெற்ற தனிச்சிறப்பாகும்.

பத்தாவது இயலில் கோயிற் பணியாளர்களுக்கும் இக்கோயிலுக்குமுள்ள உறவு ஆவணங்களாலும், நடைமுறைகளாலும், நம்பிக்கைகளாலும் விளக்கப்பட்டது. அவர்கள் கோயிலையும் தங்களையும் காத்துக் கொள்வதற்காக, காலமாற்றங்களுக்கு நெகிழ்ந்து கொடுத்துள்ளனர். வாழ்க்கைப் போராட்டத்தில் நிலைபெறுவதற்காகச் சமய நம்பிக்கைகளைத் தளர்த்திக் கொள்வது சமய இயக்க வரலாற்றில் தவிர்க்க முடியாததாகும் என்பதையே இக்கோயிற் பணியாளர் பற்றிய செய்திகள் நமக்கு உணர்த்துகின்றன.

பதினோராவது இயலில் அழகர்கோயிலிலுள்ள பதினெட்டாம் படிக் கருப்பசாமியைப் பற்றிய செய்திகள் ஆராயப்பட்டன. வழக்கு மரபிலுள்ள நம்பிக்கைகள், கதைப்பாடல், நடைமுறைகள் ஆகியவை வழி இச்சிறுதெய்வத்தின் வரலாறும், இச்சிறுதெய்வத்தின் வைணவச் சார்புடைய தோற்றமும் விளக்கப்பட்டன. இச்சிறுதெய்வத்தைப் பற்றிய செய்திகளும், சமய இயக்கங்கள் தங்களைக் காத்துக் கொள்ள எவ்வகையில் சமூகத்தோடு ஒத்துப் போகின்றன (compromise) என்பதையே உணர்த்துவனவாக அமைகின்றன.

பிற்சேர்க்கை I:1

1. ஆறுபடை வீடுகளும் பழமுதிர்சோலையும்

முருகக் கடவுள் வீற்றிருக்கும் தலங்களில், ஆறு தலங்களை இணைத்து "ஆறுபடை வீடுகள்' என வழங்கிவருகின்றனர். முருகன் ஆறுபடை வீடுகளுக்கு உரியவன் என்பது தமிழர்களின் ஆழ்ந்த நம்பிக்கை, பரங்குன்றம், அலைவாய் (திருச்செந்தூர்), ஆவிநன்குடி (பழனி), ஏரகம், குன்றுதோறாடல், பழமுதிர்சோலை (அழகர்கோயில்) ஆகிய ஊர்களை ஆறுபடை வீடுகள் என்பர். சங்க இலக்கியங்களில் ஒன்றான திருமுருகாற்றுப்படையினையே இக்கருத்துக்கு முதற் சான்றாகக் காட்டுவர்.' குன்றுதோறாடலை விடுத்துத் திருத்தணியைச் சேர்த்துக் கூறும் வழக்கமும் உண்டு. இக்கருத்திலமைந்த வண்ணப் படங்களையும் (Lithographs) தமிழ்நாட்டில் நிறையவே காணலாம்.

முதல் மூன்று தலங்களும் இன்றளவும் முருகன் கோயிலை உடையவனாக விளங்குகின்றன. குன்றுதோறாடல், பழமுதிர்சோலை ஆகிய இரு தலங்களும் பல ஐயப்பாடுகளைத் தோற்றுவிக்கின்றன. 13ஆம் நூற்றாண்டைச் சேர்ந்த சிலப்பதிகார அரும்பதவுரையாசிரியர். குடந்தைக்கருகில் உள்ள சுவாமிமலையை 'வெண்குன்றம்' என்று குறிக்கிறார்.[2] 15ஆம் நூற்றாண்டினரான அருணகிரிநாதர் அதையே 'ஏரகவெற்பெனும் அற்புதமிக்க சுவாமிமலைப்பதி' என்று குறிக்கிறார்.[3] அருணகிரிநாதருக்கு முன் சுவாமிமலையே திருவேரகம் என்று குறிப்பதற்குக் கல்வெட்டும், இலக்கியச் சான்றுகள் ஏதும் இல்லை. வெண்குன்றமும் திருவேரகமும் இரண்டு ஊர்கள் எனச் சிலப்பதிகாரம் தெளிவாகக் குறிக்கிறது.[4]

குமரி மாவட்டத்தில் தக்கலைக்கு அருகில் உள்ள குமாரபுரமே திருவேரகம் என்பது சிலர் கருத்து.[5] நெல்லை மாவட்டத்தில் உள்ள வள்ளியூர்தான் திருவேரகம் என்று இன்னும் சிலர் கருதுகின்றனர்.[6] டாக்டர் மா.இராசமாணிக்கனார். ""தென்கன்னட மாவட்டத்தில் புத்தூர் வட்டத்திலுள்ள குமாரபர்வதமே திருவேரகம் என்கிறார்."[7]

குன்றுதோறாடல் என்ற தலம் எங்கிருக்கிறது என்று இது வரை யாரும் கண்டறியவில்லை, பழமுதிர்சோலை என்னும் தலம் மதுரைக்கு அருகிலுள்ள அழகர்கோயிலே என்ற கருத்து மக்களிடையே நிலவுகிறது. 14ஆம் நூற்றாண்டினரான கந்தபுராண ஆசிரியர் பழமுதிர்சோலை என்பது ஒரு முருகன் தலம் என்பது போலத் தம்

நூற்பாயிரத்தில் பாடுகிறார்.[8] 15ஆம் நூற்றாண்டினரான அருணகிரிநாதரும் இச்சோலை மலையே பழமுதிர்சோலை என்று கருதிப் பாடியுள்ளார்.[9] இவை தவிரப் பழமுதிர்சோலை என்பது அழகர் கோயிலே; அது முருகனின் ஆறுபடை வீடுகளில் ஒன்று என்ற கருத்துக்கு ஆதரவாக வேறு சான்றுகள் எதுவும் இல்லை.

பரங்குன்றம், அலைவாய், ஆவிநன்குடி, திருவேரகம் ஆகிய நான்கு மட்டுமே திருமுருகாற்றுப்படை குறிப்பிடும் முருகன் தலங்கள் என்று இராசாமாணிக்கனார் கருதுகிறார். குன்றுதோறாடல் என்ற சொல்லுக்கு, முருகன் மலைதோறும் ஆடல் கொண்டவன்' என்பது அவர் கொண்ட பொருளாகும்.[10] 'குன்றுதோறாடல்' எனுந் தலைப்பில் அமைந்த திருப்புகழ்ப் பாடல்கள் ஐந்தும்,

"பல குன்றிலுமமர்ந்த பெருமாளே..."
"பல மலயுடைய பெருமாளே"
"மலை யாவையும் மேவிய பெருமாளே"
"குன்று தோறாடல்மேவு பெருமாளே"

என்றே முடிகின்றன.[11] இதை நோக்கியபின் இராசமாணிக்கனாரின் முடிவுக்கு நாமும் வருதல் வேண்டும் 'குன்றுதோறாடல்' என்னும் பெயரோடு ஒரு முருகன் தலம் இருந்ததாக வாதாட இயலாது.

'பழமுதிர்சோலைமலை கிழவோன்' என்று முருகனைச் சங்க இலக்கியமான திருமுருகாற்றுப்படை பாடுகிறது.[12] பழமுதிர்சோலை என்பது ஒரு முருகன் தலம். அது அழகர்மலையில் இருந்தது' என்ற கருத்துடையவர்கள் அதையே சான்றாகக் காட்டுகின்றனர். ஆனால் இராசமாணிக்கனார் பழமுதிர்சோலை எனப்படும் அழகர்மலையில் முருகன் கோயில் இருந்ததில்லை என்று கருதுகிறார்.

முருகாற்றுப்படை பாடிய நக்கீரரைத் தவிரச் சங்கப் புலவர் வேறு பலரும் மதுரைக்கருகிலுள்ள முருகன் தலமான திருப்பரங்குன்றத்தைப் பாடியுள்ளனர். ஆனால் பழமுதிர்சோலை பற்றிய செய்தியோ குறிப்போ முருகாற்றுப்படை தவிர வேறு எந்தச் சங்க இலக்கியத்திலும் இல்லை. 'மதுரைக்கருகில் உள்ள அழகர்மலைப் பகுதியில் இப்புலவர்கள் (சங்கப்புலவர்கள்) காலத்தில் திருப்பரங்குன்றத்தைப் போல் முருகன் கோயில்கொண்ட மலை ஒன்று இருந்திருக்குமாயின் இப்புலவர்கள் அதனைப் பாடாது விட்டிருப்பார்களோ? என்ற கேள்வியின் மூலம் தன் கருத்தை இராசமாணிக்கனார் தெளிவாக்குகிறார்.[13]

இருப்பினும் இச்சிக்கல் இன்னும் ஓய்ந்தபாடில்லை. அழகர் கோயில் என்னும் பழமுதிர்சோலை முருகன் தலமே என்றும், இன்றுள்ள

திருமால் கோயிலே முருகன் கோயில்தான் என்ற கருத்துப்படவும் ‘பழமுதிர்சோலை’ என்ற பெயரோடு ஒரு நூலே வெளிவந்துள்ளது.[14] இந்நூலின் கருத்துக்களை ஆராய்வதற்குமுன் வேறுசில கேள்விகளும் எழுகின்றன.

திருமுருகாற்றுப்படை முருகனது ஆறுபடை வீடுகளைக் குறிப்பதனால், முருகன் ஆறுபடை வீடுகளுக்கு உரியவன்’ என்ற கருத்து அந்நூலில் ஓரிடத்தில்கூட இல்லையே, ஏன்? ஒவ்வொரு தலமாக விரித்துச் சொல்லும் நக்கீரர் ’ஆறு’ என்ற எண்ணுப் பெயரை ஓரிடத்தில் குறிக்கவில்லை என்பதையும் எண்ண வேண்டும்

‘படைவீடு’ என்ற சொல் போர்வீரர் படை தங்கியிருக்கும் இடத்தைக் குறிப்பதாகும். இதனைப் ‘பாடிவீடு’ என்று குறிப்பிடுவதும் உண்டு. நெல்லை மாவட்டத்தில் தாமிரவருணி ஆற்றங்கரையில் உள்ள ‘மணற்படைவீடு’ என்னும் ஊர் பாண்டியர் படை தங்கியிருந்த இடமாகும். தஞ்சை மாவட்டத்தில் குடந்தைக்கருகில் ஆரியப்படையூர், பம்பைப்படையூர் என்ற இரண்டு ஊர்கள் உள்ளன. இவற்றுக்கருகில் உள்ள ’பழையாறு!’ எனப்படும் பழையாறை, பிற்காலச் சோழர்களின் இரண்டாம் தலைநகராக இருந்தது. எனவே இவ்விரண்டு படையூர்களும் சோழர்களின் படைகள் தங்கியிருந்த படைவீடுகளாகும்.

முருகன், அலைவாய் எனப்படும் திருச்செந்தூரில் சூரபதுமனைப் போரிட்டு அழித்தான். எனவே அது ‘படைவீடு’ எனப்படும் தகுதி பெற்றது. பரங்குன்றிலோ, ஆவிநன்குடியிலோ, திருவேரகத்திலோ முருகன் போர்க்கோலம் கொண்டதாகவோ போரிட்டதாகவோ எவ்வகையான புராணச் செய்திகளும் இல்லை. அப்படியாயின் அவற்றைப் படைவீடு என்று அழைப்பது எப்படிப் பொருந்தும்?

‘மாடமலி மறுகிற் கூடற் குடவயின் (மாடங்கள் நிறைந்த மதுரைக்கு மேற்கே) திருப்பரங்குன்றம் உள்ளது என்று முருகாற்றுப்படை தெளிவாகக் குறிப்பிடுகின்றது. பழமுதிர்சோலை எனப்படுவது அழகர்மலை என்பது உண்மையானால் அது மதுரைக்கு வடக்கே அல்லது வடகிழக்கே உள்ளது என்றும் முருகாற்றுப்படை குறித்திருக்க வேண்டும். அப்படிக் குறிக்கவில்லையே, ஏன்?

பெரும்பாறையாக இன்று விளங்கும் திருப்பரங்குன்றத்தை ‘மந்தியும் அறியா .மரம்பயில் அடுக்கம்’ என்றும் ‘அரமகளிர் ஆடும் சோலைகளை உடையது’ என்றும் முருகாற்றுப்படை வருணிக்கிறது. அழகர்மலையே பழமுதிர்சோலையானால் இன்றளவும் நீரோடும் சிலம்பாற்றை (நூபுரகங்கையை) நக்கீரர் குறிக்காமல் விடுவாரோ?

சங்க இலக்கியங்களில் மற்றொன்றான பரிபாடல் சிலம்பாற்றையும் குறிப்பிட்டு அம்மலையை 'மாலிருங்குன்றம்' என்றும் தெளிவாகக் குறிக்கிறது. சங்க இலக்கியங்களுக்குச் சற்றே பிற்பட்ட சிலப்பதிகாரம் சிலம்பாற்றையும் குறித்து இம்மலையைத் 'திருமால் குன்றம்' என்று கூறுவதும் இங்கு எண்ணவேண்டிய செய்தியாகும். பரிபாடல் 'பரங்குன்றத்தை முருகன் தலம் எனப்பாடுகிறது. ஆனால் பழமுதிர் சோலையைக் குறிக்கவில்லை. மாறாக, மாலிருங்குன்றத்தில் பலராமனும் திருமாலும் சொல்லும் பொருளுமாக விளங்குகின்றனர்' என்று பாடுகின்றது.[16]

அலைவாயினை அதே பெயரோடு புறநானூற்றுப் பாடல் ஒன்றும், தொல்காப்பியம் களவியல் உரை மேற்கோள் பாடல் ஒன்றும் குறிக்கின்றன. புறநானூற்றின் 55 ஆம் பாடல், 'வெண்தலைப் புணரி அலைக்கம் செந்தில்' எனக் குறிக்கிறது. அகநானூற்றின் இரண்டு பாடல்கள் *(1, 61)* 'பொதினி' என்ற பெயரால் ஆவிநன்குடியைக் குறிக்கின்றன. சிலப்பதிகாரம் திருவேரகத்தை முருகன் தலம் என்றே குறிக்கின்றது. ஆனால் குன்றுதோறாடலும் பழமுதிர்சோலையும் பதினைந்தாம் நூற்றாண்டினரான அருணகிரிநாதர் காலம்வரை வேறு எந்த இலக்கியங்களிலும் குறிக்கப்படவில்லை.

செந்தில், செங்கோடு, வெண்குன்றம், ஏரகம் ஆகிய முருகன் தலங்களைக் குறிக்கும் சிலப்பதிகாரம். முருகன் ஆறுபடை வீடுகளுக்கு உரியவன் என்று எங்குமே பேசவில்லை.

பழமுதிர்சோலை அழகர்மலையில் உள்ளதாக அருணகிரிநாதர் தம்காலத்து நிலவிய மக்களின் நம்பிக்கையின் அடிப்படையிலேயே பாடினார். தான் செல்லாத தலத்தைப் பாடுவாரா? என்ற கேள்வி எழுவது இயற்கை. காணாத ஒன்றையும் பாடுவது பக்தி உலகில் இயற்கையே. இலங்கையில் உள்ள திருக்கேதீச்சுரத்துக்குச் செல்லாத திருநாவுக்கரசர், தேவாரத்தில் அதைப் பாடியுள்ளார். அதுபோலவே திருக்கயிலாயத்தைத் தேவார மூவரும் பாடியுள்ளமையும் நினையத் தக்கது.

அருணகிரிநாதரின் திருப்புகழிலும், முருகன் ஆறுபடை வீடுகளுக்கு உரியவன் என்ற கருத்தை எங்கும் காணவில்லை. 'குன்றுதோறாடல்' என்ற தலைப்பில் அமைந்த பாடல்களிலும் அந்தப் பெயரோடு ஓர் ஊர் இருந்ததாக அருணகிரிநாதர் பாடவேயில்லை.

அப்படியானால், பழமுதிர்சோலைமலை என்ற முருகாற்றுப் படையின் ஈற்றடிக்கு எவ்வாறு பொருள் கொள்வது? "திருமுருகாற்றுப் படை பழமுதிர்சோலைமலைக் கிழவோனே' என்றது கொண்டு

பழமுதிர்சோலை என்ற ஒரு திருப்பதி முருகனுக்கு உரியதாகக் கூறுவதுண்டு. நச்சினார்க்கினியர் உரையால் அப்படியொரு திருப்பதி இருந்ததென அறிய இயலவில்லை. முருகாற்றுப்படையின் சொல்லமைப்பும் அதனை வலியுறுத்தவில்லை." இவ்வாறு கூறும் ஔவை சு.து.[17] அடுத்து ஓர் ஐயத்தைக் கிளப்புகிறார்.

“திருமாலடியார் திருமாலிருஞ்சோலை என்கின்றனர். அவர்கள் சோலைமலை என வழங்குவதும் முருகாற்றுப்படை ‘பழமுதிர் சோலைமலை’ என வழங்குவதும் ஒத்திருப்பது பற்றி இவ்வாறு கோடற்கு இடமுண்டாகிறது. இதுவும் நன்கு ஆராய்தற்குரியது” என்கிறார்.[18] முருகாற்றுப்படையின் சொல்லமைப்பு எதனை வலியுறுத்தவில்லை என்றாரோ அதனை அந்த முருகாற்றுப்படையின் சொல்லமைப்பினையே நம்பி ஆராய வேண்டும் என மறுவினாடியே கூறுகிறார். ஏன் இந்த முரண்பாடு?

இவருடைய ஐயத்துக்கு இராசமாணிக்கனார் பின்வருமாறு விடை கூறுகிறார்:

“திருமுருகாற்றுப்படையைக் கூர்ந்து கவனிப்பின், அதன் ஈற்றடியாகிய பழமுதிர்சோலைமலை கிழவோனே” என்பது எழுவாயாக அமைந்திருத்தலைக் காணலாம். ‘பழமுதிர்குன்று’ என்னும் தொடர் நற்றிணையில் (78) வந்துள்ளது. அதுபோலவே திருமுருகாற்றுப் படையில் ‘பழமுதிர்சோலைமலை என்பது குறிக்கப்பட்டுள்ளது’ என்று விளக்குவதோடு,[19] பழமுதிர்சோலை என ஒரு மலை முருகனுக்கு உரியது என்பதற்கோ, அம்மலை அழகர்மலையே என்பதற்கோ அங்கு முருகன் கோவில் இருந்தது என்பதற்கோ சங்க நூல்களிலும் இடைக்காலக் கல்வெட்டுக்களிலும் சான்று இல்லை என்று மேலும் தெளிந்த முடிவினைக் கூறுகிறார் இராசமாணிக்கனார்.[20]

அப்படியானால் ‘ஆறுபடைவீடு’ என்ற வழக்கு எப்படி வந்தது? நக்கீரர் பாடிய ஆற்றுப்படை இலக்கியம் முருகனது வீதிமளைக் (தலங்களை) குறித்தது. திருப்பரங்குன்றம், திருச்சீரலைவாய், திருஆவிநன்குடி, திருவேரகம் ஆகியன நக்கீரர் காட்டும் ஆற்றுப்படை வீடுகளாகும். ‘ஆற்றுப்படைவீடு’ என்னும் சொல்லே மக்கள் வழக்கில் ‘ஆறுபடைவீடு’ எனத் திரிந்தது. எனவேதான் முருகாற்றுப்படையில் வரும் குன்றுதோறாடல், பழமுதிர்சோலை மலை என்னும் இரண்டு சொற்களையும் இரண்டு முருகன் திருப்பதிகளின் பெயர்கள் என்று தவறாகக் கருத இடமேற்பட்டது.

பதினான்காம் நூற்றாண்டினரான கந்தபுராண ஆசிரியர் திருமுருகாற்றுப்படை கூறும் பரங்குன்றம் அலைவாய், ஆவிநன்குடி,

ஏரகம் ஆகியவற்றைப் போலக் குன்றுதோறாடல், பழமுதிர்சோலை ஆகிய தொடர்களும் இரு முருகன் தலங்களின் பெயர்கள் என்று கொண்டு, தம் நூற்பாயிரத்தில்,

"திருப்பரங் குன்றமர் சேயைப் போற்றுவோம்"
"சீரலை வாய்வரு சேயைப் போற்றுவோம்"
"ஆவினன் குடிவரும் அமலற் போற்றுவோம்"
"ஏரகத் தறுமுகன் அடிகள் ஏத்துவோம்"
"குன்றுதோ றாடிய குமரற் போற்றுவோம்"
"பழமுதிற் சோலையம் பகவற் போற்றுவோம்"

என்று பாடுகிறார்.[21] பதினைந்தாம் நூற்றாண்டினரான அருணகிரிநாதரும் இக்கருத்தினை அடியொற்றிப் பழமுதிர்சோலை என்றொரு முருகன் தலம் சோலைமலை (அழகர்மலை)யிலே இருந்ததாகப் பாடுகிறார். இத்தவறான கருத்தின் அடிப்படையில்தான் இன்றிருக்கும் அழகர் கோயிலே பழமுதிர்சோலை எனச் சிலர்வாதிட முற்பட்டனர்.

'பழமுதிர்சோலை' எனும் பெயரிய நூலின் கருத்துக்கள் ஆய்வு முடிவுகள் என்றோ, உண்மை கண்டறியும் முயற்சி என்றோ ஏற்கப்படவியலாதவை. இருப்பினும் அவற்றைத் திறனாய்தல் நமது கடமையே. தாண்டவமூர்த்தி ஓதுவார் என்பாரால், 'குமரகுருபரன்' இதழில் (1953) 'கல்லழகர்' என்னும் தலைப்பில் எழுதப்பட்ட ஒரு கட்டுரை, 'அழகர்கோயிலைப் பற்றிய ஆராய்ச்சிக்குறிப்பு' என்னும் தலைப்போடு இந்நூலில் (1961) பிற்சேர்க்கையாகத் தரப்பட்டுள்ளது.

இந்நூல் தரும் கருத்துக்களை இனி நோக்குவோம்:

1. "அழகர்கோவிலிலுள்ள மூலவாண்டர்க்குக் கல்லழகர் என்பது திருநாமம். மலையங்கான் என்ற நாமம் அதைப் பின்பற்றி அமைந்தது. கள்ளர் நாட்டிலிருப்பதால் கள்ளழகர் என்றும் வழங்கி வருகிறது. புராதன ரிக்கார்டுகளில் கள்ளழகர் என்று இருந்து வருகிறது. மூலாண்டவர் உட்புறம் கல்லாகாரமாகச் சங்கு சக்கரமின்றி இருந்ததை பிற்காலம் அரிகேசரி பாண்டியன் என்பவனால் சாந்தாகாரம் ஆக்கிப் பிரயோக சக்கிரதாரியாக விளங்கி வருகிறார்." (ப. 78).

   கல்லழகர் என்ற பெயருக்கும், பாண்டியன் ஒருவன் சாந்தாகாரம் ஆக்கியதற்கும் சான்றுகளைக் கட்டுரையாளர் தரவில்லை. எனவே வரலாற்றுணர்வோடு இவற்றை ஏற்கமுடியாது.

   கல்லழகர் என்ற பெயரைப் பின்பற்றி மலையலங்காரன் என்ற பெயர் அமைந்ததாகக் கூறுவதும் ஒரு கற்பனையே. 'அழகர்' 'அலங்காரன்' என்ற இரு சொற்களும் ஒருபொருள் தருவன அல்ல.

'மலையங்காரன் என்ற பெயர், 'அழகர் அலங்காரன் மலை' என்ற பெரியாழ்வாரின் பாசுரத்தாரல் அமைந்ததென்று கொள்வதே பொருத்தம்.

2. மேற்படி கோயில் மூலஸ்தானத்திலேயே 'சோலைமலைக் குமரன்' என்ற வெள்ளி விக்ரஹம் இருந்துவருகிறது. *(ப.80).*

இத்திருமேனியின் பெயர் 'சோலைமலைக்கரசர்' என்பதே சரியான செய்தியாகும். 'ஏறு திருவுடையான்', 'சுந்தரத்தோளுடையான்' என இக்கோயிலின் பிற திருமேனிகள் பாசுரப் பெயர்களை பெற்றது போலவே இத்திருமேனியும், 'சோலைமலைக்கரசே என்கண்ணபுரத்தமுதே' என்ற பெரியாழ்வார் பாசுரத்தினால் பெயர் பெற்றது.

3. "ஆறுமுகப் பெருமாள் திருக்கோயில் சுவாமிகளுடன் பன்னிருகை ஆறுமுகத்துடன் பதினெட்டாம்படிக்குத் தென்புரம் மலையின் மீது தனிச்சந்நிதியாக இருந்ததாகவும், தெற்குக் கோட்டைவாசலுக்கு எதிர்ப்புறம் ராயகோபுரம் உள் வாசலுக்கு எதிரில் இருந்ததாகவும் பழமொழியாகச் சொல்கிறார்கள்" *(ப.86).*

வழக்கு மரபினை (oral tradition) மட்டுமே ஆதாரமாகக் கொள்ள இக்கோயிலில் தொல்லியல் ஆய்வுத்துறையினரால் படியெடுக்கப் பெற்ற 223 கல்வெட்டுக்களிலும் இவ்வாறு ஒரு கோயில் இருந்ததற்கான சிறுகுறிப்புக்கள் கூட இல்லை.

4. மலைமீது சிலம்பாற்றுக்கு அருகிலுள்ள ஒரு மண்டபத்தில் 1960இல் முருகன் கோயில் கட்டப்பட்டது. இம்மண்டபத்தின் முன் ஒருகாலத்தில் முருகன் கோயில் இருந்தது எனவும் கட்டுரையாளர் (1953) குறிப்பிடுகிறார் *(ப.81).*

முருகன் கோயில் கட்டப்பட்ட இவ்விடம் பழமுதிர்சோலை எனவும் பெயரிடப் பெற்றது. இது தொடர்பாக வைணவ சமயத்தார் தொடர்ந்த வழக்கில் 1967இல் சென்னை உயர்நீதி மன்றம் இவ்வாறு தீர்ப்பளித்தது:

"இம்மண்டபம் வழக்கிற்கு முன்னிருந்தவாறு சோலைமலை மண்டபம் அல்லது புளிக்குமிச்சான்மேடு அல்லது சாம்பல்புதூர் மண்டபம் என்றே அழைக்கப்பட வேண்டும். பழமுதிர்சோலை முதலிய பிற புதிய பெயர்களால் அழைக்கப்படக்கூடாது."[22] மேலும் இம்மண்டபம் . அழகர்கோயிலின் சொத்தே என்றும் தீர்ப்பளிக்கப்பட்டது."

மலை வழியினையும் வழியிலுள்ள மண்டபங்களையும் நோக்கு வார்க்கு, ஐப்பசி மாதத்தில் அழகர் தொட்டி உற்சவத்துக்காக மலைமீது செல்லும்போது தங்கி இளைப்பாறும் பல மண்டபங்களில் ஒன்றாகவே இது இருந்திருக்க வேண்டும் என்பது புலப்படும்.

5. இக்கோயிலுக்கு ஒரு மைல் கிழக்கே மலையிலுள்ள ஒரு குகையினை 'நக்கீரர் குகை' எனக் குறிப்பிட்டு, ஒரு பூதத்தால் இங்கு அடைக்கப் பட்ட நக்கீரரை முருகன் சிறைமீட்டான் என்பது செவிவழிச் செய்தியாக வழங்குவதாகவும் கட்டுரையாளர் கூறுகிறார்.(ப.86).

'அழகர்மலைக் கல்வெட்டுக்கள்' எனப் புகழ்பெற்ற தமிழி (பிராமி) கல்வெட்டுகள் உடைய இக்குகை சமணத்துறவிகளின் இருப்பிடம் என்பது வரலாற்றறிஞர் முடிவு. பிற சமணக்குகைகளைப் போலவே இக்குகையும் கற்படுக்கைகளை (rock cut beds) உடையதே. சமணத்துறவி ஒருவரின் புடைப்புச்சிற்பமும் அதன்கீழ் 'அச்சணந்தி செயல்' என்றொரு சிறிய வட்டெழுத்துக் கல்வெட்டும் இங்கு உள்ளன. எழுத்தமைதி கொண்டு இவ்வட்டெழுத்துக் கல்வெட்டின் காலம் கி.பி.8 அல்லது 9 ஆம் நூற்றாண்டு ஆகலாம் என்பர் பி.பி.தேசாய்.[23]

எனவே இந்த ஆய்வுக்கட்டுரை வலியுறுத்தும் கருத்துக்கள் இவைதாம்:

1. அழகர்கோயில், பழமுதிர்சோலை என்ற பெயரில் முருகன் திருப்பதியாக இருந்ததில்லை.

2. தமிழ்நாட்டில் முருகன் திருப்பதிகள் சங்க காலத்திலும் நிறைய இருந்தன. ஆனால் 'ஆறுபடை வீடு' என்பது மக்களிடையே பிறந்த நம்பிக்கைதான்; வரலாற்று உண்மையன்று. முருகாற்றுப் படையின் அடிகளுக்குத் தவறான பொருள் கண்டதால் இந்த நம்பிக்கை வளர்ந்தது.

குறிப்புகள்

1. இ.எஸ்.வரதராஜய்யர், தமிழ் இலக்கிய வரலாறு (1-1100கி.D.). 1957, கீ.239.
2. அடியார்க்கு நல்லார் (உரை), சிலப்பதிகாரம், உ.வே.சா.பதிப்பு. 1960, 11.512.
3. திருப்புகழ், கழகப்பதிப்பு, 1974, பாடல் 232.
4. "சீர்கெழு செந்திலும் செங்கோடும் வெண்குன்றும் ஏரகமும் நீங்கா இறைவன்" சிலம்பு, குன்றக்குரவை (தெய்வம் ரா. அயது), பாடல் 8.
5. மா.இராசமாணிக்கனார், பத்துப்பாட்டு ஆராய்ச்சி, ப.230.
6. செய்தியினைக் கூறியவர்: செல்வநாயகம், வள்ளியூர்.
7. மா.இராசமாணிக்கனார், மு.நூல்.,ப.230.

8. கந்தபுராணம் (வசனம்), கழகப்பதிப்பு, 1973, பாயிரம், பாடல்கள் 7-12.
9. திருப்புகழ், கழகப்பதிப்பு 1974, பாடல்கள் 439-454.
10. மா.இராசமாணிக்கனார்.மு.நூல்., ப.230.
11. திருப்புகழ், 'குன்றுதோறாடல்' பற்றிய பாடல்கள்.
12. திருமுருகாற்றுப்படை, 317.
13. மா.இராசமாணிக்கனார், மு.நூல்., ப.233.
14. கி.பழனியப்பன், பழமுதிர்சோலை, விவேகானந்தா அச்சகம், மதுரை, 1961.
15. பரிபாடல், 15.
16. மேலது.
17. ஔவை சு.துரைசாமிப்பிள்ளை, பத்துப்பாட்டுச் சொற்பொழிவுகள், கழகப்பதிப்பு, 1952.ப. 45.
18. மேலது, ப11.45.
19. மா.இராசமாணிக்கனார், மு.நூல். ப.235.
20. சு மா.இராசமாமணிக்கனார், மு.நூல்.ப.238
21. கந்தபுராணம் பாயிரம், பாடல்கள் 7 - 12
22. "That the Mantapam shall be known and called as solaimalai Mantapam or Pulikkumichan Medu or Sambalputhur Mantapam, (Ex.A.3.Page 22) and not by any new name such as Pazhamuthir Solai" - Kallazagar Case. In the High Court of Judicature at Madras, Second Appeal 839 of 1962. Judgement dated 23.10.1967.
23. "There is no adequate evidence to ascertaint he date of Aijanandi in precision. But on consideration of palaeography of the epigraphs related to him, he might be assigned approximately to the age of the 8th and 9th century A.D." - P.B.Desai, Jainism in South India and some jaina Epigraphs 1957, p.63.

2. தமிழ்நாட்டில் வாலியோன் (பலராமன்)வழிபாடு

தொல்காப்பியம் காட்டாத சமயநிலைகளையும் தெய்வங்களையும் சங்க இலக்கியங்கள் நமக்குக் காட்டுகின்றன. தொல்காப்பியம் சில வழிபாட்டு முறைகளை நமக்குக் காட்ட, சங்க இலக்கியங்களில் கடவுட்கொள்கைகள் சமயங்களாகக் கால்கொண்ட நிலைமையைக் காணலாம். அவற்றுள்ளும் கலித்தொகையும் பரிபாடலும் ஏனைய சங்க இலக்கியங்களிலிருந்து பெரிதும் மாறுபட்ட சமயநிலையை அல்லது சமய வளர்ச்சியை நமக்குக் காட்டுகின்றன. அவற்றுள் குறிப்பிடத்தக்கது வாலியோன் என்னும் பலராமன் வழிபாடு ஆகும்.

தொல்காப்பியர் 'வாலியோன்' என்ற தெய்வப்பெயரை எங்கும் குறிப்பிடவில்லை. ஆயினும் உயிர்மயங்கியல் நூற்பா ஒன்று *(286)* 'பனைமுன் கொடி வரின்' என்று தொடங்குகிறது. இதைக் குறிப்பிட்டு மு.இராகவையங்கார், "இங்ஙனம் பனைக்கொடியைத் தனியே எடுத்துக் கொண்டு ஆசிரியர் விதி கூறுதலினின்று அக்கொடி அக்காலத்து வழக்குமிகுதி பெற்றிருந்தது என்பது பெறப்படும். இங்ஙனம் பிரபலம் பெற்ற பனைக்கொடி, நம்பி மூத்தபிரானான பலதேவர்க்கன்றி வேறெவர்க்கும் உரியதன்றென்பது கற்றோர் அறிவர்" என்கிறார்.[1] இக்கருத்து ஆராய்தற்குரியதே.

மாலிருங்குன்றம் என்னும் திருமாலிருஞ்சோலைமலையில் பலராமன் (வாலியோன்) திருமாலோடு கோயில் கொண்டுள்ளதைப் பரிபாடல் *(15)* கூறும். பலராமன் வெள்ளை நிறமுடையவன்; கலப்பையை ஆயுதமாக உடையவன்; ஒரு கையில் உலக்கையினை உடையவன்; பனைக்கொடியினை உடையவன்; பெருங்குடியன்.[2] இவன் ஒருமுறை ஒரு மரத்தடியில் சாய்ந்த வண்ணம் நீராடுவதற்காக, யமுனையைத் தன்னிடம் வருமாறு அழைக்கிறான். அவள் வராது போகவே தன் கலப்பை கொண்டு அவளைத் தன்னிருப்பிடத்திற்கிழுத்து நீராடுகிறான். இவனுக்கு 'உறலாயுதன்' என்ற பெயரும் உண்டு. 'உறலம்' என்ற வடமொழிச் சொல் 'கலப்பை' என்று பொருள்படும். திருமாலிருஞ்சோலையில் நேமியும் கலட்டையும் பொலிந்து நிற்பதாகப் பரிபாடலில் *(15)* இளம்பெருவழுதியார் பாடுகிறார்.

தொல்காப்பியர் மருதநில மக்களாகிய உழவர்களின் தெய்வமாக வேந்தன் எனப்பெறும் இந்திரனைக் குறிப்பிடுகின்றார். இந்திரன் தொழிலுக்கு வேண்டிய மழை தரும் தெய்வம். பலராமனைப் பற்றிய செய்திகளிலிருந்து பலராமனும் உழவர்களின் தெய்வமாகவே விளங்கியது தெளிவு.

"பலராமனுக்கு கலப்பைதான் ஆயுதம் என்று கூறுவதால் இவர் உழவர்களின் தெய்வமாக ஆகிவிட்டார்" என்கிறார் அக்னிகோத்ரம் ராமானுஜ தாத்தாச்சாரியார்.[3]

இன்று தமிழ்நாட்டில் இந்திர வழிபாடும் இல்லை. பலராமன் (வலியோன்) வழிபாடும் இல்லை. உழவர்களின் தெய்வ வழிபாடு எவ்வாறு மறைந்தது என்ற கேள்வி எழுகிறது.

தமிழ்நாட்டில் பலராம வழிபாடு நிகழ்ந்ததற்கு இலக்கியங்களைத் தவிர ஒரு சிற்பச்சான்றும் உள்ளது. மாமல்லபுரத்தில் கிருஷ்ண மண்டபத்தில் கிருஷ்ணன், பலராமன், நப்பின்னை ஆகிய மூவரும் இணைந்து நிற்கும் ஒரு சிற்பம் உள்ளது. இச்சிற்பம் ஏறத்தாழ கி.பி.ஏழாம் நூற்றாண்டினது என்பர்.[5]

"உடுப்பிக்கருகிலுள்ள குடவூர் என்ற கிராமத்தில் அதிசயமாக ஒரு பலராமர் கோயில் உள்ளது." என்று பி.ஆர்.ஸ்ரீநிவாசன் கூறுகிறார்.[6]

சங்க இலக்கியங்களில் புறநானூறும். பரிபாடலும் பலராமனைத் திருமாலோடு சேர்த்து அவனுக்கு உடன் பிறந்தவனைப் போலக் குறிக்கின்றன. கபிலரும் நற்றிணையில் ஒரு குறிஞ்சித்திணைப் பாடலில்,

'மாயோன் அன்ன மால்வரைக் கவா அன்
வாலியோன் அன்ன வயங்குவெள் ளருவி"

என இருவரையும் ஒருசேரக் குறிக்கிறார். பரிபாடலும், கடலும் கானலும் போலவும் சொல்லும் பொருளும் போலவும் விளங்குவதாக இருவரையும் குறிக்கிறது. திணைமாலை நூற்றைம்பதில் ஒரு பாடலும் (58). யாப்பருங்கல விருத்தி மேற்கோள் பாடலொன்றும் (78), இலக்கண விளக்கம், 738 ஆம் சூத்திர மேற்கோள் பாடலும் இதே உவமையால் இவர் இருவரையும் விளக்கிப் பாடியமை நினையத்தக்க செய்தியாம். கடலின் நீலநிறமும், கரைமணலின் வெண்நிறமும் கருதியே திருமாலையும். வாலியோனையும் இவை இணைத்துக் குறிப்பிடுகின்றன. இளம்பெருவழுதியார், பரிபாடலில் (15) இவர்கள் இருவரையும் 'காத்தலாகிய ஒரே தொழில் செய்யும் இருவர்' எனவும் குறிக்கிறார்.[8]

புலவர் கீரந்தையார் 2 ஆம் பரிபாடலில், 'திருமாலே நீ வாலியோற்கு இளையன் என்பார்க்கு இளையனாகவும். முதியன் என்பார்க்கு முதியனாகவும் உள்ளாய்' என்கிறார். முதற் பாடலில் இளம்பெருவழுதியார் திருமாலே வாலியோனைத் தன்னகத்துக் கொண்டுள்ளதாகப் பாடுகிறார். நான்காவது பரிபாடலில், 'கருடக் கொடியுடைய திருமாலே! பனைக்கொடியும், நாஞ்சிற்கொடியும், யானைக் கொடியும் உனக்கரியவையே' என்கிறார் கடுவன் இளவெயினனார். பதின்மூன்றாம் பரிபாடலில் நல்லெழினியார். திருமாலே! துளவஞ்சூடிய அறிதுயிலோனும் நீயே! மாற்றார் உயிருண்ணும் நாஞ்சில் உடையோனும் நீயே! ஆதிவராகமும் நீயே! என்று தெளிவாகவே கூறிவிடுகிறார்.

கடுவன் இளவெயினனார் கிருஷ்ணனின் நான்கு வியூகங்கள் எனப்படும் வாசுதேவன், சங்கர்ஷணன், பிரத்தியும்நன். அநிருத்தன் என்பவற்றை,

> "செங்கட் காரி கருங்கண் வெள்ளை
> பொன்கட் பச்சை மாஅல்"[9]

என்று குறிப்பர். வெள்ளை பலராமனின் நிறம் மட்டுமன்று, வெள்ளை என்பதே பலராமனின் பெயர்களில் ஒன்று எனப் பிங்கல நிகண்டு கூறும்.[10] 'மேழி வலனுயர்த்த வெள்ளை.' 'வெள்ளை நாகர்' எனச் சிலப்பதிகாரமும்.[11] 'பொற்பனை வெள்ளை' என்று இன்னாநாற்பதும்[12] பலராமனைக் குறிப்பிடும். கலப்பையினையுடைய பலராமனையே சுங்கர்ஷணன் என்பர். 'சங்கர்ஷணன்' என்ற சொல்லுக்கே 'உழவன்' (Ploughman) என்று பொருள் என ஜான் டவ்சனின் (John Dowson) இந்துக்கடவுள் புராணமரபு அகராதி கூறுகின்றது.[13] எனவே மருத நிலத்து உழவரை இந்தி வழிபாட்டிலிருந்து கிருஷ்ண வழிபாட்டுக்கு இழுக்கும் முயற்சி பரிபாடல் காலத்திலேயே தொடங்கிவிட்டது எனலாம்.

சங்க இலக்கியங்களுக்குப் பிற்பட்ட திருக்குறள் 'விசும்புளார் கோமான் இந்திரன்' என இந்திரனைக் குறித்தாலும், 'வான் சிறப்பு' அதிகாரத்தில் மழைத் தெய்வமான இந்திரனைப் பற்றிய குறிப்பு ஏதும் இல்லை.

கடல் சார்ந்த நெய்தல் நிலத் தெய்வமாகத் தொல்காப்பியர் வருணனைக் குறித்தாலும், சங்க இலக்கியங்களிலேயே வருண வழிபாடு பற்றிய தெளிவான குறிப்புகள் இல்லை என்பதை நினைவில் கொள்ள வேண்டும். அதைப் போலவே இந்திர வழிபாடும் சங்க இலக்கிய காலத்திலேயே பின்னடைந்துவிட்டது போலும்.

சிலப்பதிகாரத்தில், பூம்புகாரில் இந்திரன் கோட்டம் இருந்ததாக இளங்கோவடிகள் குறிப்பிடுகின்றார். புகார் நகர மக்கள் இருபத்தெட்டு நாள் இந்திரவிழா எடுக்கின்றனர். "தமிழ் வேந்தர்கள் இந்திரனோடு சேர்ந்து நின்று போரிட்டுத்தானவர்களை வென்றார்கள் என்பது போன்ற புராணச் சிந்தனையின் வளர்ச்சியினை இவ்விழா எடுத்தற்குரிய காரணத்தில் காண்கிறோம்... இவ்விழா அரசியல், சமுதாயம், சமயம் அனைத்தும் இணைந்துள்ள ஒரு விழாவாக உள்ளது" என்று குறிப்பிடும் ப.அருணாசலம் அடுத்து ஒரு ஐயத்தைக் கிளப்புகின்றார். "இந்திர விழவூரெடுத்த காதையில் சோழர்களுக்கு ஏதோ தீங்கு ஏற்பட்டுவிட்டதன் எதிரொலிகளாகச் சில வரிகள் உள்ளன.

"வெற்றிவேல் மன்னற்கு உற்றதை ஒழிக்க "   (65)
"வெந்திறல் மன்னற்கு உற்றதை ஒழிக்க"   (79)
"வெற்றி வேந்தன் கொற்றம் கொள்க"   (85)

எனக் கூறிப் பலியூட்டுகின்றனர். இங்கு வேந்தற்கு உற்ற ஊறுயாது?

"இந்திரவிழா ஒரு சாந்திவிழாவா?"[15] என்று வலிவான ஓர் ஐயத்தையும் எழுப்புகின்றார்.

இந்திரவிழாவும் புகாரின் கடற்கரையில் நிகழ்வதாகவே இளங்கோ குறிக்கிறார். மருதநிலத் தெய்வத்துக்கு நெய்தல் நிலத்தில் விழா நடைபெறுகிறது. இந்திரனுக்கு உரிய திசை கிழக்கு என்பர். கடற்கரைவாழ் மக்கள் கடலை நோக்கி கிழக்கு நோக்கி இந்திரனை வழிபட்டார்களோ என்றெண்ணத் தோன்றுகிறது.

இந்த விழாவில் உழவர்களுக்குப் பங்கில்லை இந்திரனுடைய வச்சிரப்படையை எடுத்துவந்து நீராட்டுவோர் 'அரசகுமரரும் பரதகுமரரும் என்கிறார். இளங்கோ. பரதகுமரர் வணிக குலத்தவர் என உரையாசிரியா கூறுகிறார். சமூகத்தின் மேல்தட்டில் வாழ்ந்த மக்களின் விழாவன்றி. உழுதொழில் செய்வோரின் விழாவாக இது இல்லை.

இருப்பினும் தீம்புனல் உலகத் தலைவனான இந்திரனிடம் மழை வேண்ட மட்டும் எடுத்த விழாவன்று அது என்பது தெளிவு. ஏனெனில் குன்றக்குறவர், பத்தினித் தெய்வமாகிய கண்ணகி மழைவளம் தருவாள் என்று வேண்டி வழிபடும் செய்தியைச் சிலப்பதிகாரத்திலேயே.

"ஒருமுலை இழந்த நங்கைக்குப்
பெருமலை துஞ்சாது வளஞ்சுரக் கெனவே"

என்ற அடிகளில் காண்கிறோம். சிலம்பின் காலத்து மழைத்தெய்வ வழிபாடு வீரவழிபாட்டில் கலந்துவிடுகின்றது மணிமேகலை.

"மண்டிணி ஞாலத்து மழைவளத் தரூஉம்
பெண்டிர்"

என இக்கருத்தை மேலும் விரிவாக்குகிறது.

ஆயர்பாடியைச் சேர்ந்தவர்கள் இந்திரனுக்குப் படையலிட முற்படுகின்றனர். கிருஷ்ணன் அதைத் தடுக்கிறான். நந்தகோபனை நோக்கி. "தந்தையே! நாம் உழவர்களுமல்ல, வணிகருமல்ல. இந்திரனுக்கும் நமக்கும் என்ன தொடர்பு? கால்நடைகளும் மலையுமே நமது தெய்வங்கள்"[18] என்கிறான். பின்னர் தானே அந்த மலையாக நின்று அந்தப் படையலினை ஏற்கிறான். 'இந்திர வழிபாட்டைத் தன்னை நோக்கித் திருப்பவே கிருஷ்ணன் இவ்வழியைக் கையாண்டான்' என்று வில்கின்ஸ் (Wilkins) கருதுகிறார்.[19]

இந்திரனுக்கும் கிருஷ்ணனுக்கும் நடந்த போராட்டத்தை ஆரியர் - ஆரியர் அல்லாதார் போராட்டத்தின் ஒரு பகுதியாகக் காண்கிறார் எஸ். ராதாகிருஷ்ணன்.[20]

இந்திரன் ஆயர்களிடம் சினத்தைக் காட்டிப் பெருமழை பொழிய, கிருஷ்ணன் கோவர்த்தன மலையைக் குடையாகப் பிடித்து அவர்களைக் காக்கிறான். இது விஷ்ணுபுராணம் தரும் செய்தி.

கலப்பையேந்திய பலராமன் கண்ணனோடு எப்பொழுதும் இணைந்திருக்கிறான். கிருஷ்ணன் அவதாரங்களில் பலராம அவதாரமும் ஒன்று என்றும், விஷ்ணு கண்ணனாக வடிவெடுத்து வந்த போது அவனது பள்ளியணையாகிய ஆதிசேடனே (இராமாவதாரத்தில் இலக்குவனாக வந்ததுபோல) பலராமனாக வந்தான் என்றும் புராணங்கள் கூறும். எனவே கிருஷ்ணனுடைய இந்திர எதிர்ப்பில் பலராமனாக வந்தான் என்றும் புராணங்கள் கூறும். எனவே கிருஷ்ணனுடைய இந்திர எதிர்ப்பில் பலராமனுக்கும் பங்குண்டு.

கிருஷ்ணாவதாரம் பற்றிய கதைகள் சங்க இலக்கியக் காலத்திலேயே தமிழ்நாட்டில் நிலவின. முல்லைநிலத் தெய்வமான திருமால் வழிபாட்டோடு புராணங்கள் கூறும் கிருஷ்ணாவதாரச் செய்திகளும் கலந்துவிட்டதைச் சங்கப் பாடல்களில் காணலாம்.[21]

புகார்க் காண்டத்தில் சோழநாட்டில் இந்திரன் பெற்ற சிறப்புக்களைக் கூறிய இளங்கோவடிகள், மதுரைக் காண்டத்தின் தொடக்கத்தில் பாண்டியனுக்கும் இந்திரனுக்கும் ஏற்பட்ட பகையினைக் கூறுகின்றார். ஒரு சமயம் பாண்டியநாட்டில் இந்திரன் மழை பொழியா திருந்தபோது, பாண்டியன் இந்திரனோடு போர் தொடுக்கிறான். இந்திரன் கனமான தன் கழுத்தணியைப் பாண்டியன் தோளில் இட்டு அவனை வீழ்த்த முயல்கிறான். தோல்வியுறுகிறான். இந்திரன் முடியை

வளைகளினால் உடைக்கிறான் பாண்டியன்.[22] இச்செய்தியின்வழி பாண்டியநாட்டில் இந்திர வழிபாட்டிற்கு ஏற்பட்ட எதிர்ப்பொன்றைக் காட்டுகின்றார் இளங்கோவடிகள்.

இந்திரவிழா முடிவில் பூம்புகாரைவிட்டுப் புறப்பட்டுக் கண்ணகியும் கோவலனும் உறையூர் கழிந்து பாண்டிய நாட்டின் எல்லைக்குள் நுழைகின்றனர். அவர்கள் கேட்ட முதற்குரல், இந்திரனை வென்ற பாண்டியனின் சிறப்பைப் பாடிக்கொண்டிருக்கிறது. அது மாங்காட்டு மறையவன் குரல், பூம்புகாரில் இந்திரவிழாக் கொண்டாடும் வணிகர் குலத்தைச் சேர்ந்த கோவலன் அவனை அணுகவும் அது ஒரு காரணமாகிறது.

பரிபாடலைப் பற்றி பொ.வே.சோமசுந்தரனார் தருகின்ற ஒரு கருத்து இங்கே நினையத்தகும். “மதுரையையும், அதன் அணித்தாகிய திருப்பதியையும் யாற்றையுமே இப்பரிபாடல் கூறுவனவாக, எஞ்சியதே முடிவேந்தர் நாட்டிலுள்ள திருப்பதிகளும். யாறுகளும், இப்பரிபாடல் பெறாமைக்குக் காரணம் யாது? இனி, எழுபது என்று தொகை கூறப்பட்ட பாடலனைத்தும் பாண்டிய நாட்டிற்கே உரியன என்றே உகிக்க இடனுளது.[23] பதிற்றுப்பத்து சேரர்களைப் பற்றியே கூறுவதுபோலப் பரிபாடல் பாண்டியர்களைப் பற்றியே கூறுகின்றது... எனவே இப்பாடல்கள் பாண்டிய நாட்டிலேயே வழங்கியிருக்கலாம் என்ப" என்கிறார் இரா.சாரங்கபாணி.[24] இக்கருத்தே ஏற்புடையது எனத் தோன்றுகிறது. இந்நூலின் திருமாலைப்பாடும் ஆறு பாடல்களும் பலராமனைக் குறிப்பதும் இந்திரனோடு பாண்டியன் கொண்ட பகைமையும், சோழநாட்டில் இந்திரவிழா நடப்பதும் இக்கருத்தை உறுதிசெய்கின்றன.

மழைமேகம் போன்ற நிறமுடையவன் கிருஷ்ணன் (கண்ணன்) அவன் காக்கும் முல்லைநில உயிரினங்கட்கும் புல்வளர மழை வேண்டும். கிருஷ்ணனின் மற்றொரு அவதாரமான பலராமன் கலப்பையேந்தி அருள் செய்யும் உழவர்களுக்கும் மழை வேண்டும். எனவே உழவர்க்கும், கால்நடை வளர்ப்போர்க்கும் கண்ணன் மழை தருகிறான்.

“நாங்கள் நம்பாவைக்குச் சாற்றி நீராடினால்
தீங்கின்றி நாடெல்லாம் திங்கள்மும் மாரிபெய்து
ஓங்குபெருஞ் செந்நெல் ஊடுகயல் உகள்

....

தேங்காதே புக்கிருந்து சீர்த்தமுலை பற்றி
வாங்கக் குடம் நிறைக்கும் வள்ளல்பெரும் பசுக்கள்[25]

கி.பி. ஏழாம் நூற்றாண்டில் ஆண்டாளின் திருப்பாவையில் பேசப்படும் கருத்து இது. பலராம வழிபாட்டின் தோற்றம், இந்திர வழிபாட்டின் சரிவு, மழைத்தெய்வ வழிபாடு வீரவழிபாட்டிலும் கலந்தது பலராமன் திருமாலின் மற்றொரு அவதாரம் என்ற கொள்கை, இவை அனைத்தும் சேர்ந்த விளைவாக இப்பாடற் கருத்து உருப் பெறுகிறது.

கால்நடை வளர்ப்போரைப் போல, உழுதொழில் செய்வோரையும் இழுக்க வைணவமதம் பலராம வழிபாட்டைப் பயன்படுத்தியது. திருமாலிருஞ்சோலைக் கோயிலின் வழிவழி அடியாரில் உழுதொழில் செய்வோர் (Harijans) பெருந்தொகை யினராக இருப்பது, வைணவத்தின் முயற்சி, தமிழ்நாட்டின் தென்பகுதியில் ஓரளவு வெற்றி பெற்றது என்பதைக் காட்டுகிறது.

இந்திர வழிபாட்டின் வீழ்ச்சியோடு, பலராமனும் திருமால் வழிபாட்டில் இணைந்து மறைந்துவிடுகின்றான். ஆயினும் பலராம (வாலியோன்) வழிபாட்டின் எச்சமாக வெள்ளையன், வெள்ளைச்சாமி, வெள்ளைக்கண்ணு என்ற பெயர்கள் பாண்டிய நாட்டில் இன்னும் வழங்கக் காணலாம். வாலியோன் என்ற சொல்லுக்கும் 'வெள்ளையன்' என்றே பொருள். கருப்புநிறச் சாமியாகிய கண்ணனிடமிருந்து வேறு படுத்தவும், கண்ணனின் அண்ணன் என்ற தொடர்பைக் காட்டவும் வெள்ளைக்கண்ணு (கண்ணன்), வெள்ளைச்சாமி என்ற பெயர்கள் பயன்படுகின்றன. சின்னக்கண்ணு (கண்ணன்), மலைக்கண்ணு (கண்ணன்) முதலிய பெயர்களுக்கு முன்னொட்டாக வரும் சொற்களும் இக்கருத்தை வலியுறுத்தும். அதைப் போலவே மதுரைப் பகுதியில் உலக்கையன், முத்துலக்கையன் என்று வழங்கும் பெயர்களும் கையில் உலக்கை ஏந்திய பலராமனையே குறிக்கும். உலக்கையன் எனப் பொருள் தரும் 'முசலி' எனும் வடமொழிப் பெயர் வடமொழிப் புராணமரபிலும், பலராமனுக்கு வழங்கக் காணலாம். இவை மறைந்துபோன பலராம வழிபாட்டின் எச்சங்களாகும்.

குறிப்புகள்

1. *மு.இராகவையங்கார், ஆராய்ச்சித்தொகுதி, 2ஆம் பதிப்பு 1964, ப. 54.*
2. Shakti M.Gupta, From Daityas to Devatas in Hindu Mythology, 1973, p.12.
3. *அக்னிகோத்ரம் ராமானுஜ தாத்தாச்சாரியார், வரலாற்றில் பிறந்த வைணவம், 1973, ப.137.*
4. K.R.Srinivasan, Some aspects of Religion as revealed by Early Monuments and Literature, The Madras University Journal, 1960, 147

5. K.V.Soundarajan, Art of South India - Tamil Nadu and Kerala, p.49
6. பி.ஆர்.ஸ்ரீநிவாசன். நாம் வணங்கும் தெய்வங்கள், 1959, ப.55.
7. நற்றிணை, 2.
8. 'ஒரு தொழில் இருவர்' பரிபாடல். 15.
9. பரிபாடல், 3.
10. பிங்கல நிகண்டு, கழகப்பதிப்பு, 1968. பாடல்.
11. சிலம்பு, 14:9 9:10.
12. இன்னாநாற்பது, கடவுள் வாழ்த்துப் பாடல்.
13. John Dowson, A Classifical Dictionary of Hindu Mythology, Ed.11, 1968, London, 'Samkarshana'
14. திருக்குறள், 3:5.
15. ப.அருணாசலம், சிலப்பதிகாரக் கதைகள்,பக். 88,89.183.
16. சிலம்பு, 24:98-99.
17. மணிமேகலை, 22 : 45
18. H.H.Wilson (Trans.) The Vishnu Purana, Chap.X. Ed., 111, 1961, p.418.
19. W.J.Wilkins, Hindu Mythology, 1973, p.207.
20. Dr.S.Radhakrishnan, The Hindu view of Life,p.40.
21. அகம்., 59, முல்லைப்பாட்டு, 1-3.
22. சிலம்பு, 14 : 23-29.
23. பொ. வே. சோமசுந்தரனார், அணிந்துரை, பரிபாடல், கழகப்பதிப்பு. 1969, ப.கச,
24. இரா.சாரங்கபாணி, பரிபாடல் திறன், 1972, ப.37.
25. திருப்பாவை. பாடல் 2.

பிற்சேர்க்கை I:3

3. கல்வெட்டுக் குறிப்புகள்

அழகர்கோயிலிலுள்ள கல்வெட்டுகள் தரும் செய்திகள், அரசினரின் கல்வெட்டு ஆண்டறிக்கைகளிலிருந்து இங்கே தொகுத்துத் தரப் படுகின்றன.

1. ஊர்ப்பெயர்கள்

'ராஜராஜப் பாண்டிநாட்டு, ராஜேந்திரசோழ வளநாட்டுக் கீழிரணிய முட்டத்துத் திருமாலிருஞ்சோலை' என ஒரு கல்வெட்டு இவ்வூரினைக் குறிப்பிடுகிறது.[1] ராஜராஜன், ராஜேந்திர சோழன் முதலிய பெயர் வழக்குகள், பாண்டியநாடு சோழர்களால் வெற்றி கொள்ளப்பட்ட பின் எழுந்த கல்வெட்டு இது எனக் கொள்ள இடமளிக்கின்றன. ஆயினும் 'இரணியமுட்டம்' என்னும் பெயர். இந்நிலப்பகுதிக்குப் பழங்காலந் தொட்டு வழங்கிவந்திருக்க வேண்டும் எனத் தோன்றுகிறது. பத்துப்பாட்டில் ஒன்றான மலைபடுகடாத்தினைப் பாடிய புலவர் இரணியமுட்டத்துப் பெருங்குன்றூர்க் கௌசிகனார் எனக் குறிக்கப்படுவதால், இரணியமுட்டம் என்னும் பெயர், இந்நிலப்பகுதிக்கு நெடுங்காலமாக வழங்கிவந்திருக்க வேண்டும் எனத் தெரிகிறது. இன்றும் அழகர்கோயிலுக்குத் தென்கிழக்கே ஐந்துகல் தொலைவில் ஒரு சிற்றூர் 'இரணியம்' என்ற பெயரோடு விளங்கக் காணலாம்.

2. அக்கிரகாரம்

'சாமந்த நாராயணச் சதூர்வேதிமங்கலம்' என்ற பெயருடன் திருமாலிருஞ்சோலையில் ஓர் அக்கிரகாரம் இருந்த செய்தியை ஒரு கல்வெட்டால் அறிகிறோம்.[2] மற்றொரு கல்வெட்டால் இதனை அமைத்துக் கொடுத்தவன் 'பிள்ளை பல்வராயன்' என்று தெரிகிறது.[3]

3. இறைவன் பெயர்

இங்குக் கோயில் கொண்ட இறைவன் பெயரை ஒரு கல்வெட்டு 'திருமாலிருஞ்சோலை ஆழ்வார்'[4] எனக் குறிக்கிறது 'திருமாலிருஞ் சோலைப் பரமஸ்வாமி' என்ற பெயரை அனேக கல்வெட்டுகள் கூறுகின்றன. சகம் 1464 (கி.பி.1542) இல் எழுந்த விசயநகர மன்னர் காலத்திய ஒரு கல்வெட்டில் கோயில் இறைவன் 'அழகர்' என்ற பெயரால் குறிக்கப்படுகிறார்.[5] ஆயினும் பிறகாலப் பாண்டியர்

கல்வெட்டுகளில், 'அழகர் திருச்சிறுக்கர்?'⁶ ஆழகர் சிறுக்கர் 1 ஆகிய பெயர்கள் இக்கோயிற் பணியாளரில் ஒருவரைக் குறிப்பதால், பிற்காலப் பாண்டியர் காலத்திலேயே, 'அழகர்' என்ற பெயர் இறைவனுக்கு வழங்கியிருக்க வேண்டுமெனத் தெரிகிறது.

4. கட்டிடத் திருப்பணிகள்

'மிழலைக் கூற்றத்து நடுவிற்கூறு புள்ளூர்க்குடி முனையதரையனான பொன்பற்றியுடையான் மொன்னைப்பிரான் விரதமுடித்த பெருமாள்' என்பவன் முனையதரையன் திருமண்டபத்தைக் கட்டிய செய்தியை ஒரு கல்வெட்டால் அறிகிறோம்.⁸ இக்கோயில் மகா மண்டபமான இதற்கு, 'அலங்காரன் மண்டபம்' என்றொரு பெயருமுண்டு.

இம்மண்டபத்தை அடுத்த வெளிப்புறமாக உள்ள மண்டபம் ஆரியன் மண்டபம் என வழங்கப்படுகிறது. இம்மண்டபத் தூணிலுள்ள ஒரு கல்வெட்டால் இப்படியேற்ற மண்டபத்தைத் தோமராசய்யன் மகனான ராகவராஜா என்பவன் கட்டிய செய்தி தெரிய வருகிறது. இரண்டாம் திருச்சுற்றிலிருந்து பத்துப் படிகள் ஏறி இம்மண்டபத்தை அடைய வேண்டும். எனவே இதற்குப் படியேற்ற மண்டபம் என்ற பெயர் வழங்கிற்றுப் போலும்.

கொடிக்கம்பத்திற்கு வடகிழக்கிலுள்ள மேட்டுக் கிருஷ்ணன் கோயிற் சுவரிலுள்ள ஒரு கல்வெட்டால், இதற்குப் 'பொன்மேய்ந்த பெருமாள் மண்டபம்' என்பது பெயரென்றும் சுந்தரபாண்டியன் இதனைக் கட்டினானென்றும் தெரிகிறது.''¹⁰

தொண்டைமான் கோபுரத்துக்கீழ் ஒரு தூணில் காணப்படும் கல்வெட்டால் இக்கோபுரத்தைச் செழுவத்தூர் காலிங்கராயர் மகனான தொண்டைமானார் செய்தமைத்தார் என்பதை அறிய முடிகிறது.

தொண்டைமான் கோபுரத்தின் கீழுள்ள சுவரில் காணப்படும் ஒரு கல்வெட்டு இக்கோயில் ஏகா(ங்)கி ஸ்ரீவைஷ்ணவரான அழகர் திருச்சிறுக்கர். இக்கோயிலில் அரசன் பெயர் சூட்டப்பட்ட 'கோதண்டராமன் திருமதில்' கட்டியமைக்காக, சுந்தரபாண்டிய வளநாட்டுப் பெருங்கருணைச் சதுர்வேதிமங்கலத்தைத் திருப்பணிப் புறமாகப் பெற்ற செய்தியைக் கூறுகிறது.¹² இவ்வூர் தற்போது முதுகுளத்தூர் வட்டத்தில் உள்ள பெருங்கருணை என்ற ஊராக இருக்கலாம்.

சக்கரத்தாழ்வார் சன்னிதிக்கு முன்னுள்ள மண்டபச் சுவரிலுள்ள ஒரு கல்வெட்டு, மலைமீதிருந்த திருவாழி ஆழ்வார் (சக்கரத்தாழ்வார்) கோயிலுக்குத் திருவிளக்கெரிப்பதற்குத் தரப்பட்ட நிவந்தங்களைக் குறிப்பிடுகிறது.¹³ இப்போது மலைமீது திருவாழி ஆழ்வாருக்குக்

கோயில் ஏதும் காணப்படவில்லை. எனவே, மலைமீதிருந்த கோயில் பிற்காலத்தில் எக்காரணத்தாலோ கோயிலுக்குள் இக்கல்வெட்டு இருக்குமிடத்திற்கருகில் கொண்டுவரப்பட்டு திருநிலைப்படுத்தப் பட்டிருக்க வேண்டும் என்று தோன்றுகிறது.

சகம் 1386 (கி.பி.1464) இல் எழுந்த ஒரு கல்வெட்டு, திருமாலிருஞ் சோலை நின்றான் மாவலி வாணாதிராயன் உறங்காவில்லிதாசன் ஆணையின்படி இக்கோயிலில் உபானம் (அடித்தளம்) முதல் ஸ்தூபி வரை திருப்பணி செய்த திருவாளன் சோமயாஜிக்க, குலமங்கலம் என்னும் சிற்றூர் தானம் செய்யப் பட்டதைக் கூறுகிறது.[14] சடாவர்மன் முதலாம் குலசேகரன் காலத்துக் கல்வெட்டொன்று. இக்கோயிலில் இளையவில்லிதாசன் என்பவர் செய்த திருப்பணிக்காக அரிநாட்டுப் பராந்தகச் சதுர்வேதிமங்கலத்துச் சபையார் தேவதானமாகத் தந்த புனற்குளம் என்ற ஊரை இறையிலியாக்கிய அரச ஆணையினைக் கூறுகிறது.

சுந்தரபாண்டியன் மண்டபத்தில் ஒரு தூணிலுள்ள கல்வெட்டு, அத்தூணைத் திருமாலிருஞ்சோலையில் வசித்த வெள்ளாளன் சுந்தரபாண்டிய விழுப்பரையனான குட்டன் அத்தியூர் நிறுவியதாகக் குறிப்பிடுகிறது. இம்மண்டபத்தில் இன்னொரு தூணிலும் இதைப் போன்றதொரு கல்வெட்டு உள்ளது.[16] இம்மண்டபத்திலுள்ள மற்றுமொரு தூணில் அத்தூணை வண்குருகூர் நாகரன்பட்டன் என்பவன் நிறுவிய செய்தி கூறப்படுகிறது.[17] பதினெட்டாம்படிக் கோபுரத்தின்கீழ் உள்ள ஒரு காற்றூணில் அத்தூணைத் திருமலைதேவ ம்காராஜாவின் கொடையாக இளையனாயனான திருப்பணிப்பிள்ளை என்பான் அளித்த செய்தி குறிக்கப்பட்டுள்ளது.[18]

5. தேர்

ஆடி மாதம் ஒன்பதாம் திருநாளில் இறைவன் ஏறிவரும் திருத்தேரின் பெயர் 'அமைந்த நாராயணன்' என்பது ஒரு கல்வெட்டு தரும் செய்தியாகும்.[19]

6. திருவிழாக்கள்

முதலாம் குலசேகரபாண்டியன் காலத்தில் கப்பலூருடையான் முனையதரையனான சீராமன் உய்யவந்தான் என்பவன் ஆடி, ஐப்பசி, மார்கழி மாதங்களில் நடைபெறும் திருவிழாக்களில் பிராமணர்களுக்கு உணவளிக்க நிவந்தமளித்த செய்தி ஒரு கல்வெட்டில் காணக் கிடைக்கிறது.[20]

சகம் 1578 (கி.பி.1656) இல் எழுந்த ஒரு கல்வெட்டினால் இக்கோயிலில் ஆடித்திருவிழா 10 நாட்கள் நடந்த செய்தியையும், பத்து

நாட்களும் 'இயல்' (நாலாயிர திவ்விய பிரபந்தத்தின் முதலாயிரப்பகுதி) ஓதப்பெற்றதையும் அறியமுடிகிறது.[21]

7. சிறப்புப் பூசைகள்

சுந்தரபாண்டியன் மண்டபத்திலுள்ள ஒரு கல்வெட்டு, பாண்டிய மன்னன் ஒருவன், தன் அண்ணாழ்வி (அண்ணன்) பிறந்த திருநட்சத்திரமான உத்திராடத்தன்று, ஒவ்வொரு மாதமும் இறைவனையும் இறைவியையும் சுந்தரபாண்டியன் மண்டபத்திற்கு எழுந்தருளச்செய்ய நிவந்தம் அளித்ததைக் குறிப்பிடுகிறது.[22]

மற்றொரு கல்வெட்டு மாறவர்மனான ஒரு பாண்டிய மன்னன் தன் அண்ணாழ்வி சொக்காண்டர் பிறந்த திருநட்சத்திரமான மீனமாதத்துச் சதையத்தன்று சில பூசைகளை நடத்த நிவந்தமளித்த செய்தியைத் தருகிறது.[23]

திருமல்லிநாட்டுத் தடங்கண்ணிச் சிற்றூர் குருகுலத்தரையனான சிற்றூருடையான் சோரன் உய்வந்தான் என்பவன், 'குருகுலத்தரையன் சந்தி' எனும் பூசைக்கு நிலமளித்த செய்தியை ஒரு கல்வெட்டால் அறிகிறோம்.[24] மற்றொரு கல்வெட்டு, அகளங்க நாடாள்வானான அழகன் என்பவன் தன்பெயரில் நிறுவிய, 'அரச, மக்காரன் சந்தி எனும் பூசைக்கு சுந்தரத்தோள்விளாகம் எனும் சிற்றூரை நிவந்தமாக அளித்ததைக் கூறுகிறது.[25]

இரண்டாம் திருச்சுற்றில் தூண்களால் மறைக்கப்பட்டுள்ள ஒரு கல்வெட்டினால் (குல)சேகரன் சந்தி என்னும் ஒரு பூசை இக்கோயிலில் நடைபெற்றதை அறியமுடிகிறது.[26] மாறவர்மன் இரண்டாம் சுந்தரபாண்டியன் கல்வெட்டொன்றால் அரசன் பெயரால் ஒரு பூசை சுந்தரபாண்டியன் சந்தி என்ற பெயரில் நிறுவப்பட்டிருந்ததாகத் தெரிகிறது.[27]

மாறவர்மன் இரண்டாம் சுந்தரபாண்டியனின் மற்றொரு கல்வெட்டின் மூலம் 'போசள வீரசோமதேவன் சந்திக்கு, கேரளசிங்க வளநாட்டுத் திருக்கோட்டியூரில் சில நிலங்கள் நிவந்தமாக அளிக்கப்பட்ட செய்தியை அறியலாம்.[28]

பாண்டிய ஸ்ரீவல்ல(ப) தேவன் காலத்துக் கல்வெட்டொன்று, குடநாட்டுக் கொற்கையூருடையான் தமிழ்பல்லவதரையனான அழகாண்டார், தன் தங்கைக்காக ஆனி மாத விசாக நட்சத்திரத்தில் இறைவனைச் சுந்தரபாண்டியன் மண்டபத்தில் எழுந்தருளச் செய்வதற்காகக் குஞ்சரங்குடி என்ற சிற்றூரை வாங்கி நிவந்தமாக அளித்த செய்தியைக் கூறுகிறது.[29]

8. தமிழ்ப் பாசுரங்கள் குறிப்பு

இக்கல்வெட்டு தரும் மற்றொரு செய்தி, இக்கோயில் இறைவன் தியாகஞ்சிறியான் திருவீதியில் தேர்மீது வீற்றிருந்து சடகோபன் பாடல்களைக் கேட்டுக் கொண்டிருந்தபோது, இரஞ்சிறையுடையான் சுந்தரத்தோளுடையான் என்பவனுக்கும் அவன் வழியினருக்கும் சுந்தரத்தோள்விளாகம் என்னும் ஊரின் 'காராண்மை' உரிமையை அளித்தார் என்பதாகும்.[30] கோயில் அதிகாரிகள் செய்த முடிவு இறைவனின் ஆணையாகக் கல்வெட்டில் குறிக்கப்பட்டது போலும் தேர் தியானஞ்சிறியான் வீதிக்கு வரும்போது, சடகோபன் பாடல்களை (நம்மாழ்வார் பாசுரங்களை) ஓதும் வழக்கமிருந்த செய்தியை இக்கல்வெட்டால் அறியலாம். மற்றுமொரு கல்வெட்டு இக்கோயிலில் இறைவன் திருமுன் 'கோதைப்பாட்டு' (ஆண்டாளின் பாசுரங்கள்) ஓதப்பெற்ற செய்தியைத் தெரிவிக்கிறது.[31]

9. மடங்கள்

இக்கோயிலையொட்டி இங்கிருந்த மடங்களைக் குறித்துச் சில கல்வெட்டுகள் செய்திகளைத் தருகின்றன.

சடாவர்மன் முதலாம் குலசேகரபாண்டியனின் காலத்தும், கல்வெட்டொன்று குலசேகரன் மடம் என்ற ஒரு மடத்தினைக் குறிப்பிடுகிறது. முத்தூற்றுக் கூற்றத்துக் கப்பலூரான உலகளந்த சோழநல்லூர் முனையதரையனான சீராமன் உய்யவந்தான், 'சுந்தரத் தோள்விளாகம்' என்ற சிற்றூரை, குலசேகரன் மடத்தில் ஆடி ஐப்பசி, மார்கழித் திருநாட்களில் பிராமணர்களை உண்பிப்பதற்காகக் கொடுத்துள்ளான். மாளவராயர் வேண்டுகோளின்படி திருக்கானப்பேர் கூற்றத்து ராஜராஜநல்லூரான சுந்தரத்தோள்விளாகத்தின் சில நிலங்களை, மன்னன் இறையிலியாக மாற்றிக்கொடுத்ததை இக்கல்வெட்டு கூறுகிறது.[32]

திருக்கானப்போர் இன்று சிவகங்கை வட்டத்தில் காளையார் கோயில் என்ற பெயரோடு விளங்குகிறது.

இரண்டாம் திருச்சுற்றில் தூண்களால் மறைக்கப்பட்டுள்ள பிற்காலப் பாண்டியர் கல்வெட்டொன்று இங்கிருந்த திருநாடுடையான் மடத்தில் ஏகா(ங்)கி ஸ்ரீவைஷ்ணவர்களையும், திருதண்டி முக்கோல் சன்யாசிகளையும் உண்பிக்க சில நிலங்களை மன்னன் இறையிலியாக மாற்றியதைக் குறிப்பிடுகிறது.[33]

இரண்டாம் திருச்சுற்றின் மேற்குச் சுவரில் வெளிப்புறமாக உள்ள ஒரு கல்வெட்டு, அமைத்த நாராயணன் மடத்திலும் வாணாதிராயன்

மடத்திலும் திரிதண்டி சன்னியாசிகளையும் அனுவிகளையும் உண்பிப்பதற்குத் தரப்பட்ட இறையிலி நிலக்கொடையினைக் குறிப்பிடுகின்றது.[34] சகம் 1511 (கி.பி.1589)இல் எழுந்த வெங்கடேஸ்வர மகாராஜாவின் கல்வெட்டொன்று, அவர் சுந்தரத்தோளுடையான் மாவலிவாணாதிராயர் வேண்டுகோளின்படி, பன்னிரண்டு வைஷ்ண வர்களை உண்பிப்பதற்குக் கவுண்டன்பட்டியான ராமானுஜ நல்லூரில் சில நிலங்களைத் தந்ததைக் குறிப்பிடுகிறது.[35]

சகம் 1578 (கி.பி.1656) இல் எழுந்த ஒரு கல்வெட்டு திருமாலிருஞ் சோலை வெள்ளாளன் நல்லநயினாப்பிள்ளை மகன அண்ணாவிப் பெருமாபிள்ளை, ஆடித்திருவிழாவில் சில மண்டபங்களில் செலவுக்கும், இத்திருவிழாவில் பத்து நாட்களும் 'இயற்பா' ஓது ஸ்ரீவைஷ்ணவர்களை உண்பிப்பதற்கும் இரண்டு சிற்றூர்களை விட செய்தியினைத் தருகிறது.[36]

10. திருநந்தவனப்புறம் - திருவோடைப்புறம்

வீரபாண்டியன் சில நிலங்களை இக்கோயிலுக்கு அடுக்களைப் புறமாக விட்ட செய்தியினை ஒரு கல்வெட்டு கூறுகின்றது.[37] மற்றொரு கல்வெட்டு சுந்தரத்தோள்விளாகம் என்ற சிற்றூர் அடுக்களைப் புறமாக விடப்பட்ட செய்தியினைக் கூறுகிறது.[38]

கன்னடதேவன் என்ற மன்னன் தன் தம்பி வைசால (ஹொய்சள) தேவன் பெயரில் சில நிலங்களைத் திருமாலைப்புறமாக விட்ட செய்தியினை ஒரு கல்வெட்டு கூறுகின்றது.[39] காஷ்மீரதேசத்து சகவாசி பிராமணன் ராமையதண்டநாத சொக்கையா சில நிலங்களை வாங்கித் திருமாலைப்புறமாகக் கொடுத்த செய்தி மற்றொரு கல்வெட்டால் தெரிகின்றது.[40]

கலிகடிந்த பாண்டிய தேவரான ராமன் கண்ணபிரான் திருநந்தவனப்புறமாக ஒரு தோட்டத்தை அளித்துள்ளான்.[41] நந்தவனம் காப்போன் உணவுக்காக அகளங்கராயனான சாத்தன் ஆளவந்தான் சில தானங்களைச் செய்துள்ளான்.[42] தன்தேவி தரணிமுழுதுடையாள் வேண்ட சடாவர்மன் குலசேகர பாண்டியன் திருநந்தவனப்புறமாகச் சில நிலங்களை அளித்துள்ளான்.[43] மாறவர்மன் சுந்தரபாண்டியன் காலத்துச் சாசனமொன்று அரசன் பெயரில் ஒரு நந்தவனம் அமைக்க நிலமளித்த செய்தியைக் குறிக்கிறது.[44]

திருநந்தவனப்புறமாகவும் திருஓடைப்புறமாகவும் துவராபதி வேளான் அழகப்பெருமாள் நிலமளித்த செய்தியை ஒரு கல்வெட்டு கூறுகின்றது.[45] வடதலைச் செம்பிநாட்டு மதுரோதய நல்லூரான

கீழைக்கொடுமலூர் நீலகங்கரையனான அரையன் திருநாடுடையான் திருஓடை, திருநந்தவனப்புறமாக நிலமளித்த செய்தியை மற்றொரு கல்வெட்டால் அறிகிறோம்.[46]

11. திருவிளக்குப்புறம்

காசியபன் நாராயணன் அரைசு மனைவி சோலைசேந்த பிராட்டி ஒரு திருவிளக்குச்சட்டம் அளித்துள்ளார்.[47] திருவிழா ஊர்வலங்களில் விளக்கெரிக்கத் தரப்பட்ட நிவந்தம் ஒரு கல்வெட்டில் குறிக்கப் பட்டுள்ளது.[48]

மகதநாயனார் பராக்கிரம பாண்டிய மகாபலிவாணாதராயர் என்பவனும் திருவிளக்கெரிக்க நிவந்தம் கொடுத்துள்ளான்.[49]

திருவுடையான் என்ற அரண்மனைப் பணிப்பெண் ஒருத்தி எட்டு திருவிளக்குகள் எரிக்கப்பத்து மா நிலம் கொடுத்துள்ளான்.[50] வாணாதராயரான திருவேங்கடமுடையார் மலைமீதிருந்த திருவாழி ஆழ்வார் கோயிலில் திருவிளக்கெரிக்க நிவந்தம் கொடுத்துள்ளார்.[51] திருக்கோட்டியூரைச் சேர்ந்த ஒருவன் கோயில் கணக்கரிடம் பதினொரு அச்சு முதலாக வைத்து அதிலிருந்து பெறும் வட்டியிலிருந்து ஒரு நந்தா விளக்கெரிக்க நிவந்தம் அளித்துள்ளான்.[52]

12. யக்ஞோபவீதம் (திருப்புரிநூல்)

முதல் திருச்சுற்றில் மேலைச் சுவரிலுள்ள பிற்காலப் பாண்டியர் கல்வெட்டொன்று இடைக்காட்டூர் அரையன் சடகோபதாசன் என்பவன் கோயிலுக்கு ‘யாக்ஞோபவீதம்’ (திருப்புரிநூல்) கொடுத்துச் சில வருமானங்களைப் பெற்றதைக் குறிப்பிடுகின்றது.[53]

13. வழக்குகள்

இக்கோயில் பணியாளர்க்கிடையில் எழுந்த இரண்டு வழக்குகளைக் கல்வெட்டுகள் குறிப்பிடுகின்றன.

விசயநகர மன்னர் காலத்தில் இக்கோயில் பிராமணப் பணியாளர் களிடையில் சோழியர், சாமானியர் ஆகிய இரு பிரிவினருக்கிடையில் சில உரிமைகள் குறித்து எழுந்த வழக்கில், முன் வாணாதிராயர் காலத்தில் இருந்த நடைமுறையினையே பின்பற்றுவது என முடிவு செய்யப்பட்டது.[54]

மற்றொரு வழக்கு, ‘தீர்த்த மரியாதை’ பெறுவதில் பட்டர் ஐயங்காருக்கும், திருமாலை ஆண்டார் ஐயங்காருக்கும் இடையில் ஏற்பட்ட வழக்கொன்றினை வைத்தியப்ப தீட்சதர், குப்பையாண்டி செட்டி வசந்தராய பிள்ளை, திருங்கவேடையன் ஆகியோர் நடுவர்களாக இருந்து தீர்த்துவைத்த செய்தியினைக் குறிப்பிடுகிறது.[55]

14. வாணாதிராயர்கள்

விசயநகர மன்னர்கள் காலத்தில் தமிழ்நாட்டின் சில பகுதிகளை ஆண்ட வாணாதிராயர்கள் இக்கோயிலின் மீது கொண்டிருந்த பற்று குறிப்பிட்டுச் சொல்லப்பட வேண்டியதாகும். இம்மன்னர்கள் இக்கோயில் இறைவனுக்குப் பாசுரங்களில் வழங்கும் பெயரையே தங்கட்குச்சூடிக்கொண்டனர்.

1. திருமாலிருஞ்சோலை நின்றான் மாவலி வாணாதராயன் உறங்காவில்லிதாசனான சமரகோலாகலன் (கி.பி. 1428-1477)

2. சுந்தரத்தோளுடையான் மஹாபலி வாணாதிராயன் (கி.பி.1468-1488)

3. இறந்தகாலம் எடுத்த சுந்தரத்தோளுடையான் மகாபலி வாணாதிராயன் (கி.பி.1515-1533)

ஆகிய பெயர்களைக் கல்வெட்டுகளிலிருந்து வேதாசலம் எடுத்துக் காட்டுகிறார்.[56] சகம் 1391 (கி.பி.1369)இல் காஞ்சி ஏகாம்பரநாதர் கோயிலில் பொறிக்கப்பட்டுள்ள, மாவலி வாணாதராயன் கல்வெட்டு, அழகர் திருவுள்ளம்' என்ற தொடருடன் முடிகிறது.[57]

அழகர்கோயிலில் சகம் 1386 (கி.பி.1464)இல் எழுந்த ஒரு கல்வெட்டு, திருமாலிருஞ்சோலை நின்றான் மாவலி வாணாதராயன் உறங்காவில்லிதாசன் ஆணைப்படி திருவாளன் சோமயாஜி இக்கோயிலில் உபானம் முதல் ஸ்தூபி வரை திருப்பணி செய்ததைக் குறிப்பிடுகிறது.[58] இக்கோயிலில் பெரிய அளவில் நடந்த திருப்பணியாகக் கல்வெட்டுச் சான்றுடன் இது ஒன்றையே குறிப்பிட முடிகிறது.

இக்கோயிலிலுள்ள ஒரு கல்திரிகையில், 'திருமாலிருஞ்சோலை நின்றாள் மாவலி வாணாதராயர் உறங்காவில்லிதாஸனான சமர கோலாகலன்' என்ற கல்வெட்டு காணப்படுகிறது.[59] இப்பெயர், இக்கோயிலில் உள்ள வெள்ளியாலான ஒரு கலசப்பானையிலும் காணப்படுவது குறிப்பிடத்தக்கது.[60]

தாயார் சன்னிதி மேலைச்சுவரின் அடிப்பகுதியில் கல்லில் ஒரு கோடு வெட்டப்பட்டுள்ளது. அதனருகில் இக்கோடு, 'திருமாலிருஞ் சோலை நின்றான் மாவலி வாணாதராயன் மாத்ராங்குலம்' என்ற கல்வெட்டு உள்ளது. இக்கோட்டின் நீளமுடைய கோலையே அளவு கோலாகக் கொண்டு இத்தாயார் சன்னிதி இவ்வாணாதிராயனால் கட்டப்பட்டிருக்கலாம் எனத் தோன்றுகிறது.[61]

தொ.பரமசிவன்

குறிப்புகள்

1. A.R.E. 4 of 1932
2. ,, 322 of 1930
3. ,, 321 of 1930
4. ,, 218 of 1939
5. ,, 330 of 1930
6. ,, 323 of 1930
7. ,, 326 of 1930
8. ,, 270 of 1930
9. ,, 83 of 1929
10. ,, 84 of 1929
11. ,, 331 of 1930
12. ,, 323 of 1930
13. ,, 290 of 1930
14. ,, 307 of 1930
15. ,, 25 of 1932
16. ,, 5 of 1932
17. ,, 6 of 1932
18. ,, 29 of 1932
19. ,, 14 of 1932
20. ,, 279 of 1930
21. ,, 285 of 1930
22. ,, 8 of 1932
23. A.R.E 9 of 1932
24. ,, 11 of 1932
25. ,, 14 of 1932
26. ,, 284 of 1930
27. ,, 289 of 1930
28. ,, 291 of 1930
29. ,, 313 of 1930
30. ,, 14 of 1932
31. ,, 3 of 1932
32. ,, 279 of 1930
33. ,, 277 of 1930
34. ,, 13 of 1931
35. ,, 91 of 1929
36. ,, 285 of 1930

37.	,,	325 of 1930
38.	,,	14 of 1932
39.	,,	308 of 1930
40.	,,	315 of 1930
41.	,,	271 of 1930
42.	,,	272 of 1930
43.	,,	300 of 1930
44.	,,	17 of 1932
45.	,,	302 of 1930
46.	,,	18 of 1932
47.	,,	4 of 1932
48.	"	17 of 1932
49.	,,	12 of 1932
50.	,,	288of 1930
51.	,,	290 of 1930
52.	,,	297 of 1930
53.	,,	284 of 1930
54.	,,	1 of 1932
55.	,,	286 of 1930

56. வேதாசலம், பாண்டிய நாட்டில் வாணாதிராயர்கள் வெளியிடப்பெறாதது, ப.78.
57. 748 ofS.I.I.IV *(1923,* Madras*)*.
58. A.R.E. 306 of *1930*
59. K.N. Radhakrishna, Thirumalirunjolaimalai (Alagarkoil Sthalapurana, p.*126.*
60. Ibid., p.*127.*
61. A.R.E. *85* of *1929.*

பிற்சேர்க்கை II:1

1. அழகர் அகவல்

(R.கையெழுத்துப்படி, கீழ்த்திசைச் சுவடி நூலகம், சென்னை- 5)

திருமால் நீர்நிலையில் யானையொன்றை முதலையிடமிருந்து காத்த செய்தியைக் குறிப்பதால் இப்பாடல் திருமாலுக்குரியது என்பது தெளிவு. 'நீலமால் வரை' எனும் தொடரும் அதனை உறுதிப்படுத்தும்.

'அழகர்' என்ற பெயர் மதுரை, கடலூர் (மதுரை மாவட்டம்), சீவலப்பேரி, கோயில்குளம், கடையநல்லூர் (நெல்லை மாவட்டம்), உறையூர் (திருச்சி மாவட்டம்), பொன்னமராவதி (புதுக்கோட்டை மாவட்டம்), நாகப்பட்டினம் (தஞ்சை மாவட்டம்) ஆகிய ஊர்களில் பழைமையான கோயில்களில் திருமாலுக்கு வழங்குகின்றது. இப்பாடல் ஒரு மலைப்பகுதியைக் குறிப்பதால், மேற்குறித்த ஊர்களுக்குரியது இல்லை எனத் தெரியலாம்.

'அழகர்' என்னும் பெயரோடு மலைப்பகுதியிலமைந்த வைணவத் திருப்பதி அழகர்கோயில் (திருமாலிருஞ்சோலை) ஒன்றே. எனவே இது இப்பாடல் அழகர்கோயிலுக்குரியதென்றே கொள்ள வேண்டும்.

1. தோயுங் கலவித் துறைமுடிவு நிரம்பி
2. யாயுங் கலைக ளறுபத்து நான்கு
3. மாசற உணர்ந்த தேகபுரி கொள்கை
4. சிலச்சொலும் வாண னாம் நலத்தகை
5. மின்னவிர் காண்ப பொன்னுலகு நீங்கி
6. யைந்து தாருவும் வந்துவீற் றிருந்தென
7. வேண்டகு நல்கும் காண்டகு போதும்பா
8. மாலைவெள் ளருவி மலை வள்ளல்
9. வான வாவி யானாது பூத்த
10. வன்னிதழ்க் கமலம் கொள்ளைபட மலர்ந்த
11. வண்ணமும் வடிவும் திண்ணிதினுடைத்தாய்

12. நீலமால் வரை யாடக பொருப்பி
13. னூடுவந் தன்போற் றெனளுமறை சிறகா
14. புள்ளின் மேல் கொண்டு
15. போர் முதலையோ..... குழன்று
16. சேருமலையிரு கொட்டொரு மலையழைத்த
17. தடத்துவழி வந்தருள் சுடர்ப்பெருங் கடவுள்
18. தெய்வனாயகன் சைய்வ சிகா......தம் வணங்கி
19. யொருபதம் பேசதோர்-யினையென மவிந்த
20. கனையிருட் கங்கு லூழிலோ விழுந்த
21. வழியாமாக
22. மடங்கல் வேம்பே முடங்குழை யமர்ந்து
23. பணைக்கை வெண்மருப்பு நினைத்துநின் றியங்கியும்
24. பின்னியடை விடாத பன்னக முயங்கியுந்
25. தடமயங்கு சின்னெறி மட......ல்
26. வரைசுவன்றி வருத லுரைபகர் முறையே
27. உலர்ந்த துரணணீயே உலசிலம் புதித
28. துறைவன் திருமகளே சரணம்.

2. அழகம்பெருமாள் வண்ணம்

(உ.வே.சா. ஏட்டுச்சுவடி நூலகம், திருவான்மியூர், சென்னை)

ஆய்வாளரால் திருவான்மியூர் நூலகத்தில் இந்த ஏட்டுச் சுவடி முழுவதும் படித்துப் பார்க்கப்பட்டது.

“தென்குலசை யூரதிபா செங்கண்நெடு மாலழகா” என்பது இந்நூலின் ஒரு பாடலில் காணப்படும் விளியாகும். எனவே இது ‘குலசை’ என்னும் ஊரிலுள்ள (நெல்லை மாவட்டத்துக் குலசேகரப் பட்டினமாக அல்லது குமரி மாவட்டத்துக் குலசேகரமாக இருக்கலாம்) அழகர் மீது பாடப்பட்டதென அறிகிறோம்.

அழகர்கோயில் (திருமாலிருஞ்சோலை) பற்றிய குறிப்புகள் ஏதும் நூலில் காணப்படவில்லை. எனவே இவ்வண்ணம் இக்கோயிலுக்குரியது இல்லை என்பது தெளிவு.

2.1 அழகம்பெருமாள் வண்ணம் (381)

குறிப்பு: இது அழகர்மீது இயற்றப்பெற்ற வண்ண விருத்தம் ஒருவண்ணம் தான் இந்தப் பிரதியிலுள்ளது. மற்ற விவரம் அறியக் கூடவில்லை.

தொடக்கம்

“சததள பத்மபீட மீதினிலிருக்கு மங்கை
தரைமகள் கர்த்தரான
சோபன சவுக்ய நண்பர்
சந்திர முகவாணகை விளங்கவரு கோவியர்கள்
தங்கள் கலையோடொரு
குருந்தின்மிசை ஏறினவர்”

முடிவு

“யெழுந்தரம் போமென்று மறவாதிருக்கு மின்று
தரியாது முகில்பாகனே
இரதம் விடுதுரியன”

A Descriptive Catalogue of Tamil Manuscripts, Volume IV, Adyar 1962, p.300.

3. அழகர் வர்ணிப்பு

(அச்சிடப்படாதது)

அச்சிடப்படாத 'அழகர் வர்ணிப்பு' ஆய்வாளருக்காக மதுரை கீரைத்துறை-மகாகளிப்பட்டியைச் சேர்ந்த பிச்சைக் கோனாரால் (வயது 66) பாடப்பட்டது. ஒலிப்பதிவு செய்த நாள் 13.2.1979.

இவ்வர்ணிப்புப் பாடல் அழகர்கோயிலில் பயணத்தைத் தொடங்கும் இறைவன், வண்டியூர் சென்று சேரும் வரையிலுள்ள நிகழ்ச்சிகளை வருணிக்கிறது. அச்சிடப்பட்ட அழகர் வர்ணிப்பு கூறாத செய்திகள் சில இதில் காணப்படுகின்றன. அழகர் ஏறிவரும் குதிரை பினைத் தேசி, மாந்தேசி ஆகிய பெயர்களால் இப்பாடல் குறிக்கின்றது. வெள்ளையர் ஆட்சிக்காலத்தில் பாதுகாப்புக்காகவோ அல்லது வேறு காரணம் கருதியோ அழகர் ஊர்வலத்துடன் கோர்ட்டாரும், போலீசாரும் உடன் வந்ததையும் இப்பாடல் குறிப்பிடுகின்றது.

ஆதிமூலம் முறகரி முகத்தோனே பழம் வேண்டிநின்ற
முத்திக் கணபதியே
கரமதனில் கொம்பொடித்து பாரதம் எழுதிவைத்த
கைலாசபுத்ரனே
அரனுமையாள் ஈன்றெடுத்த ஐங்கரனைப் போற்றி அனந்தன்
கதை கூறுதற்காய்
அன்பாய் வரமளிப்பாய் எந்தெந்தநாளும் என் இருதயம்
வீட்டு அகலாதிருக்க

5. திருப்பால் கடல்தனிலே கண்துயின்ற தேவன் திருமால்
பாதமதை
கண்டார்கள் தேவரெல்லாம் அரிவாசுதேவா கரியமால்
அப்பனே
வின்டார்கள் தொண்டரெல்லாம் அழகா புரிக்கண்ணன்
விமலன் அவர்கள்தன்னை
வணங்கிடுவீர் நீங்களெல்லாம் ஷேத்திரபாலர் முதல்
வடக்குக் குடவரையில்
களக்கமில்லாப் படிவாசல் நெய்வேத்ய பூசை கற்பூர
தூபதீபம்

10. துளக்கமதாய்க் கொடுத்து மூன்று காலவேளை தொகுதிப்படி
                                                        முறையாய்
    குட்டிமுட்டி கோழி சேவல் அட்டியில்லாமல் தரக் கோட்டை
                                                        வாசல் பக்கமதில்
    மற்றிணையில்லாத கருப்பன் சகலமும் வாங்கிப் படிவாசல்
                                                        காத்திருக்கார்
    குருதிகொண்ட வளநாட்டில் கள்ளருட வம்சம் குலவிருத்தி
                                                        யாகுமென்றார்
    பட்டர் முதல் ஆண்டாரும் நாட்டார்க் குரைக்க பணித்து
                                                        நமஸ்கரித்து

15. கட்டணம் தவறாமல் நடக்கிறோமெந்த நாளும் கருவூலமே
                                                        என்றுரைத்து
    எல்லோரும் கோவிந்தாயென்று பொய்கைக் கரைப்பட்டி
                                                        ஏகினார் பட்டர் முதல்
    சென்று திரும்பிவரப் பரமசாமிப் பட்டரிடம் செப்புவார்
                                                        செந்திருமால்
    வாமனரே வைகைவளம் நாளைப் பயணம் வைக்கலாம்
                                                        தென் கூடலுக்கு
    நேம விதிப்படியே நான்கு கோட்டை வாசலுக்குள்
                                                        நேமியும் பன்முறை போய்

20. உள்கோட்டை வாசலிலே ஆழ்வார் கெருடாழ்வார்
                                                        உடையாழ்வார் காவலுடன்
    செல்வதற்குள் மடப்பள்ளி திருப்பரிச்சி முதலாக திருமால்
                                                        அவர் கானலென்றார்
    கருமண்டபமும் களஞ்சியம் காணிக்கைக் குடவரையும்
                                                        கல்படியோன் காவலென்றார்
    திருமாலுடைய தொட்டிபட்டி அயராமணி மண்டபம் சுரங்க
                                                        முதலாகச் சித்தர்கள்
    காவலென்றார் மறுகு மலரணிந்த மாதவன் சொல்படியே
                                                        வாமனன் கட்டளையில்

25. வருமலர் இணைமாற்றித் தீர்த்தமதை வழங்குகின்ற
                                                        மஞ்சனை யாள் பேராக்கு
    பெருகும் படையொடுக்கிச் சமர்முடித்து வந்த சித்தர் பிரான்
                                                        மலையை
    காத்து வருவீரேல்லாம் வற்றாமல் தீர்த்தம் கலங்காமல்
                                                        ஈயெறும்பு

காவலுடன் நானிருப்பேன் ரெகுபூபதியே நீங்கள் கலவைநதி
போங்ளென
ஆவலுடன் செங்கமலன் மஞ்சநதி ராக்குரைக்க திருமாலும்
30. தாமோதரக் கண்ணன் தானமலர்த் தண்டியலைத் தான்தூக்கி
வாங்களென்றார்
போய் வாரேனென்று சொல்லி சேவகரும் மாறணமைக்
காரரும் பல்லக்கைத் தூக்கி பட்டர் வலம்புரிச் சங்கூதிடவே
நாட்டார்கள் கொம்பூத சேகண்டி நாதம் நாவுதிக்கம் தான்
முழங்க
கோர்ட்டார்கள் கூடிவர காட்டுப் பிள்ளையாரிடத்தில் கூறிய
சேதிகளை
நடந்தார் பெருமாளும் பொய்கைக் கரைப்பட்டி கலவநதியும்
நல்லதென்று கடந்து
35. நடந்தார் பெருமாளும் நல்லதென்று கள்ளரெல்லாம்
நாதனை எதிர்பார்த்து நிற்க
கூடினார் கள்ளரெல்லாம் கோவிந்தனைப் பார்த்து
குலவையிட்டு
ஆடினார் நாட்டார்கள் நமக்குக் கிடைத்த அதிர்ஷ்டம் இது
நல்லதென்று
பல்லாக்கைத் தானிறுத்தி ஆவரணத்தைக் கழத்தி அவர்
பட்டயமெல்லாம் பறிக்க
எல்லாத் திருக்கூத்தும் பரமசாமிபட்டர் பட்ட
இடையூறெல்லாம் நினைத்து
40. மாலழகா பூந்துளபா உலகமதை உண்ட மாதவனே
கோவிந்தா
சீதரனே கார்மேகம் இங்கு நடந்த தீதுனக்குச் சம்மதமோ
பதறியே கைநடுங்கிப் பரமசாமிபட்டர் பகவான்முகம்
பார்த்தவுடன்
சிதறியே பொறிபறக்க கண்விழித்துப் பார்க்க திடுக்கிட்டுக்
கள்ளரெல்லாம்
இருட்டடைந்து எல்லோரும் கண்ணு தெரியாமல்
ஏங்கிமுகம் வாடிநின்ற
45. குருட்டடைய வைத்த மாதவ கோவிந்தா எங்கள்
குலமுழுதும் நீ காப்பாய்
நந்தா முகுந்தா என்று எல்லோரும் கூடி நாதனைப் போற்றி
செய்தார்
நன்று நீங்கள் இத்தொழிலை இன்று முதல் விட்டு
நாட்டிலெனக்கு

ஊழியங்கள் செய்து வந்தீராமானால் கண்ஒளிவு தந்து
சேவை தாரேனென்றுரைத்தார்
மெய்மகிழ்ந்து கள்ளரெல்லாம் வயித்துக் கொடுமையால்
முகுந்தா நாங்கள் இத்தொழிலை

50. உங்களிடம் செய்ததினால் எங்களுக்குப் பதவி உலகமதில்
நீ தருவாய்
நந்தா முகுந்தா என்று எல்லோரும் கூடி நாதனைப் போற்றி
செய்தார்
ஒளிவுதந்து கார்மேகம் வளநதிக்குப் போய் உண்டியலை
நெப்பிவாரேன்
வரும் தருணமதில் உங்களுக்கோர் கைப்பணம்மானிலத்தில்
வரமளித்தேன்
என்றுரைத்துத் திருமாலும் அப்பன் திருப்பதியை இறைவன்
வழிகடந்து

55. மயிலும் (தயிலும் கூடியுலாவுகின்ற குளிர்ந்த வனமடர்ந்த
மாஞ்சோலை
மாஞ்சோலை பேர்நதியாம் பூண்டியார் கட்டளையில்
பூமான் அவரிருந்து
தாண்டி வழிகடந்து மறவர் மண்டபத்தில் சாரங்கள்
இளைப்பாறி
எழுந்து பயணமானார் காரைக்கிணர்தேடி எம்பெருமான்
வருகையிலே,
வழிமறித்தார் கடச்சனேம்பு காங்காப் புளியம்பழம்
வல்லபன் கட்டளையில்

60. கடிதிலே கோபாலன் உண்டு அருந்தக் காட்சி
அழைத்துமேதான்
அழியாத முத்தி பிரளயத்தில் ஈந்தோன் காரைக் கிணற்றருகே
அமர்ந்து இளைப்பாறி
சங்கு முழங்கிட புங்க இளஞ்சோலைகூடி
சாரங்கள்பயணமானார்
செங்கரத்தில் சங்கோதி மூணுமாவடியில் ஸ்ரீமான்
சயனித்திருந்து
சங்கதி யெல்லாமறிந்து பூதனைப் பல்லாக்கில் சகலாத்துத்
தான்மாத்தி
மாலைநேர மாச்சுதென்று சாடையறிந்து மாயோன்
அவசரமாய்

சேலைதுகில் கவர்ந்தோன் திருக்கண்கள் தோறும்
தீர்த்தாபிகேம் தெரிசித்துத் தான்கடந்து
நடந்தார்கள் நாட்டாரும் குடைசுருட்டி ஈட்டி நாளணியும்
முன்னடக்க
தொடர்ந்தார்கள் கொம்பூதி யானைபரிசேனை தூயோனைச்
சூழ்ந்துவர
நட்டுவ தாளத்துடனே நாகூர் நாயக்கர் கட்டளையில் நாதன்
போய் நுழைய

கட்டுத் திட்டத்துடனே சர்க்கரைப் பொங்கல் கனிவுள்ள
சம்பாவும்
தட்டுத் தட்டாகவே வைத்த சூட நெய்வேத்யம்
தானளிக்கவே
கொட்டுச் சத்தத்துடனே அதிர்வேட்டுப் போட கோவிந்தன்
வெளியேறி
எதிரில் நிற்கும் மானிடர்க்கு திருக்கண்கள் தோறும்
இறைவன் பதவிதந்து
கதிரோனொளி மறைய ஒட்டுமாஞ் சோலையிலே
கண்ணபிரான் அங்குவந்து

ஆல விரு'கத்தருகில் நாலுகால் சவுக்கை அனந்தனும்
தங்கியிருந்து
மேலாம் பதமளித்து அன்பர்களைப் பார்க்க மெய்யனவன்
தான் நினைத்து
சூழ்ச்சியாப் பிரிட்டிஷார் கமிட்டியார் போலீசும் சேவை
தாங்கிச் சூழ்ந்துவர
ஆழ்ச்சி கொண்டு தானெழுந்து சூப்பிரண்டு பங்களா
அத்தனையும் தான்கடந்து
நாட்டார்கள் சேவிக்க ராமையர் மண்டபத்தில் நாதனவர்
உள் நுழைய

கோர்ட்டார்கள் காவலுடன் நரசிங்கம்பட்டி குளத்தழகன்
அம்பலமும்
விண்ணில் புகழ்பெருக மண்ணிலுள்ளோர் கொண்டாட
விசித்திரப் பதுமையுடன்
நுண்ணிதமாய் மண்டபத்தைக் கமான் வரைந்த சித்திர
நூலில் முறைப்படியே
அடுக்கடுக்காய் மாளிகையும் சப்ரமஞ்ச ஊஞ்சல் நாலுபக்கம்
அடுத்தபத்தி மாடிகளும்
தொடுத்து வைத்து பீதாம்பரம் அணிந்த திரைச்சீலை
தானணிந்து

திண்டு தலகாணியுடன் சுவாமியவர்க்கேற்ற சிகரமணி விளக்கு வைத்து
கண்டு களிப்படைய கொத்துப்பூ திரைக்காட்சிச் சுலையிட்டும்
வானவரும் விபரமதைக் காணவரும் பேர்கள் மகிழ்வாய்த் தரிசிக்கத்
தானவரும் மானிடரும் அம்பலவன் கட்டளையில் தாழ்ந்துபணி போற்றிசெய்ய
ஞானபரன் செந்திருமால் அங்கு சற்று தங்கி நாட்டார்க்குப் பத மளித்து
தண்டியலைத் தானடத்தி வண்டியூர்போக சங்கு தொனிகிளம்ப
உண்டியலும் பின்னடக்க அதிர்வேட்டுப் போட உலகளந்தோன் அன்புகொண்டு
விரதங்கொண்ட நாச்சியார் அரண்மனை போவதற்கு வேதன அவர்நினைத்து
குளித்து மயிருணத்தி அரிநாமதேவன் கோடாலிக் கொண்டையிட்டு
தளிர்த்த மலர்சூடி செங்கமல நாதன் சங்கு சக்கரமேந்தி
கிருஷ்ணா எனும் ஒளிபறக்க முத்துக்கிரீடம் கேசவனும் தானணிந்து
பீதாம் பரத்துடனே வஸ்திர காரியமும் கெம்பீரமாய்ச் சூடி
சீதாசமேதன் அசுவமதை அப்ப சீக்கிரத்தில் வரவழைத்து
ஏறி லகானிழுத்து வீரமணிச் சவுக்கெடுத்துத் திருமாலும்
ஏறியவர் கண்டிடவே நாலுகால் சவுக்கையிலே புரவி வாருதாம் முன்காலை
தாண்டியே திருக்கண அபிஷேகத் தீர்த்தம் தான் அருந்தி தேசியுமே
வேண்டியவர் துதிக்க ஆயிரம் பொன்னாலிழைத்த விமான மணிச் சப்பரத்தை
கண்டதாம் கண்ணாலே வேதனைத் தூக்கி கால்மாறி நடனமிட்டு
நின்றதாம் மாந்தே) படிவாசல் முத்தன் நிமிசம்தனிலெழுந்து
வணங்கி நமஸ்கரித்த அரிவாசு தேவா மாதவா கோவிந்தா
கனம்கொண்ட கேசவா என்னை ஆளடிமைகொண்ட கடவு ளெனைக் காத்திடுவாய்
சலசேத்திரம் அணிந்த வளநதிக்குப் போக சப்பரத்தைச் செப்பனிட்டோன்.

சலபமதாய்ச் சாரதியைச் சப்பரத்தில் மாற்றிச் சீக்கிரத்தில்
செல்வதற்கு
மகாநேர மாச்சுதென்றார் மாயவனும் அப்போது
மனங்குளிர்ந்து ஏதுசெய்தார்
கதிரா மணிச்சவுக்கை திருக்கரத்தில் தூக்கிக்கரியமால் அவ்
விடத்தில்
தட்டிடவே இரும்புரவி கடிவாளம் முத்தன் தான்பிடிக்கச் சப்
பரத்தைத்
தொட்டிழுத்த பாவனைபோல் சாக்குருதி கொள் சுந்தரமாந்
தேசியது
அசையா வழிகடந்து திருக்கண்ணெல்லாங் கடந்து யானைக்
கிடங்குவந்து
இசையுள்ள கொட்டகை கட்டிப் பந்தல் மண்டபம் யெல்லா
யிடங்களிலும்
வகையுள்ள சம்பா சக்கரை நெய்வேத்யம் தளுகை முதலாக
மணிவண்ணன் தானருந்தி
பதினாறுகால் மண்டபம் அந்த பீசர் சவுக்கையில்
பாரளந்தோள் அங்குவந்து
நதிதீரச் செங்கமலன் அங்கிருக்கும் மானிடர்க்குக்
காட்சியுமே தானிந்து
அளித்துப் பதவியும் மானிடர்கள் சூழ யானைத்திரள்
முன்னடக்க
ஜொலிக்க குடைசுருட்டி சங்கு நாதத்தோடு திருமாலும்
வைகையிலே
வண்ணமலர் சொரி விண்ணில் அரும்பெரிய மாலழகள்
கிருத்தோளில்
அந்த நாச்சியார் ஸ்ரீவில்லிபுத்தூர் மாலையினை அணிந்த
கார்மேகம்
பவளவர்ணப் புரவிதன்னை வளநதிக்குப் பகவானும்
சூழ்ந்திடவே
குவலயத்தோர் கொண்டாட அம்பிகைமீனாள்
கும்பிட்டடிபணிய
சிறப்பளிக்கத் திருவரதன் உள்ளமதில் எண்ணி செப்புவார்
தங்கையர்க்கு
வைகைநதி மேல்சார்பை அம்பிகைக்கு சீர்வரிசை
மாதவனும் அங்குதந்து

தொ.பரமசிவன் 261

பையரவன் சங்கர்க்கு வளநதியைப் பாதி பகிர்ந்துமே கீழ்முகமாய்
வடகரையில் புரவிதனைச் சூழ்ந்து தென்கரையை திரும்பியே மாதவையர்
பால் அபிஷேகம் தர வாங்கியருந்தி பச்சைமால் இச்சையுடன்
நால்வேத வாத்தியங்கள் ரங்கநாதபுரம் திருக்கண் கண்டு நாதனவர் உள்நுழைய
ஐதீகம் மாறாமல் 'ராப்பு நாயக்கர் கட்டளையில் அனந்தனும் தங்கியிருந்து
இழுத்த கடிவாளமதைச் சுண்டின வேகத்தால் எழுந்ததாம் மாந்தேசி
குலுக்கிக் குமுறியதாம் முத்துச்செட்டி மண்டபம் கொட்டகைக்குள் போய்நுழைய
தூத்தினார் பூமலரை எங்கோமான் மேற்சொரிய துடிக்குதாம் மாந்தேசி
அடுத்த திருக்கண்ணுக்குப் போக நினைக்கவே அதிர்வேட்டு போட்டிடவே
எடுத்ததாம் சவ்வாரி தென்னந் தோப்பருகே இடையருட மண்டபத்தைக்
கண்டு மனமகிழ்ந்து சந்தோஷ மாகவே காட்சியளித்து
நின்று திரும்பி ராமராயர் மண்டபத்தை நினைத்துக் கனைத் ததுவோம்
தாள்கிளப்பி மண்டியிட்டு முழிய மருட்டி மணிமுடியத்தாள் குலுக்கி
அதனை வாரி இறைத்தது போல் ஆத்துமணல் தூள்பறக்க
நாட்டியங்கள் ஆடி அடிமாற்றி வைத்து நடனமிட்டுக் குதிரையது
தாஷ்டிக மாகவே தான்கூட வாத்தியங்கள் முழங்க திருக்கண்களெல்லாம்
கடந்துமே விண்புரவி நாலுகால் திட்டில் கரியமாலைக் கொண்டே நிறுத்தி டந்தேர்
நடத்திநின்ற தாமோதரக் கண்ணது தங்கி நிற்க ராயர்மகன்
நதியில் நிற்கும் சாமளனை சகல வீணை வாத்தியங்களோடு நட்டுவ தாளத்துடனே
கொட்டு மேளங்களெல்லாம் நகராமணி ஓசையோடு கோவிந்தன் முன்புடனே

கட்டுமாறாமல் சீர்சிறந்த புஷ்பமாலை பரிவட்டம் கட்டி
எங்கள சேகரமாய்
எதிர்நின்று எஜமானை மஞ்ச நீராட்டு நெய்வேத்யம் ஈந்து
நிமலனைப் போற்றி செய்து
நாணல் ஒருகரை வடகோடித் திட்டில் பக்தர்களெல்லாம்
அந்த நாராயணன் அடியில்மேல்
பன்னீர் தோல் தோப்பையுடன் வண்ணமலர் மாரிபல
வாத்திய முழங்க
தண்ணீர் பீய்ச்சித் தொண்டரெல்லாம் ஆண்டாரும்
உடையாரும் சாரங்கனைச் சூழ்ந்துநிற்க
தேசிமேலே யிருக்கும் பட்டர்முத லாழ்வாரும் மாரி
பொறுக்காமல் திரையினால் போற்றிடவே
மூன்றுகால கட்டளைக்குப் புரவி மிதந்தோடி ராயர்மகன்
முன்பாக வந்து நிற்க
வாசிமனம் பதற அண்டரெல்லாம் கூடி மலர் மாரியாய்ப்
பொழிந்தார்
மூன்றுகால கட்டளைக்குப் புரவி .... நிற்க
தொண்டு செய்ய மால்பதத்தை இருகரத்தாலும் தொட்டு
அடி பணிந்து
மாலடிகா பூந்துளபா உலகமதை உண்ட மாதவா கோவிந்தா

கீதநாராயணா பரம சிருஷ்டியாய் நின்ற கேசவா, ரகுராமா
வடவாலைவிட்டு பல்லாயிரங்கோடி ஜீவனுக்கும் முத்தியிந்த
வளநதியில் நீயளிக்க
கடலாழியைக் கடந்து, அமுதளித்த பாவனைபோல்
கரியமால் இங்குவந்து
எந்தனுக்கு அமுதளிப்பாய் என்று ஆடிப்பரதவித்து
இறைவன் இளைப்பாற

தன் சவரப் பஞ்சணையாம் சப்ரமணி ஊஞ்சல்
சகலாத்துமெத் தையிட்டு
தங்கவைத்து மலர்வீசி சாமரங்கள் போட்டுச் சாரங்கனைக்
கொண்டாட
கொங்கு முடியணிந்தோன் வணங்கி நிற்கு மானிடர்க்குப்
பொழு தாவுதென்று சொல்லி
வீரமணிப் புரவிதன்னை பெருவிரலால் சூழ்ந்து
வெகுவேகமாய்த் தூக்கி
வாரணத்தைக் காத்த வள்ளல் வண்டியூர் நோக்கி வளநதிக்
குள்ளே நடக்க

பக்தர்களும் தொண்டர்களும் ஊழியங்கள் செய்து
பகவானைச் சூழ்ந்துவர
சித்தர்களைக் காவல் வைத்தோன் தென்திருமலைச் சாரியில்
திருமால் ஒருகரையாய்
நாளை வாரேன் கருடன்மேல் கட்டளை தவறாமல்
நடத்தியே காட்சிதரும்
வேளை யிதுவறிந்து வண்டியூர் போயி சற்றுநேரம் தங்கி
விமலிக்குச்சேதி சொல்ல
சுண்டினார் சவுக்காலே தேவியை நினைத்து குளிர்ந்த
மணலில்துவளுதாம் திரையது
மண்டியிட்டு மணல்வாரி வாலைக் கிளப்பி இளந்தோப்பைத்
தேடிவருகுதாம் பாந்தேசி
நெல்லிமலைக் காடு மூங்கிவளப் பண்ணை நெருஞ்சித்
திடல் கடந்து
மல்லிகைப்பூ பூட்டி தென்னை வளப்பூமி தாண்டுது
லகானை யிழுத்த கையோடு வேர்வையது சிந்த
நாடகஞ்சூழ் தென்றலினால்
உலகாதிபன் தேனூரார் கட்டளையில் உ....ள் நுழையத் தேசி
தன்னை
வெண்சாமரம் வீசி பீதாம்பர மணிந்து நெய்வேத்யம் ஈந்து
விமாலனைப் போற்றியேதான்
தஞ்சமென்றே காராளர் சம்பாதளுகை செய்து தாள்பணிந்து
போற்றிசெய்து
திரையொதுக்கித் திருமாலும் பக்தர்முகம்பார்த்து சூடதீபம்
தான் கொடுத்தார்
பறையோசை தானோங்க அதிர்வேட்டுப் போட
பலவாத்தியம் முழங்க
நாளணியும் முன்நடக்க குடைசுருட்டி யீட்டி நகரா
மணியசைய
பாரளந்தோன் பரிசூழ்ந்த கோவிந்தா என்ற சத்தம் பாரில்
உள்ளோர் போற்றுவராம்
உதறி மயிர்குலுங்கி முழிய மருட்டி அனுமார்பட்டி
பாதையினைத் தேடி உல்லாசமாய்ப் புரவி
பதறி நடுநடுங்கித் திக்கத் திசைமாற மாலைப்பொழுதில்
பாயுதாம் ஓர்கரையில்

ஆனைசேனை முன்னடக்க கழலு மணிச்சதங்கை அசையா
கூமுறி இலங்க
மானை நிகர்த்த முழியாள் செண்பகவல்லி நாச்சியார்
அம்மன் மாதரசி தன்மனையில்

185. எண்ணினார் இருகணத்தில் ஜெயதிருஷ்டி மாயோனை இரு
விழியால் பார்க்க என்று
உன்னிதமான தொனியோசை முழங்க மேமுலைச்சாரி
ஓடிவந்து பார்த்து நின்றான்
செம்மேகங்கள் கூடித் திரண்டு வருவதுபோல் புரவிவரவு
பார்த்துத் தேவி மனங்குளிர்ந்து
கார்மேகம் வந்ததென்று புன்சிரிப்புக் கொண்டு கைகொட்டி
நடனமிட்டு

189. ஆனந்தக் கூத்தாடி மண்டப மாளிகையில் அலங்கரித்தாள்
பள்ளியறை

பிற்சேர்க்கை II:4

4. வலையன் கதை வர்ணிப்பு

மதுரை காமராசர் பல்கலைக்கழக வரலாற்றுத்துறை விரிவுரையாளர் திரு. செல்வின்குமாரால் 1977ஆம் ஆண்டு சூன் மாதத்தில் பல்கலைக்கழகத்தை அடுத்துள்ள வடபழஞ்சி கிராமத்தில் 'வலையன் கதை வர்ணிப்பு' என்னும் இப்பாடல் பதிவு செய்யப்பட்டு ஆய்வாளருக்கு உதவப்பட்டது. பாடியவர் வலையர் சாதியைச் சேர்ந்த வி.எம்.சுப்பையா என்பவர். செவிவழிச் செய்திகளின்படி இவ்வர்ணிப்புப் பாடலை எழுதிய பொன்னுசாமி வித்துவான் மதுரையையடுத்த பிள்ளையார் பாளையத்தைச் சேர்ந்த பழனியப்ப நாயக்கரின் மகனாவார் என்று தெரிகிறது.

  ஆதிநாராயண அழகமலைத் தாதா உன்னை
  அந்தியிலும் சந்தியிலும் அறுபது நாழிகையும் அனுதினமும்
       நான் தொழுவேன்

  தேவரிசி ஓர்முனிவர் அரசர் மானிடர் தினம்தினம்
       வந்தேபணிந்து

  சாபம் தனையகற்றும்மகுமையுள்ள தீர்த்தம் பாரினிலே
       இதுபகராய்

  தென்மதுரை மாநகரில் பொற்றாமரையாம் தெப்பக்
  குளத்தருகில் எந்நாளும் வீற்றிருக்கும் சித்திநாயகனை
  எப்பொழுதும் போற்றி செய்தேன்

  அல்லுபகல்.................. சேத்திர பாலகர்களும்
  தொல்லுலக மந்திரியாம் படிவாசல் முத்தையா துடியா யதில்
       இருக்க

10. ராசனும் இணையாய்ச்................................
  ....யிருக்கும் காலமதில்
  நதிபுகழ் அழகமலையில் தென்மூலைச்சாரி நடமாய்
       வருகையிலே
  பதிமுழுதும் தானலைந்து கண்மாரி பெய்து பாரெங்கும்
       தான்கூடி

இருக்குகின்ற காலமதில் வலையனொருவன் எளியோர்க்கும்
எளியவனாம்,
தரித்திரனாக அதுவே மலைதனிலே சென்று தன்குடும்பம்
காப்பதற்கு
15. ஒருநாள் ஒருபொழுதில் கடப்பாரைதன்னை உரமாகத்
தோளில் வைத்து
பெரியாழ்வார் தன்மலையில் அணு..யும் தீர்த்தக்கரை
சோங்குகளாம்
தீர்த்தக்கரை சோங்குகளாம் கொல்லி மலையில்
நித்யபராய் விளங்குகின்ற
கல்மலையும் தெள்ளிய சித்தர் கவிவாணர் குகைகளெங்கும்
....வலையமகன் பார்த்தே
20. காய்கிழங்கு தேன்சருகு சோலையெங்கும் தேடிக் காணா
தலை பவனாம்
...யதனால் தேக்கிளநீர் அதுபோக்கி ஐந்துலை விட்டிறங்கி
வரும் வழியினிலே வள்ளிக்கிழங்கு கிடையாதபடி
வலையமகன் வருத்தப்பட்டதினால்
மறுபடியும் மலையிலும் போய்ப் பார்ப்பமென்று
கருவலையன் கருத்திலெண்ணி
திருமாலிருஞ் சோலைமலை தீவுவாந்த்ரமுள்ள திசைநான்கு
பக்கமலை
25. வரமிழிந்த கல்லுமலை அகில உலகமெங்கும் ஆதிமேல்
தங்குமலை
பரமனார் வாழுமலை......... தேவி பராசக்தி தங்குமலை
கரங்கள்
இல்லாதமலை தலையில் கர்ச்சிக்குங் கழுகுமலை
குண்டுவாழ்
இருண்டமலை குறவஞ்சி வேடுவர் சிங்கி கூத்தாடு
மலை அண்டர்கள் கொண்டாடுமலை சாம்புவர் சிருஷ்டித்த
அண்ட ரண்டப் பட்சிமலை
30. சண்டப்ரசண்டமலை நம்மகிரியென்று சந்திராசம்
கொண்டலை
பொன்வண்டு போன்றமலை அகத்தியர் முனிவர்
போதிக்கும் பொதிகைமலை
பண்கொண்ட சுருளிமலை மேல மலையாளம் பாலகர்
வாழுமலை

விஞ்சமொழி பேசுமலை வெற்றியப்பன் அல்லிராசன்
வீற்றிருக்கும் விராலிமலை
அஞ்சலிகை கொண்டமலை ஆரவல்லி ஓர்காலம்
ஆண்டுஅர சாண்டமலை
மஞ்சநதி சூழுமலை திருவாங்கூர்ராசன் மாசிக் களரிமலை
விண்ணுலகங் கண்டமலை இந்திரன் ஆலயம் வெட்டும்
விமான மலை
மண்ணுலகங் கண்டமலை தேவராசன் கண்ணுக்கு
மறைந்திட்ட மைனமலை
சூரியப் பிரகாசமலை வானர ஜனாதிபதி சுக்கிரீவன்
தங்குமலை
காரிருள் கொண்டமலை துஷ்டர்களை யெரித்துக்
கருவறுக்க வந்தமலை
சேனைபோல் திரண்டமலை செயவீர பாண்டியனைச்
சேவிக்க வந்தமலை
நாகரிகமலை முத்தன் சேத்திரத்தை நாடிவந்த ஞாயமலை
..........துலங்கும் வெள்ளிமலை
நம்பிக்கை கொண்டமலை பெரியசாமி வித்துவ நாடக
பாணிமலை
அந்தமலைக் கெந்தமலை அதிகமலையிருக்க எங்கள்
அரியவர் சொல் சோலைமலை
இத்தனை மலையுந்தேடி கருவலையனானவன்
வள்ளிக்கிழங்கு கிடையாதபடி அன்றுகல்லால் செனித்த
அழக மலையில்
தென்சாரி லேவதியில் ஆங்கோரிடத்தில் சேமா மரத்தடியில்
சங்கதமாய் மரவள்ளி ஒன்று சதிராய் முளைத்திருக்க
அதைக்
கண்டான் வலையமகன் கடப்பாரை நீட்டிக் கடினமுடன்
தோண்ட லுற்றான்,
கிள்ளினான் வெகுநேரம் அஸ்தமிக்குமுன்னே கிரியைவிட்டு
வீடு வந்து
இரவிலே நித்ரைசெய்து சேவல் குரல்கேட்டு எழுந்தான்
வடமுகமாய்
ஐயனருளாலே வள்ளிக்கொடியை அவசரமாய்த்
தோண்டுகையில்

வையகத்தை உண்டுமிழ்ந்தோன் சிரசுபோல் தங்கி வடபுரம்
போயிருக்க
பார்த்தான் வலையமகன் இக்கிழங்கைப் போலே நான்
பாரினிலே கண்டதில்லை

55. பூரித்து மனமகிழ்ந்து தெய்வ செயலாலே பொங்கமுடன்
மங்லமாய்
பேர்த்தெடுத்த அக்கிழங்கைப் பெருமாள் சிரசி லுற்ற
பெருங்கிழங்கைத் தோண்டலுற்றான்
தூக்கி வெளியேறிடவே ஆங்கோர் இடத்தில் துலங்கவே
ஆணிக் கிழங்கெடுக்க வேணுமென்று
ஏக்கமுடன் பேர்த்திடவே கடப்பாரையாலே இடறினான்
உட்கிழங்கை
கடப்பாரை தைத்திடவே அரிஓம் நமோ நாராயணன் சிரசில்
கடுகிரத்தம் வந்திடவே

60. சடப்பால் வலையன் நிற்க ஆதிமகா மூலமவர்
சன்னபின்னலாய்க் குதித்து
அதிற் சிறந்த பேவலையன் கிழங்கெடுத்து அக்கானகம்
தாண்டி
பிரியமுடன் பிள்ளை பெண்டிரோடு பேசாமல்
ஆடிநின்றான்
நினைச்ச குறியுரைப்பான் பிள்ளையில்லா தவர்க்கெல்லாம்
இளையான் வரங்கொடுப்பான்
நினைச்ச குறிதான் கேட்டு இதுதான் சாமியென்ற நேமநெறி
தவறாமல்

65. வலையன் மொழிந்தபடி பாண்டி மகாராசன் மதுரைவிட்டுச்
சேனையுடன்
நிலமகளும் போற்றிடவே தல்லாகுளத்தை நிமிசமுடன் தான்
கடந்து
மாரியம்மன் ஆலயமும் பாண்டியன்சேனை மந்திகுளந்
தான் கடந்து
தேனுள்ள பூமூணு மாவடியாம் ஈச்ச வனமுள்ள
காதக்கிணறும்
வனங்கள் பலகடந்து அப்பன் திருப்பதியை வலம்பார்த்து
ஓர் முகமாய்

70. கனஞ்சிறந்த ஆண்டியப்பன் வெள்ளியக்குன்றம்
கணக்கரசன் தேசம்விட்டு
ஆனபரி முன்னடக்க அழகமலைத் தாதனுக்கு மேளதாளம்
முழங்க அழகமலைமீது வந்து

ஞானத் திருநெடுமால் இருக்குமிடத்தில் நாடியே
அவ்வலையன்
ஓடிக் குலவையிட்டான் அப்பாண்டி மகாராசன்
உண்டையுடன் தான்வணங்கி
நாடினான் தன்னறிவால் வள்ளிக்கிழங்கை நான்குதிக்கும்
பேர்த்தெடுத்து
கிழங்கெடுத்த பள்ளமதாய் என் ஆண்ட சுவாமியவர்
கிருஷ்ணாவ தாரராய்
இளங் குமரனைப்போல் பொன்ராமத்தோடே இருந்தார்
செகமளந்தோன் எம்பெருமான்
கடவுள்தனைக் கண்டவுடன் பாண்டி மகாராசன் கருத்தில்
பரிபூரணமாய்
திருமதிலும் கோபுரமும் சுமாதைச் சுற்றிச் செம்பொன் மணி
மண்டபமும்
நறுமலர்ப் பூமணமாய் ஐம்பத்தோர் ராசாக்கள் கட்டளையும்

வந்தவர் பசியாற எந்தெந்த நாளும் மயில்ராசர்
கட்டளையும்
தீர்த்தோம் தீர்த்தோமென்று சிறுகுடியார் கட்டளையும்
கந்தமலர்ப் பொய்கையது வந்தமர்ந்தார் தென்மதுரை
வித்வசிங்கப் பொன்னுசாமி வாக்கில் நின்றார்
எம்பெருமாள்
கர்க்கடக மாதமதில் பலரணைநாளில் கன்னி திருமாலுடனே
திக்கரசு வந்ததுவும் அனைவரும்வந்து
தேர்நடத்தவேணுமென்று
துதிசெய் நரசிங்கம்பட்டி அம்பலார்க் கோர் வடமும்
சொல்லுத் தவறாத தெற்குத்தெரு நாட்டார்க் கோர் வடமும்
................கோட்டைமுனி பழிகண்டு வாங்கத்
தம்பூர் முழக்கத்துடன் இலையரவில் பள்ளி கொண்டோன்
நாராயணப்பட்டர் புகழ்சேர் குலவையிட கணபதியாம்
பிள்ளை மகன்
கப்பக்கோன் பச்சக்கோன் கட்டிவைச்ச கல்படியாம்
சாய்மானம்
இந்தப்பாட்டு படிப்பவர்கள் வடபழஞ்சி வி.எம்.சுப்பையா
நான்
கண்ணபிரான் பாட்டைக் காட்சியுடன் பாடுகிறேன்.

பிற்சேர்க்கை II : 5

5. பதினெட்டாம்படிக் கருப்பன் உற்பத்தி வர்ணிப்பு

இவ்வர்ணிப்புப் பாடல் மதுரை தத்தநேரியில் 26.06.1978இல் நடைபெற்ற அழகர்கோயில் பக்தர்-வர்ணிப்பாளர் மகாசபைக் கூட்டம் நடந்தபோது, மதுரை ஆரப்பாளையம் மாரியப்பன் என்பவரால் பாடப்பட்டது. பிறவிக்குருடரான இவர் ஐந்தாறு வயது தொடங்கிப் பாடி வருகிறார். இப்போது இவருக்கு வயது 37. இவர் மட்டுமே வர்ணிப்புப் பாடுவதனைத் தொழிலாகக் கொண்டுள்ளார்.

ஆய்வாளருக்காக 'ராக்காயி வர்ணிப்பு', 'கருப்பசாமி பிறப்பு-வளர்ப்பு வர்ணிப்பு' ஆகிய - பாடல்களையும் இவர் பாடினார். இவருடைய தந்தை வர்ணிப்பு ஆசிரியர் மொட்டையக்கோனாரின் நேரடி மாணவராவார். எனவே இவரும் மொட்டையக்கோனாரே தனது குரு என்று கூறுகிறார். இவர் எண்ணெய் விற்கும் செட்டியார் சாதியைச் சேர்ந்தவர்.

இவ்வர்ணிப்பு மொட்டையக்கோனாரால் எழுதப்பட்டதாகும்.

சோலைமாமலை சுந்தரராசா, பதினெட்டு லாடரையும் படியாகச்

செய்ததை பகருதற்குத் துணைவருவாய் எந்தன்

குருவாய்ப் பணிந்து கோவிந்தன்செய்த

திருக்கூத்துகளைக் கூறுவேன் மாசபைக்கே

வடக்கே வெகுதூரம் அய்யோத்தி நாட்டில் மந்திரம் கற்றவர்கள்

தடங்கடல்சூழ் பூமிதன்னைச் சுற்றியே பார்ப்போமென்று தங்கள் மனதிலெண்ணி

ஈரொன்பதுபேரும் அவரவர்க் கேற்றபடி இசைந்த நூல் கற்றவர்கள்

பாரோர்க்கும் தோற்றாத படி எங்கே பொருளிருந்தாலும் பார்த்தெடுத்து வருவோமென்றே

சரம் பார்ப்பவனொருவன் பச்சி பார்ப்பவ னொருவன் தகடு பார்ப்பவ னொருவன்

மறவுமைக் காரனொருவன் சூன்ய முதல்செய்யும் மாரணக்காரனொருவன்

10. மந்திரக் காரர்சிலர் எச்சன் ஏவுதல்செய்வோர் தந்திரக் காரர்
சில
பந்தபாசமறுத்து சித்தர் நூல்களெல்லாம் பார்ப்போர்
சிலபேர்கள் வந்த
பிணியைத் தீர்க்கும் பண்டுவக் காரருடன் மறவுநூல்
கற்றோர் சிலர்
இந்த விதமாகவேதான் பதினெட்டு பேரும் எங்கே போவோ
மென்று
எண்ணுங் காலமதில் சித்தநூல் பார்ப்போன் பகருவான்
நாமளுக்கு
நேரே தென்கிழக்கு மூலையிலே

15. பக்தர்கள் வந்துதொழும் விருஷபாத்ரி மலையில்
பாற்கடலைவிட்டு ஐயன்
மாலலங் காரனென்னும் சோமசுந்தர விமானமதில்
மாயோன் பிறந்திருக்கார்
காராண்ட கலியுகத்தில் ஸ்வாமியைக் கள்ளழகரென்று
கழறுவார் பூதலத்தோர்
தீர்த்தக் கரையென்று யாபேரும் பார்க்கத் திருமலை
மேலிருக்கார்
வேரூன்றித் தழைத்திருக்கும் தொட்டிக்கும் தென்கிழக்கே
மரத்தடியில்

20. கொப்பரை கொப்பரையாகத் தனமிருக்கு தென்று கூறினார்
அகத்தியரும்
அகத்தியர் நூலைத் தான் பார்த்திடலாமென்று அவனுரைக்க
ஈரொன்பது பேரும் ஏகி ஓர்முகமாய்
காசி மதலாக அயோத்தி நாடுவிட்டு கன்னியாகுமரி வரை
தெற்கு நாடெல்லாம் போய்ப்பார்ப்போம் கிழக்கு
நாடுபோய்த் திரும்புவோ மெனநினைத்து
இராமேஸ்வரம் தனுஷ்கோடி ராமலிங்க விலாசம் அந்த
நாடு முழுவதும் பார்த்து

25. திருப்புல்லாணி தெர்ப்ப சயனம்பார்த்து திருக்கோஷ்டி
யூர்ப்பாதை திரும்பினார் நாடுவிட்டு
அவனி ஐம்பத்தாறு தேசமும் சுற்றிப் பதினெட்டுபேரும்
அலைந்து திரிந்தவர்கள்
சுற்றி வருகையிலே லிங்கம நாயக்கன் அரசாட்சி பதிநதில்
வந்தேகூடி-இங்கே

நாமள் புறப்பட்டுவந்து ஆறுமாத காலமாய் நாடெல்லாம் சுற்றிவந்தோம்
எண்ணிவந்த எண்ணப்படி ஓர் பொருளாவது செயமில்லை நாமளுக்கு
வந்தநாடு போக வகை சொல்லுமென்று அதிலே வருந்தி யொருவன் கேட்க
பதினெட்டுபேர் லாடர்களில் தலைவன் ஒருவன் பதறாதீர் என்று சொல்லி
அங்கிருக்கும் சில மனிதர்களை இங்கு உண்டான அதிசய கேட்டிட்ட
லாடருக்கு அந்த நகரத்தார் கிருபையுடன் பதிலுரைப்பார்
ஊருக்கும் தென்கிழக்கே அழகமலையென்று உரைப்பார்கள் பூதலத்தோர்-அந்த
விருஷபாத்திரி மலையில் வைகுண்டவாசன் விஷ்ணு வடிவாயிருக்கார்
அருளும் பொருளும் திருவேங்கடத்தானுக்கு அடுத்தபடி உரைத்திடலாம்
என்று சொல்ல லாடரெல்லாம் நத்தத்தான் சாலைஏகி வழி நடந்தார்
காடுசெடி தாண்டினார் பொருத்துமலைக்காடு கணவாய்ப்பள்ளம் கடந்து
தாவுமலைப் பண்ணை இருண்டமலைக் காடு தலைமலைச் சோங்குவிட்டு
காட்டுமாடு மேஞ்சடையும் கமுகுதென்னை நிறைந்த கரந்த மலைச் சோங்குவிட்டு
விருவிமாடு வெல்வேலான் காடு வீரமலைப் பண்ணைவிட்டு
மஞ்சமலைக் காடு அன்னங்கள் வாழும் மாவூத்துச் சோங்குவிட்டு
மேகம் பறந் தேயவரும் தேக்குபலா நிறைந்த வெள்ளிமலைச் சோங்குவிட்டு
இண்டஞ்செடி காடு எலுமிச்சம் பண்ணை ஏழு மலை கடந்து
அன்றிப்பட்சி கூடுகட்டும் அழகமலைக் கோம்பை ஆலடியைத் தான்கடந்து
நாரை கொக்கு குருவி நாட்டியங்கள் செய்யும் நல்லமாந் தோப்புவிட்டு

காட்டுப்புறா வந்தடையும் கருக்குவாச்சிப் பண்ணை
கல்லூத்துக்
குறுந்தாரா கூடுகட்டும் குளிர்ந்தருவிப் பண்ணை கூடார
மான்கள் விளையாடும் காட்டுமாடு வந்துரசும்
வழுக்குவட்டப் பாறைவிட்டு
50. ஈனாத வாழை என் ஐயனிருக்கும் இளவாழைப்
பண்ணைவிட்டு
காயாத வாழைகளாம் கரியமா லிருக்கும் கருவலப்
பண்ணைவிட்டு
கருவாழை பூத்துநிற்கும் கருணாகரன் இருக்கும் கரந்தமலைச்
சோங்குவிட்டு
மலைவாழை பூத்துநிற்கும் என் ஐயனிருக்கும் மாசிமடுக்
கரையை விட்டு
அனுமார் கெருடனும் ஆழ்வாருட தீர்த்தம் அழகமலைச்
சோங்கு விட்டு
55. அருவிக்க ரையாம் அடிவாரச் சோங்கு அண்ணஞ்சிப்
பண்ணை விட்டு
மல்லிகை முல்லை மனோரஞ்சித முள்ள மலர்ந்த
இருவாட்சி விட்டு
மகிழம்பூப் பண்ணைகளாம் வயித்தவலிப்பாறை
மண்டையிடிக்க கல்லைவிட்டு
மயிலாடும் சோங்கு மாதளம் பண்ணை வயிராவி மண்டபம்
சின்னிப் புதையலாம் சீர்குறிஞ்சிப் பண்ணை திருமலைத்
தீர்த்தமெல்லாம் கடந்து
60. தேமாங் குயில்கூவும் தேனொழுகும் பாறை சீக்கிரமாய்க்
கடந்து
நளராஜன் கோட்டை நாராணராயர் தெப்பம். தெப்பம்
தனைக் கடந்து
லிங்கம நாயக்கன் கட்டிவைத்த வடக்குவெளிக் கோட்டை
திட்டிவாசல் உள்நுழைந்து
ஆண்டாருட மண்டபத்தில் லாடர்களெல்லாம் அமர்ந்து
ஒன்றாச் சேர்ந்தார்
சரம் பார்ப்போனைப் பார்த்து இங்கு என்ன இருக்குதென்று
தான்கேட்கும் போதினிலே
65. கூடவந்த லாடர்களை சரம்பார்ப்போன் பார்த்துக் கூறுவான்
அங்குற்ற தெல்லாம்
சுவாமி அருளுங் கிளையும் பணங்களும் அகப்படும் இந்த
இடத்தில்

பாதாளமை போட்டால் இந்த இடத்தில் பார்த்திடலாம்
என்றுரைக்க
பக்கத்திலே கெவுளி அச்சமில்லாதபடி பளபளவெனவே
அடிக்க
பச்சிபார்க்கும் லாடனப்போ முன்னோடிசாமி என்
பார்வைக்குத் தோற்றுதென்றான்
70. சாமியைக்கட்ட நாமள் மைபோட்டால் இப்போ அடித்து
நம்மைக் கொன்றுவிடும்
இதுதான் தெரிகிறது மற்ற விவரம் எந்தனுக்குத்
தோற்றவில்லை
காரியம் கணக்குகளும் கருவேலச் சாவி முதல்
காத்திருக்கான் முன்னோடி
என்று அவனுரைக்க மந்திரங்கற்ற லாடன் என்ன செய்ய
வேணுமென்று
மந்திரத்தால் கட்டிவைக்க வேணுமென்று சொல்ல மாரண
வேளையில்
75. நான்குதிக்குக் காவலரும் முன்னோடி தன்னையும்
நாட்டில்மிகக் கிளப்பி
தலையெடுக் காதபடி பச்சைத் தோண்டியிலே யடைத்து
தாபித் தான் ஓர்மூலையிலே
பொழுது விடிவதற்குக் கருங் குருவிவந்து புகழ்ந்து பாடும்
வேதங்களை
அருணனும் வந்துதித்தான் அழகேந்திரனுக்கு வந்து
ஆபத்தைப் பார்ப்பதற்கு
பொழுது விடிந்தவுடன் பரமசாமிப்பட்டர் பொய்கைக்
கரைப்பட்டி விட்டு
80. அழகுமலைக் கேகி பூசை முதலான அபிசேகத் தான்
முடிக்க
எண்ணி வழக்கம் போலே அம்மண்டபம் சாலை ஏகி வழி
நடந்தார்
சோம்பைமலைக் கேகினார் குடத்தை விளக்கி வைத்துக்
குளித்து நீராடினார்
கோதி மயிருணர்த்தி கோடாலிக் கொண்டையிட்டு கொடிப்
போன்ற நாமமிட்டு
கையில் ஜலமேந்தி சூரியனைத் தொழுது காலைக் கடன்
முடிந்து

தீர்த்தம் தனைப்பிடித்து கோவிலை நாடித் திரும்பிவந்தார் போரப்பட்ட
பட்டர் வரவைத் தெரிந்து லாடர்களெல்லாம் பதறிக் கைகால் மெய் சோர்ந்தார்
பதறுகின்ற லாடர்களை மறவுமைக் காரன் பதறாதீ ரென்று சொல்லி
ஆளுக்கொரு பொட்டு வைத்தான் பட்டருட கண்ணுக்கு அகப்படாத லாடரெல்லாம்
கோயில் திறக்கப்பட்டர் வயிராவிகளெல்லாம் கூசாமல் உள் நுழைந்து சுவாமி அழகைப் பார்த்து
கும்பத்தி லடைத்து தன்பதிக்குக் கொண்டுபோக வேணு மென்றே நினைத்து
கும்பமுதற் சாமான் வெகுவிரைவாகத் தான்தேடி கோயி லடைக்க முன்னே
ஆளுக்கொரு பக்கமாகக் குந்தவைத்தார் கோயிலுக்குள் சன்னதியைப்
பூட்டி பட்டர் கேத்திரபாலன் கோவிலில் சாவி தனை வைத்துவிட்டு
வெளிக்கதவை பூட்டினார் சாவிதனைக் கைபிடித்து வெகுநேர மாகுதென்று
வீடுதனை நோக்கியப்போ பட்டர் பொய்கைக் கரைப்பட்டி வேகமுடன் வந்தமர்ந்தார்
குடதிசையில் வெய்யோன் மறைய குடவரை வாசலெல்லாம் குப்பென்று இருல்முடல்
இப்படியே நாள்தோறும் முன்வழக்கம் போல் பட்டர் தப்பாமல் பூசை செய்து வந்தார்
லாடர் செய்த கூத்துகளை யாபேரும் அறிய நானுரைப்பேன் மாசபைக்கே
கும்பந் தனைநிறுத்தி களை இறக்கும் வல்லபத்தைக் கோமானுந் தானறிந்து
பட்டரிட முரைத்து லாடர்களைப் பிடித்துப் பலிகொடுக்க வேணுமென்று
தூங்குகின்ற பட்டரிடம் கேளிக்கைத் தூதனைப் போல் சாமியவர் வந்து நின்று
தட்டியவரெழுப்பி பதினெட்டுப்பேர் லாடர் சுவாமியுட சன்னதியில்

வந்து இருக்கிறார் மறவுமை வைத்து மாயக் கவடமதாய்
பதினாறு
கும்பம் வைத்து களை இறக்கித் தன்பதிக்கு கொண்டு
போக

105. எண்ணிப் பூசை பண்ணுகிறார் கேத்திர பாலனையும்
ஈசான்ய மூலையிலே
பச்சைத் தோண்டியி லடைத்துக் குடவரை வாசலுக்கெதிரே
பாதாளத்தில் வைத்திருக்கிறார்
உந்தனுட கண்ணுக்கு இது நாள்வரை ஒருவரும்
தோற்றவில்லை
ஆனதால் அவர்களை நீ பார்க்க வேணுமானால்
அவசரமாய் நீ ஓடி
சாதந் தனைச் சமைத்து ஆவி போகுமுன்னே தளிகை
போட்டுக் கதவடைத்தால்

110. ஆவி லாடருக்கடித்து வேர்வையில் பொட்டு அழிந்துவிடும்
அவர்களெல்லாம் தோற்றுவார்
சேர்த்து அவர்களைப் பிடித்து பெரிய கோபுரவாசல்
செல்வப் படியில் நிறுத்தி
படிக்கொரு லாடன் தலையை வெட்டிப் புதைத்தால்
பாரெங்கும் கீர்த்தியுண்டாம்
ஒண்டியாய் நீபோனால் அவர்களைப் பிடிக்க உன்னால்
முடியாது
நாட்டுக்குத் தலைசியாம் வெள்ளியக்குன்றம் ஜமீன்
நரசிங்கம் பட்டி நாட்டாமை அம்பலமும்

115. காட்டி அனைவோர்களையும் சீக்கிரம் போவென்று
கோவிந்தன் தானுரைத்தார்
தானே அவர்மறைய செய்வதறியாது பட்டர் தாங்கிநிற்க
மாட்டார்
ஒருவருந் தன்னிடத்தில் இல்லாதிருக்க யோசனை செய்து
பட்டர்
வேலைக் காரரையழைத்து நாடெல்லாந் திரட்டி
வெகுவிரைவாய்க் கோவிலுக்குள்
கூட்டி வாவென் றுரைத்து பரமசாமிப்பட்டர் கோவில்வந்தே
சேர்ந்தார்

120. சீயர் தனை அழைத்து ஏராளமாகத் திருப்புளிச்சி
செய்யுமென்றார்
நாட்டார்கள் இங்கு வந்தால் இருக்கும்படி சொல்லுமென்று
நடந்தார் மலைநோக்கி

தொ.பரமசிவன்

குளித்து நீராடிக் கோவிலை நாடிவந்தார் சீக்கிர மாகவந்து
கருங்கல் சவுக்கைதனில் தீர்த்தமதை இறக்கி நிற்க
வந்த நாட்டார்க ளெல்லாம் பரமசாமிப்பட்டர் மலரடியைப்
போற்றி செய்தார்

125. தொழுதிட்ட நாட்டாரை எச்சரிக்கையாகச் சூழ்ந்திரு
மென்று சொல்லி
சீயர் தனையழைத்து சாதத்தை யெல்லாம் சீக்கிரமா நீ
யெடுத்துக்
கொண்டுவர வென்றுரைத்து தீர்த்தம் தனை எடுத்து
கோவிந்தன் சிரசில் விட்டுத் திருநாமம் தான்சாற்றி
வஸ்திர முடுத்தித் துளசி மாலையிட்டு தளிகைதனைப்
போட்டு
காரமுள்ள ரசத்தைத் தாராள மாகவிட்டு கதவை
யிழுத்தடைத்து

130. நாட்டாருக்கு நடந்த காரண மெல்லாமுரைத்தார் கேட்டு
நாட்டார்க ளெல்லாம்
கதவைத் திறங்களென்று கிட்டே நெருங்கிவர
ஆவி லாடருக்கடித்து வேர்வைகண்டு பொட்டு
அழிந்துவிடச் சத்தமிட்டு
சீவன் அவர்களுக்கே குறைந்து மூலைக்குமூலை
தெரியாமல் நின்றிடவே
சத்தத்தைக்கேட்டு நாட்டார்கள் கோவிலுக்குள்ளே தடதட
வெனது வேண்புகு

135. பதினெட்டு லாடரையும் சேர்த்துப் பிடித்து பட்டரிடம்
கொண்டு வந்தார்
பட்டர் அதுதெரிந்து நாட்டாரே நீங்கள் படிக்கொரு லாடன்
தலையை
வெட்டிப் புதைங்களென்று பரமசாமிப்பட்டர் வீரமுடனே
யுரைத்தார்
பட்டர் தனைப்பார்த்து ஈரொன்பது பேரும் பணிந்துசில
வரங்கள் கேட்டார்
கானகத்துத் தீர்த்தமும் காட்டுத் துளசியும் சாமிக்குப்
படைத்த கரிப்பத்துச் சோறும்

140. அழகேந்திரனுக்குப் போட்டுக் கழித்த கதம்பமலர்
மாலையும் சாமிக்குப் பூசையானவுடனே
எங்களுக்கு நீங்கள் சந்திர சூரியாள் உள்ளவரை நாங்கள்

சொன்னபடி கொடுத்து எங்க ளெல்லோரையும் ரட்சிக்க வேணுமென்றார்
துதித்திட்ட லாடர்களைப் பரமசாமிப்பட்டர் தூண்டினார் நாட்டாரை
பட்ட ருரைத்தபடி படிக்கொரு தலையாய் வெட்டிப் பலிகொடுத்தார் லாடர்களை அவர்
உடலை அங்கே புதைத்து நாட்டார்க ளெல்லாம் ஓடிவந்தே பணிந்து
வந்து பணிந்தவர்க்கு மாலையும் சந்தனமும் வாய்த்த மரியாதை செய்து
இன்று முதலாக உங்கள் வம்மிசம் உள்ளவரை எல்லோரும் கண்ணனுக்கே
ஆண்பெண் அடிமையென்றார் நல்லதென்றே பணிந்து அப்பவே தங்கள் பதிபோய்ச் சேர்ந்தார்
பட்டர் எழுந்திருந்து கேத்திர பாலனைக் கிளப்பி கோயில்
பதனமென்று வாசிதனைத் தந்து நடந்தார் பதிநோக்கி
அருமைகொண்ட நாராயண னேதுசெய்தான் மலையாளவாழ் கருப்பா
பொல்லாத துஷ்டனை வரவழைத்தக் காயம்பூ
பதினெட்டு லாடருக்கும் முன்னோடி யாயிருந்து பாதுகாத்து ஏவல்செய்து
இங்குவரும் ஆடுகோழி சேவல்முதல் நரபலி வாங்கி அருந்திப் பசியாறிடுவாய்
பின்னாடி ஓர்காலம் மறவுடைக் காரனைப் பிரிப்பேன் இந்தக் கூட்டம்விட்டு அப்போ
பதினேழு பேரோட நீ ஒரு படிக்கு பாத்திர னாகிடுவாய்
அன்று முதல் இன்றுவரை பதினெட்டாம்படிக் கருப்பனென்று எல்லோரும் போற்றி செய்தார்
தாரணியில் நாங்கள் பாட எங்கள் குரு மொட்டையக்கோன் இயம்பினா ரிக்கதையை
இந்தக் கதையதனை எழுதிப் படித்தோர்க்கும் இயம்பவே கேட்டோர்க்கும்
பார்த்தோர்க்கும் படித்தோர்க்கும் எந்தெந்த நாளும்
பச்சைமாலச்சுதன் பதவிதந்த பாண்டுரெங்கன்
பாராண்ட மாயனுட கதை படித்தோர்க்கும் கேட்டோர்க்கும் காட்சியருள் தந்திடுவாய்

பிற்சேர்க்கை II:6

6. கருப்பன் பிறப்பு வளர்ப்பு வர்ணிப்பு

ஆண்டவா ஆதிமூலம் கண்ணா உன்தமையன்
கருப்பன் வரலாறுதனைக் கழறுவேன்யான் மதலை
கைதொழுது போற்றி செய்தேன்
சத்திக்கு மக்களாய் தவத்திலுதித்து தானே பிறந்த மக்கள்
அவர்கள்
சேனைகளை இப்பொழுது சிறப்புடனே கூறுகின்றேன்
சத்தியின் சமர்த்தியவள் மக்கள் சார்புடனே தானுதிக்க
சந்தனக் கருப்பனொண்ணு சங்கிலிக் கருப்பன் ரெண்டு
காளாங்கி கருப்பன் மூணு
உச்சிக் கருப்பன் நாலு ஊமைக் கருப்பன் ஐஞ்சு உருளு
தேரடிக் கருப்பன் ஆறு
ஆறு கருப்பனுக்கு ஏழாவதாக பெரிய கருப்பன் எசமானாக
ஏழு கருப்பனும் பிறக்க
அந்திமாடன் சந்திமாடன் ஆகாயமாடன் சுடலைமாடன்
லாடனென்ற சன்னியாசி ஆக மாடன் கையி லைந்தும்
மாடன் வகையி லைந்தும் ஐஞ்சும் ஏழும் பன்னிரண்டு
சங்கன் சமையன் பன்னிரண்டும் ரண்டும் பதினாலு
சப்பாணி சோணை சமர்த்தர்கள் காவல் ஆகப் பதினாலு
ரெண்டும் பதினாறு
வீரபத்திர னென்னும் அக்கினி வீரன் அடங்காத இருளன்
வீரன் வகையில் இவர்கள் இணைப்பு பதினெட்டு
அந்தப் பராசக்தியின் துர்க்கை என்ற ஒன்பது பிறவியிலே
ஏ அம்மா ஆத்தாள் பரமேசுவரி படிவாசலில் சக்தி வல்லிய
ராபரி-அவள்
பேச்சி யென்றும் இருளாயி யென்றும் ராக்காயி எனவும்
ஆக இவர்பிறவி மூணுவகை
பதினெட்டு மூணுங் கணக்கு பந்தி இருபத்தி யொண்ணு
அஞ்சிரண்டு ஏழு இவர்களுடனே பந்தி அடங்க
இருபத்தியொண்ணு
இருபத்தோர் பந்தி அறுபத்தோர் சேனைதளம்
அடக்கி அரசாள ஐயன் குருநாதன்

கம்பைகளைத் தானே வாகுடனே கட்டிக் கரைகாத்துவர
பிறந்த
மக்களெல்லாம் கூட்டி மலையாள நாடு மந்திர

25. மகாராசன் கோட்டை வந்து தங்கி யிருக்கையிலே
பிறந்தாய் மலையாளம் கருப்பன் பேருகொண்டாய் கீழ்நாடு
வளர்ந்தாய் மலையாளம் கருப்பன் வந்துதித்தாய் கீழ்நாடு
சிறந்தாய் மலையாளம் கருப்பனுட சேனைத்தளம் சிறப்
படைஞ்ச கீழ்நாடு
பிறந்தாய் மலையாளம் கருப்பன் துலங்குவது கீழ்நாடு

30. மலையாள நாடுவந்து மந்திர மகாராசன் கோட்டையிலே
இருபத்தியோர் பேரும் இருந்தரசு செய்கையிலே
தொட்டியன் தோக்கலியன் பேக்கலியன் கம்பளத்தான்
தெய்வங்களை யெல்லாம் கட்டிக்காக்க முடியாதென்று
அவள்
அருமை அறிஞ்சி ஆதரிக்க மாட்டாமல்

35. குணத்தை மலையாள நாடு கொண்டணைக்க மாட்டாமல்
முன்னே ஆண்டுவந்த தேவரை யெல்லாம்
முண்டுகட்டி முண்டுடுத்து முத்தன் இருக்கும் முணு
மலையாளம்
துண்டுகட்டி துண்டுடுக்கும் துலுக்க மலையாளம் தொட்டிய
ராச்சியம்
பெரிய மலையாளம் பேர்பெரிய சீமை-அந்தக்

40. காப்புலிய நாடு கனத்த மலையாளம் - அந்த
மலையாள நாடு மந்திரத்துக்கும் மீறுதுக னென்று சொல்லி
மூங்கிமரம் பிறந்து பஞ்சவர்ணப் பொட்டி செய்து
தேக்குமரம் பிளந்து சித்திரவர்ணப் பொட்டி செய்து

45. ஆலமரம் பிளந்து அழகுவர்ணப் பொட்டி செய்து
கட்டை பிளந்து கருவலப் பொட்டி செய்து
வயிரம் பிளந்து வாகுடனே பொட்டி செய்து
ஈச்சமரம் பிளந்து இவர்களுக்கு பொட்டி செய்து உங்களை
வகைமை தெரிஞ்சு வச்சாள் மாட்டாமல்

50. பன்னிரண்டு வருஷமும் பாரமழை இல்லாமல் பஞ்சம்
போன காலம் பதிமூணாம் வருஷம்
ஈழமும் கொங்கும் எதுத்து மழை பொழிய
கொங்குமலை பொழிஞ்சு குடவனாறு தண்ணிவந்து
மப்புமழை பொழிந்து மலட்டாறு தண்ணிவர
ஆறும் கரையும் அலைமோதித் தண்ணிவர

தொ.பரமசிவன் 281

சாரமழை பொழிஞ்சு சரியான வெள்ளம்வர
வல்லமழை பொழிய வருஷநாடு தண்ணிவர உங்களை வைச்சாளமாட்டாமல்
தொட்டியன் காப்புலியன் தேங்காய் பழமுடைத்து தீபதூபம் கொடுத்து
பச்சரிசிப் பொங்கலிட்டு பொங்கல் தளிகைவச்சு
இருபத்தியோர் பேருக்கும் தளிகை பரிமாறையிலே
கருப்பனும் சோணைக்கும் தளிகை சரியில்லையின்னு
காப்பைக் கருவறுத்து மலையாளநாடு கம்பளத்தை வேரறுத்து
தோப்பைக் கருவறுத்து தொட்டியனை வேரறுத்து
அகரம் கருவறுத்து மேலமலையாளத்தில் அக்ரகாரம் கொள்ளையிட்டு
பாப்பார் குடியைப் பறச்சேரியாக்கி வைத்தாய்
சிகரம் கருவறுத்து கருப்பா சீமையெங்கும் கொள்ளையிட்டாய் -உன்னை
அரசு செலுத்த முடியாமல் அடைத்திட்டான் பொட்டியிலே ஆரியனு மந்நேரம்
கட்டினான் பெட்டியிலே காலநேரமாகுதென்று கருவலப் பெட்டியை
மலையாள நாடுவிட்டு உங்களைக் கைபோட்டுத் தான்தூக்கி
வருஷநாட்டுத் தண்ணியிலே தள்ளிவிடப் போகையிலே
பள்ளன் ஆண்டிட்டாலென்ன உங்களைப் பறையமகன் ஆண்டாலென்ன
கள்ளமகன் ஆண்டாலென்ன காராளரோடு கடுகுந்தவமுடையோன் - இனி
ஆராண்டாலென்ன என்ன வென்று உங்களை
வாகாகவே என்ன வென்று உங்களை
வாகாகவே தான்தூக்கிப் போங்களென்று சொல்லி
ஆணலையும் பெண்ணலையும் அலைமோதி வருநேரம்
பொல்லாத வேளை கருப்பையா உன் பொட்டியைத் தள்ளினான் தண்ணியிலே
தள்ளிவிட்ட பொட்டி தங்க இடம் இல்லாமல்
தானே அதுமிதந்து வருகுதுபார் வைகையிலே
குன்னூருப் பாலமாம் குடவரையுந் தான்கடந்து

80. அண்ணஞ்சி தேவாரம் கருப்பன்பொட்டி அடுத்ததா
மன்னேரம்
கூடலூர் கம்பமாம் கருப்பன்பொட்டி குதித்து
விளையாண்டுவர
வீரபாண்டி ஆறு மலையாளன்பொட்டி வெகுவேகமாய்
நடக்க
பெரிய குளமாம் பேர்போன நதியாம் கருப்பன்பொட்டி
பிரிந்து மிதந்துவர
தேனி அணியாம்பொட்டி சீறிக் கடந்துவர
85. சின்னமனூரும் சித்தாத்துப் பண்ணைவிட்டு சித்தணையாம்
பேரணை
அணையும் கடந்து கருப்பன்பொட்டி அடுத்து மிதந்துவர
தேவதானப்பட்டி காமுதலை வாசல்விட்டு கருப்பன்பொட்டி
கடந்து வெளியேறி
போய்வாரே என்று சொல்லி இருபத்தியோர் பேரிருக்கும்
பொட்டி ஏகி வழிநடக்க
சின்னவிளாம்பட்டி பெரியவிளாம்பட்டி பட்டிவழிபொட்டி
பாங்காகவே வருக
90. பறையமகன் தூக்கி எடுத்துப்பார்த்து பாங்காகப் பழயபடி
தள்ளிவிட
தள்ளிவிட்ட பொட்டி தங்க இடமில்லாமல்
குருவித்துறையாம்
வல்ல கங்கைப்பெருமாள் தலைவாசல் பொட்டி வாகாகவே
கடக்க
மன்னாடிமங்கலமாம் மலையாளன் கருப்பன்பொட்டி
வழியொதுங்க
இரும்பாடிப் பாலமாம் கருப்பட்டியைக் கடந்து
கருப்பன்பொட்டி
கடந்ததாம் வைகையிலே
95. பண்ணிமுட்டியோடு பழய மடைக்கேணி பாங்கா யதுகடக்க
தென்கரைப்பாறை அகிலாண்டேஸ்வரி கோயில்விட்டு
ஆன ஆத்து வடபாலாம் அடந்த கரைமேடு
முள்ளிப்பள்ளமும் கடந்து இளந்தாரி வாசல்விட்டு
இருபத்தியோர் பேரும்
பொட்டி மிதந்துவர சோழவந்தான் படித்துறை கருப்பன்
பொட்டி சுருக்காகவே கடக்க

100. தச்சன்வகுத்த தச்சம்பத்து எல்லை மலையாளிபொட்டி
தங்கியது வழிமிதக்க
மிதந்துவழி கூடி தேனூர் முன்றத்து ஏடகநாதர் தலைவாசல்
திருவேடகம் பாத்துறை திகையாமல் வழிநடக்க சமணர்
கழுவேத்தம்
மேலக்கழுவு மேலக்கால் பாலம்விட்டு கருப்பன்பொட்டி
மேன் மையாய்த் தானொதுங்கிட
எல்லையது கடந்து கொடிமங்கலமாம் கன்னிமார்
வாசல்விட்டு கீழமாத்தூர் மேலமாத்தூர்
105. பக்கிரி தைக்கா சாய்புமகன் பொட்டியப் பார்த்து
பாங்குடனே தள்ளிவிட
ஒதுங்கி வழிவடக்க மாண்புகொண்ட பூமி துவரிமான்
சாலை
சாலைக்கரையும் ரெட்டைவாய்க்கால்மூலை முத்தனுந்தான்
அங்குநின்ற
கோபித்துக் கரையடைந்த கோச்சடையாம் பேச்சடங்கு
முத்தன் குவலயாய்த் தானே தங்கி வழிவிலக
பல்லவராயன் சேரி பழைய கிழமூலை படுகைமேல்
பொன்னானை
110. ஆரியது பாளையம் ஆரப்பாளையமூலை வைகைநதி
கீழ்பரிசம் போய் கருப்பன்பொட்டி கிளம்புதாம்
கீழ்முகமாய்
ஆண்டவா கருப்பையாபொட்டி அதனைக் கடந்து
அன்பாகவே மிதந்து
வைகையிலே பொட்டி வாகுடனேகிளம்பி வல்லயமாய்
அது நடக்க
தண்ணித்தொட்டி முந்தலாம் தகுந்த திருப்பரவை
115. எல்லைகளைத் தான்கடந்து எஜமான் பொட்டி ஏகியே தான்
கிளம்பி
புட்டு நல்லதோப்பு பூங்காவனச்சோலை பொன்னகரமூனை
மணிநகர எல்லை மாதாள் தலைவாசல்
மதுராபுரிக்கோட்டை மங்கை மீனம்பாள் தலைவாசல்
மாசிநல்ல வீதிகளும்
அட்டாளக்கம்பம் அறுபதடிப்பீடம் அங்கயற்கண்ணி
மீனம்பா ஆச்சி தலைவாசல்

120. பித்தாளைக்கம்பம் சோமசுந்தரேசர் சொக்கர்
	தலைவாசல்விட்டு
வைகையாம் பாரிசம்பொட்டி வாகாய் அது நடக்க
ஆனைக்கல்லு மூலை அயின்ற ராவுத்தன் பேட்டை
	அனுப்பானடிக் கால்வாயாம்.
அடுத்த தலைவாசல் கருப்பனுடபொட்டி சரியாய்
	வழிநடந்து
போய்வாரே னென்றுசொல்லி மலையாளிபொட்டி
	கிழக்குமுகம் பார்வையிலே
125. தானே அது தான்கிளம்பி மதுரைக்குங் கீழ்கட்சி மாரிதலை
	வாசல் தெப்பக் குளமூலை
அயிலானூர் வெரகனூர் வண்டியூர்த்தாண்டி கருப்பனுடபொட்டி
	அடுத்தாம் கோழிமேடு
சிலையமான் புளியங்குளம் அது மணலூருக்கோட்டை
	மங்கை காளி தலைவாசல்
தட்டான்குளமாம் பொட்டியது கடந்து தானே
	வெகுவேகமதாய்
தில்லைவனம் முல்லைவனம் திருப்புவனப்பூமி
130. பூமிக்கு முன்பிறந்த பூவணாலிங்கம் பூவணேசுவரன்வாசல்
ஆத்துக்கு முன்பிறந்த அழகுமீனாள் தலைவாசல்
கள்ளிவலசை கழுவேத்தான் பொட்டல் கத்திரிக்காய்ச்
	சித்தன்
காத்தாண்டி மொட்டையன் கழுவேத்துமேடு சமணர்
	கழுவேத்தம் சரியாகவே கடந்து
போதகுருசாமி மடம் போயலைத் தோட்டம் புதூர்
	நெடுஞ்சாலை புன்னைவனத்தான் காடு
135. திருப்புவனப் பூமிவிட்டு கருப்பனுடபொட்டி திய்யமுடனே
	நடந்து போய் வருவோமென்று
மடப்புறத்து எல்லை மங்கை பத்ரகாளி தலைவாசல்
	பொட்டியது தான் கடந்து
கால் நதிவழியே மலையாளன்பொட்டி கடந்து
	ஒதுங்கியதாம்
எல்லையது தான்பார்த்து அந்த லாடனேந்தல் மூலை
	எல்லைக் கரையாம்
லாடனேந்தல் முக்கு முக்குக்கரையாம் முடுக்குக்கரை
	சாய்மானம்

கீழ்மானத்திலே மலையாளிபொட்டி கிளம்பி வழியொதுங்கி அந்த லாடனேந்தல்விட்டு
நாரை பறக்காத நாப்பத்தெட்டு மடை ராமநாதபுரம் ஜில்லா பன்னிரண்டு லட்சம் பூமி
ராசசிங்க மங்கலம் கண்மாய் அதிலே பிரிந்த நாலுமடையாம் நடுமடைப் பாசானம்
சேதுபதி நாடு சிவகங்கைப் பூமி சின்னமறவன் எல்லை
மங்கல நாடு மறவன் பதிச்சீமை மலையாளக் கருப்பன்பொட்டி

தங்கின மடைக்குழி மாரநாட்டும் எல்லை ரெண்டுமடைப் பாசனம்
செங்க மடையிலே சேதுபதி நாட்டில் பொட்டி சிறப்பாகத் தங்கிநிற்க
விலத்தூர் மடையும் கூம்பு மடையும் அந்தப் பெரியமடை யாம் பேர்போன மடையடுத்து
சின்ன மடையாம் செங்கமடைக் குழியில் பொட்டியது தங்கி நிற்க
களையெடுத்த பள்ளிமாரில் கச்சனேந்தல்பள்ளி கருப்பாயி ஓர் புறமும்

காலாடிக் குடும்பன் கலப்பைகட்டி ஏர்உழுது-அந்த
சேதுபதிப் பட்டணம் சின்னமறவன் ஆண்ட பூமி
ஆண்டாள் மறவன் ஆதரித்தான் பேமறவன்
மறவன்பதி எல்லையிலே மடையடியவிட்டு
காணியும் பூமியும் கருப்பையா உனக்குக் கல்ப்போட்டு மால் வாங்க

காலாடிக் குடும்பனும் கருப்பாயும் கருவலப்பொட்டிய கைபோட்டுத் தான் தூக்கி
தூக்கி எடுத்து உன்னைத் துடியாகவே வளர்த்த
மலையாள மெச்ச மார்நாட்டுப் பொன்கருப்பே
கருப்பா வடமுகமே மார்நாட்டுச்சாமி கண்பார்ப்பாய் காவினமே
சவரக் கிளியே மார்நாட்டு வேங்கைசாமி வாழ்விந்நேரம்

கருணையிறங்கும் கோடாங்கிகளுடைய கருத்திலேயிருந்து இசை பாடும் கவிவாணர் நெற்றியிலே
அழையா விருந்தே மார்நாட்டுச்சாமியை அனுதினமும் கை தொழுதேன்

தோடாத் திரவியமே கச்சனேந்தப்பள்ளி வளர்த்த எங்க
கடவுளாம் மார்நாடு
காணிக் கருவலமே உன்னைக் கடுகி எடுத்து
கருணையுடனே வளர்த்த
அல்லும் பகலும் அறுபது நாழிகையும்
வயலோ தலகாணி வாமடையோ பஞ்சுமெத்தை
கதிரோ தலகாணி கலுங்கடியோ பஞ்சுமெத்தை
கலுங்குமேல் அமிர்த்திவைத்துக் கச்சனேந்தல்பள்ளி கடுகி
வளர்த்து காலாடிக்குடும்பன்
தேங்காய் பழம் உடைத்துத் தீபதூபம் கொடுத்து
வணங்கிவரு நாளையிலே பூமிக்குச் சாமி மார்நாட்டு
வேங்கை
கவிவனமாய் இருந்த கள்ள மலையாளியோ.

பிற்சேர்க்கை II:7

7. ராக்காயி வர்ணிப்பு

(அச்சிடப்படாதது)

சோலைமாமலை சுந்தரராசா அரிநமோ நாராயணா அச்சு
தானந்தா அடர்ந்தாய் ரகுராமா ஐயனே கோவிந்தா
அரிஹரி மாதவா அனைவோர்க்கும் காட்சிதந்த ஐயனேவா
                                                                  கோவிந்தா
கரியினடர் தீர்த்தோன் பக்தர்களை கைதூக்கிவிட்ட கண்ணா
5. கண்ணா மணிவண்ணா பாற்கடல்வாசா கரியமாலே
                                                                   முகுந்தா
விண்ணவர்க்காய் கடலை முன்னைநாள் கடைந்த வித்தகா
மேகநிறம் போன்ற கண்ணா
சிவசிவா நமசிவாயம் சிவனே நமசிவாயம்
சிவசிவா என்ற சொல்லைச் சிந்தையிலும் நான் மறவேன்
அரிஓம் நமசிவாயம் ஆதிலிங்க நமசிவாயம்
10. அரியும் சிவனை அனுதினமும் நான் மறவேன்
அரியை வணங்கினேன் அரிபாதம் தஞ்ச மென்றேன்
சிவனைத் தொழுதேன் சிவன்பாதம் தஞ்ச மென்றேன்
சித்தி வினாயகா உன் திருவடியைப் போற்றி செய்தேன்
பால சுப்பிரமணியா உன்பாதா ரவிந்தம் பணிந்து உன்னை
                                                      நான் தொழுதேன்
15. தாயே கலைமகளே சரஸ்வதியே உன்னைத் தாள்பணிந்து
                                                    தெண்டனிட்டேன்
அந்தி பகல் அறுபதி நாழிகையும் முந்தித் தவங்கிடந்து
                                                    முன்னூறு நாட் சுமந்திருந்து
தொந்தி சரியச்சரியத் தூடை நடுங்கிப் பெற்றெடுத்த
மாதா பிதா அவர் மலரடியைப் போற்றி செய்தேன்
20. குருவைப் பணிந்தேன் குருபாதம் போற்றி செய்தேன்
எல்லை வணங்கினேன் எல்லை காக்கும் எங்கள்
                                                     எஜமானைத் தஞ்சமென்றேன்
மண்றை வணங்கினேன் எங்கள் மண்டு ஆரப்பாளையம்
                                                     காக்கும் ஆதிசடாமுனியன்

சலுப்பர் குடிகாத்த சாமிமுனியாண்டி உந்தனையும் தாள்
பணிந்தேன்
மண்றுக் கதிகாரி மகாமுனியோடு பக்கத் துணையிருக்கும்
சோணையாஉன் பாதமலர் போற்றி செய்தேன்
சொல்ல வருந்தாய் அருள் கொடுக்கவேணும் சூட்டுக்கோல்
ராமலிங்கம் சொல்லியே உன்னை நான் பணிந்தேன்
மண்றுக் குகந்த தெய்வம் அத்தனையும் நான்வணங்கி
அட்டாளச் சொக்கலிங்கம் அங்கயற்கண்ணி அழகு
மீனாம்பாள் தலைவாசல்
பித்தாளைக் கம்பம் பொற்றாமரைக் கரையும் சித்தி
விநாயகனைப் போற்றி செய்தேன்
தெண்டனிட்டேன் தலங்காத்த பாண்டிமுனி பழமதுரைச்
சாமி பாதாரம் நான் பணிந்தேன்
மதுரைக் கரசாட்சி செய்யும் வீரையாஉன் மலரடியை
நான்பணிந்தேன்
மதுரை வீரனோடு தேவதைகள் எல்லாம் மலர்தூவித்
தெண்டனிட்டேன்
படிவாசல் காக்கும் பார மலையாளி பகவானே கருப்பையா
உன் பாமலர் பணிந்தேன்
கம்பைக் கதிகாரி அந்தக் காணிக்கருவலம் எங்க
கட்டுப்படா மேனி கருப்பன் கயிறுபடா ராணுவம்
பண்ணைக் கதிகாரி படிவாசல் காக்கும் பாரமலைக் கீதாரி
கோம்பைக் கதிகாரி பெரியகருப்பா நீ குடவரைக்குங் கீதாரி
எல்லைக் கதிகாரி பெரியகருப்பு எஜமான் வாசலுக்குங்
கீதாரி மலைக்கு மதிகாரி மண்மலைக்கும் கீதாரி
படிக்கு அதிகாரி எங்க பாட்டமார் ஆண்ட
பதினெட்டாம்படி காக்கவந்த கருப்பையா நீ பாரமலைச்
சேவுகமே
கதவில் அரிவாளாம் மலையாள வேங்கை உனக்குக்
கற்படியில் சோலியுண்டாம்
படியில் அரிவாளாம் கருப்பையா உனக்கு அந்தப் படிவாசல்
சோலியுண்டாம்
கோம்பை அரிவாளாம் கருப்பையா உனக்கு அந்தக்
குடவரையில் சோலியுண்டாம்
கருப்பன் வலதுபுறம் ராக்கு இடதுபுறம் இந்த விதமாகவே
இருக்கும்

ராக்காயி அம்மன் சிறப்பு சீராகப் பாடுகிறேன்
............இந்தப் பதியில் இருபுறமும் நதி ஓட

45. ....பச்சிகளும் தானெழுந்து ஏக்கும்பலாய்க் கூடி
அடர்ந்து நீரில் குளித்து ஆனந்தங் கொண்டெழுந்து
விண்ணில் பறந்துவந்து ராக்கப்பன் சாவடியில்
                        வெகுவேகமாகத் தானமர்ந்து
அரி அரி யென்றே ஓலமிடக் கேட்டு என் ஆசான்
                        அவரெழுந்து
இடையினில் கமண்டலத்தைத் தான்பிடித்து வேகவதி
                        தனிலே

50. அமர்ந்து நீரில் தான்குளித்து ஆனந்தங் கொண்டெழுந்து
பூசை முதலான அத்தனையும் முடித்து
நேமமுடன் நிமிசமதில் இடையினிற் பணிபூண்டு நித்ய
                        பரிபூரணமாய்
சாமமொடு ருக்குயஜூர் அதர்வணம் என்றுரைக்கும்
                        சதுர்வேத ஆகமமும்
நாமகளைப் போற்றிசெய்து நல்லகொடி நாட்டிக் கருட
                        மேடையின் மேல்

55. அமர்ந்து கனி தொடுத்து தொடுத்ததோர் பாடலதை
                        ஆழியலைபோல் சபையில்
தெரிந்தவரை பாடி வைத்தார் என்ஆசான் சிரிமொட்டையக்
                        கோன் தெளிதமிழாய்
............விஞ்சை படியாய்ப் புகன்று குதுகலமாய்ச் சிலகாலம்
தளராறு தொன்றுதொட்டுப் பிச்சையான் பெற்றுத் தனயன்
                        வந்தேன் மாசபைக்கு
நாவால் வரும்பிழைகள் ஊகித்துணரும் நாவலரும்
                        பாவலரும்

60. ஓர்ந்து ஒருமனதாய்க் கேட்க அவை கூறுகிறேன் அந்தக்
                        கோபாலன் பொன்னடிக்கே
கருந்தேன் ஒழுகுதாம் அழகமலைக் காடு-என்னைப் பெத்த
                        ராக்கு நீயிருக்கும் கல்வயிரத் தொட்டியிலே
செந்தேன் ஒழுகுதாம் செம்பவள வாயழகி செகநாதன்
                        தங்கச்சி
செல்வி ராக்காயி நீயிருக்கு மந்தச் சித்ரவர்ணத்
                        தொட்டியிலே
மலைத்தேன் ஒழுகுதாம் மாதவரசி நீயிருக்கும் மாசிமலைக்
                        காடு மாணிக்கத் தொட்டியிலே

பசுந்தேன் ஒழுகுதாம் பாரமலைக்காடு பத்தனியாள்
ராக்காயி நீயிருக்கும் பவளவர்ணத் தொட்டியிலே
தீர்த்தம் ஒழுகுதாம் தேக்கமலைக் காடு திருமாலுட தங்கையிருக்கும்
அந்த தேக்கமலைப் பண்ணை திருமஞ்சனத் தொட்டியிலே
பத்தினியாள் ராக்காயி பாரமலைக் காடு பளிங்குவர்ணத்
தொட்டியிலே பாங்குடனே குலவையிட்டாள்
குலவைச்சத்தம் தான்போட்டு கோம்பைமலைக் காடு
கோலவர்ணத் தொட்டியிலே குடியிருந்தாள் ராக்காயி
சிட்டுவந்து நீரருந்தும் செல்ல மலையாளி கருப்பன் கூடப்பிறந்த
ராக்காயி நீயிருக்கும் சித்ரமணித் தொட்டியிலே
பச்சிவந்து நீரருந்தும் பாரமலைக் காடு பாரளந்தோன்
தங்கையிருக்கும் பஞ்சவர்ணத் தொட்டியிலே
மயிலுவந்து நீரருந்தும் மாதாளிருக்கும் மாசிலைக் காடு மஞ்சவர்ணத் தொட்டியிலே
குயிலுவந்து நீரருந்தும் கோம்பைமலைக் காடு கருப்பன் கூடப்
பிறந்த ராக்காயி நீயிருக்கும் அந்த குளிர்ந்தவனத் தொட்டியிலே
அன்னம்வந்து நீர்குடிக்கும் அருவிமலைக் காடு அன்னக்கிளியால்
அருங்கிளியாள் ராக்கு நீயிருக்கும் அழகுவர்ணத் தொட்டியிலே
தீர்த்தம் குதித்ததுமே திருமாலுட தங்கச்சி திருமஞ்சன நீராட
குளித்து நீராடினாள் கோவிந்தன் தங்கை கோலவர்ணத் தொட்டியிலே
வாகுடனே தானெழுந்து வாரிக் குளித்தாளாம் வச்ரமணித் தொட்டியிலே
குளித்து முழுகியங்கே கோலவர்ணத் துகிலுடுத்தி கோவிந்தன் தங்கச்சி
கோதி மயிருணத்தி கோடாலிக் கொண்டையிட்டு குங்குமப் பொட்டுமிட்டு
வாரி மயிருணத்தி வலமலைக் காட்டி வச்ரமணிக் கொண்டையிட்டாள்

80. தாரி மயிருணத்தி தலமலைக் காட்டி வச்ரமணிக் கொண்டை
                                                    யிட்டாள்
    அள்ளி மயிருணத்தி அழகுவர்ணக் கொண்டையிட்டாள்
    அப்போ காலநேர மாகுதென்று கருமலையைவிட்டு
    காட்டு இடைச்சி மலையாள மெச்ச கருப்பனுட தங்கச்சி
    கட்டழகி ராக்காயி அப்போ வெகுநேர மாகுதென்று
    அண்ணனுட குடவரையப்

85. பார்வையிட வேணுமென்று சொல்லி விமலி பரமேஸ்வரி
    சாம்பிராணி வாசகத்தி சாமளன் தங்கச்சி சதிருடனே
                                                    தானெழுந்து
    மாசிப் பிறையழகி மகுடகும்பத் தேரழகி
    வார்ப்புச் சிலையழகி ராக்காயி வச்ரமணிப் பொட்டழகி
    செப்புச் சிலையழகி செகநாதன் தங்கச்சி செந்துருக்கப்
                                    பொட்டழகி அம்மம்மா

90. உன் ஆடை கொடியிலே ராக்காயி உன் ஆபரணம்
                                                பொட்டியிலே
    சேலை கொடியிலே ராக்காயி உன் செல்லநகை
                                                பொட்டியிலே
    மாலை கொடியிலே ராக்காயி உன் மஞ்சணையே
                                                பொட்டியிலே
    பூசினாள் மஞ்சனையை அவ பூமானுட தங்கச்சி அது
                                        பொன்னுங்கழுத்திருக
    இட்டாள் சிவப்பு இழுவினாள் மஞ்சனையை

95. தொட்டாள் சிவப்பு தொடுத்திட்டாள் பூஞ்சரத்தை
    வெகுநேர மாச்சுதென்று விமலி பரமேஸ்வரி வெள்ளிமலை
                                                    விட்டெழுந்து
    மக்கள் பதினாறும் மாதரசி தானழைத்தாள்
    புள்ளை பதினாறும் பெருமையுடன் அழைத்தாள்
    வாருங்கள் மக்களா என் கூடப்பிறந்த அண்ணன் கருப்பன்

100. உங்க தாய்மாமன் மலையாளி இருக்குங் கதவழக
     நாமபோய்ப் பார்த்து வருவோ மென்றாள்
     மக்களே மாலைப் பொழுதாச்சு மாடையும் நேரமாச்சு
     கால நேரமாகுது உங்கமாமன் கருப்பனுட கதவழக
                                            பார்ப்போ மென்று
     இக்கலிலே புள்ளையாம் இடையிலே செம்பனொண்ணாம்
     கக்கத்திலே புள்ளையாம் கனக்கையில் செம்பனொண்ணாம்

105. அடியிலே புள்ளையாம் மார்பிலே மைந்தனொண்ணாம்மத
அட்டத்தில் புள்ளையாம் அருகிலே மைந்தனொண்ணாம்
பக்கத்தில் மைந்தரெல்லாம் பண்பாய் நடக்கவிட்டு
பாரமலை ராக்காயி அவ பாரவழிகூடி
பாலகர்களைத் தான் கூப்பிட்டழைத்து பாரக்
                                    குலவையிட்டாள்

110. குலவைச்சத்தங் கேட்டவுடன் குழந்தையெல்லாம் ஓடிவந்து
சீறிக் குலவையிட செம்பன்மார் முன்னடக்க
மாதாள் குலவையீட மைந்தன்மார் முன்னடக்க
தாயார் குலவையிட நீபெத்த தனயன்மார் முன்னடக்க
செல்வி குலவையிட செம்பன்மார் முன்னடக்க

115. அன்ன நடைநடந்து அழகமலைக் காடு அருவிமலைவிட்டு
செல்ல நடைநடந்து சித்ரவர்ணக் கதவு சீரழகப் பார்வையிட
பாலர்களைக் கூட்டி பாங்காய் வழிநடந்து
பண்ணை யிடைச்சி பந்தானச் செல்வி பலபுள்ளைக் காரி
                                    பத்தினியாள் பொன்ராக்கு
கோம்பை யிடைச்சி மலையாளி கூடப்பிறந்த
                                    கொம்பனையாள் ராக்காயி

120. குழந்தைகளைக் கூட்டி அண்ணன் கருப்பன் குடியிருக்கும்
குடவரைக் கதவு கொல்லிமலைப் பொன்படியை
                                    பார்வையிட வேணுமென்று
கருப்பன் இருக்கும் பதினெட்டாம்படிக் கதவழகப்
                                    பார்ப்பதற்கு என்னைப்பெத்தா ராக்காயி
மக்களைக் கூட்டிமாதரசி வாராளாம் வடக்குக் கதவு
                                    தெற்குக்கதவு
சுப்பக்கோன் பச்சக்கோன் நாட்டிவச்ச செல்லக் கதவழகப்
                                    பார்வையிட

125. வாசல் திறந்து வண்ணக் குலவையிட்டு வடக்குக்
                                    குடவரையத் தேடி ராக்காயி வாராளாம்
செல்லி நடைநடந்து ஏழுமலைக் காடு இந்திரவர்ணத்
                                    தொட்டிலிட்டு இளவரசி வாராளாம்
சொல்லி நடைநடந்து சுந்தரராஜன் தங்கச்சி சோலைமலை
                                    விட்டு சுருக்குடனே வழிநடந்து
நடையாம் நடையழகி நாராங்கிப் பட்டழகி
நாராயணன் தங்கை நடுமலைப் பாப்பாத்தி

இடையாம் இடையழகி இளையானுட தங்கை இருண்டமலைப் பாப்பாத்தி
இண்டஞ்செடி காடு ஏழுமலைப் பணை இருண்டமலை கடந்தாள்
மஞ்சமலைக் காடு அன்னங்கள் வாழும் மாவூத்துப் பண்ணைவிட்டு
மக்களைக் கூட்டி மாதரசி வாராளாம்
தேக்குபலா நிறைந்த செல்லிமலைக் காடு
வீரமலை விட்டு விமலியவன் வாராளாம்
காட்டுமாடு மேஞ்சடையும் கமுகு தென்னை நிறைந்த
கருமலையை விட்டுக் கட்டழகி வாராளாம்
சிடடுமாடு மேயும் செவலைப் பசுமேயும்
செங்கமலை விட்டு செல்வியவள் வாராளாம் அண்ணன்
கருப்பனுட கதவு சீரழகப் பார்வையிட
பயிலைப் பசுமேயும் மண்மலையை விட்டு
மக்களைக் கூட்டி மலையாளி கருப்பன் மணிக்கதவத் தேடி மாதரசி வாராளாம்
புள்ளிப் பசுமேயும் பொருந்துலைக் காடு பொய்கைக்கரை விட்டு
பூமானுட தங்கச்சி புள்ளைகளைக் கூட்டி பொற்படியாள் வாராளாம்
மலைப்பசு மேயும் மாசிமலையை விட்டு மக்களைக் கூட்டி
மைக்காரி ராக்காயி மாதாள் குலவையிட்டு வாராளாம்
வரும் வழிதனிலே பாரமலை யருவே பாலர்களெல்லாம் அம்மா
அம்மா என்றழைத்து பசியால் நினைத்து
பாலர் பரிதவிக்க, பசியமர்த்த வேணுமென்றாள்
பழம்பிறக்கிப் பசி தீர்த்தாள் பத்தினியாள் ராக்காயி
கூடைகொண்டு பழம்பிறக்கி, கொய்யாப் பழம்பிறக்கி ராக்கு
மாதுளம் பழம்பறித்து, மக்கள் பசி தீர்த்தாளாம்
நவ்வாப் பழம்பறித்து நல்லபசி தீர்த்து நாலுமலை கடந்து
சீத்தாப் பழம்பறித்து செம்பன்மார் பசி தீர்த்தாளாம் செல்வியந்த ராக்காயி

கொய்யாப் பழம்பறித்து கோம்பை மலைமேலே குழந்தைபசி தீர்த்தாளாம் அப்போ
எலுமிச்சம் பழம்பறித்து ஏழுமலை கடந்து இருந்துபசி தீர்த்தாளாம்
கோவைக் கனிபறித்து குழந்தைகளோட கூடி வழிநடந்தாள் அப்போ
பேரீச்சம் பழம் பறித்து பெருமாள் மலையிலே ராக்காயி பிள்ளப்பசி தீர்த்தாளாம்
பழம்பிறக்கிப் பசியமத்தி வாழைப்பழம் பறிக்க வடமலையைச் சுத்திவந்தாள்

கொடிமுந்திரி பறித்து குழந்தை பசியமத்தி
மாங்கனியும் தேங்கனியும் வாழை பலாக் கனியும்
மக்களுக்கே பறித்து மதலைபசி தீர்த்தாளாம்
பழமுதிர் சோலைவிட்டு பாலர்களே வாங்க உங்கமாமன்
கருப்பனுடைய படியழப் பார்ப்போமென்று

பத்தினியாள் ராக்கு பக்குவமாய்த் தானழைத்தாள்
அந்த மாதாள் அரசி ராக்காயி மக்களைக் கூட்டி மைக்காரி வரும் பாதையிலே
மயிலுவந்து பாக்குது மலையாளி யிருக்கும் மணிக்கதவப் பார்வையிட மைக்காரி போறாளென்று
கரடிவந்து பாக்குதாம் கருப்பனுடைய கதவழகத் தேடி ராக்கு கட்டழகி போறாளென்று
சிட்டுவந்து பாக்குதாம் செங்கமலை விட்டு அண்ணன் கருப்பனுடகதவு

சீரழக் காண்பதற்கு செல்வி போறாளென்று
அன்னம்வந்து பார்வையிட அண்ணன் கதவழகப் பார்ப்பதற்கு அருங்கிளியாள் போறாளென்று
பறவைகளும் சிட்டுகளும் பஞ்சவர்ணக் கிளிகளெல்லாம்
பத்தினியப் பாத்து பட்சியெல்லாம் வழியனுப்ப
நடந்தாள் ராக்காயி நடுமலையத் தான்கடந்து

பாலர்களைக் கூட்டி போய்வாரே னென்றுசொல்லி
பத்தினியாள் ராக்காயி பாரவழி நடந்து
குழந்தைகளைக் கூட்டி ராக்காயி குலவையிட்டு முன்னடந்தாள்
கதவழகப் பார்க்க பொற்படியாள் வருகையிலே அங்கு
காட்டுப்புறா வந்தடையும் கருக்குவாச்சிப் பண்ணை கல்லூத்துச் சோங்குவிட்டு

தொ.பரமசிவன் 295

கருப்பன் கதவநாடி கட்டழகி வரும்பாதை
மாடப்புறா வந்தடையும் மாசிமலைக்காடு மாணிக்கத் தொட்டிலிட்டு
மான்மயிலு தேன்கூவும் தேமாங்குயில் கூவும் தேனொழுகும் பாறை
தேவி வழிநடந்தாள் மகிழம்பூப் பாறை
வயித்துவலி தீத்துவைக்கும் பாறை வண்ணான் அருவி வழுக்குக்கல் மேடு
நளமகா ராசன் கோட்டை நாராயணராயர் தெப்பம் மண்டையிடிக் கல்லு வயிராவி மண்டபம்
சிறுனிப்புதரு சீர்குறிஞ்சிப்பண்ணை செங்கலக்காடு நாரணராயர் தெப்பம் நல்லதண்ணிக் கிணறு
ஊறாக் கிணறு உள்கோட்டையும் தாண்டி உக்ராணக் களஞ்சியம்
அண்ணனுடைய கோட்டைவாசல் முன்னநின்று அண்ணனப் பாத்து ராக்காயி
கோவிந்தா என்று குலவையிட்டாள் முன்னாலே
குலவைச் சத்தந் தான் கேட்டு தங்கச்சி மக்களையும் கோயிலுக்குள் தானழைத்து
தங்கச்சி என்னை விட்டுப்பிரியாத சகோதரி
கருப்பன் சகோதரி கட்டழகி ராக்காயி
அண்ணா அண்ணாஎன்று ஆடிவணங்கித் தெண்டனிட
அந்த தாமோதரக் கண்ணன் தங்கச்சி நம்மதம்பி மலையாள மெச்ச
கருப்பன் கதவை நீ கண்டு மனங் குளிர்ந்து
கருப்பன் கதவு கட்டழகு பாருமம்மா என்று காயாம்பூ வழியனுப்ப
ராக்காயி வடக்குக் கோட்டைவாசல் வண்ணக் குலவையிட்டாள்
தெற்குக் கோட்டைவாசல் தேவி குலவையிட்டாள்
கிழக்குக் கோட்டைவாசல் கெம்பீரமாய்க் குலவையிட்டாள்
மேற்குக் கோட்டைவாசல் முன்ன நின்று குலவையிட்டாள்
குலவைச் சத்தங் கேட்டவுடன் கருப்பன் கொண்டாட்டங் கொண்டெழுந்து
தங்கயரே வாருமம்மா அண்ணன் பதினெட்டாம் படிக்கதவு பகுமானம் பார்வையிட

அழகர்கோயில்

சுப்பக்கோன் பச்சக்கோன் நாட்டிவச்ச கதவழகப் பாத்து
கட்டழகி ராக்காயி
மக்களா உங்கமாமன் கதவழகு மகுத்துவத்தப்
பாருங்களென்று
பாலருக்கு கதவழகக் காட்டி பாரமலை போரேனென்று

205. மலையாளியிடத்தில் பாங்காகச் சேதிசொலி
குழந்தைகளைக் கூப்பிட்டு மாமனுடகதவு குடவரைக்கதவு
குளிர்ந்தமுடன் பாருங்களென்றாள்
தெற்குக் கதவுலே திருமாலுட அம்சமாம்
வடக்குக் கதவுலே வாமனர் அம்சமாம்
பக்கக் கதவுலே பகவான் அம்சமாம்

210. பெரிய கதவுலே பெருமாள் அம்சமாம்
அண்ணனுட அம்சமும் அந்தக் கட்டையினால் சேகரித்து
கணக்குடனே நாட்டிவைத்த கருப்பனுடைய கதவ ராக்காயி
கண்டு மனமகிழ்ந்து கதவழகத் தான்பார்த்து
சிரித்து மனமகிழ்ந்து செம்பன்மாரோட செல்வப் படியாகு
தான் பார்த்து

215. பதினெட்டாம் படிக்கு முன்னே பாலர்களோடு பார்த்து
குலவையிட்டாள்
குலவைச்சத்தம் கேட்டவுடன் கருப்பன் கொண்டாட்டங்
கொண்டெழுந்து
அண்ணா எனக்கு கரந்தமலைத் தீர்த்தமும் கருப்பையா
எனக்கு
காத்தட்டி வத்தலும் கானெல்லுச் சோறும் கருங்குட்டி
ரத்தமும்
காட்டுத் துளசிக்கும் காணகத்துத் தீர்த்தத்துக்கும்
கதம்பநல்ல மாலைக்கும்

220. கல்லுங் காவேரி புல்லும் பூமி உள்ளவரை சூரியாள்
சந்திராள் உள்ள பரியந்திரம்
இந்தக் கதவடியில் காத்திருந்து காத்துமே உனக்கு
தொட்டியிலே முந்தாமல் வட்டியிலே சிந்தாமல்
தங்கச்சி ராக்காயி என்று கருப்பன்
கச்சை வரிஞ்சுகட்டி கருங்கச்சை சுங்குவிட்டு

225. இடையிறுக்கிக் கச்சைகட்டி இந்த்ரவர்ணச் சுங்குவிட்டு
தாளிறுக்கிக் கச்சைகட்டி தாமரைப்பூச் சுங்குவிட்டு
கச்சை வரிஞ்சிகட்டி காணிக் கருப்பன் கள்ள மலையாளி

கத்தி இடையிலிட்டு கட்டாரி தோளில் வைத்தான்
குத்தி ஈட்டி வல்லயம் குடங்கையில் தான்செருகி

230. அந்த குடவரைக்கு முன்னே பெரியகருப்பன் கூத்தாடி
                                               முன்ன நின்று
கதவடியக் காத்து முத்தையா காணிக் கருவலமே
                                   கற்படிக்குச் சேவகமே
அண்ணா அண்ணா என்று ராக்காயி அண்ணனுட
கத்தி ஈட்டி வல்லயம் கட்டாரி தோளழகை கட்டழகி தான்
                                                 பார்த்தாள்
சிரித்துக் குலவையிட்டாள் கெண்டை உருமா திமிக்கிவச்ச
                                                  முண்டாசு

235. வட்டத் தலைப்பாவாம் கருப்பனுக்கு வடநாட்டு
                                           வல்லவட்டாம்
சட்டித் தலைப்பாவாம் கருப்பனுக்கு சரிகைபோட்ட லேஞ்சி
                                                 யொண்ணாம்
வட்டத் தலைப்பாவாம் கருப்பனுக்கு வடநாட்டு
                                           வல்லவட்டாம்
வட்டத் தலைப்பாவாம் கருப்பனுக்கு கொங்குநாட்டு வல்ல
                                                 வட்டாம்
கோணத் தலைப்பாவாம் கருப்பனுக்கு கொங்குநாட்டு
                                           வல்லவட்டாம்
சீட்டித் தலைப்பாவாம் கருப்பனுக்கு செல்லநாட்டு
       வல்லவட்டாம்   அணிந்துமே நெற்றியிலே

240. மாற்றி வைக்கும் கால்களுக்கு மாதளம்பூச் சல்லடம்
தூக்கிவைக்கும் கால்களுக்கு துத்திப்பூச் சல்லடம்
சல்லடமுங் கச்சையுடன் கச்சை கலகலங்க கருங்கச்சை
                                                 கூத்தாட
கருப்பனும் முன்னநின்று கதவழகப் பார்த்தது மலையாளி
                                         கடுகி ஒரு சத்தமிட
அண்ணா உன் கதவழகப் பாத்தேனென்று ராக்காயி

245. பாலர்களோட பகுமானமாய் பார்த்துக் குலவையிட்டு
பாரமலை போரேனென்று பொன்ராக்கு பாரவழி நடந்தாள்

பிற்சேர்க்கை II : 8

கருப்பசாமி சந்தனம் சாத்தும் வர்ணிப்பு

(தொடக்கமும் முடிவுமில்லாது கிடைத்த கையெழுத்துப்படி)

கண்டார் பயந்தோட காடு காவலாளி கையால்
தழுவியப்போ
வேண்டும் வரம்கொடுத்து கமழுகின்ற சோலை
விடுதிமலைப் பண்ணையையும்
சான்றோர்கள் வந்துதொழும் தங்க விமானமதும் சாமி
குடவரையும்
மங்காத சோதியுள்ள மணிமந்திரத் தொட்டி மாசிமலைப்
பண்ணையையும்
தங்கக் குடவரையும் தலைமலைப் பண்ணை தனமிருக்கும்
பெட்டியையும்
நளராஜன் கோட்டை நாரணராயர் தெப்பம் நாட்டுப்புறம்
அத்தனையும்
மளமளெனச் சுத்திவந்து மாட்டுத் தொழுவும் மலையாளப்
பொன்கருப்பே உனக்கு மாறாத காவலென்றார்
மண்டுமலை அத்தனையும் காத்து வருவாயென
அரிமாயோனுந் தானுரைக்க
எண்டிசையும் தான்வணங்க எசமான் குடவரையில் இருதய
சந்தோசமுடன்
அன்றுமுதல் இன்றுவரை அழகுபடி வாசலிலே அன்பருக்குக்
காட்சிதந்து
வண்டர்களைச் சங்கரித்த வைகுந்தன் குடவரையில்
வல்லவருந்தான் அமர்ந்து
வாடிய முகத்துடனே வணங்கிநிற்கும் மானிடர்க்கும் வருணன்
முதல் தேவருக்கும்
கூடியே ஆனந்தமாய் குடவரையில் முன்பாக குலங்கிநிற்கும்
பக்தருக்கும்
வண்ணக் குலவையிடும் ராக்காயி பேச்சி வடிவழகி
யானவர்க்கும்

15. மண்ணிலுரை மானிடர்க்கும் விண்ணிலுரை தேவருக்கும்
                    மனமகிழ்ந்து வரங்கொடுக்க
    காரண காரியமாய் கண்ணன் குடவரையில் காத்திருக்கும்
                    பொன்கருப்பே
    பூரணமா யாண்டிருந்த திருமலை நாயக்கர் புண்ணியனார்
                    காலமதில்
    மூதாதி நாளையிலே சுப்பக்கோன் பச்சக்கோன் முத்திபெற
                    வேண்டுமென்று
    வேதாவை யீன்றபிரான் நாமமதை வேண்டித் தொழுதுவர

20. பாசுபதன் தன்னுடனே யிருந்து படுகளத்தில் பட்சமுடன்
                    தேரூர்ந்து
    வாசுதேவர் தன்மத்தில் வாமனசொருபன் வந்துதித்த வாறது
                    வாய்
    அச்சு தானந்தனுமே அழகமலைக் காட்டில் ஆவினத்தை
                    மேய்த்ததுபோல்
    சந்தனக் கருப்பனுமே சங்கம் புதரருகே சாமி
                    சயனித்திருக்கிறதை
    கண்டு அவர் பாதத்தைச் சுப்பக்கோன் பச்சக்கோன்
                    (காராளரொடு) கைதொழுது தான்வருக

25. மன்னர்களைச் சங்கரித்த காயாங் கருப்பு மனத்தில்
                    பரிபூரணமாய்
    பொதுவர்க வென்றே புகழும் பச்சக்கோன் தன்மனத்தில்
                    பொன்கருப்பே நீயிருந்து
    மதுவுண்ட வண்டினம்போல் சதாஉனைத் துதித்து மயங்கி
                    நித்ரை செய்கையிலே
    குதுகலமாய் அருவிதனில் குதித்து நீராடிக் கொண்டைதனில்
                    கங்குருமா
    மனமுருகி முத்தனுமே பட்டை நாமம்போட்டு மடிதாரு
                    தாணு டுத்தி

30. கனவி. லுரைக்கவென்று கச்சை தனையிறுக்கி
                    (கருங்காலிக் கம்பெடுத்து கம்பளியை மேல்போட்டு)
    குணமுடனே வந்துநின்று தட்டி யெழுப்பி கூறிய விபரமுடன்
    கோம்பமலைத் தொட்டியுடன் குடவரை வாசலையும்
                    கோமானுக்கே காட்டி
    சாம்பலோடு சந்தனமும் குங்குமமும் தீர்த்தம் சமர்த்தனுமே
                    தான்கொடுத்து

வாழையடி வாழையாய் வருசந் தவறாமல் வந்துநீர் தானிறைத்து
ஏழைபங்காளனையும் மனதில் துதித்து இடைவிடாது சந்தனத்தை
சாற்றிவர உங்களுக்கு சாலோப சாரூப சாமீபத்தோடு சாயுச்ய
ஏற்றிய விளக்கதுபோல் உங்கள் குலந் தழைக்க இனியவர
புகழோங்கவே உரைத்து பொற்படியை நாடிப் போயமர்ந்தார் முத்தனங்கே
அகமகிழ்ந்து விழித்தெழுந்து சுப்பக்கோ னப்போ காராளரோடு
பகலவன் ஒளியதுபோல் கரகமொடு குடந்தூக்கி படிவாசலைத் தேடி
கணமதில் தேவர் தொழ பிட்டுக்கு மண்சுமந்த காளகண்டன் மதுரைவிட்டு
வேகமுடனே நடந்து விமலன் குடவரையை விடிவதற்குள் வந்துகண்டு
முடிவணங்கித் தண்டனிட்டு மொழிந்தபடியே மூதாதி காலமுதல்
ஆடிப் பவரணையில் அழகர்மலையில் அலங்கார உற்சவமாம்
வெடியோசை மேளங்களும் விமலன் குடவரையில் வேணபடி தான் முழங்க
சோடியாய்த் தானிருந்து சொர்ணப்படி வாசலுக்கு சொக்கையா பூசாரிதன்னை
அடியார்க் கடியவராய் அழகுபடி வாசலுக்கு அபிசேகஞ் செய்து வந்தால்
சாடிய யாவருக்கும் சாமளவண்ணன் சாயுச்யம் தான்கொடுப்பார்
கூடி யொருமனதாய் யாபேரும் பேசிக் குடவரையிலே யிருக்க
பூசைமணி ஓசையைப்போல் பக்கத்திலே கெவுளி பூரணமாய்த் தானடிக்க
வாசாம கோசரமாய் வாமன சொரூபனை வணங்கிவரும் நாளையிலே

தீதகற்றும் மாதவரின் பாதம் பணிந்து திருக்கதவைத்
தானமைக்க
பூசாபல னடைந்த சுப்பக்கோன் பச்சக்கோன்
பொருத்திவைத்த பொற்கதவில்
55. வாசமிகுஞ் சாம்பிராணி வாமனன் குடவரையில் வாடை
கமகமனெ
கொட்டு முழங்க கோவிந்தன் குடவரையில் கோத்தமைத்த
பொற்கதவு
பாட்டமார் நாட்டிவைத்த படியுங் கதவும் பரம்பரையானதுவாம்
சந்தனப் பொற்கதவு
தப்புமுழங்க தாமோதரன் குடவரையில்
சிப்பியாத் தொழிலாளி சுப்பக்கோன் நாளையிலே
சேர்த்தமைத்த பொற்கதவு
60. பத்தராந் தொழிலாளி படிவாசல் குடவரையில்
(பார்த்தமைத்த) பரமபதப் பொற்கதவு
விருப்பமுடன் தொழிலாளி விமலன் குடவரையில்
விண்ணவர்கள் அச்சரத்தை
மானிடர்கள் தானறிய மாயன் குடவரையில் மதிச்சமைத்த
பொற்கதவு
காணிக் கருவேலம் காயாங் கருப்பே நீ கதவடிக்குச்
சேவகமே
ஆணிபடாக் கதவு அய்யன் குட.வரையில் ஆண்டாண்டாய்
உள்ளதுவாம்
65. பணிவோர்க் கருள்புரியும் கருப்பனிருக்கும் படிவாசல்
பொற்கதவு
வச்சிரத்தா லமைத்த முத்தனிருக்கும் வயிரமணிப்
போர்க்கதவு
எட்டுக்கோட்டை வாசலுக்கும் எசமான் குடவரைக்கி
இருப்பாய் நீ காவலராய்
காட்டுத்துளசியும் கானகத் தீர்த்தமும் கரிப்பத்துச் சோறும்
கள்ளழகனுக்குப் போட்டுக் கழிச்ச காஞ்ச கதம்பழும்
கடைசிவரை தாரேவென்று
70. வள்ளலுந் தானுரைக்க வாசல்பிரதாணி வல்லவருந்
தான்கேட்டு

பிற்சேர்க்கை III:1

1. வெள்ளியக்குன்றம் பட்டயம் 1

சுபஸ்தி ஸ்ரீமன் மகா மண்டலேஸ்வரன் அரியதள விபாட
பாஷைக்குத் தப்புவறாய கண்டன் மூவறாய கண்டன் கண்டநாடு
கொண்டு கொண்டநாடு கொடாதான் யெம்மண்டலமுந் திறை
கொண்டருளிய றாஜாதிராஜன் ராஜ பரமேஸ்வரன் ராஜ
பிரதாபன் றாஜ மாத்தாண்டன் ராஜ கெம்பீரன் ராஜ ரணசூரன்
அசுபதி கஜபதி நரபதி நவகோடி நாராயணன் சர்வதேச விஜயங்
கொண்டருளிய ராய சிங்காசனத் தாபனாச்சாரிய சுரபவனேந்திர
றாயர், வீர சௌந்திரராயர் தெய்வரார் தர்மராயர் மல்லி
கார்ச்சுன ராயர் கொடுமலுக்கும்ப றாயர் விருப்பாச்சிறாயர் நரங்கறாயர்
கிருஷ்ணராயர் அச்சுதறாயர் சதாசிவறாயர் ஆன குந்தி வெங்கிடபதி ராயர்
சீரங்கறாயர் திருவிராஜ்யம் பண்ணி அருளாநின்ற
ஸ்ரீசாலியவாகன சகாப்தம் 1486க்கு மேல்
செல்லாநின்ற ருத்ரோக்காரி வரு.தைமீ. 10உ சுக்கிரவார
சுபதினத்தில் ஸ்ரீமது விஸ்வநாத நாயக்கரவர்கள் விருதுராயர்
மெச்சிய விருதுராயர் கண்டன் இம்முடி கணக்கறாமய்யக் கவண்டனுக்கு
பட்டய சாதனம் பண்ணிக் கொ(கு)டுத்த பட்டய சாதனமாவது
திருமாலிருஞ் சோலைமலை திருப்பதி வளநாட்டில் வழி
மார்க்கங்களில் கள்ளர்கள் சல்லியம் மிகுதியா யிருந்த
காலத்தில்
சுவாமி ஆண்டவன் சன்னிதானத்துக்கு சேர்வ

20. காலத்துக்கு வந்த ஜனங்களை சர்செளர பாரமும் பிடுங்கிக்
கொண்டு பிராண வதையும் பண்ணின படியினாலே அந்த
முன்னுக்குத்
தன்னை வரைவழைத்து ஆஞ்ஞாபித்து முன் தனக்கு
செளந்தரீக
பாண்டியன் விட்டுகொடுத்த படிக்கி நாங்களும்
அந்தப்படிக்கி
விட்டுக் கொடுக்கிறோம் என்று சொல்லி விட்டுக்
கொடுத்ததற்கு
25.   எல்கையாவது
வடபார்க் கெல்கை பாளாத்தி குடைக்கும் நாயக்கப் பட்டி
எல்கைப் பாரைக்கும் தெற்கு கீழ்பார்க் கெல்கை மாங்குளம்
மந்தைப் பாரைக்கும் தலமலை முன்தலுக்கும் மேற்கு தென்
பார்க்
கெல்கையாவது நரசிங்கத்து எல்லைக்கும் மூணுமாவடிக்கும்
30. சிவதூர் எல்கைக்கும் வடக்கு மேல்பார்க் கெல்கையாவது
செட்டி
குளம் கூலப்பாண்டி தொண்டமாம் பட்டிக்கும் கிழக்கு
யிதற்குட்பட்ட கிராமங்களில் பாதுகாவல்.....
குதிரைக் குழம்பு கண்ணுகுடி பெரியகுளம் தென்மேல்
மூலை
முடுவார்ப்பட்டி யெல்கைக்கும்.... கப்புரவு தென்மேற்கு
35. பசலை தண்டல் யிதன் தெற்கு புட்டுராஜ பாளையத்துக்கும்
கிழக்குட்பட்டதும் ஆத்துக்கு வடக்கே திருப்புவன யெல்கை
வரைக்கும் யிதன்வடக்கு கிடாரிப்பட்டி
குறிப்புப்பாரைவரைக்கும்
தனக்குக் காவலும் கட்டளையிட்டு காவலுக் குண்டாகிய
சம்பளம்
உம்பளம் நஞ்சையும் நஞ்சை சுவந்திரம் காலில் 1 கட்டும்
40. 1 தலுக்கும் போர் அடிப்பில் குருணி முக்கையும் புஞ்சைக்கு
காடு ஒன்னுக்கு 1 பணமும் குருணி தவசம் குடியிருப்பு
கிராமங்களுக்கு
வீட்டுக்கு ஒரு பணமும் மாவடை மரவடை உள்ள
கிராமத்து

மானியம் ஒரு மரமும் கிறாமக்காய்ச்சி ஆடி கார்த்திகை தீபாவளி
சங்கறாந்திக்கு உள்ள காட்சியும் சந்நிதியில் நித்தியப்பிரசாதம்
குருணி அமுதுப்படி பிரசாதமும் ஒரு தோசை பிரசாதமும்
திருப்பணியார வகையில் அஞ்சு கூறாவும் மார்கழித் திருவிளாவிற்கு ஒரு
பரிவட்டமும் சித்திரைத் திருவிழாவில் அஞ்சு பொன்னும் திருக்கண்ணுக்கு
சுவாமி ஆண்டவன் பிரசாதமும் ஒரு பணமும் சிறப்புக்
கட்டளைக்கு ஒரு பூண்(ஜை) பிரசாதமும் ஒரு உருமாலும் ஒரு பட்டுக்கவரும்
கம்பத்தடியில் உண்டியல் கொப்பரையில் மூனுவிரல் கொண்ட பணமும்
ஆடி திருவிழாவில் நித்தியப்படி பிரசாதமும் தவிற சன்னிதிக்கு
வந்த ஜனமட்டுக்கும் பிரசாதமும் ரத உற்சவத்தி னன்றைக்கு
ஒரு பரிவட்டமும் தீர்த்த பிரசாதமும் வாங்கிக்கொண்டு தனக்குக்
கட்டளைப் படிக்கு உம்பளக்கிறாமமும் அனுபவித்துக் கொண்டு
சன்னிதி தானத்தில் காத்திருந்து சன்னிதி கார்யங்களில் தாழ்வு
வராமல் நடந்து கொண்டு சன்னிதி முதல் பாத மார்க்கங்களிலும்
திரு ஆபரணப் பொட்டியும் சன்னிதியில் கொண்டுவந்து
ஒப்புவித்து சன்னிதி கார்யங்களில் தப்பிதம் வராமல் உத்திரவாதம்
பண்ணிக் கொண்டு வருவாராகவும்
இந்தப் படிக்கி கல்லும் காவேரியும் புல்லும் பூமியும்
உள்ள வரைக்கும் சந்திபிரவண சூரிய பிரவண
உள்ளவரைக்கும்
புத்திர பவுத்திர பாரம்பரியமாய் ஆண்டு அனுபவித்துக் கொள்வராகவும்
இந்தப்படிக்கு சாதனம் எழுதியது சமூகம் ராயசம் அனந்த நாராயண அய்யன்.

பிற்சேர்க்கை III:2

2. வெள்ளியக்குன்றம் பட்டயம் 2

சுபஸ்திரிமன் மகாமண்டலெஸ்பறன், அறி-யாதளவிபாடன்
பாசைக்கு தப்புவறாயகண்டன் முவறாயகண்டன் கண்டநாடு
கொண்டு கொண்டநாடு கொடாதான் பூர்வதக்ஷிண பச்சிம
உத்திர சத்த சமுத்திறாதிபதி யெம்மண்டலமுந் திறைகொண்ட
குளிய றாசாதிராசன் ராசபறமேஸ்வரன் றாசப்பிரதாவன் றாச
மார்த்தாண்டன் றாசகெம்பீரன் றாச ரணசூரன் றாசலெட்சுமி
யிந்திறாய சுரதாணன் அசுபதிகெசபதி நற்பதி நவகோடி
நாறாயணன் யெம்மண்டலமுந் திரை கொண்டருளிய
துங்காபி றாமன் சங்கிறாம கெம்பீரன் சுகளித காம்பீர புரு
மணமுக
வீற விக்கிறமபாண்டிய சமைய சமறாடி விசும்பமான
செஞ்சர
பவன சம்பாத...டொரி புட்கபெரி பஞ்ச பாஞ்சால
உத்தண்ட தொத்தண்ட கண்டி கண்டித விபதாளி
மண்டலாதீஷ்பறன் துலுக்கா தளவிபாடன துலுக்கமோகந்
தவிள்த்தான் ஒட்டிய தளவிபாட ஒட்டிய மோகந் தவிள்த்த
வங்கற் கலிங்கமற் மறாட்ற குச்சலற் கொங்கு கொங்கண
கோகறண சங்க தறாவட மத்திர
கிறி கல்லாட..குந்திரை கொண்டருளிய ராசாதி
றாசன் ஈழமும் கொங்கும் யாழ்ப்பாணரு சீனம் மாளுவம்
கொச்சி கொல்லம் மத்தம் மலையாள சறுவதேசப்
பிறகாச சறுவதேச விசையங் கொண்டருளி செயசிங்கா
தன தாபனாதிபறாய கெசவேட்டை கொண்டருளி
தேவ தேவ விசையேந்திர சிங்காதன தாபனாதியாகி
யருள நின்ற சாலிய வாகன சகாற்தம் 1591க்கு
மேல் செல்லாநின்ற சவுமிய ஷ தை மீ 7உ மங்கள வாற
சுபதினத்தில் ஸ்ரீமது திருமலை நாயக்கறவர்கள் வடக்கு
கோட்டை
வாசல் அனுமார்கோவில் கொத்தழங் காவல்
வெள்வியக்குண்டம்

பாளையம் விருது றாயற் மெச்சிய இம்முடிக்கனக றாமய
கவண்டனுக்கு தாம்பிர சாஷனம் யெழுதிக் கொகுத்தபடி தாம்பிர
சாஷனமாவது
திருமாலிருஞ் சோலை தென் திருப்பதியில் ஆண்டவன்
சன்னிதியில் வேடற்க ளடற்ந்து புகந்து அனேக திருவாபறணங்
களையும் சொர்ண பாத்திரம் வெள்ளிப் பாத்திரங்கள் முதலான
சாமான்களை கொள்ளை யடித்துக்கொண்டு போய்விட்டதாய்த்
தலத்தார் கூக்குரல் போட்டதில் தம்மை வறவழைத்து கள்ளரை வெட்டிச்செயித்து
களவுபோன ஆவறணம் பாத்திரம் முதலானதுகளை வாங்கிக்
கொடுக்கும்படி அனுப்பிவைக்க தாமுந் தன்சேகரத்துடன் போய்
துப்புத் துவருடனே களவாளிகளைக் கண்டுபிடித்து அவறகள் களவில்க்
கொண்டுபோன சொத்துகளை ஒன்று தவறாமல் வாங்கி ஆண்டவன்
கருவேலப் பொட்டியில்ச் சேற்த்துப் போட்டு அவறகள் தலைகளை வெட்டிப்
பொதிபிடித்து சமூகத்தில் கொண்டுவந்து வைத்து சியப்பிதாபஞ்
சொல்லிக் கும்பிட முன்னுக்குச் சந்தோ'மாகி அந்தச் சந்தோ'த்தில்
சாதனம் யெழுதிக் கொடுத்தோம் சாதனமாவது
இங்கு முன் ஸ்ரீமது விசுவநாத நாயக்கறவற்களால்
ஓமக்கு விட்டுக் கொடுத்திருக்குற பாளையப்பட்டு கிறாமங்களில்
நீற் கொடுக்க வேண்டிய காச்சி கப்பம் கை காணிக்கைகளை
மாப்புச் செய்திருக்குரது மல்லாமல் ஆண்டவன் காரியத்தில் நீர்பட்ட
பிரையாசைக்காக ஆண்டவன் சன்னதி யுள்ளவரைக்கும் ஓமக்கும்
ஓம்முடைய வம்சத்தாருக்கும் அளிவில்லாமல் நடத்துகிற வெகுமான மென்னவென்றால்

50. வருஷந்தோரும் நடக்குகிற சித்திரை உச்சபத்தில்
சுவாமியுடனே நீரும் ஒம்முடைய சனத்துடன் சிரப்புச் செய்து திருவிரும்பில்
சித்திசெய்து அரிதிப்பட்டும் திருத்தளுகை தீற்த்தப் பிறசாதம்
வந்த சனங்களுக்குப் படியும் ஆடி உச்சபத்தில் சன சமூகத்துடன்
திருத்தேற் ஓட்டிவைத்து தீர்த்தம் திருத்தளிகைபட்டுப் பரிவட்டமும்
55. பாளைய சனங்களுக்குப் படியும் மார்கழி உற்சபத்தில் திரு
மங்கையாழ்வார் லீலையில்ப் பாகம் நடப்பிவித்து அதில் தீர்த்தம்
திருமாலை பரிவட்டமுமாக அழகர் திருமலையும் ஆதித்த சந்தி
ராளும் கல்லுங் காவேரி புல்லும் பூமியுள்ள வரைக்கும்
புத்திர புத்திர பாரம்பரியமாய் அனுபவித்து வருவாராகவும்
60. மதுஸ்ரீ திருமலை நாயக்கறவர்கள் மத்திரி தளவாய்
ராமப்பையரவர்கள் இந்த சாதனமெளுதி தகட்டில்ப் பதியக் கொடுத்து சமூகம் றாயசம் ஆரணி
வெங்கிட்டறாயர் இந்த சாதனம் பதிவு செய்தது முத்துவேல்
64. ஆசாரி.

பிற்சேர்க்கை III : 3

3. தொழில் அட்டவணை (28-6-1803)

'திருமாலிருஞ்சோலை ஸன்னதி கைங்கர்யபராளின் தொழில் சுதந்திர அட்டவணையிலுள்ள தொழில் அட்டவணை மட்டும் இங்குத் தரப்பட்டுள்ளது. பணியாளர்களின் பொறுப்புக்களை விளக்கி அவர்கள் பெறும் சில சிறப்பு மரியாதைகளையும் - தொழில் அட்டவணை குறிப்பிடுகிறது.

தொழில் சுதந்திர அட்டவணை பற்றிய விளக்கத்தினை 'கோயிற் பணியாளர்கள்' என்ற இயலில் காண்க. அடிக்கோடிடப்பட்ட செய்திகளோடு மட்டும் கோயிற்பணியாளர் உடன்பட மறுக்கின்றனர்; பிற செய்திகளோடு உடன்படுகின்றனர்.

ஸ்ரீ ராமஜெயம்

"ஸ்ரீ கல்யாண சுந்தரவல்லி ஸமேத ஸ்ரீசுந்தரராஜ பரப்ரம் ஹணே நம: திருமாலிருஞ்சோலைமலை ஸன்னதி கைங்கர்யபராளின் தொழில் அட்டவணை"

ருத்ரோத்காரி-வரு ஆனி-மீ 16க்கி 1803 வரு.ஜுூன் மீ 29 ஸ்ரீமத் பரமஹம்ஸ பரிவிறாஜகாசாரிய உபய வேதாந்த பிரவர்த்தக மத்தகஜகணிரவ ஸ்ரீவிசிஷ்டாத்வைத சித்தாந்த நிர்வாஹக ஸ்ரீ சைத்திறா'ட சே'ாவாஹன பிரம்ஹரகாதிருடம் தென்கொள் திசைக்கு திலகமாய் நின்ன தென் திருப்பதி திருமாலிருஞ் சோலைமலை என்னும் அழகர் திருமலை சந்நிதிக்கி ஸ்ரீகார்யம் விசாரணை தர்மகர்த்தா மடாதிபதி ஸ்ரீராமானுஜ ஜீயர் ஸ்வாமிகள் கும்பினி சர்க்காரில் ஆக்ஞாபித்து உத்தரவாகி இருக்கிற பிரகாரம் இந்த சன்னிதிக்கு அனாதிகாலமாக யேற்பட்டு நடந்து வருகிற 32 நிர்வாகத்தினுடைய கைங்கர்ய விபரத்துக்கும் ஸ்தலத்தார் நிர்வாஹக்காரர்கள் அடைந்து கொண்டு வருகிற) மா.கமலம் அனுசரித்து சந்நிதி கருவேலம் முதலான இடங்களில் சுதந்திரம் வகையறாவுக்கும் ஆதிகாலத்து வழக்கத்தையும் நீடித்த பிரகிருதத்தில் இருந்து கொண்டிருக்கிற கோயில் வரலாரும் கோயில் ஒழுகு தாம் பரசாஸனம் பட்டயம் முதலான மற்றும் ஆதரவாயுள்ள சகல கணக்குகளையும் சிரத்தை பூர்வமாய் பரிசீலனை செய்து இப்போது அந்த பிரகாரமே வழக்கத்துக்கு கொஞ்சமும் விரோத மன்னியில் நடந்து கொண்டு வருகிற விபரத்துக்குயெழுதி

யனுப்பிவிக்கலான கோயில் சன்னதி கைங்கர்யம் சுவதந்திரம் வகையறா அட்டவணை கணக்கு.

(1) இந்த சன்னதிக்கு அனாதிகாலமாய் வெவ்வேரு கோத்திரத்தைச் சேர்ந்த வைகானஸ அர்ச்சகாளாக ஸ்ரீ ரெங்கராஜ பட்டர், யேறு திருவுடைய பட்டர், நலந்திகள் நாறாயண பட்டர், அலங்கார பட்டர் என்று நாலு நிர்வாஹங்கள் யேற்பட்டு ஒவ்வொரு நிர்வாஹக்காரரும் மாசம் 30 நாளில் 7½ நாள் முறை வீதப்படி தன்னுடன் கூட வைகானஸ ஆகமம், சூத்திரம், திருவாறாதனை கிராமம் முதலியவைகள் நன்றாக தெரிந்தவர்களாக இருக்கிற இரண்டு அர்ச்சகர்களை ஸாதகத்துக்கு வைத்துக் கொண்டு நித்தியப்படி முறையில் பறம்பரை பிரதான முறைகார அர்ச்சகர் பெரிய சன்னதிசேனை முதலியார் சந்நதி, சேத்திர பாலன், பெரிய சந்நதியைச் சேர்ந்த சுற்றுக்கோவில் சன்னதிகளையும் ஒப்புக்கொண்டும் ஒத்தாசை அர்ச்சகர் ஒருவர் ஸ்ரீ சௌந்திரவல்லி நாச்சியார் சந்நதி சக்கரத்தாழ்வார் சந்நதி, நாச்சியார் சந்நதியைச் சேர்ந்த சுற்றுக்கோவில் சன்னதிகளையும் ஒப்புக்கொண்டும் இரண்டாவது ஒத்தாசை அர்ச்சகர் சூடிக்குடுத்த நாச்சியார் சந்நதி, அழகிய சிங்கர் சந்நதி, சக்கரவர்த்தி திருமகன் சந்நதி, பிரதக்ஷணங்களிலும் வெளியிலு மிருக்கிற சுற்றுக்கோவில் சந்நதிகளையும் ஒப்புக்கொண்டு யெப்பவும் பிரதான முறைகார அர்ச்சகருக்கு சாதகமாய் இருந்து இரண்டு வேளையும் ஸ்நானம் பண்ணி ரெம்பவும் ஆசார விவகாரத்துடனே வைகானஸ ஆகம திருவாராதன கிரமப்படி சிரத்தபூர்வகமாய் ஆறு காலம் திருவாராதனம் பண்ணுகிறது. திருமேனி உபசாரம் செய்கிறது, சூத்திரம், மந்திர புஷ்பம், சேவிக்கிறதும் திருமஞ்சனம் முதலியது செய்கிறது. நித்திய உத்ஸவருக்கும் பெருமாள் தாயார் முதலான எல்லா திருநாமங்களுக்கும் அந்தந்த அவசரத்துக்குத் தகுந்தபடி சாத்துப்படி, திருக்கோலம் முதலியது உபசாரமாய் சாத்துகிறது. வைதீகமாயுள்ள வைதீகமாயுள்ள கைங்கர்யம். புண்ணியவாசனம், சாந்தி, சம்புறோக்ஷணை முதலியது செய்கிறது. அர்ச்சனை உபய அர்ச்சனை செய்கிறது. நித்தியப்படி விசே'ப்படி தளிகை திருப்பண்ணியாரம் முதலியது அமுது செய்விக்கிறது. இந்தப் பிரகாரமே எல்லா அர்ச்சக நிர்வாகக் காரகளும் மாசத்தில் 7½ நாள் முறை வீதப்படி அர்ச்சகத்துக்கு ஏற்பட்டிருக்கிற சகலவித கைங்கர்யங்களும் எப்பவும் சந்நதியிலிருந்து பார்த்து வருகிறது. நித்தியப்படி, விசே'ப்படி, பஞ்சபர்வம். புண்ணிய காலங்கள் பெருமாள், தாயார். முதலிய சுற்றுக்கோயில் திருநாமங்கள் மாச திருக்ஷத்திரம் அதிகப்படி புறப்பாடு உத்ஸவாதிகள் முதலிய தினங்களிலும் எல்லா அர்ச்சகர்களும் சாதக அர்ச்சகருடன் கூட இருந்து அலங்கார திருமஞ்சனம், சாத்துப்படி திருக்கோலங்கள் முதலியது

சாத்தி விசே' உபசார சிரமத்துடன் புறப்பாடு செய்விக்கிறது. துவார பாலகர், துவார கன்னிகைள் முதலானவர்களுக்கும் திருமஞ்சனம் செய்கிறது வரு முறை வீதம் ரக்ஷாபந்தனம் கட்டிக் கொள்கிறது. வாகனங்களிலும் ஏறிவருகிறது. நித்தியப்படி முறைகார அர்ச்சகர் பரிசாரகர் ஒப்புக்கொள்ளுகிற வெள்ளிப்பாத்திரம், திருவாபரணம் திருப்பரிவட்டம், வகையறா சாமான்களை கணக்கில் கையெழுத்து வைத்து ஒப்புக்கொண்டபடிக்கி அடுத்த முறைகாரரிடம் கணக்கில் கையெழுத்து வாங்கி ஒப்புவிக்கிறதும் வித்யாஸம் முதலியது ஏற்பட்டால் முறைகார அர்ச்சர் பரிசாரகர் உத்தரவாதம் செய்கிறது. ஸ்ரீரெங்கராஜபட்டர் அலங்காரபட்டர். இருவருக்கு மட்டும் ஸ்தானீகம் கருவேலம் கையாக்ஷி கருவேலம் கையாணி சங்க முத்திரை கணக்கில் ஏற்பட்டிருப்பதால் முறை வீதப்படி முகரை வைத்துக் கொண்டு நித்தியப்படி விசேப்படி முதலிய புறப்பாடு உத்ஸவங்களுக்கு மைத்த ஸ்தானீகர்களையும் கூட வைத்துக் கொண்டு கருவேலம் அஞ்சு முகரையும் சரிபார்த்து திறந்து வேண்டிய திருவாபரணம். திருப்பரி வட்டம், வகையறா எடுத்து கணக்கில் எழுதிக்கொண்டு சாத்துப்படி சாத்துகிற பிரதான அர்ச்சகரிடம் கையெழுத்து வாங்கிக் கொண்டு கொடுத்து திரும்பவும் கணக்குப்படி வாங்கி கருவேலம் அறையில் சேர்ந்துப்பூட்டி மைத்த முகறோடுசங்கமுகர் போட்டு வருகிறது. லாபநஷ்டத்துக்கு ஸ்தானீகாள் 7 பேர்களும் தேவஸ் தானத்துக்கு உத்தரவாதம் செய்கிறது. ஸ்தானீக்காரியாதிகளையும் கூட இருந்து பார்த்து வருகிறது. சந்நிதி முறைகார அர்ச்சகர் ஒரு குச்சியிலும் பரிசாரகன் ஒரு திறவு கோலும் வைத்துக் கொள்ளுகிறது. தல்லாகுளம் சந்நதி அர்ச்சக கைங்கரியத்தையும் முறை வீதம் பார்த்து வருகிறது.

(2) சந்நதி பட்டத்து ஜீயாள் மாசம் 30 நாளைக்கும் 1½ நிர்வாகம் சந்நதிக்கு முதன்மையான நிர்வாஹகறாய் இருந்து ஸ்ரீகாரியம் விசாரணை, தர்மகரத்துருத்வ விசாரணை. அறைகட்டளை, சிறுகுடி கட்டளை வகையறா, சந்நதி கிராம விசாரணை சந்நதி ஸ்ரீபண்டாரம், கருவேலம். கெர்ப்பகிரஹம், அறைவாசல் முதலிய யாற்று திறவு கோலையும் தேவஸ்தானம் பீக முத்திரையாகிய சக்கரமுத்திரையும் கருவேலம் முகரையும் வைத்துக் கொண்டு வருகிறது. கைவள பெட்டி வகையறா சாமான்களை வைத்துக் கொள்ளுகிறது. விஸ்வரூபாதி திருவாறாதனம் முதலிய எல்லா அவசரங்களிலும் பக்கத்திலிருந்து கைங்கர்யங்களை நன்றாக நடத்தச் செய்கிறது. அறைவாசல் வகையறா இடங்களிலிருந்து படித்து சாமான்கள் எடுத்துக்குடுக்கும் சமயங்களிலும் கூட இருந்து கண்பார்த்து கணக்கில் கையெழுத்துச் செய்கிறது. திருமடப் பள்ளியிலும் படித்தன சாமான்களை கண்பார்த்து கோரம்

போகாமல் பெருமாளுக்கு உகப்பானபடி தளிகை நடத்திவரச் செய்கிறது. சந்நதி மண்ப மடப்பள்ளி பிராகார கெர்ப்பகிரஹங்களை பரிசுத்தமாய் இருக்கும்படி செய்கிறது. கைங்கர்யபறாளுடைய ஆசாறாதி யோக்கியதா விசாரணை பண்ணி சீர்திருத்தம் செய்து வருகிறது. பெருமாள் தாயார் ஆழ்வாறாதிகள் அமுதுசெய்து பிரசாதம் வகையறாக்களை சிறமப்படி கோஷ்டி வினியோகம் செய்யும்படி நடப்பிக்கிறது. நித்தியப்படி விசே'ப்படி புறப்பாடு உத்ஸவதி விசேங்களுக்கு வேண்டிய திருவாபரணம் திருப்பரிவட்டம் வகையறா திறவுகோலும் முகரும் வைத்துக் கொண்டு முகர் சரிபார்த்து கருவேலம் திறந்து எடுத்துக் கொடுத்து வாங்கி கருவேலம் சேர்த்து பூட்டி சக்கர முகர் வைத்து வருகிறது. தேவஸ்தானம் லாபநஷ்டத்துக்க மைத்தவர்கள் ஒப்பந்தம் உத்தரவாதம் பண்ணுகிறது. நித்தியப்படியில் பிரதிதினமும் ராத்திரி சந்நதி காலமானவுடன் முறைகார அர்ச்சகர் பரிசாரகர் பண்டாரி கணக்குப்பிள்ளை மணியம் வகையறா பேர்களை கூட வைத்துக் கொண்டு யாவற்று இடங்களும் சுற்றிப் பார்த்து சந்நதி வகையறா திருக்காப்பு சேர்த்தும் அறைவாசல் வகையறா இடங்களை பூட்டியும் பீகமுத்திரை வைத்து வருகிறது. அந்த பிரகாரமே அவர்களை கூடி வைத்துக் கொண்டு முகம் சரிபார்த்து திருக்காப்பு நீக்கி மேல் காரியாதிகள் நடக்கும்படி செய்விக்கிறது.

நித்தியப்படியில் ஜீயாள் சாதகத்துக்கு இரண்டு மனுஷியாகும் யோக்கியதை நம்பிக்கையுள்ளவர்களாக வைத்துக் கொண்டு திருவாராதனம் முதலிய அவசரங்களில் கெர்ப்பகிரஹத்தில் நின்று கொண்டு வேத விண்ணப்பம் வகையறா ஸேவிக்கிறது. பண்டாரி குடுக்கிற திருத்துழாய் திருமாலை வகையறாவை கண்பார்த்து சோதித்து

சாத்துபடிக்குக் கொடுத்து வருகிறது. சன்னதி பரிசாரகாள் திருத்திக் கொடுக்கிற திருப்பரிவட்டங்களை பெருமாள் சாத்துப்படிக்கு எடுத்துக் கொடுக்கிறது. திருமஞ்சனம் திருவாராதனம் அவசரங்களுக்கு சந்நதி பரிசாரகாள் அறைத்துக் கொடுக்கிற சாத்துப் படியில் பரிமளம் சேர்த்துக் கொடுத்து வருகிறது. சந்நதி அறை கட்டளை, உபய கட்டளை, நாமாவளி, அர்ச்சனை ஆதிகால வழக்கப்படி ஜீய்யாள் சாதககைங்கர்யபறாளை வைத்துக் கொண்டு கணத்தில் ஏற்பட்டபடி அரிசி பணம் சாதம் வகையறாவை பெற்றுக் கொண்டு நாமாவளி சொல்லி வருகிறது. நித்தியப்படியிலும் விசேப்படியிலும் உத்ஸவாதி புறப்பாட்டு அவசரங்களிலும் கோஷ்டியில் பிரதமத்திலிருந்து துடக்கம். சாத்துமுறை, பிரபந்தம் வகையறா ஸேவிக்கிறது. திருமஞ்சனம் அவசரங்களில் சூத்தாதிகள் ஸேவிக்கிறது. ஸன்னதி ஜீய்யாளுக்கு வாசஸ்தானமாக இருக்கிற உடையவர் சன்னதி மடம், ஆசாரியால் சந்நதி வகையறா திருவாறாதன முதலியது செய்கிறது.

சந்நதி ஸ்ரீகாரியம் விசாரணை, ஸ்தானீகம் காரியாதிகள் முழுவதும் பட்டத்து ஜீய்யாளுடைய ஆதினமாய் இருப்பதில் சகலமும் ஜீய்யாளுடைய முத்திரை அதிகார பாரபாத்தியத்தின் பேரிலும், கங்காணத்தின் பேரிலும் கணக்குப்படி நடந்துவரச் செய்கிறது. நித்தியப்படியிலும் விசே'ப்படியிலும் உத்ஸவாதி புறப்பாட்டு அவசரங்களில் ஸ்ரீகாரியம் ஆசார்ய புருத்வ மரியாதையும், அத்தியாபகம், வேதபாராயணம், ஸ்தானீகம் வகையறா மரியாதையும் இரட்டைப்படி மரியாதை அருதி பரிவட்டம், சே'வாகன பிர்மஹாதரறோகனம் முதலிய உபசாரத்துடன் பிரதானமாய் இருந்து அதுகளுக்கு ஏற்பட்ட சகலவித வரும்படிகளும் கணக்கில் கண்டபடி அனுபவித்து வருகிறது.

(3) திருமாலை ஆண்டார் மாசம் 30 நாளைக்கும் ஒரு நிர்வாகமும் தோழப்பய்யங்கார் 30 நாளைக்கும் ஒரு நிர்வாகமும் கணக்கில் ஏற்பட்ட படியால் நித்தியப்படியில் ஒவ்வொருவரும் சாதகத்துக்கு தன்னுடன் கூட நாலாயிரப்பிரப்பந்தம் வகையறா அத்தியாபகம் சாத்தின அஞ்சு திருநாமங்களை வைத்துக் கொண்டு நித்தியப்படியில் திருப்பாவை. நித்தியானு சந்தானம், சூக்தாதி உபதித்து, திருமஞ்சன ஸ்லோகம், அலங்கார ஸ்லோகம், திருமஞ்சனகவி, புஷ்பாஞ்சாலி, வேத விண்ணப்பம், இதிகாசபுராணம்.ஸ்தலபுராணம் முதலியது சேவிக்கிறது. நித்தியப்படி புண்ணியாகவாசனம் சங்கல்பம் செய்யும்போது அர்ச்சகாளுடன் கூட இருந்து ஜபிக்கிறது. பஞ்சகவ்ய ஸ்தாபனம் செய்கிறது. அத்யாபகம், வேதபாராயணம் பண்ணி வருகிறது. நித்தியப்படி விசே'ப்படி உத்ஸவாதி திருவீதிப்புறப்பாடு அவசரங்களுக்கும் ஒவ்வொருவரும் அதிகப்படி அஞ்சு திருநாமங்களை வைத்துக் கொண்டு அத்யாபகம், பிரபந்தம். இயல், சேவிக்கிறது. ஆழ்வார் சந்நதி திருவாராதனம், திருமஞ்சனம், தளிகை அமுது செய்விக்கிறது. உத்ஸவாதிகள் நடக்கிறது. அது வியத்தில் உத்தரவாதம் செய்கிறது. பிரம்ஹ உத்ஸவம் அத்தியயன உத்ஸவத்தில் நாலாயிரபிரபந்தமும் மத்த உத்ஸவாதிகளில் திருவாய்மொழி சேவிக்கிறது. வரு' முறை வீதம் கைசிக புராணம் வாசித்து அருகி வாவிட்டத்துடன் பிரம்ஹரதம் ஏறி வருகிறது. புஷ்பயாகம் சப்தாபரணம் வகையறா சேவித்து அருகிபரி விட்ட மரியாதை அடைகிறது. அத்தியன உத்ஸவம் 8ம் திருநாள் திருவேடுபரி 'வாடினேன் வாடி' துடக்கத்துக்கு இரண்டு பேரும் ரிதி பரிவட்ட மரியாதை அடைகிறது. நித்தியப்படியிலும் விசே'ப் படியிலும் இரண்டு பேருமாய் அத்யாபகம் வேத பாராயணம் மரியாதையும் ஆசாரி புரு'த்வ மரியாதையும் கணக்குப்படி வரும் படியையும் அடைந்து வருகிறது.

(4) இந்த சந்நதி பரிசாரகத்து அனாதிகாலமாய் வெவ்வேறு கோத்திரத்தைச் சேர்ந்தவர்களாக சந்நதி பரிசாரகம் அமுதார். அலங்கார நம்பி, திருமாலிருஞ் சோலைமலை நம்பி. சடகோப நம்பி, சேனை நாராயண அமுதார், திருமலை நம்பி, சோலை நம்பி வடமா. மலை அமுதார், தெய்வசிகாமணி நம்பி, தியாகம் செய்த அமுதார் என்று 10 நிர்வாகம் கணக்கில் ஏற்பட்டு இருப்பதால் மீ 30 நாளில் ஒவ்வொரு நிர்வாஹக்காரர்களும் 3 நாள் முறைவீதப்படி தன்னுடன் கூட நித்தியப்படி முறைகார அர்ச்சகர் சன்னதிகளை பார்த்து வருவதற்கு ஒப்பந்தம் உதவிக்கு 3 பேர் வைத்துக் கொண்டு பெரிய சந்நதி, தாயார் சன்னதி. சுற்றுக்கோவில் சன்னதிகள்: ஆழ்வார் ஆச்சாரியாள் சன்னதிகள் இந்த சன்னதிகளில் பாத்திரங்கள் திருவிளக்கு வகையறா சகலசாமான் களையும் ஒப்புக்கொண்டு சுத்திபண்ணுகிறது. திருவிளக்குகள் சோதித்துப்பார்த்து போடுகிறது. கெர்ப்பகிரஹம், அர்த்தமண்டபம் ஸம்பந்தப்பட்டமட்டில் திருவிளக்குப் போட்டு வருகிறது. பாத்திரங்களுக்கு தீர்த்தம் பூரிக்கிறது. வருமாள் தாயார் சுற்றுக்கோவில் ஸன்னதி கெர்பகிரஹம், அர்த்தமண்டபம் வகையறா இடங்களில் திருவிளக்கு சமர்ப்பிவித்து பரிசுத்தப்படுத்துகிறது. நித்தியப்படியில் சத்தரம் சாமறம் முதலிய உபசாரத்த திருமஞ்சனம் அலங்காரமாக கொண்டு வருகிறது. திருமஞ்சனம், திருவாராதனம், புறப்பாட்டு முதலிய அவசரங்களுக்கெல்லாம் இரட்டைப்படியாயும் விசேப் படியாயும் ராஜ உபசார கிரமத்துடன் அருளிப்பாடிட்டு சன்னதி பரிசாரகத்துக்கு ஏற்பட்ட சகல கைங்கர்யங்களையும் பார்த்து வருகிறது. திருப்பரிவட்டம் முறை வீதப்படி யாவற்று சன்னதிகளுக்கும் திருத்திக் கொடுத்தும் வேண்டும் சாத்துப்படி அறைத்து கொடுத்தும் வேண்டிய சாமான் முதலியதுகளை சந்நதியிலிருந்து வாங்கிக் கொண்டு போய் குடுத்தும் வருகிறது. சூக்தாதி உபநித்து விண்ணப்பம் பிரபந்தம் சேவிக்கிறது. தீர்த்த பிரசாதம் விநியோகிக்கிறது. பரிவட்டம் கட்டி சேவை செய்து வைக்கிறது. அருளிப்பாடுவகையறா சொல்லுகிறது. நித்தியப்படி முறையில் முறைகார அர்ச்சகர் ஒப்பந்தம் சன்னதிதோரும் ஒரு திறவுகோல் முறை வீதம் வைத்துக் கொண்டு கணக்கில் கையெழுத்து வைத்து ஒப்புக்கொண்ட பாத்திரம் பரிவட்டம் வகையறா சாமான்களை அடுத்த முறைகாரரிடம் கையெழுத்து வாங்கி ஒப்புவிக்கிறது. இந்தப் பிரகாரம் 10 நிர்வாகக்காரர்களும் எப்பவும் சந்நதியில் கார்த்திருந்து கைங்கர்யம் பார்த்து வருகிறது. நித்தியப்படி விசே'ப்படி உத்ஸவாதி முதலிய புறப்பாட்டு அவசரங்களுக்கெல்லாம் நித்திய உத்ஸவர் முதலிய பெருமாள் தாயார் முதலிய திருநாமங்களுக்கு சன்னதி பரிசாரகம் அமுதார் திருமேனி உபசாரமாக கீழே இருந்தும் திருப்பல்லக்கு முதலிய வாகனங்களிலிருந்தும் உபய சத்தரம்

உபசாரத்துடன் போட்டு வருகிறது. உபய திருமேனி சேவிக்கிறது. உபய திருவாலவட்டம் விசே' உபசாரத்துடன் பரிசாரகம் அலங்கார நம்பி போட்டு வருகிறது. உபயகுஞ்சம் பாவாடை உபசாரத்துடன் போட்டு வருகிறது. திருமாலிருஞ்சோலைமலை நம்பியை சேர்ந்தது. உபய காளாஞ்சி வகையறா எடுத்து வருவதும் வண்டி வாசல் கிரமித்ததின் பேரில் வரு முறை வீதம் சடகோபம் எழுந்தருளப் பண்ணிக் கொண்டு வருகிறதும் பரிசாரகம் சடகோப நம்பியை சேர்ந்தது. பெரிய கலசப்பானை வகையறா உபசார சாமான்கள் எடுத்து வருவது சேனை நாராயண அமுதாரை சேர்ந்தது. சந்நதி பரிசாரகம் திருமலை நம்பி உபய திருவெண்சாமரம் அலங்காரத்தளிகை திருமஞ்சனம் தைலக்காப்பு வகையறா எடுத்து வரும்போது கீழே இருந்தும் திருப்பல்லக்கு முதலிய வாகனங்களில் நின்று கொண்டும் உபய திருவெண்சாமரம் போட்டு வருகிறது. வரு முறை வீதம் ஸ்ரீசடகோபம் எழுந்தருளப்பண்ணுகிறது. பெரிய வெள்ளிப் படிக்கம் அடப்பம் கட்டிக்கொண்டு வருகிறதும் கற்பூரத்தட்டு வகையறா சாமான்கள் கொண்டு வருகிறது சோலைநம்பியை சேர்ந்தது. உபய ஈயோட்டி போடுகிறதும், உபய கண்ணாடி பிடித்து வருகிறதும், சோடச உபசாரங்கள் செய்து வருகிறதும் வடமாமலை அமுதாரை சேர்ந்தது. இரண்டு வெள்ளி திருப்படிக்கம் வகையறா எடுத்து வருவதும் தீர்த்தம் சாதிப்பதும் பரிவட்டம் வகையறா கட்டுகிறதும் சோடனை உபசாரம் செய்வதும் தெய்வசிகாமணி நம்பியை சேர்ந்தது. எல்லா அவசரங்களுக்கும் உத்ஸவாதி புறப்பாட்டு அவசரங்களுக்கும் கீழே இருந்தும் திருப்பல்லக்கு முதலிய வாகனங்களில் நின்று கொண்டும் உபய திருவெண்சாமரம் போட்டு வருகிறதும் உபய திருமணி அடித்து வருகிறதும் விசேஷ உபசாரங்கள் செய்து வருவதும் தியாகம் செய்த அமுதாரை சேர்ந்தது. பரிசாரகம் அலங்கார நம்பி திருக்கார்த்திகை அன்று மடப்பள்ளி நாச்சியார் சந்நதியிலிருந்து ஒன்பது தீபம் சந்நதி பெரிய தாம்பாளத்தில் வைத்து உபசார கிரமத்துடன் திருப்பணி செய்வார் சிரசில் எடுத்து வைக்கிறது. இந்த பிரகாரம் சந்நதி பரிசாரகம் 10 நிர்வாகக்காரர்களும் சேர்ந்து அதிகப்படியாக மனுஷியாளையும் வைத்துக் கொண்டு பார்த்து வருகிறதில் சந்நதி பரிசாரகம் அமுதார் திருமலைநம்பி இவர்களுக்கு மட்டும் கருவேலம் கையாணி ஸ்தானீகமும் கணக்கில் ஏற்பட்டிருப்பதால் அமுதார் கருடமுகரும் திருமலைநம்பி சிம்மமுகரும் வைத்து கொண்டு மற்ற முகர்காரர்களுடன் கூடயிருந்து கருவேலத்துக்கு முகர் வைத்து வருகிறது. தேவஸ்தானம் லாப நஷ்டத்துக்கு உத்திரவாதம் செய்கிறது. நித்தியப்படி விசேஷப்படி உத்ஸவாதி புறப்பாடு அவசரங்களுக்கு எல்லாம் தோளுக்கினியான்

சிம்மாசனம் முதலியதில் எழுந்தருளும் அவசரங்களுக்கு அமுதார் திருமலை நம்பி வேண்டிய ஸ்ரீவைஷ் ணவர்களை வைத்துக்கொண்டு எழுந்தருளுகிற கிரமப்படிக்கு உய்யார நடை, படியேற்றம் முதலிய வைபவங்கள் விசேஷ உபசார கிராமத்துடன் செய்து கொண்டு ஸ்ரீபாதம் தாங்குவார் கைங்கர்யத்தைப் பார்த்து ஸ்தானீக மரியாதை அடைந்து வருகிறது. சந்நதி அறை கட்டளை உபய கட்டளை வகையறா சந்நதி பரிசாரக காரியாதிகளை எல்லாருமிருந்து பார்த்து வருகிறது. நித்தியப்படி முறையில் வித்தியாஸங்கள் ஏற்பட்டால் முறைசாரபரிசாரகாள் அர்ச்சகர் இருவரும் உத்திரவாதம் செய்கிறது.

(5) சன்னதி பட்டைகள் மீ 30 நாள் பூறாவும் ஒரு நிர்வாகம். தன்னுடன் வேதா தியயனபராளான 3 ஸ்வாமிகளை வைத்துக் கொண்டு நித்தியப்படி புண்ணியாவாசனம் முதலிய காரியங்களுக்கு அர்ச்சகாளுக்கு சாதகமாயிருந்து சங்கல்பம் வகையறா சொல்லி வைக்கிறது கும்பம் முதலியதுக்கு சாந்தி சாம்புரோஷணை முதலியதுகள் கூடயிருந்து செய்கிறது. ஜபிக்கிறது. பஞ்சகவ்யஸ் தாபனம் முதலியதுகளுக்கு கூடயிருந்து செய்கிறது. (நித்தியப்படி சந்நதி, திருமண்டபம், சுத்துகோவில், சன்னதிகள் பிரகாரம் வாஹன மண்டபம் பெருமாள் எழுந்தருளக் கூடிய இருமண்டபங்கள் திருவாசல் திருவீதி முதலிய இடங்களையும் புண்ணியாவாசனம் பண்ணுகிறது). யாகசாலை ஹோமம் முதலிய வைதீக காரியங்களுக்கு வேண்டிய சாமக்கிரியை தெர்ப்பம் ஸமித்து வகையறா சேகரித்து கொடுக்கிறது. பிறதிதினம் சன்னதி முன்னிலையில் பஞ்சாங்கம் வாசிக்கிறது. எல்லா விசேஷ உத்ஸவாதிகளக்கம் தினப்பத்திரிகை முகூர்த்தப் பத்திரிகை பஞ்சாங்கம் வகையறா யெழுதிக் கொடுக்கிறது. குக்தாதி உபநிஷத்து புஷ்பாஞ்சலி, வேதவிண்ணப்பம், பிரபந்தம் முதலியது ஸேவிக்கிறது. எல்லா அவசரங்களிலும் பெருமாளுக்கு பின்னாலே கோஷ்டியாயிருந்து அதிகப்படி (12) திருநாமங்களை வைத்துக் கொண்டு ருக்குவேத பாறாயணம், ஹெஜுர்வேதபாறாயணம், சாமவேத பாறாயணம் பாராயணங்களை செய்கிறது. நித்தியப்படி எல்லா திருநாமங்களுக்கும் சாத்துப்படிக்கி திருயங்ஞோபவீதம் குடுத்து வருகிறது. பெருமாள் திருக்கல்யாணம் மாஹோத்ஸவத்தில் புது பஞ்சாங்கம் வாசிக்கிறது. அருதி பரிவட்டம் மரியாதையும் அடைகிறது.

(6) திருப்பணி செய்வார் நிர்வாஹம், மாசம் 30 நாளைக்கு நிர்வாகம்

1.தன்னுடன் உதவிக்கு (3) பேர் வைத்துக் கொண்டு முன்சொல்லியபடி சூக்தாதி உபநிஷத்து புஷ்பாஞ்சலி வேத விண்ணப்பம்பிரபந்தம் வேதம் ஸேவிக்கிறது. திருப்பணிமாலை ஸ்தலபுராணம் படிப்பு முதலியது

வாசித்து வருகிறது. எல்லா சந்நதி விமானங்களிலும் முளைக்கிற திருவரசு வகையறாக்களையும் தல்லாகுளம் கோவில் விமானத்திலும் வெட்டுகிறது. எல்லா அவசரங்களிலும் எல்லா திருநாமங்களும் யெழுந்தருளக்கூடிய தோளுக்கு இனியான் சிம்மாசனம் திருமஞ்சனம் வீதி சின்ன திருப்பல்லக்கு பெரிய திருபல்லக்கு சேஷவாகனம் முதலிய எல்லா வாகனங்களையும் இணக்கிச் சேர்க்கிறதும் வாகனங்களின் சாமான் வகையறா யாவற்றும் துறம் கைங்கரி சாமான்களையும் வாஹனாதிகளின் பிரபைபட்டு மெத்தை திண்டு தலகாணி மேல் கட்டி ஜோடனை உபசார சாமான்களையும் கையாக்ஷியில் வைத்துக் கொண்டு அடிக்கடி கண்பார்த்து எடுத்துக்குடுத்து வாங்கி வைக்கிறது. வாஹனம். ஆயுதம் வகையறாக்களை அடிக்கடி சுத்தப்படுத்தச் செய்கிறது. விசேஷபிரம்ய உத்ஸவாதிகளுக்கு அங்குறார்ப்பணத்துக்கு புத்துமண் மஞ்சள் பொடி மரப்பொடி வகையறா சாமக்கிரிகளை சந்நதியிலிருந்து வாங்கிக்கொண்டு போய்க் குடுக்கிறதும் துவஜாறோகணம் கொடியேறும் போதும் கொடிப்பட்டம் சேலை வகையறாகயத்தை துவஜ ஸ்தம்பத்தில் உயர முடிக்கிறது. கோகிலாஷ்டமியில் உரி வகையறா இணைக்கிறது. விஜயதசமி உத்ஸவத்தில் அம்புகள் எடுத்துக் கொடுத்து வாங்கி வைக்கிறது. திருக்கார்த்திகை உத்ஸவத்தில் சந்நதி பெரிய தாம்பாளத்தில் ஒன்பது தீபம் வைத்திருப்பதை சிறசில் எடுத்துக் கொண்டு பெரிய சந்நதி தாயார், அழகிய சிங்கர், சக்கரத்தாழ்வார் சந்நதி யாவற்று சுற்றுக் கோவில் சந்நதிகளுக்கு தீபம் வைத்து அனந்தரம் சொக்கப்பானையில் பாரிக்காரன் கையில் தீபத்தை கொடுத்து விடுகிறது. திரு அத்தியயனம் 8ம் உத்ஸவம் திருவேடுபரி அவாரத்தில் சம்பிரதாயானு குணமாக மணிப்பிரவாளமாக ஏற்படுத்தி யிருக்கிற கிரந்தத்தை வழக்கப்பிரகாரம் அருதிப் பரிவட்டம் சகிதம் கிரந்தத்தை ஸேவித்து வருகிறது. திருப்பணி செய்வார் கையாக்ஷியி இருக்கிற வாகனங்கள் துறம் சாமான்கள் வாகனாதிகளுக்கு வேண்டிய பட்டுமெத்தை திண்டுதலைகாணி வகையறா ஜோடனை உபசார சாமான்கள் ஆயுதங்கள் வகையறாக்களில் வித்தியாஸம் நேரிட்டால் உத்திரவாதம் செய்கிறது. நித்தியப்படி விசேஷப்படி உத்ஸவாதி முதலியாவத்து புறப்பாட்டு அவசரங்களிலும் பட்டைகள் நிர்வாகித்துக் கொப்பந்தம் அங்கப்படியாக பன்னிரண்டு ஸ்வாமிகளை வைத்துக் கொண்டு ருக்கு யெஜுர் ஸாம வேதபாராயணம் பண்ணிக் கொண்டு வருகிறது. விஜயதசமி திருக்கார்த்திகை திரு அத்தியயனம் திருவேடுபரி புறப்பாட்டு உத்ஸவங்களில் ஏற்பட்டிருக்கிற அருதிப்பரிவட்டம் மரியாதைகளையும் வேத பாராயண அத்தியாபக வரும்படிகளையும் அடைந்து வருகிறது.

(7) நாச்சியார் பரிகரத்தார் மாதத்தில் 15 நாள் முறை வீதம் இரண்டு நிர்வாகம் ஏற்பட்டிருக்கிறபடியால் நித்தியப்படி ஒவ்வொரு நிர்வாகக்காரர்களும் தன்னுடன் 10 ஸ்ரீ வைஷ்ணவர்களை வைத்துக் கொண்டு ஆசாரத்துடனிருந்து பிரதிதினமும் நூபுரகெங்கைக்குப் போய் சந்நதி பெரிய குடத்தால் 4 குடம் திருமஞ்சனம் எடுத்து வருகிறது. அமுதுபடி தளிகை வர்க்கவகை தளிகை அலங்காரம் உபயதளிகை வகைறாதோசை வகையறா திருப்பணியாரம் பெருமாளுக்கு உகப்பானபடி பண்ணி வருகிறது. பெரிய சந்நதி தாயார் சந்நதி, சுற்றுக்கோவில் சந்நதி ஆழ்வார் ஆசாரியாள் சந்நதி யாவற்று இடங்களுக்கும் எல்லா அவசரங்கள் தோறும் திருமடப் பள்ளியிலிருந்து சேஷம் வைக்காமல் பூறாத்தளிகை வகையறாவை சிரமப்படி உபசார சிரமத்துடன் கொண்டு வருகிறது. துவார பாலகாள் துவாரகன்னிகள் சதிறிள மடவார் நாச்சியார் படிவாசல் அனுமார் பதினெட்டாம் படிவாசல் முதலியதுக்கும் தளிகை முதலானது கொண்டுபோய் வருகிறது. நித்தியப்படி விசேஷப்படி உபயப்படி கட்டளைப்படி உத்ஸவாதி முதலிய விசேஷ தினங்களிலும் இரண்டு நிர்வாகக்காரர்களும் சேர்ந்து நித்தியப்படி கைங்கரிய பறாளுடன் கூட்ட அதிகப்படியாக (பத்து) மனுஷாளையும் கூட வைத்துக் கொண்டு நாச்சியார் பரிகாரத்துக்குச் சேர்ந்த சகல கைங்கரியங்களையும் ஆசார விவகாரமாய் பார்த்து வருகிறது. சிறுகுடி கட்டளைக்காக இருமுறைக்காரர்களுக்கும் தனித்தனியே இரண்டு கிராமங்கள் விடப்பட்டிருக்கிறபடியால் முன் சொல்லியிருக்கிறபடி ஒவ்வொரு முறைக்காரரும் இரண்டு மனுஷ்யாளை வைத்துக் கொண்டு இந்த கட்டளைக்காக பிரத்தியேகமாய் பிரதி தினமும் ஒரு குடம் திருமஞ்சனம் நூபுரகெங்கையிலிருந்து கொண்டு வருகிறதும் விஷேபடிகளுக்கு இரண்டு முறைகாரர்களும் சேர்ந்து அதிகப்படி ஆள்வைத்துக் கொண்டு திருமஞ்சனம் தளிகை வகையற கொண்டு வருகிறதும் நாச்சியார் பரிகாரத்தைச் சேர்ந்த யாவற்று கைங்கரியங் களையும் இந்த கட்டளைக்காக முன் சொல்லியிருக்கிற பிரகாரம் யாவற்று கைங்கரியங்களையும் பார்த்து வருகிறது. நித்தியப்படியிலும் விசேஷப் படியிலும் சந்நதி திட்டமாயும் கட்டளை திட்டமாயும் உபயப்படியாயும் பொருமாள் அமுது செய்த தளிகை பிரசாதம் திருப்பணியாரம் வசையறாவை கோஷ்டியில் வினியோகம் செய்கிறதும் கைங்கரிய பறாளுக்கும் சிலவு செய்யக் கூடிய தளிகை பிரசாதம் வகையறாவை திருமடப்பள்ளி சம்மந்த மன்னியில் பிரத்தியேகமாய் ஏற்பட்டிருக்கும் அறையில் வைத்துக் கொண்டு இந்த சந்நதி பட்டத்து ஜீயாள் கங்காணத்தின் பேரில் சகல சிலவும் பண்ணி வருகிறது. சில்லரை அரை கட்டளை காரியாதிகளையும் இருமுறைகாரர்களும் பார்த்து வருகிறது. திருமடப்பள்ளி பாத்திரம் வகையறா சாமான்களை

முறைவீதம் சுத்தி பண்ணுகிறது. திருமடப்பள்ளி அமுதுபாறை தொட்டி வகையறாக் களையும் பிரதிகாலமும் சோதிக்கிறது. இந்த பரிகாரம் வகையறாக்களையும் பிரதிகாலமும் சோதிக்கிறது. இந்த பிரகாரம் தல்லாகுளம் கோவில் கைங்கரியங்களையும் பட்டை. விருத்தி மானிபத்தை அனுபவித்துக் கொண்டு இருமுறைகாரர்களும் பார்த்து வருகிறது. நாச்சியார் பரிகரத்தார் கையாக்ஷியிலிருக்கிற பாத்திரம் வகையறா சாமான்களை வழக்கப்பிரகாரம் கணக்கில் கையெழுத்து வைத்து ஒப்புக் கொள்ளுகிறது. அதில் வித்தியாஸங்கள் ஏற்பட்டால் உத்திரவாதம் செய்கிறது. திருமடப்பள்ளி கைங்கரியத்துக்கு இரு முறைகாரர்களும் அதிகப்படி மனுஷாளுக்கு ஸ்ரீவைஷ்ணவர்களாக அனாதி வழக்கப்படி வைக்க வேண்டியது. பொறுப்பாக பார்த்துவர வேண்டியது.

(8) சந்நதி பண்டாரி மாசம் *30* நாளைக்கும் ஒன்னரை நிர்வாகம் தன்னுடன் கூட உதவிக்கு *4* பேர் சாத்தாத ஸ்ரீவைஷ்ணவர்களை வைத்துக் கொண்டு பெரிய சந்நதி தாயார் சந்நதி ஆழ்வார் ஆசாரிய சந்நதி மற்றுமுள்ள சுற்றுகோவில் சந்நதிகளுக்கும் ஆறுகாலம், திருவாறாதனத்துக்கும் வேண்டிய திருத்துழாய் உபய திருமலை சரம் வகையறா கட்டி சாத்துப்படிக்கி கொடுத்து வருகிறது. நித்தியப்படி விசேஷப்படி உத்ஸவம் முதலிய புறப்பாட்டு அவசரங்களுக்கும் உபய பெரிய திருமாலை வேண்டும் சரம் முதலியது அதிகபடியாக கொடுத்து வருகிறது. திருமஞ்சனம் அவசரங்களுக்கும் கொடுத்து வருகிறது. சந்நதி கருவேலம் கையாக்காரர்களை கூட வைத்துக் கொண்டு முகர்சதி பார்த்து கருவேலம் திறந்து வேண்டிய திருவாபரணம் வெள்ளிப் பாத்திரம் திருப்பரிவட்டம் வகையறா சாமான்கள் எடுத்துக் கொடுத்து திரும்பவும் கணக்குப்படி சரிபார்த்து கருவேலத்தில் வைக்கிறது. கருவேலம் அறைவாசல்களையும் சுத்தம் செய்கிறது. சந்நதி ஆரியன் வாசலுக்குள்ளடங்கிய இடங்களையும் தாயார் சந்நதி சுற்றுக் கோவில் சந்நதி அர்த்த மண்டபத்துக்கு வெளிப்பட்ட இடங்களையும் சுத்தப்படுத்தி தூர்வை செய்கிறது. திருவிளக்குகள் சமர்ப்பிக்கிறது. நித்தியப்படி விசேஷப்படிகளிலும் உத்ஸவாதிகளிலும் சந்நதி திட்டமாயும் கட்டளை திட்டமாயும் உபய திட்டமாயும் சந்நதிக்கு வருகிற யாவற்று படித்தர சாமான்களையும் சிறப்பு வகையறா சாமான்களையும் சரியானபடி அளந்து கணக்குப்பண்ணி ஸ்ரீபண்டார அறைவாசலில், சேர்த்து பிரதிதினமும் கணக்குப்படி சாமான்களை எடுத்துக் கொடுத்து வாங்கி வைக்க வேண்டியது. சந்நிதிக்கு உபயமாக வருகிற தானியம் வகையறாவையும் அளந்து ஒப்புக்கொண்டு அறைகளில் சேர்க்கிறது. வித்தியாசம் ஏற்பட்டால் உத்திரவாதம் செய்கிறது. கருவேலத்தில்

தவறுதல் ஏற்பட்டாலும் மற்றவர்கள் ஒப்பந்தம் உத்திரவாதம் செய்கிறது நித்தியப்படியில் பிரதிதினமும் சந்நதி கருவேலம் முதலிய யாவற்று இடங்களுக்கும் சந்நதி காலமாகவுடன் மத்தவாளுடன் கூட இருந்து முகர் மண் கொண்டுவந்து வழக்கப்படி பூட்டுகள் தோறும் கட்டி வருகிறது. முன் சொல்லியிருக்கிற பிரகாரம் சில்லரை அரை கட்டளை மாலைகட்டி அறைவேலையும் திருநந்தவனமும் பார்த்து வருகிறது. சிறுகுடி கட்டளை அரைவேலை மாலைகட்டி கைங்கர்யங்களை பிரத்தியேகமாய் இரண்டு மனுஉளை வைத்துக் கொண்டு கைங்கர்யங்களை பார்த்து வருகிறது. அனாதிகாலமாக கணக்கில் ஏற்பட்டு நடந்து வருகிறபடி பணம் பிரசாதம் வகையறா வாங்கிக் கொண்டு நித்தியப்படி விசேஷப்படி உத்ஸவாதி முதலிய புறப்பாட்டு அவசரங்களில் இந்த ஆறு பேருமிருந்து கட்டிய திருமுகப்பந்தம் நாலு யேகாங்கிக்கு ஏற்பட்டிருக்கிற யாவற்று கைங்கரியங்களையும் பார்த்து வருகிறது உத்திரவாதியாயு மிருக்கிறது.

(9) "திருமாலிருஞ்சோலை பிரியன்", ''சௌந்திரராஜப் பிரியன்", "சேதுராஜப்பிரியன்". இந்த 3 கணக்கு நிர்வாகக்காரர்களும் ஒவ்வொரு வரும் மாசம் 30 நாளும் சந்நதியில் பூறாவுமிருந்து தன்னுடன் சாதகத்துக்கு 3 பேர் கணக்குப் பிள்ளைமார்களை வைத்துக் கொண்டு சந்நதி கருவேலம் ஸ்ரீ பண்டாரம் வெஞ்சின் அரை திருவாபரணம் திருப்பரிவட்டம் பாத்திரம் வாகனம் கொடை சுருட்டி வகையறா உபயவரவு வகையறா தேவஸ்தானம் சம்மந்தமான யாவற்று கேள்வி கணக்கு மாமுல்படி எழுதி வரவேண்டிய 18 வசை கணக்குகளும் எழுதி வருகிறது. நித்தியப்படி விசேஷப்படி உத்ஸவாதி முதலிய விசேஷ தினங்களில் உபய வரவு ஆராயம் வகையறா யாவத்து கணக்குகளும் எழுதி வருகிறது. சந்நதி சம்மந்தமாயும் கிராம சம்மந்தமாயுள்ள யாவற்று வரவு செலவு கணக்குகளும் அரை கட்டளை கணக்குகளும் திருநாள்படி வகையறா கணக்குகளும் அதிகப்படி ஆள் வைத்துக் கொண்டு பார்த்து வருகிறது. திருமாலிருஞ்சோலை பிரியன் மற்ற ஸ்தானீகாளுடன் கூடயிருந்து கருவேலத்துக்க அனுமார் முகர் வைத்து வருகிறது. கருவேலம் சம்மந்தமாய் சகல கணக்கும் எழுதி வருகிறது. மைத்தவர்களொப்பந்தம் உத்திரவாதம் செய்து வருகிறது. திருவேடுபரியும் போது பரிமுதல் பட்டயம் வாசிக்கிறது. அதற்கு ஏற்பட்ட அருதி பரிவட்டம் மரியாதையும் அடைகிறது. நித்தியப்படியில் மூன்று கணக்கு நிர்வாகக்காரரும் மற்ற நிர்வாகக்காரரும் கூடயிருந்து காரியங்களைப் பார்த்து வருகிறது. ஸ்தல வழக்கப்படி பிரதான நாட்டார் ஜமீன்தார் வகையறாக்களுக்கு சந்நதி விசேஷாதிகளுக்காக

பத்திரிகைகள் எழுதி பிரதான பட்டத்து ஜியாளிடம் கையெழுத்து வாங்கி அனுப்புகிறது.

(10) சந்நதி ஸ்தானாபதி நிர்வாகம் ஒன்னு. மாசம் 30 நாள் பூறாவுக்கும் சந்நதியில் எப்பொழுதும் காத்திருந்து தன்னுடன் உதவிக்கு இரண்டு மனுஷளையும்கூட வைத்துக் கொண்டு சந்நதிக்கு வேண்டிய நித்தியப்படி விசே'ப்படி உத்ஸவாதி முதலிய விசேஷ தினங்களுக்கும் சாமான்களை வெளியிடங்களுக்குப் போய் வாங்கிக் கொண்டு வந்து சேர்க்கிறது. சந்நதி காரியாதிகள் திருப்பனி மறாமத்துகளை குறித்தும் முன்னாடி எச்சரிக்கையா இருந்தும் ஜீயாளுக்கும் ஸ்தானீகாளுக்கும் தெரிவித்து கூட இருந்து கண்பார்த்து வருகிறது. ஜீயாள் ஸ்தானீகாளுக்கும் ஒவ்வொரு சமயங்களுக்கும் சமயம் தெரிவிக்கிறது. சந்நதி கிராம வருமான சகல வருமான ஆமிம் யாவற்றையும் எப்பவும் இராப்பகலாக கார்த்திருந்து காவல் காத்துக் கொண்டு வருகிறதும் அந்தந்த வேலைக்காரர்களை கொண்டு ஸ்ரீகாரியம் ஜீயாள் நியமனப்படி சரியாக நடத்தச் செய்கிறதும் உத்திரவாதம் செய்கிறதும் அவசியமானால் கிராமங்களுக்குப் போய் வந்து கிராம காரியம் பார்த்து வருகிறதும், வாங்கிக் கொடுக்கிற சாமான்களில் வித்தியாசம் ஏற்பட்டால் உத்திரவாதம் செய்கிறது.

(1) திருவிளையாட்டான் நிர்வாகம், மாசம் 30 நாள் பூறாவுக்கும் சந்நதியில் எப்போதும் கார்த்திருந்து தன்னுடன் கூட உதவிக்கு இரண்டு மனுஷியாளை வைத்துக் கொண்டு சந்நதி கிறாம ஆமிங்களை வசூலித்து குடுத்து வருகிறதும் சர்க்காருக்கும் தேவஸ்தானத்துக்கும் விபரமாக கணக்கு ஒப்புவிக்கிறது. சந்நதி பசுமாடு வகையறாக்களை கண்பார்த்து இரண்டு வேளையும் பெருமாளுக்கு பால் கறந்து கொடுக்கிறது. தை மீ 2 உ கனுவின் போது திருச்சுறவிக்கு பொங்கள் வைத்து திருச்சுறவை திறந்துவிட்டு மறுபடி சந்நதியில் கொண்டு வந்து சேர்க்கிறது. மாசி மீ சிவராத்திரியில் படிவாசல் முதலான சுற்றுப்படை தேவதாந்திரங்களின் பூசாரிகளுடன் கூடயிருந்து கரகங்கள் எடுத்து வருவதை கண்பார்த்துக் கொண்டு சரியானபடி சேரும்படி செய்கிறது. சந்நதி குடைசுருட்டி வகையறாவெளி ஜோடனை சாமான்களை வெயிலில் காயப்போட்டு எடுத்து வைத்து அடிக்கடி கண்பார்த்து வருகிறது. நித்தியப்படி நித்திய உத்ஸவர் எழுந்தருளும்போதும் அலங்காரம் திருமஞ்சனம் வகையறா எடுத்து வரும்போதும் அதிகப்படி ஆள் வைத்துக் கொண்டு குடைசுருட்டி வகையறா எடுத்து வருகிறது. மைத்த விசேஷப்படி உத்ஸவாதிகளுக்கு குடைசுருட்டி வகையறா விசேஷ உபசார வெளிவிருது சாமான்களை எடுப்புகாரர்களக்க எடுத்துக் கொடுத்து வாங்கி வைக்கிறது. சந்நதியில் எப்போதும் கார்த்திருந்து கண்பார்த்து காவல் கார்த்தும் உத்திரவாதம் செய்கிறது.

(12) அண்ணாவிக் கொத்தன், அலங்கார கொத்தன் இந்த இரண்டு நித்தியப்படி தன்னுடன் கூட ஒருவனை வைத்துக் கொண்டு சந்நதிக்கு மாங்குலை வகையறா கொண்டுவந்து சிங்காரிக்கிறதும் திரைசீலை அசுமானகிரி வகையறா, ஜோடனை. அலங்கார சாமான்கள் வாங்கி கட்டுகிறது. பெரிய குத்துவிளக்கு வகையறா எடுத்து வருகிறது. வாகன மண்டபம் வகையறா யாவத்து இடங்களையும் வாகனங்களையும் அடிக்கடி எடுத்து சுத்தப்படுத்தி வருகிறது. சந்நதி இரணியன் வாசலுக்குள் பட்டிருக்கிற யாவத்துயிடங்களையும், நேரடி மண்டபத்திலும் முளைத்திருக்கிற திருவரசு வெட்டுகிறது. வரு முறை வீதம் கோகிலாஷ்டமியில் உறியடிக்கிறது. விஜயதசமியில் வன்னி மரம் வெட்கிறது. திருக்கார்த்திகை சொக்கப்பானை கட்டுகிறது. கரகம் எடுத்து வருகிறது. விசே'ப்படி உத்ஸவாதி முதலிய தினங்களில் அதிகப்படி ஆள் வைத்துக் கொண்டு இரண்டு நிர்வாகக் காரனும் சேர்ந்து யாவத்து கொத்து வேலையும் பார்த்து வருகிறது. திருமண்டபம் முழுக்க ஜலம் கொட்டி சுத்தம் பண்ணுகிறது. திருத்தேர் சிங்காரம் குடில்கட்டை முதலியது போட்டு வருகிறது. தீவட்டி வகையறா செண்டு முதலியது சேகரித்து குடுக்கிறது. தீவட்டி வகையறா சாமான்களை இடுப்பான் வசம் கொடுத்து வாங்கி வைக்கிறது. திருமடப்பள்ளி சாம்பல் வகையறாகளை வாரி வெளியில் கொட்டுகிறது. அடுப்பு வகையறா போட்டு கட்டிக்குடுக்கிறது. அவன் கையாஷியிலுள்ள யாவத்து சாமான்களுக்கும் உத்தரவாதம் செய்கிறது. இந்த பிரகாரம் இரண்டு நிர்வாக ஸ்த்தனும் தல்லாகுளம் கோவில் திருவாசு வகையறா யாவத்து கொத்து வேலையும் பார்த்து வருகிறது.

(13) ஸ்ரீபாதம்தாங்கி நிர்வாகம் ஒன்றுக்கு மாதம் *30* நாளும் பூறாவும் ஏற்பட்டிருக்கிற *4*காரைகாரரும் நத்தியப்படி விசே'ப்படி உத்ஸவாதிகளில் ஸ்வாமி எழுந்தருளுகிற பெரிய திருப்பல்லக்கு வாகனங்களுக்கு எச்சரிக்கையாயிருந்து வேண்டிய ஆள்களை வைத்துக் கொண்டு ஜாக்கிருதையாய் ஸ்ரீபாதம் தாங்கி வருகிறதும் உத்திரவாதம் செய்கிறது.

14. சின்ன மேளம், பெரிய மேளம் வகையறா நிர்வாகம் ஒன்றுக்கு மாசம் *30* நாள் பூறாவும் கோவிலிலிருந்து நித்தியப்படியிலும், விசேப் படியிலும் உத்ஸவாதி முதலிய விசே தினங்களிலும் திருவாராதனம், அலங்கார திருமஞ்சனம், புறப்பாடு, படியேற்றம் உபசார அவசரம் முதலிய யாவத்து அவசரங்களுக்கும், சந்நதி தாசிகள் அனைவரும் சின்ன மேளம் உபசாரத்துடனும், ஆடல்பாடல் வகையறா செய்கிறது.

குடவிளக்கு சுத்தி வருவதும், பெரிய மேளம் வகையறாவுக்கு பன்னிரண்டு பேர்கள் வைத்துக் கொண்டு காலாகலங்களிலிருந்து அவசரங்களுக்கு தக்கப்படி பெரிய மேளம், திருச்சின்னம், எக்காளம், கவுரி, சங்கம் முதலிய அங்கங்களுடன் வாத்திய கோ'ங்களுடனே எல்லோருமிருந்து பார்த்து வருகிறது.

ஆக மொத்தம் சந்நதி நிர்வாகம் 32.

15. இந்த சந்நதியில் அனாதியாய் ஏற்பட்டு கணக்கில் கண்டிக்கிற பிரகாரம்

1. தை மீ சட்டத்தேர் உத்ஸவம் நாள் 10
2. மாசி மீ தெப்ப உத்ஸவம் நாள் 10
3. பங்குனி மீ ஊஞ்சல் திருக்கல்யாணம் உத்ஸவம் நாள் 10
4. சித்திரை மீ கோடை திருநாள் 10
5. வைகாசி மீ வந்த உத்ஸவம் நாள் 10
6. ஆனி மீ பெரிய பெருமாள் பரமஸ்வாமி ஜேஷ்டாபிகேம்
7. ஆடி மீ திருத்தேர் உத்ஸவம் நாள் 10
8. ஆவணி மீ திருப்பவித்ரோத்ஸவம் நாள் 10
9. புரட்டாசி மீ நவராத்திரி நாள் 9
10. அற்பசி மீ யெண்ணைக்காப்பு உத்ஸவம் நாள் 10
11. கார்த்திகை மீ திருக்கார்த்திகை தீப உத்ஸவம் நாள் 1
12. திரு அத்தியயனோத்ஸவம் பகல் பத்து இராப்பத், விசேஷப்படி ஜியதசமி புறப்பாடு, கோகிலாஷ்டமி உறியடி புறப்பாடு, தை மீ கனு புறப்பாடு, பஞ்சப்பர்வம் முதலிய விசேஷ சில்லரை புறப்பாட்டு உத்ஸவங்கள் சந்நதி திட்டமாகவும் கட்டளை திட்டமாயும் உபயதிட்டமாயும் நடந்து வருகிறதில் சந்நதி ஸ்தலத்தார் வகையறா அனைவருமிருந்து நித்தியப்படி கைங்கரியபறாளுடன் கூட அதிகப் படிக்கி வேண்டும் மனுஷாளை வைத்துக் கொண்டு கைங்கரியங்களை அபசாரமன்னியில் சிரத்தாபூர்வமாக ஜீயர் நியமனப்படி வைதீக லௌகீகம் தவறாமல் கைங்கர்யங்களை பார்த்து வரப்படுகிறது.

திருவத்யயனம் உத்ஸவம் ராபத்தில் ஸ்ரீரெங்கராஜ பட்டர், அலங்கார பட்டர் வருஷ முறை வீதம் ஜீயர் திருமாலை அண்டார்.

தோழப்பர், சந்நதி பரிசாரகம், அமுதார் அலங்கார நம்பி, திருமலை நம்பி, பட்டைகள், திருமாலிருஞ்சோலைபிரியன், திருவிளையாட்டான்குடி இவர்கள் ஒவ்வொருவரும் கணக்கில் கண்டபடி பிரகிருத சாமான் கிரயம் அனுசரித்து கூடுதலாகிற கூலி 10 பூவிறாகனுக்க குறையாமலும் கணக்க திருமாலிருஞ்சோலைப்பிரியன் கூலி 20 பூவிறாகனுக்கு குறையாமலும் விசேஷப்படியாக பெருமாளுக்கு திருமஞ்சனம் முதலியது செய்துவைத்து ததியாறாதனம் நடத்தியும் பெரிய திருப்பாவாடை வர்க்க வகை பிரசாதங்களுடனும் திருபண்ணியாரம் சகிதம் ஆக சிறப்பு நடத்தி அந்தப்படி தேவஸ்தானத்துக்கு கணக்கு குடுத்தும் அதற்கு ஏற்பட்டிருக்கிற அருதி பரிவட்டம் பிரசாதம் வகையறாயாவத்தும் அடைந்து வருகிறது.

விசேஷப் பிரமோத்ஸவாதிகளில் சாத்துமுறையன்னிக்கி ஏற்பட்டிருக்கிற அருதி பரிவட்டம் மரியாதையை எல்லா நிர்வாகக் காரர்களும் அடைந்து வருகிறது.

நித்தியப்படி விசேப்படி உத்ஸவாதிகளில் பெருமாள் தீர்த்தம், பிரசாதம் வகையறா கோஷ்டி வினியோகமாகும் அவஸரங்களில் ஆதிகால வழக்கத்தையும் உடையவா. மணவாளமாமுனிகள் நியமனத்தை அனுசரித்தும் கணக்கில் கண்டிருக்கிறபடி கோஷ்டி சம்மந்தமன்னியில் பெருமாள் பக்கத்தில் பிரதக்காக இருக்கும்படியான பிரதான அர்ச்சகருக்கு தீர்த்த வினியோகம் சாதித்த அனந்தரம் கோஷ்டியின் பிரதமத்தில் சந்நதி பட்டத்திலுள்ள ஜீயர் 1. திருமாலையாண்டார் 2.தோழப்பர் 3.இதர ஐயாள் ஸ்தானீகம் அமுதார் திருமலை நம்பி. பரிசாரகம் அலங்கார நம்பி, திருமாலிருஞ்சோலை மலைநம்பி, சடகோப நம்பி. சேனை நாராயண அமுதார். சோலைமலை நம்பி, வடமலை அமுதார், தெய்வ சிகாமணி நம்பி, தியாகஞ் செய்த அமுதார் பட்டைகள், திருப்பணி செய்வார்-நாச்சியார் பரிகாரத்தார் இந்த கிரமத்தில் அர்ச்சகம் முதல் கடாசி பரியந்தம் ஸ்தலத்தார்களுக்கு சாதகமாயிருந்து பார்க்கிற யாவத்து கைங்கரியபறாள் அனந்தராம் இதர ஸ்ரீவைஷ்ணவாள் சந்நதி பண்டாரி அனந்தரம் மாமுல்படி ஸ்தலத்தார்கள் ஸ்திரிகள் சாத்தாத ஸ்ரீ வைஷ்ணவர்கள் யேகாங்கி திருமாலிருஞ்சோலைபிரியன் வகையறா மூணு பேர்கள் ஸ்தானாபதி திருவிளையாட்டாங்குடி, அண்ணாவி கொத்தான், அலங்கார கொத்தன். ஸ்ரீபாதம் தாங்கி இதர சந்நதி சில்லரை ஊரியக்காரர்கள் பெரிய மேளம் சின்ன மேளம் வகையறா கோவில் பரிஜனங்கள் நாட்டார் வகையறாக்கள்.

பிரசாதம் திருப்பணியாரம் வகையறா வினியோகங்களாகும் காலத்தில் தீர்த்தகாரர்களான ஜீயாள் ஆசாரிய புரு'ாள் ஸ்தலத்தார்

பண்டாரியுள்படி இரட்டைப்படியாய் திருவோலக்கமாக யேளியிருந்து வினியோகம் வாங்கிக் கொள்ளுகிறது.

மைத்தபடி கே ஷ்டி கிரமப்படி நடத்துகிறது. அத்தியாபகப்படி பிரசாதங்கள் ஜீயர், திருமலை ஆண்டார், தோழப்பர், பட்டைகள், திருப்பணி செய்வார் கூட பிரபந்தம் ஸேவித்தவர்களும் அடைகிறது.

சந்நதி கருவேலம் வகையறாக்களிலிருந்து சாஸநம் ஒழுகு முதலியயாவத்து ஆதரவுகளும் கும்பினி சர்க்காரின் உத்திரவுப்படி ஆஜர் செய்து ஒப்புக்கொண்டு வாபசு செய்யப்பட்டிருக்கிறது.

திருமாலிருஞ்சோலை இராமனுஜஜீயர் *(என்றும்)*

இது எழுதினதும் ஜீயர் மடம் ஸ்ரீகாரியம் ஸ்ரீவில்லிபுத்தூர் ஸ்ரீனிவாஸய்யங்கார் *(என்றும்)*

(சரியான நகல்)

ஸ்ரீ கள்ளழகர் தேவஸ்தானம், கே.என்.ராதாகிருஷ்ணன்.பி.ஏ..பி.எல்..
மதுரை, *9-6-1937* டிரஸ்டி

பிற்சேர்க்கை III : 4

4. ஆட்டவிசேஷம் - கோடைத்திருநாள் சித்திரைப் பெருந்திருவிழா

ஒவ்வொரு வருஷமும் சித்திரை மாதம் சுக்கிலபக்ஷம் ஏகாதிசி அன்று கோடைத் திருநாள் ஆரம்பம். அன்று முதல் காலை ஸ்ரீ உத்ஸவர் பெருமாளுக்கு திருமஞ்சனாகி கோடைத் திருநாளுக்காக ரக்ஷாபந்தனம் (பொற்காப்பு) செய்வித்து மாலை 6 மணிக்கு மேல் சாயான சுத்துக் கோவில்[2] முடிந்தபின் அர்ச்சகர்கள் கையாக்ஷி[3] சேவில்[4] திருவாபரணங்கள் ஒப்புக் கொண்டு பெரிய தோளுக்கினியாவில்[5] பெருமாளை எழுந்தருளச் செய்து அலங்காரம் செய்து புறப்பாட்டுத் தளிகை அமுதுசெய்து அதிகாரிகள் சேவித்து சீர்பாதம் தாங்குவோர் மரியாதையாகி பிராமணசீர்பாதமாக[6] பெரிய பிரகாரம் எழுந்தருளச் செய்து ஆழ்வார் சன்னதியில் இயல்[7] துடக்கம்[8] தீர்த்தம் சடாரி கோஷ்டிக்கு[9] சாதித்து குடவரை[10] வழியாக வெளியில் நாயக்கர் கல்யாண மண்டபத்திற்கு எழுந்தருளச் செய்து திருவாராதனம், நித்யானுசந்தான சேவை. தளிகை அமுதுசெய்து சாற்று முறையாகி தீர்த்தம். சடாரி, பிரசாத விநியோகம் கோஷ்டி கிரமமாக நடைபெறும். பின் பெருமாளை எழுந்தருளப்பண்ணி உடையவர் சன்னதியில் இயல் சாற்றுமுறை தீர்த்தம் சடாரியாகி, சன்னதிக்குள் எழுந்தருளி அதிகாரிகள் சேவித்து அலங்காரம் களைந்து கையாக்ஷி திருவாபரணங்களை ஒப்புவித்து சம்பாக்காலம்[11] நடைபெறும்.

ஷை உற்சவம் இரண்டாம் நாளன்றும், மூன்றாம் நாளன்றும் மேல்கண்டபடி உற்சவம் நடைபெறும். ஷை உற்சவம் நான்காம் நாள் ஸ்ரீபெருமாள் மதுரைக்கு சித்திரா பௌர்ணமி உற்சவத்திற்காக சவாரியாக போகவேண்டியதற்கு கோவில் காலங்கள் இரவு ஆரம்பிக்கப்படும். வழக்கம்போல் சுப்ரபாதம் விஸ்வரூபம் வகையறா சுத்துக் கோவில் வரை பூஜை காலங்கள் நடந்தபின் எழுந்தருளச் செய்து கையாக்ஷிசேவில் அ.பட்டர்[12] திருவாபரணங்களை ஒப்புக் கொண்டு பெருமாளுக்கு கள்ளர் திருக்கோலம் சாத்தி உச்சிக்காலம் நடைபெறும். பின் புறப்பாட்டுத் தளிகை அமுதுசெய்து அதிகாரிகள் சேவித்து ஜோசியர் குறித்த லக்கினப்படி பெருமாளை சூத்திரசீர்பாதமாக[13] எழுந்தருளச் செய்து கொண்டப்ப நாயக்கர் மண்டபத்துக்கு எழுந்தருளச்

செய்து காட்டுத் தளிகை, தோசை, பொங்கல், பிரசாதம் அமுது செய்து கோஷ்டி விநியோகம் நடைபெறும். வெள்ளியக்குன்றம் ஜமீன்தார் (பாதுகாவலர்) கோவிலுக்கு வந்தவுடன் அருளிப்பாடு[14] கொண்டு அவருக்கு மரியாதை செய்து கொண்டப்ப நாயக்கர் மண்டபத்திலும் ஜமீன்தாருக்கு பரிவட்டம் மரியாதை செய்வித்து ஸ்ரீபெருமாள் பல்லக்கில் மதுரைக்கு எழுந்தருளல்.

ஸ்ரீ பெருமாள் மதுரைக்கு சவ்வாரி பல்லக்கில் எழுந்தருளும் போது பெருமாளுடன் குடை, சுருட்டி[15] எடுபிடி வகையறாக்களும், கருவூலப் பெட்டி, பாத்திரப்பெட்டி, பரிவட்ட பெட்டிகள் எடுத்துவர வேண்டியதற்காக வலையப்பட்டி, நாயக்கப்பட்டி, கள்ளந்திரி, மாங்குளம் சோதியாபட்டி கிராமங்களிலுள்ள ஊழியர்களிடம்[16] ஷிசாமான்களையும் பெட்டிகளையும் யோர்கள் ஒப்புக் கொண்டதற்கு ரிஜிஸ்டரில் கையெழுத்து வாங்கி ஒப்புவித்து அவர் அவர்களுக்குள்ள தோசை, பிரசாதம், அரிசி, ரொக்கப்பணம், வகையறா சுதந்திரங்கள் பெருமாளுடன் ஷி சாமான்களை கூடவே கொண்டுவரும்படி செய்து கொள்ள வேண்டியது.

ஸ்ரீபெருமாள் பதினெட்டாம்படியில் பதினெட்டாம் படியானுக்கு 18 கற்பூர ஆராத்தி செய்வித்து புறப்பட்டு வழிநடையில் திருமாலை ஆண்டார் மண்டபத்தில் வாசலில் நின்ற சேவையாக[19] ஆண்டாருக்கு அருதிபரிவட்டம்[20] கோராப்பரிவட்டம்[21] மரியாதை செய்வித்து வழக்கம்போல் வழிநடை மண்டபங்களில் மண்டபதார்கள் பெருமாளை எழுந்தருளச் செய்வதற்கு ஏற்பட்ட மண்டபக் காணிக்கையை செலுத்திய மண்டபங்களில் மட்டும் பெருமாளை நின்ற சேவையும், உட்கார்ந்த சேவையும்[22] ஆக எழுந்தருளச் செய்து மண்டபங்களில் தேங்காய் பழம் வகையறா நிவேதனம் செய்து அந்தந்த மண்டபத்தாருக்கு குறிப்பிட்ட படிக்குள்ள நேரத்தில் மாலை பரிவட்டம் மரியாதை செய்வித்து அப்பன்திருப்பதி ஜமீன்தார் மண்டபத்தில் ஜமீன்தாருக்கு கோரா அருதிப்பரிவட்டம் மரியாதை செய்தும் பின்மறவர் மண்டபத்தில்[23] மண்டபதாரருக்கு கோராப்பரிவட்டம் மரியாதை செய்வித்து வழிநடை மண்டங்களில் வழக்கப்படி எழுந்தருளி மாலை 4 மணிக்கு மூன்றுமாவடி மண்டபத்திற்கு எழுந்தருளி அங்கு பல்லக்கின் மேல் பண்ணாங்கை[24] அவிழ்த்தும் பல்லக்கு கொம்புகளை கீழ்ப்பாகமாக சேர்த்தும், மண்டபதாரருக்கு மரியாதையானவுடன் பெருமாள் இந்த மண்டப முதல் எழுந்தருளும் சேவையை ‘எதிர்சேவை’ என்று பக்தர்கள் கொண்டாடி தரிசிப்பார்கள். பின்பெருமாள் தல்லாகுளம் மாரியம்மன் கோவில் மாரியம்மனுக்கு கோரா அருதிப்

பரிவட்டம் மரியாதை செய்து பின் பெருமாள் அம்பலகாரர் மண்டப முதல் வழிநடை மண்டபங்களில் மண்டபக் காணிக்கை செலுத்தின மண்டபங்களில் எழுந்தருளி மண்டபதாரருக்கு மரியாதை செய்வித்து பின் பெருமாள் தல்லாகுளம் பெருமாள் கோவில் சேர்ந்து அலங்காரம் களைந்து திருவாபரணங்களை சவ்வாரி கையாக்ஷி பெட்டியில் சேர்த்து திருமஞ்சனமாகி திருவாராகனம் தளிகை அமுதுசெய்துலாவி ஸ்ரீபட்டர் திருவாபரணங்களை சவ்வாரி கையாக்ஷியில் ஒப்புக் கொண்டு குதிரை வாகனத்தில் அலங்காரம் செய்து ஸ்ரீவில்லிபுத்தூர் ஆண்டாள் திருமாலை எழுந்தருளப் பண்ணிக் கொண்டு வந்து பெருமாளுக்கு ஷி மாலை சாத்தி திருவாராதனம் தளிகை அமுது செய்தல், பின் ஸ்ரீ ஆண்டாளுக்கு பெருமாள் வெகுமானமாக சாதாரா,[26] ஏகாந்தம்,[27] காங்கு,[28] ஜென்டி,[29] கோரா வகையறாக்களை கொடுத்தபின் ஆண்டாள் திருமாலை எழுந்தருளப் பண்ணி வந்தவர்களுக்கு[30] கோராப் பரிவட்டம் மரியாதை செய்வித்து அதிகாரிகளுக்கும் மரியாதை செய்வித்து பட்டருக்கு வாகன அருதிப்பரிவட்டம் மரியாதையாகி பெருமாள் குதிரைவாகனாரூடராய் தல்லாகுளம் கோவிலிலிருந்து புறப்படுதல்.

பின் முதல் மண்டபம் ஸ்ரீ ரெங்கராஜப்பட்டருக்கு மண்டபத்திற்கு எழுந்தருளி கோரா பரிவட்டம் மரியாதை செய்வித்து வழக்கம்போல் மண்டகப்படிகளில் மண்டப காணிக்கை செலுத்திய மண்டபங்களுக்கு பெருமாளை எழுந்தருளச் செய்தும் ஆண்டார், தோழப்பையங்கார் மண்டபங்களிலும்[31] யெழுந்தருளிச் செய்து கோராப் பரிவட்டம் மரியாதை வகையறா செய்தும் வழக்கம்போல் மண்டபங்களுக்கும் எழுந்தருளியாகி தல்லாகுளம் கோவிலைச் சுற்றிவந்து பின் வெற்றிவேர் சப்பரத்தில் குதிரை வாகனத்துடன் எழுந்தருளியாகி கருப்பணசுவாமி கோவில் வரை வெற்றிவேர் சப்பரத்துடன் வழிநடை மண்டபங்களிலும் எழுந்தருளி புறப்படுதல்.

கருப்பண சுவாமி கோவில் முன் பெருமாள் வையாளியிட்டு[32] கருப்பண சுவாமிக்கு மாலை கோராப்பரிவட்டம் மரியாதை செய்வித்து ஆயிரம்பொன் சப்பரத்தில்[33] குதிரை வாகனத்துடன் எழுந்தருளச்செய்து கொத்தன், ஆசாரி வகையறாக்களுக்கு சந்தனம், வெற்றிலை, பாக்கு, பரிவட்டம் (வேஷ்டி) மரியாதை செய்வித்து சப்பரத்தின் சக்கரங்களில் அதிகாரிகளால் தேங்காய்கள் உடைத்து ஆயிரம்பொன் சப்பரத்துடன் பெருமாள் குதிரை வாகனத்தில் எழுந்தருளப்பண்ணி மண்டபதாரர்களுக்கு பரிவட்டம் மரியாதை செய்வித்து குறிப்பிட்ட நேரத்தில் அதாவது சூரியோதயத்தில் பெருமாள் வைகையாற்றில் வீரராகவப் பெருமாளுடன் சந்தித்து மாலை அருதிபரிவட்டம் பட்டு வகையறா வீரராகவப் பெருமாளுக்கு சாத்தி சந்திப்பு நடந்து, பெருமாள் வகையறா குதிரை

வாகனத்துடன் வழிநடை மண்டபங்களில் எழுந்தருளி முன்போல் மண்டபதாரர்களுக்கு பரிவட்டம் மரியாதை செய்வித்து, பகல் 12 மணிக்கு பெருமாள் ராமராயர் முன் வையாளியிட்டு அது சமயம் தண்ணீர் பீச்சுகிறவர்கள்[34] தங்கள் தங்கள் பிரார்த்தனையை செலுத்திய பின் பெருமாள் ராமராயர் மண்டபத்தில் எழுந்தருளி அங்கு அங்கப்பிரதக்ஷணம்[35] பிரார்த்தனை செலுத்துபவர்கள் கோரிக்கைப்படி அங்கப்பிரதக்ஷணம் மூன்று மணி நேரம் நடைபெறும். அதன்பின் மண்டபதார் வந்து மண்டபதாரருக்கு மரியாதையாகி பின் பெருமாள் ராமராயர் மண்டபம் விட்டு நான்கு மணிக்கு பெருமாள் குதிரை வாகனத்துடன் புறப்பாடாகி வழிநடை மண்டபங்களில் எழுந்தருளி மண்டபகாரர்களுக்கு பரிவட்டம் மரியாதை செய்வித்து இரவு பத்து மணிக்கு வண்டியூர் வீரராகவ பெருமாள் கோவிலுக்குள் சிவகங்கை கட்டளை மண்டபதாரர்கள் கும்ப மரியாதையுடன் எதிர்கொண்டு சேவித்து மரியாதை பெற்றபின் குதிரை வாகன அலங்காரம் களைந்து சவ்வாரி கையாக்ஷி பெட்டியில் திருவாபரணங்களை அர்ச்சகர் திருபட்டர்[36] ஒப்புவித்து,

சிவகங்கை தேவஸ்தானம் கட்டளை உபயமாக அலங்கார திருமஞ்சனம் செய்வித்து சவ்வாரி கையாக்ஷி பெட்டியில் திருவாபரணங்களை ஒப்புக் கொண்டு ஷி கோவிலுக்குச் சைத்யோபசார அலங்காரம் செய்து, திருவாராதனம், சேவாகாலம், தீர்த்த விநியோகம் செய்வித்து இரவு 1 மணிக்கு பிராமண சீர்பாதமாக பெருமாள் உள்பிரகாரம் வெளிப்பிரகாரங்களில் பக்தி உலாத்தி[37] பின் சிவகங்கை கட்டளை மண்டபத்தாருக்கு பரிவட்டம் மரியாதை செய்வித்து ஷி மண்டபத்தார் வெற்றிலை பாக்கு ரொக்கச் சிலவு செய்தபின் பிரசாத விநியோகமாகி பின் சைத்யோபசாரம் அலங்காரம் கலைந்து சவ்வாரி கையாக்ஷி பெட்டியில் அ.பட்டர் திருவாபரணங்கள் ஒப்புக்கொண்டு திருமஞ்சனம் ஆகி ஷேசவாகனத்தில் ஸ்ரீபெருமாளை அலங்காரம் செய்து பட்டருக்கு அருதிப் பரிவட்டம் மரியாதையாகி பெருமாள் சே' வாகனத்துடன் காலை 5 மணிக்கு வண்டியூர் கோவிலை விட்டுப் புறப்பாடாகி வண்டியூர் வழிநடை மண்டபங்களில் கிரமப்படி மண்டபங்களில் மண்டபதாருக்கு மரியாதை செய்வித்துக் கொண்டு காலை 7 மணிக்கு தேனூர் மண்டபத்துக்கு[38] வந்து சேருதல், தேனூர் மண்டபத்தில் சே' வாகனம் அலங்காரம் கலைந்து தேனூர் மண்டபத்தார் செலவில் அலங்கார திருமஞ்சனமாகி கெருட வாகனத்தில் பெருமாளை அலங்காரம் செய்து திருவாராதனம் தளிகை அமுது செய்து தேனூர் மண்டபதாருக்கு மரியாதை அரிதிப்பரிவட்டம் மரியாதை செய்தபின் மண்டூக மகரிஷிக்கு சாபவிமோசன புராணம் படிப்பதற்காக ஆண்டாருக்கும் பட்டருக்கும் அரிதிப்பரிவட்டம்

மரியாதை செய்து மண்டூகபுராணம்[39] ஆண்டாரால் வாசித்து பின்பட்டருக்கு அரிதிப்பரிவட்டம் மரியாதையாகி பெருமாள் கெருட வாகனத்துடன் எழுந்தருளச் செய்து மண்டூக மகரிஷி தவம் செய்யும் மடுக்கரையில்[40] பெருமாள் ரிஷிக்கு காட்சி தந்து கெருடவாகனா ரூடராய் தேனூர் மண்டபத்தை சுற்றிவந்து வழிநடை மண்டபங்களில் வழக்கம் போல் எழுந்தருளி மண்டபத்தார்களுக்கு மரியாதை செய்வித்து வண்டியூர் ஹனுமார் கோவிலில் மண்டபத்திற்குள் எழுந்தருளியாகி அங்கு பிரார்த்தனைக்காரர்கள் அங்கப்பிரதஷணம் நடந்த பின் மண்டபத்தாருக்கும் மரியாதை செய்வித்து கோவிந்தராவ் மண்டபத்தில் பகல் 12 மணிக்கு வந்து தங்குதல்.

மாலை 4 மணிக்கு கோவிந்தராவ் மண்டபதாரருக்கு மரியாதை செய்வித்து ஷி மண்டபத்தை விட்டு பெருமாள் புறப்பாடாகி வழிநடை மண்டபங்களில் மண்டபதாரருக்கு மரியாதை செய்வித்து பெருமாள் புறப்பாடாகி ராமராயர் மண்டபமுன் மண்டபதார் பூர்ண கும்ப மரியாதையுடன் பெருமாளை எதிர்கொண்டு அழைத்து பின் பெருமாள் மண்டபத்திற்குள் எழுந்தருளச் செய்து பின் மண்டபத்தார் வந்து பெருமாளை சேவித்து பின் கருட வாகன அலங்காரம் களைந்து திருவாபரணங்களை பண்டாரி[41] கையாக்ஷி பெட்டியில் ஒப்புவித்து அலங்கார திருமஞ்சனமாகி திருவாராதனம் தளிகை அமுது செய்து இரவு 9 மணிக்கு, தசாவதார சேவை ஆரம்பமாகும்.

ஷி மண்டபத்தில் கீழ்க்கண்ட சேவைகளுக்கு வேண்டிய திருவா பரணங்களை அர்ச்சகர்கள் அவ்வப்போது சவ்வாரி கையாக்ஷியில் ஒப்புக் கொண்டு 1.முத்தங்கி சேவை[42] 2.மச்சாவதார சேவை 3.கூர்ம அவதார சேவை 4.வாமனாவதார சேவை 5.ராமாவதார சேவை 6.கிருஷ்ணாவதார சேவை (திருவாராதனம் திருப்பாவாடை சமர்ப்பித்தல்).

ஒவ்வொரு சேவை அலங்காரமாகி திரை வாங்கியவுடன் மண்டபத்தார் வந்து சேவித்துப் போவதுண்டு, பக்தர்களும் சேவிப்பது உண்டு. மேல்கண்ட சேவைகள் முடிந்தபின் மோகினி திருக்கோலத்துக்கு வேண்டிய திருவாபரணங்களை கையாஷி பெட்டியில் அர்ச்சகர்கள் ஒப்புக்கொண்டு காலை 5 மணிக்கு மோகினி திருக்கோலம் சாத்தி மண்டபத்தார் வந்து சேவித்தபின் வெளிக் கொட்டகை பத்தியில் சீர்பாதமாக பத்தி உலாத்தி ஆற்றங்கரை வரை எழுந்தருளிய பின் பெருமாள் மண்டபத்திற்குள் வந்து சேர்ந்தவுடன் மண்டபதார் சேவித்து அதிகாரிகள் சேவித்து மோகனாவதாரம் கலைந்து திருவாபரணங்களை கையாஷி பெட்டியில் ஒப்புவித்து திருமஞ்சனமாக திருவாராதனம்

தளிகை, அமுது செய்தபின் சவ்வாரி பெட்டியில் திருவாபரணங்களை அர்ச்சகர்கள் ஒப்புக் கொண்டு பெருமாளை ஆனந்தராயர் பல்லக்கில்[43] ராஜாங்கசேவை அலங்காரம் செய்து ராமராயர் மண்டபத்தார் அதிகாரிகளுக்கு நடத்திவைத்து தானும் மரியாதை பெற்றுக் கொண்டபின் மண்டபத்தாரர் வெற்றிலை பாக்கு ரொக்கச் செலவு ஸ்தானிகாளுக்கு[44] செய்தபின் பகல் 11 மணி அளவில் பெருமாள் ஆனந்தராயர் பல்லக்குடன் புறப்படும் சமயத்தில் ஸ்ரீ ரெ.பட்டர், அ.பட்டர், அமுதார், திருமலை நம்பிகள், தியாகம் செய்த அமுதார் இவர்களுக்கு கோரா அருதிப் பரிவட்டம் மரியாதையாகி பெருமாள் ராமராயர் மண்டபத்தை விட்டு புறப்பாடாகி வழிநடை மண்டபங்களில் பெருமாள் எழுந்தருளி மண்டபதாரர்களுக்கு மரியாதை செய்வித்து ஆழ்வார்புரம் அம்மாளு அம்மாள் மண்டபத்தில் சுமார் 4 மணிக்கு பெருமாள் தங்கி பக்தர்களுக்கு சேவை சாதித்து ஷி மண்டபத்திலிருந்து ஸ்ரீசடாரியை[45] வெள்ளிப் பல்லக்கில் எழுந்தருளச் செய்து அதற்கு வேண்டும் பரிவாரங்களுடன் திருமலைராயர் படித்துறையை அடுத்து அய்யங்கார் மண்டபத்திலும்[46] சடாரியை எழுந்தருளச் செய்து திருமஞ்சனம், திருவாராதனம், தளிகை அமுது செய்து மண்டபதாரருக்கு மரியாதை செய்வித்து திரும்ப சடாரியை ஷி பல்லக்குடன் பெருமாள் எழுந்தருளியிருக்கும் மண்டபத்திற்கு எழுந்தருளச் செய்து பின்பு மண்டபதாரருக்கு மரியாதை செய்வித்து பெருமாளை வழிநடை மண்டபங்களில் எழுந்தருளச் செய்து மண்டபதாரருக்கு மரியாதை செய்வித்து தல்லாகுளம் இராமநாதபுரம் ராஜா மண்டபத்திற்கு இரவு 8 மணிக்கு வந்து சேருதல்.

பின் இராமநாதபுரம் ராஜா மண்டபத்தில் மண்டபதார் சேவித்த பின் அலங்காரம் களைந்து திருவாபரணங்களைக் கையாக்ஷி பெட்டியில் ஒப்புவித்து திருமஞ்சனம், திருவாராதனம், தளிகை அமுது செய்து ஸ்ரீ ரெ.பட்டர் திருவாபரணங்கள் ஒப்புக்கொண்டு பின் பெருமாளை புஷ்பப்பல்லக்கில் கள்ளர் திருக்கோலம் அலங்காரம் செய்து பின் மண்டபதாரருக்கு பரிவட்டம் மரியாதை செய்வித்து வெள்ளியக்குன்றம் ஜமீன்தாரை அழைத்து வந்து ஜமீன்தாருக்கு நாகமுடி பட்டுப் பரிவட்டம் மரியாதை செய்வித்து பட்டருக்கு பரிவட்டம் மரியாதை செய்வித்து இரவு 3 மணிக்கு பெருமாள் புஷ்ப பல்லக்கில் புறப்பட்டு கருப்பணசுவாமி கோவிலுக்குமுன் வையாளியாகி கருப்பணசுவாமிக்கு மாலை கோராபரிவட்டம் சாத்தி பின் பெருமாள் வழிநடை மண்டபங்களிலும் மண்டபதார்களுக்கு வழக்கம்போல் பரிவட்டம் மரியாதை செய்வித்து காலை 7மணிக்கு மாரியம்மன் கோவிலில் மாரியம்மனுக்குக் கோராப்பரிவட்டம் மாலை மரியாதை

செய்வித்து அம்பலகாரர் மண்டபம் போய் சேர்தல், அங்கு பக்தர்கள் சேவை நடைபெறும்.

பின் சீர்பாதக்காரர்கள் வெள்ளைச்சாமி கோனார் டிரஸ்டு மண்டபத்தில் அலங்காரத்தளிகை[47] சாப்பாடு முடித்து அம்பலகாரர் மண்டபத்தில் பல்லக்கில் பட்டு பண்ணாங்கு சாத்தி மண்டபதாருக்கு மரியாதை செய்வித்து அம்பலகாரர் மண்டபத்தைவிட்டுக் காலை 10 மணிக்கு பெருமாள் பல்லக்கில் எழுந்தருளி திருமலைக்கு புறப்படுதல், வழிநடை மண்டபங்களில் பெருமாளை எழுந்தருளச் செய்து மண்டபதார்களுக்கு மரியாதை செய்வித்து மூன்றுமாவடி மண்டகப் படிக்கு பகல் 3 மணிக்கு ஷை மண்டபத்தை விட்டு பெருமாள் எழுந்தருளச் செய்து மண்டபதார்களுக்கு பரிவட்டம் மரியாதை செய்வித்து இரவு 8 மணிக்கு மறவர் மண்டபம் (சிவகங்கை தேவஸ்தானம் கட்டளை மண்டபம்) சேர்த்து மண்டபதாரர் பூரணகும்ப மரியாதையுடன் பெருமாளை எதிர்கொண்டு அழைத்து மண்டபத்திற்குள் சேர்ந்தவுடன் மண்டபதார் சேவித்து பின் அலங்காரம் களைந்து மண்டபதார் செலவில் அலங்காரத் திருமஞ்சனம் செய்து திரும்ப கள்ளர் திருக்கோலம் சாத்தி திருமஞ்சனம்[48] செய்து திரும்ப கள்ளர் திருக்கோலம் சாத்தி திருவாராதனம் தளிகை அமுது செய்து மண்டபதாரருக்கு பரிவட்டம் மரியாதை செய்து வெற்றிலை பாக்கு ரொக்கச் செலவு பிரசாத விநியோகம் நடைபெற்று இரவு 12 மணிக்கு மறவர் மண்டபம்விட்டு பெருமாள் புறப்பாடாகி வழிநடை மண்டபங்களில் வழக்கம்போல் எழுந்தருளி அப்பன்திருப்பதி ஜமீன்தார் மண்டபத்தில் ஜமீன்தாருக்கு கோரா அருதிப்பரிவட்டம் மரியாதை செய்வித்து, பின் வழிநடை மண்டபங்களில் பெருமாளை எழுந்தருளச் செய்து காலை 6 மணிக்கு அழகர்கோவில் பதினெட்டாம் படியானுக்கு மாலை சாத்தி கற்பூரமாகி உடையவர் சன்னிதி வழியாக கோவிலுக்குள் தெற்குப் புறத்தின் பக்கத்தில் எழுந்தருளி அதிகாரி சேவித்து திருவந்திக்காப்பு,[49] திருவாராதனம், தளிகை, அமுது செய்து சாற்றுமுறை தீர்த்தம் சடாரி பிரசாத விநியோகம் கோஷ்டி கிரமமாக நடைபெற்று ஜமீன்தாருக்கு கோராபரிவட்டம் மரியாதை செய்தபின் சூத்திர சீர்பதக்காரர்களுக்கு நாச்சியார் சேலை, பரிவட்ட மரியாதை செய்வித்து பின் அலங்காரம் களைந்து திருவாபரணங்களை சவ்வாரி கையாக்ஷி பெட்டியில் ஒப்புவித்து பெருமாளுக்கு திருமஞ்சனமாகி பிராமண சீர்பாதங்கள் பெருமாள் திருமஞ்சன அறைக்கு எழுந்தருளுதல் பின் வழக்கம்போல சன்னதிக் காலங்கள் நடைபெறும். அதிகாரி கையாட்சியிலுள்ள திருவாபரணங்கள் வகையறாக்கள் சரி பார்த்து திரும்ப கையாக்ஷிசேவில் ஒப்புவித்தல்.

குறிப்புகள்

1. ஆட்டவிசேஷம் ஆட்டை விசேஷம் (annual festival)
2. சுத்துக்கோவில் மூலவரோடு, பரிவார தேவதைகளுக்கும் நடக்கும் பூசை.
3. கையாஷி-கையாட்சி, பொறுப்பு,
4. சேவில் (safe) என்ற ஆங்கிலச் சொல் safety locker என்ற பொருளில் வந்துள்ளது.
5. தோளுக்கினியான்-இறைவனின் பல்லக்கிற்கு வைணவக் கோயில்களில் வழங்கும் பெயர்.
6. சீர்பாதம் - பல்லக்கு அல்லது சப்பரம் தூக்குவோர்.
7. இயல்-நாலாயிர திவ்விய பிரபந்தத்தில் முதலாயிரம்.
8. துடக்கும் தொடக்கம்
9. கோஷ்டி-ஸ்ரீ வைணவர் கூட்டம்.
10. குடவரை-மதியில் அமைந்த வாசல்.
11. சம்பாக்காலம்-இரவு 8 மணிக்கு நடைபெறும் பூசையின் பெயர்.
12. அ.பட்டர்-அலங்காரபட்டர்.
13. சூத்திர சீர்பாதம்-பல்லக்கு (அல்லது) சப்பரம் தூக்கும் பிராமணரல்லாதவர்.
14. அருளிப்பாடு-இறைவன் திருவாணை.
15. சுரட்டி-சுருட்டும் அமைப்புடைய குடை.
16. இவ்வூழியர்கள் கோயில் பணியாளர்கள் அல்லர்; அருகிலுள்ள கிராமத்தவர், கள்ளர், வலையர் ஆகிய சாதியினர்.
17. சுதந்திரம்-உரிமைப் பொருள்.
18. பதினெட்டாம்படியான்-பதினெட்டாம்படிக் கருப்பசாமி.
19. நின்ற சேவை-மண்டபத்திற்கு வெளியே பல்லக்கினை நிறுத்தி வணங்குதல்
20. அருதிப்பரிவட்டம் பெரிய பரிவட்டம்
21. கோராப்பரிவட்டம்-மிகச்சிறிய பரிவட்டம்.
22. உட்கார்ந்த சேவை-மண்டபத்தினுள் பல்லக்கினை இருத்தி வணங்குதல்.
23. அப்பன் திருப்பதி கோயிலுக்கு முன் உள்ள மண்டபம்.
24. பண்ணாங்கு-பல்லக்கில் மேல் விதானமாக விரிக்கப்படும் துணி.
25. ஸ்ரீ பட்டர் - ஸ்ரீரெங்கராஜபட்டர்.
26. சாதாரர்-பொன்னாடை ; பீதாம்பரம்
27. ஏகாந்தம்-பட்டுக்கயிறு.
28. காங்கு-கருப்புநிறப் புடைவை.
29. ஜெண்டி-உருமாலுக்கு மேல் கட்டும் பட்டம்.
30. வந்தவர்கள்-ஸ்ரீ வில்லிபுத்தூரிலிருந்து ஆண்டாள் சூடிக்களைந்த மாலையினை அங்கிருந்து நடந்தே கொண்டு வந்தவர்கள்.
31. கோயிற்பணியாளர் வீட்டு மண்டகப்படிக்கு மண்டபக்காணிக்கை கிடையாது.
32. வையாளி-இறைவன் குதிரைபாய்ந்து செல்வது போலச் சப்பரத்தைச் சப்பரம் தூக்குவோர் அசைத்தல்.

33. ஆயிரம்பொன் சப்பரம்-சப்பரத்தின் பெயர்.
34. தண்ணீர் பீச்சுகிறவர்கள்- 'சித்திரைத் திருவிழாவில் நாட்டுப் புறக்கூறுகள்' என்னும் இயல் காண்க.
35. அங்கப்பிரதக்ஷணம்-கையில் ஒரு தேங்காயுடன் தரையில் உருண்டு வரல்.
36. திருபட்டர்-ஏறுதிருவுடையான்பட்டர்.
37. பத்தி உலாத்தி-இறைவன் நடையிடுவது போலச் சப்பரத்தைப் பக்கவாட்டில் அசைத்தல்.
38. தேனூர் மண்டபம்-தேனூர் மக்களுக்கு உரிமையானதால் இப்பெயர் பெற்றது.
39. கோயில் தலபுராணத்தின் ஒரு பகுதியாக உள்ளது.
40. திருவிழாவிற்காக ஆற்றுமணலில் சிறிய அளவில் தோண்டப்பட்டுள்ள குழியினையே 'மடு' எனக் குறிக்கின்றனர்.
41. பண்டாரி-கோயிலில் திருமாலை கட்டுபவர். ஸ்தானிகர் அறுவரில் ஒருவர்.
42. முத்தங்கி-முத்துக்கல் வைத்து தைக்கப்பட்டுள்ள சட்டை.
43. ஆனந்தராயர் பல்லக்கு-பல்லக்கின் பெயர்; ஆனந்தராயர் என்பார் இப்பல்லக்கினைச் செய்தளித்திருக்க வேண்டும்.
44. ஸ்தானிகாள்-அர்ச்சகர், திருமலைநம்பி, அமுதார், ஜீயர், பண்டாரி, கணக்கு ஆகிய அறுவரும் ஸ்தானிகர் எனப்படுவர்.
45. ஸ்ரீசடாரி-இறைவனின் திருவடியாகக் கருதப்பட்டு அடியார் தலைமீது வைக்கப்பெறும்; மகுடம் போன்ற அமைப்பிலுள்ளது. 'சடகோபம்' என்றும் கூறுவர்.
46. ஆற்றின் தென்கரையிலுள்ளது.
47. அலங்காரத்தளிகை-தளிகையை இப்பெயராலும் அழைப்பதுண்டு.
48. அலங்காரத் திருமஞ்சனம்-குடங்களை இறைவன் திருமுன் வைத்து நடைபெறும் திருமஞ்சனம்.
49. திருவந்திக்காப்பு-துளசி இலையில் தீர்த்தத்தைத் தொட்டு இறைவன் கை கால்களைச் சுத்தம் செய்தல்.

5. வெள்ளையத்தாதர் வீட்டுப் பட்டய நகல்ஓலை

கூட்டப்பட்டி என்னும் கூட்டுறவுபட்டி, சிவகங்கையிலிருந்து மேலூர் செல்லும் சாலையில் நான்குகல் தொலைவில் அமைந்துள்ளது. இவ்வூரிலுள்ள வெள்ளைச்சாமி குருக்கள் என்ற வெள்ளைச்சாமி அம்பலம் வீட்டில் திருமாலை ஆண்டாரால் தரப்பட்ட செம்புப் பட்டயமும் அதன் ஓலை நகலுமுள்ளன. பட்டயம் 9x7 நீள அகலமுள்ள கனத்த இரண்டு தனித்தனி செம்புத் தகடுகளில் இருபுறமும் எழுதப்பட்டுள்ளது. சில இடங்களில் எழுத்துக்கள் தேய்ந்து வாசிக்க முடியாதபடி உள்ளன. பட்டயத்தின் உரிமையாளர் அனுமதி தர மறுத்துவிட்டதால் ஆய்வாளர் பட்டயத்தைப் பார்க்க மட்டுமே முடிந்தது. பட்டயநகல் ஓலை நான்கு ஏடுகள் கொண்டது ; *13"* x *1"* நீள அகலத்தில் இருபுறமும் எழுதப்பட்டுள்ளது. ஆய்வாளரால் இந்நகல் ஓலை, *3.1.1979* அன்று படியெடுக்கப் பெற்றது.

பட்டயம் சிவகங்கை மன்னர் முத்துவடுகனாத துரையினைக் குறிப்பிடுகிறது. இவரது காலம் கி.பி.*1750* முதல் கி.பி.*1772* வரை ஆகும்.[1] எனவே இப்பட்டயத்தின் காலமும் இதுவேயாகும். திருமாலை ஆண்டார், பட்டர் ஐயங்கார் ஆகிய இருவர்க்கும் ஏற்பட்ட பூசலொன்றினைப் பட்டயம் குறிப்பிடுகிறது. கி.பி.1656இல் எழுந்த அழகர்கோயில் கல்வெட்டு ஒன்று திருமாலை ஆண்டாருக்கும் பட்டர் ஐயங்காருக்கும் தீர்த்தமரியாதை பெறுவதில் ஏற்பட்ட வழக்கொன்றில் குப்பையாண்டிசெட்டி, வைத்தியநாதையன், வசந்த ராயபிள்ளை. திருவேங்கடஐயன் ஆகியோர் நடுவர்களாக இருந்து தீர்ப்பளித்ததைக் குறிப்பிடுகிறது.[2] எனவே பட்டயம் குறிப்பிடும் பூசல் ஒரு நூற்றாண்டாகத் தொடர்ந்து நடந்த பூசலின் தொடர்ச்சியேயாகும் என அறியலாம்.

திருமாலை ஆண்டார், பட்டர் ஐயங்கார் என்பன இயற்பெயர் அல்ல. இரண்டும் அழகர்கோயிலில் இரண்டு பணிப்பிரிவுகளின் பெயர்களாகும். அர்ச்சகப் (பட்டர்) பணியில் உள்ள நால்வரில் பட்டயம் குறிப்பிடும் பட்டர் யாரெனத் தெரியவில்லை.

---

1. ந.சஞ்சீவி, மருதிருவர், பாரிநிலையம், சென்னை,*1956*, ப.*53*.
2. A.R.E. *286* of *1930*.

பட்டய நகல் ஓலை பிழை மலிந்ததாக உள்ளது. எனவே சில செய்திகள் தெளிவாக விளங்கவில்லை. பெயர்களும் தவறாகக் குறிக்கப்பட்டுள்ளன. பட்டயம் குறிப்பிடும் ஊர்கள் மானாமதுரைக்கும் மேலூர் வட்டம் உறங்கான்பட்டி-வெள்ளலூர்க்கும் இடையிலுள்ளவை ஆகும்.

செய்திச் சுருக்கம் :

திருமாலை ஆண்டாருக்கும் பட்டர் ஐயங்கார்க்கும் ஏற்பட்ட பூசலில் மானாமதுரை (வானறவீரன் மதுரை) யில் சமரசத்துக்காக ஒரு பஞ்சாயத்து நடந்தது. அவ்வூர் மக்கள் பட்டர் ஐயங்காருக்குச் சாதகமாக இருப்பதைத் தெரிந்துகொண்ட திருமாலை ஆண்டாருடைய ஆட்கள் பஞ்சாயத்தில் கலவரம் செய்துவிட்டு ஓடிவந்து விட்டனர். தொடர்ந்து பெரிய கோட்டை (சிவகங்கையிலிருந்து எட்டுகல் தொலைவிலுள்ள ஊர்) யில் இரண்டு தரப்பு ஆட்களும் மோதிக் கொண்டதில் பட்டர் ஐயங்காருடைய ஆட்கள் மூவர் இறந்துவிட்டனர்; பத்துப் பேர்வரை காயம் பட்டனர். காயம் பட்டவர்களோடு பட்டர் ஐயங்கார் சிவகங்கை மன்னர் முத்துவடுகனாத துரையிடம் வந்து முறையிடுகிறார். மன்னர் "உனக்கும் பழிக்குப்பழி வாங்கி தருகிறேன்" என்று பட்டர் ஐயங்காரிடம் சொல்லிவிட்டுச் சினத்துடன் தன்னுடைய பிரதானி தாண்டவராய பிள்ளையைத் திருமாலை ஆண்டாரையும் அவர்களை யுடைய ஆட்களையும் பிடித்து வரச் சொல்லுகிறார். அந்த நாட்களில் திருமாலை ஆண்டாரும் அவருடைய ஆட்களும் வெள்ளலூர்ப் பகுதியில் சுற்றிக் கொண்டிருக்கின்றனர். பின்னர் ஆட்களுடன் தங்களைப் பிடிக்கவந்த தாண்டவராயபிள்ளையிடம் காலந் தாழ்த்திக் கொண்டிருக்கின்றனர். பின்னர் இறந்துபோன மூவர்க்காகப் பழிக்குப் பழியாக ஆண்டாரின் சமயத்தாரில் ஒருவரான வெள்ளைத்தாதன் தன்மகனையும் தன் தம்பி மக்கள் இருவரையும் அழைத்துக் கொண்டு வந்து, தாண்டவராய பிள்ளை முன் நிறுத்துகிறார். எக்காரணத்தாலோ அது ஏற்கப்படவில்லை. பின்னர் ஒரு ஏற்பாட்டின்படி தலைக்கு முக்காணி நிலமும் ஐந்து பொன்னும் கொடுத்து மூன்று பேரையும் வாங்கிப் பட்டர் ஐயங்கார் வசம் கொடுத்துவிடுகிறார்கள் (இவர்கள் யார் என்பதும் இவர்கள் பலி கொடுக்கப்பட்டார்களா என்பதும் பட்டயத்திலிருந்து தெளிவாக விளங்கவில்லை). பின்னர் அரண்மனைக்கு நூற்றிருபது பொன் அபராதம் செலுத்துகின்றனர். தாண்டவராய பிள்ளைக்கு நூறு பொன்னும், கோட்டை அய்யன் பெருமாள் பிள்ளைக்கு இருபது பொன்னும் கொடுக்கிறார்கள். இந்த இருவர்க்கும் கொடுக்கப்பட்டது கையூட்டாகவே தோன்றுகிறது.

தன்னுடைய சமயத்தார்களாகிய தாசர்கள் தனக்காக உழைத்ததற்காகவும், அவர்களுக்கு ஏற்பட்ட செலவுகளுக்காகவும் திருமலை ஆண்டார், அழகர் கோயிலுக்கு வரும் அடியவர்கள் மீது சில வரிகளை விதித்து, வசூலித்துக் கொள்ளும் உரிமையினைச் சமயத்தார்களுக்குப் பட்டயம் எழுதிக் கொடுத்துள்ளார்.

கோயிற் பணியாளர்களுக்கிடையிலான பகைமையும். அப்பகைமையில் அடியவர்களுக்கு ஏற்பட்ட இழப்பும், அந்நாட்களில் நீதி கிராமப்புறங்களில் எவ்வாறு அச்சமூட்டும் வகையில் நிலை நிறுத்தப் பட்டது என்பதும். அக்காலத்தில் திருமாலை ஆண்டார் பெற்றிருந்த அதிகாரமும் பட்டயம் உணர்த்தும் செய்திகளில் குறிப்பிட வேண்டியவையாகும்.

1. விரோதி வரு ஆடி மீ யஙஉ ஸ்ரீமது வேதமாற்கப் பிரதிஷ்ட்டாபான சாறியாய உபைய வேதாந்த காரியறாயி திருமாலிருஞ்சோலை திருப்பதியில்

2. யிருக்கும் திருமலை ஆண்டாற் வெள்ளலூர்ச் சமையம் சோது தாஸர் சிங்கப்பெருமாள் மக்கள் வெள்ளையதாஸர்க்கும் காணூற் நல்ல அழகு சமையகாறன்க்கு தேசாபாகதாளு

3. ல நாமம் க கல்லது கொண்டையன் சென்னாதாதனுக்கும் பெரிய கோட்டை யிருளன் தாதனுக்கும் தொகுச் சமையும் தண்டிகை முறாறி பளையனூற் ரெங்கற் தாதனுக்கும்

4. யிவற் ஆறு பேருக்கும் சமையம் பட்டையம் குடுத்தபடியி சமையபட்டையமாவது பாண்டி பதுனெட்டுக்கும் சங்கீத காறியதை தெற்க்கு வடக்கே சீற் ரெங்கத்திலிருந்து பட்டற

5. யயங்கானுக்கும் நமக்கும் ஒன்றுக்கு ஒன்றுச் சண்டை களாயி பட்டரயங்காறவர்களுக்கு விபகாரங்காளாயி வானற வீரன் மதுரைய்யிலே யூற் மகாசனங்களும் அழகற் கோயி

6. ல் மகாசனங்களையும் கொந்தகை மகாசனங்களையும் கூட்டி வயித்து விபகாறம் கேட்டத்தில் பட்டறய்ய காரனுக்க யிந்த மகாசனங்கள் பச்சம் மிற பச்சம்மாயிருந்தது கண்டு நாமு

7. மந்த கை மகாசனங்களையும் அந்த பிகாறத்தை உலவினம் பன்னிப் போட்டு திரும்பவும் வெள்ளலூற் சீமையான குறிச்சிப்பட்டியிருக்கிற பேற்கள் முன்னுக்கு ப

8. ட்டறய்யங்காறவர்களும் பெறிய கோட்டையில் வந்து யிறங்கியிக் கொண்டு நம்மள் பக்கமாக யிருந்தவற்களையும் கொண்டிக்காரரை பிடித்தயிடத்தில் அவற்களும்

9. தப்பிச்ச காமன் குச்சிப்பட்டி வந்து சேற்ந்து அவற்களும் யெங்களைத் துறத்திப் பிடித்தாற்கள் நாங்களும் யொங்களை கொன்டி காறரவிட்டு பிடிக்கவந்தார்கள் நா

10. ங்களும் தப்பிச்சு வந்து சேர்ந்தோம் மென்ற சொன்னார்கள் அவர்கள் முன்னுக்கு நாமும் வெள்ளயதாஸனை வறவழைத்து தாஸர்கள் வந்த சமாசாறமும் சொல்லி

11. இப்பாள் நாமும் நெடுகளும் பாற்க்க நம்மையும் தொடாமளும் சத்தியம் பன்னிக் கொண்டு பட்யங்காற் பிறகே பத்தி வருகிறார்கள் தாறு மொனையும்

12. காண்மிக்சு பட்டய்யங் கறரையும் குத்தி விறட்டி விடவேணு மென்று நாம் சொல்ல வெள்ளைய தாதரும் நாட்டின் உண்டான கள்ளற்களையும் சேக

இரண்டாம் ஏடு இரண்டாம் பக்கம்

13. றித்துக் கொண்டு போயி பெறிய கோட்டை அக்கிறா காறத்தின் பட்டரய்யாங்காரரையும் அவற் பாதத்து தாசற்கள் வளஞ்சு கொடு வெட்டு குத்து நடப்பீச்சிதில்

14. பட்டறய்யங் காறவற்கள் பாதத்திலே மூணு தாஸர்களும் பட்டு மாற்பிலே பத்து சன வரைக்கும் காயப்பட்டு யிருந்ததில் பட்டறங்யகாறவற்களுக்கும் பெரிய கோட்டையி

15. கோட்டை கதவை அடைத்துக் கொண்டு மாடுகளையும் மனுசற்களையும் வெளியிலே விடாமல் மறித்துக் கொண்டு பட்டுப்போன பேரையும் காயக்காறரையும் யெடுக்க சொல்லி

16. எடுத்துக் கொண்டு போயி மன்னியறான சிவகெங்கை யிறாச மானிய முத்து வடுகனாத துரையிடத்திள் கொண்டு போக சொல்லி அப்பால் பட்டறயங்காறவர்க

17. ளும் அறமனை வாசலிலே கட்டிக் கொண்டு கூக்குறல் பண்ணினதில் அரமனையாரும் வந்து கன்னாலே பாற்த்து ரெம்பவும் கோபித்துக் கொண்டு பட்டய்யகாறவர்களையும் சத்திறத்து

18. லே போயிருக்கச் சொல்லியும் அவர்களுக்குப் பளியும் வாங்கித் தருகிரேன் யென்று யிந்தகுலை செய் யித நாட்டாரையும் அதம் பன்னிப் போடுகிரேன் யென்றும் கோப

19. மாகியி பட்டபிலா கோட்டைக்கியி பிரதானிக்கும் தாண்டவறாயன் பிள்ளையவற்களுக்கும் தாக்கதி நிருபம்-யெளுதி திருமலை யாண்டாரைப் பிடித்து வற சொல்லியும் அ

20. இந்த நாட்டாரையும் வெட்டிச் சருவ கொள்ளை அடித்து மூணு பேற்களையும் வெட்டி யிந்த நாளைக்க சேர அனுப்பி விக்க சொல்லியும் திருமலை ஆண்டாறுடனே கூடிவந்த அய்ய

21. மாரையும் பிடித்து-பச்ச கற்பூரத்தை கன்னிலே வயித்து கட்ட சொல்லியும் எழுதி அனுப்பிவிச்சதில் பிள்ளையவற்களும் வெள்ளளூர் சேற்ந்த வரைக்கும் யிந்த நாட்டாரைப் பேறி

22. லே பச்சம் வயித்து நெடுகிளும் அடைக்களம் காத்த நாடு சேற்ந்த ஊற் வரைக்கும் மறியாதை வயித்து அறமனை யாருக்கும் உத்தறவுபடி நடந்து கொள்கிறது யென்று மறு வின்னபத்தி

23. றம் அறமனையாருக்கு கோப தனியத்தக்கதாய் யெளுதி யனுப்பி விச்சிப்போட்டு மறுபடியும் வெள்ளூற் நாட்டாளுக்கு நிறுபம் கட்டளையிட்டு அரமனை சேவுகரையும் அனுப்பிவிச்சு

24. திருமலையாண்டாரையும் பிடித்து குத்துவெட்டு நடப்பிவிச்சு கள்ளரையும் பிடித்து குடுக்க சொல்லியும் நிருபமும் சேவுகலும் வந்ததில் நாட்டாரும் யேது காத்தாள

மூன்றாம் ஏடு முதல் பக்கம்

25. ம்மன் கோவிலே கூட்டம் கூட்டிக் கொண்டு நம்மையும் வெள்ளய தாஸனையம் கூடின சனங்களையும் கூட்டி வறசொல்லி எங்கள் முன்னாலே அரமனை நிருபத்தையும்

26. வாசிக்க அறியப் பன்னிவிச்சு யெங்களையுப் பிள்ளையவற்களிடத்தில் கண்டு கொள்ள சொல்லியும்-யில்லாதிருந்தாள் யெங்கள் நாட்டிலே சாறிதா நமாய

27. நடப்பிவிக்க சொன்ன சொல்லை வல்லடிகளாக லாபசேதங்க ளானால் அதில் வருகிற லாபசேதங்களை விட்டு போறதில் லையென்று மாத்தி வெட்டி அறமனை சேவுகள்

28. பாறி சம்முப்பிச்சுப் போட்டுப் போனதின் பிறகு நாம் வெள்ளைய தாஸன் யிடத்திலும் கூடிய சனங்களிடத்திளும் கூடிபேசி கொண்டு வெள்ளையதாதனை கிடாயும் பி

29. டிக்க சொல்லியும் அவருடனே சேர்ந்த சனங்களும் நாலு ரெண்டு அம்பகாறனும் நாமப் போயி பிள்ளையவற்களை பேட்டியும் கண்டு அவரும் ரெம்பவும் கோபித்துக்கொன்டு

30. துரையவற்கள் நிருபத்தையும் வாசிக்கா பன்னிவச்சு யிந்த ஆக்கினை பன்னச் சொல்லிய வந்து யிருக்குறிது யென்று அறியப்பன்ன நாம் அறமனை நோக்கத்தையும் கண்டு அம்பல

31. காறரை விட்டு அறமனைக்க சொல்ல சொல்லியும் அவருகளும் நம்முட உத்திறவு படிக்கியி அறமனைக்கு சொன்னதில் பிறகு நம்மையும் மெதுவுலே விட்டு பெரிய ஆ

32. விடை அய்யனார் கோவிலிலேப் போயிருக்க சொல்லியும் அறமனையாளருக்கு யெத்துப் பத்துமா-யெழுதி அனுப்பிவிச்சுயிருக்க துரையவருகளும் பிள்ளையவருகளுக்கும்

33. கோபம் மாயெளுதியி அனுப்பிவிச்சு மூனு பலிய சேற்க்கு குடுக்க சொல்லுகிறார்கள் அதற்கு வயனமென்னு கேட்டதில் நாமும் வெள்ளையதாஸனை வரவளைத்து மூனு பலிக்கு

34. வயன் யென்னவென்று கேட்டத்தில் வெள்ளைய தாஸனும் பலி குடுக்கிறேன் நென்று அவன் தம்பி ரெண்டு குளந்தையும் அவன் மகனையும் கூட்டியி ஆக மூன்று பிள்ளை

35. யும் கொண்டுவந்து பிள்ளையிடத்தில் கொண்டு போயி பலியிவந்தது பட்டய்யங்காற் வந்து ஒப்புக்கொண்டு போச் சொல் லுங்கள்ளென்று வெள்ளயதாஸன் சொல்லி

36. பிள்ளையவறுகள்ளும்-யிந்த ரெண்டு குளந்தைகளை பளி சாக வந்தீற்காள-வென்று கேள்க் யிந்த குளந்தைகளும் ஆமா சாகவே வந்தோம் மென்று சொல்ல

37. பிள்ளையவறுகளும் யிந்த குளந்தைகள் சொன்ன மாத்திறத் திலே அதிக சந்தோசப்பட்டு நல்லது ஆகட்டும் போயிருங்கள் என்று பிள்ளையவற்களுக்கு

மூன்றாம் ஏடு இரண்டாம் பக்கம்

38. த்தறவு சொல்ல அப்படியிருக்கயிலே பட்டய்யகாற் பார்த்து தாதர்கள் சிவகங்கையில் இருந்து பட்டபிளா கோட்டைக்கி வந்து அறமனை வாசலை கட்டிக்கொண்டு-பாவடம்

39. போடுகிறோம்-யில்லாதிருந்தாள் நம்முட பலியே வாங்கித் தருகிரேன் யென்றுகூக்குரல் பண்ணினற் நாங்களும் சாகுறோம் மென்று வந்து கம்மி கொன்றர்கள் அவற்கள்

40. முன்னுக்கு நம்மையும் நம்முட வாசல் திருவெங்கிடமுடை யாரையும் ரெகுநாதன் அய்யங்காறரையும் பிடித்து பாறாவில் தடை செய்யாதுப் போட்டு வந்தாற்கள் தாசற்க

41. ளையும் பளிவாங்கி தருகிரோம் மென்று அவற்களையும் சிவகெங்கை போகச் சொல்லி அனுப்பிவிச்சதின்பிரகு நாமும் தடை இருந்து கொண்டு வெள்ளைய தாசனை வரவளைத்து

42. காறிய காரரை விட்டு பிள்ளையவர்கள் இடத்தின் பேசியி வாக்குவதிறாம் பன்ன சொல்லியி வெள்ளையதாதனும் வெள்ளை நாயன் அம்பலகாறனும் மகா மல்லா கோட்டை மே

43. வகை அம்பலகாறரை விட்டு பேசிக்க சொல்லி பேசிவிச்சு பட்டறய்யங்காற் புரத்தி 'ட்ட மூனு பேறுகளுக்கு மூனு பேற்கருதாளியளில் மூனுபேற் நட்டபலியும் அரமனைக்கி அப

44. தாறம் னூத்தியிருபதுபொன் தாண்டவறாயன் பிள்ளைக்கியியாபிணை நூருபொன் கோட்டை அய்யன்பெருமாள் பிள்ளைக்கு யிருபதுபொன்-ஆக மூனுக்கு-யிரணூத்து நாற்பது பொன்னாக

45. த் தேறி பிள்ளையவருகளும் மல்லா கோட்டை மேளவகை அம்பல காற........................ளையும் அம்பலகாறருக்கு வெள்ளைய தாசனும்வெள்ளைய நாயன் அம்பலகாறனும் மாகநம்மிட உத்தரவுபடிக்கி

46. பெத்துக்கு கொண்டு நம்மையும் தடைவிடுத்து பன்னிவிச்சு முன்னுக்கு நாமும் முன்னாலே பட்ட அய்யங்காற் வானரவீரன் மதுரையிலே வந்து இரங்கி முன்னுக்கு வெள்ளையதாதனைப் அ

47. ளபிக்கு-தர்க்க கூட்டசிலவு-திருமாளிகைச் சிலவுகளைக் வேண்டியதுக்கு மெல்லாம் நாட்டாற்களை அளபிச்ச பணம் காசாவது தானியம் தவசம் மாவது சிலவு ஆகவேண்டியயாதுகளுக்கு யெல்

48. லாம் நமக்கள் வகைவிபரம இல்லையென்று தான்யிந்த முன்னுக்கு சிலவாக வேண்யதுகளுக்கு யெல்லாம் பலிசை பந்தது யாயவாங்கிப் போட சொல்லியும் அந்த சிலவுகளு

49. க்கு கெல்லாம் ஒரு கணக்க எளுத சொல்லியும் விபரம் கணக்கு எழுதியும் நாங்களும் திருவெங்கிடமுடையாரை ஒரு கணக்கை எளுவதிவர சொல்லியும் அப்பால் யிந்.

50. த வினையொலிந்தின பிரகு-யிந்த கனக்கிள் உள்ள படிக்கி கனக்கின் கூடியதை கையிக்கி பலிசையும் முதளும் குடுத்து விடுகோறோம் மென்று

நான்காம் ஏடு முதல் பக்கம்

51. தான்வாங்கி போடுகிற பனம் காசு நெல்லிபுல்லு சகலத்துக்கம் கனக்கு உள்ள படியி பலிசையும் முதலும் முதலாருக்கு சறமதி பண்ணுதவரை

52. யில் நம்முட பாக்கியி பனம் மாவது-பிள்ளையார் நத்தம் முன்சாவாறாவுத்தனுக்கு ஒத்தி வயித்துயிருக்கிர பாதி பங்கு போகநிக்கியி பாதிபங்கையும் இவற்களு

53. உறுத்து தொகையாக நாம் யெழுதி குடுத்துதிருந்த படியிநாலேயும் இப்போதும் நம்மையும் கடைவிடுதலையி பன்னிலிச்சது நாலையும் அரமனை அபதாறம் வகை யிர நூத்ததி

54. நாற்பது பொன்னுக்கு வெள்ளைதாஸனையும் வெள்ளையன் அம்பலகாறனையும் மூனு பறி சுறுபதாறியி யளில் மூனு தாஸற்களையும் பளிபோகச் சொல்லியும் அந்

55. தப் பளிபோற பேற்கள் தாதகள் பேறுகளுக்கும் சனத்துக்கும் அஞ்சு பொன்னாகு மூனு பேற் களுக்கும் யரு ஆகவும் பிள்ளை பார்த்து கிறாமல் வயல் பளிபோற

56. ற பேற்களுக்கு முக்கானி நிலம் ஆக மூனு முக்கானி பனிபரகானியாக நம்முடைய கையி பட்டயம் யெளுதி குடுத்து வெள்ளைய தாஸனையும் வெள்ளையனம்பல காறனை

57. அரமனை அபதாறம் தாசற்கள் பனிபணமும் நிலமும் மூனு முக்கானிக்கி இது சகலத்துக்கும் அவற்கள் ரெண்டு பேரையும் யேத்துக் கொள்ள சொல்லியும் அந்தபடி

58. க்கி ஒத்து கொண்டு நம்மையும் அடைவிடுத்து பன்னி விச்சணாலையும் வெள்ளையதஸனுக்கு வெள்ளளூர் சமையல் நீக்கி மற்ற சமையம் --பாண்டி பதிநெட்டு சமையத்

59. துக்கும் பெரிய சமயமாகவும் யிந்த பட்டயத்தின் சமையம் ருவெள்ளைய தாதன் உட்பட சமையம் ஆறு பேருக்கும் நான் யெளுதிக் குடுத்து பட்டயமான

60. து பாண்டி பதுநெட்டில் சமையங்களின் வறாகுகிற ஆதாயத்திலும் வண்டியூர் உண்டியல் வருகிற ஆண்டாற் ஆதாயத் திலும் அழகர்கோயிள் பதிநெட்டா

61. ன் படி உண்டித்துலையும் ஆண்டார்க்கு வருகிர ஊதிபத்திகளும் அப்பன்யெருத்து வரி த்றுவைய உய குடையெறுத்து வரி ங.....ங...... நாசங்குட்ட

62. க... கோடாங்கி வரியி அம்மன் கொண்டாடி வரி அக்கினி சட்டிவரியி கூத்தாடி வரியி குரங்குஆட்டி வாய்யிலு

63. ட்டு க கலியானங்களுக்கு வரி பெருமாள் கோயிற் கும்பிடு கிராமங்களுக்கு வரி ராமதாறிகளுக்கு வரி பச்ச மோதிரம் போடுகிரவர்க

64. ளுக்கு க ப தடிகம்பின் வெள்ளிப்பூண் கையி அருவாள் இடையின் கச்சை திரிசாட்டையி கொண்டு வந்த பேர்களுக்கு ருயிந்த படிக்கி குடுகாத பேற்களுக்குகட்ட கயறு

65. குட்ட கோளும் போட்டு குனிய வயித்து அடித்து வாங்கி விடவும் இப்படிக்கி சமயத்தில் கூடிய வரியளும் சமை-யத்திலும் யேது ஊதியத்துலும் வருகிற ஊதிபதா

66. ற்க்கு வரும்படி யத்தி வருகிறதில் பெரிய சமையல் ஆறு பேரும் பத்துக்கு ரெண்டு பனம் வரைக்கும் யெடுத்துக் கொண்டு சந்திரா சூரியன் பிரவே

67. வரைக்கும் கல்லுகாவேறி புல்லு பூமி உள்ள வரைக்கும் மகன்மகனாக நம்த் திருமாளிகையேற...... பிள்ளையாகவும் திருமாளிகையார் கட்டளையிட்ட பர்த்தியுங் கேட்டு

68. க் கொண்டு யிட்டதிருமுகத்துக்கு நடந்துகொண்டு யிந்தப்படி யிதுவே செம்பு பட்டையமாக ஆண்டு அனுபவித்துக் கொள்ளவும் இப்படி பட்டயம்....யெளுதினே

69. ன் மல்லாகோட்டை பெரிய ஆவிடைஅய்யர்கோவில் சன்னிதி வாசலின் மல்லாகோட்டை அம்பலகாரர் முன்னுக்கு வெள்ளளூர் அம்பலகாரர் முன்

70. னுக்கு-மலைமேலே மருந்தாரைப் பூசிக்கும் மலையப்பக் குருக்கள் முன்னுக்கு யெழுதிய பட்டயம் யெளுதி குடுத்தேன் ஸ்ரீ....த்தாரி திருமலையாண்பாற்-யி

71. ந்த படிக்கு இவற்கையி பட்டயம் கண்டு பார்த்து யெளுதி னேன் மல்லாக் கோட்டை கட்டானிப்பட்டியிலிருக்கும் சிதம்பறம் பிள்ளையிந்த சபாது கண்டு யெளுதினது சிங்

72. கம் பெருமாள் மகன்-வெள்ளைதாதன்-யிந்த பட்டயம் அசளுக்கு செம்பு பட்டய நகல் எடுத்து எளுதியது. உகிஸ்ட்ன சுவாமி துணை உபெ.வெள்ளையதாதன்

பிற்சேர்க்கை IV: 1

1. வேடமிட்டு வழிபடும் அடியவர்கள்

வினாப்பட்டிக்கு விடையளித்தோர் பட்டியல்

முன்னுரை:

    1979 ஆம் ஆண்டு மே மாதம் 9,10.11ஆகிய நாட்களில் அழகர்கோயில், மதுரை தல்லாகுளம், வைகையாற்றுப் படுகை ஆகிய பகுதிகளில் சித்திரைத் திருவிழாக் கூட்டத்தில் களஆய்வு நிகழ்த்தப் பட்டது. பட்டதாரிகளான ஐந்து உதவியாளர்கள் ஆய்வாளர்க்குத் துணைசெய்தனர். அழகர்கோயிலில் 9ஆம் தேதி இரவிலும், தல்லாகுளத்தில் 10 ஆம் தேதி மாலையிலும் இரவிலும், வைகையாற்றுப் படுகையில் 11ஆம் தேதி முற்பகலிலும் வேடமிட்டு வழிபடும் அடியவர்கள் நூறு பேரிடம் வினாக்கள் கேட்கப்பட்டன. விடைகள் ஆய்வாளராலும், உதவியாளர்களாலும் எழுதப்பட்டன. மேற்குறித்த நேரங்களில் மேற்குறித்த இடங்களில் அடியவர்கள் பெருங்கூட்ட மாகத்திரண்டிருப்பதால் நேரமும் இடமும் அதையொட்டித் தேர்வு செய்யப்பட்டன.

    இவ்வாண்டு (1979) மதுரை நகரத் திராவிடர் கழகத்தினர் "விபசாரத் தடைச்சட்டத்தின் கீழ் கள்ளழகரைக் கைது செய்" என நகரெங்கும் சுவரொட்டிகளை ஒட்டியிருந்தனர். ஆற்றிலிறங்கிய அழகர் வண்டியூருக்குத் தன் காதலி துலுக்கநாய்ச்சியார் வீட்டிற்குச் சென்று இரவு தங்குகிறார் என்று மக்கள் கூறும் கதையினை இவ்வாறு கேலி செய்திருந்தனர். திருவிழாவில் கலந்துகொள்ள வந்திருந்த நாட்டுப்புற மக்களுக்கு இச்சுவரொட்டிகள் கோபத்தை ஊட்டியிருந்தன. எனவே வினாப்பட்டியோடு தங்களை அணுகிய ஆய்வாளரையும் உதவியாளர் களையும் வேடமிட்டு வழிபடும் அடியவர்கள் 'திராவிடர் கழகத்தினர்' எனச் சந்தேகப்பட்டனர். பெரும்பாலோர் விடையளிக்க மறுத்து விட்டனர். உதவியாளர்களில் ஒருவரைத் திட்டி அனுப்பிவிட்டனர். எனவே ஒவ்வொருவரிடமும் நிலைமையை விளக்கி, விடை கூறவைத்து எழுதி முடிக்கப் பதினைந்து நிமிடங்களாயின.

    சாட்டையடித்தாடுவோர் திருவிழாக் கூட்டத்தில் ஒன்றிருவர் காணப்பட்டனர். எனினும் வினாப்பட்டிக்கு விடையளித்தோரில் அவர்கள் ஒருவர்கூட இல்லாமற் போய்விட்டனர். இது தற்செயலாக நிகழ்ந்ததே.

எண்	பெயர்	சாதி	ஊர்	வயது	வேடம்
1.	கருப்பையா	சேர்வை	ஆண்டிபட்டி	41	தண்ணீர்
2.	கணேசன்	கோனார்	கையகம் (முகுளத்தூர்)	16	தண்ணீர்
3.	கருப்பன்	அரிசன்	சிறைகுளம்	70	திரி
4.	ஆண்டி	அரிசன்	தியாகவன்சேரி கிளியூர்	57	திரி
5.	கு.மகாமணி	கோனார்	கீழ்ப்பனையடி யேந்தல் (முதுகுளத்தூர்)	28	தண்ணீர்
6.	வெள்ளைச் சாமி	கோனார்	உசிலம்குளம் (முதுகுளத்தூர்)	43	தண்ணீர்
7.	பாண்டி	கோனார்	மேலக்கடாரம் (முதுகுளத்தூர்)	23	தண்ணீர்
8.	பாண்டி	தேவர்	சேடபட்டி	8	தண்ணீர்
9.	கிருஷ்ணன்	கோனார்	கொழுந்தரை	31	திரி
10.	அழகு	கோனார்	நல்லுகுறிச்சி	34	சாட்டை
11.	பெரியகருப்பன்	கோனார்	வேப்பங்குளம்	26	சாமி
12.	மதுரைவீரன்	சேர்வை	மதுரை	60	தண்ணீர்
13.	எம்.சோனை	அரிசன்	மேலவாசல்,மதுரை	49	தண்ணீர்
14.	அழகர்	அரிசன்	குலமங்கலம்	26	தண்ணீர்
15.	காசி	கோனார்	கோட்டையேந்தல் (இராமநாதபுரம்)	30	தண்ணீர்
16.	தட்சணாமூர்த்தி	பிள்ளை	வண்டியூர்	37	தண்ணீர்
17	குருசாமி	சக்கிலியர்	கீழ்க்குயில்குடி	30	தண்ணீர்
18.	அழகுமலை	மூப்பனார்	காரியாபட்டி	37	தண்ணீர்
19.	ரெங்கராஜ்	நாயுடு	செல்லூர்	56	தண்ணீர்
20.	கிருஷ்ணன்	கோனார்	வெள்ளியக்குன்றம்	55	தண்ணீர்
21.	கருப்பையா	கோனார்	தங்கம்மாள்புரம்	56	திரி
22.	ஆண்டி	தேவர்	சேடபட்டி	5	தண்ணீர்
23.	சிவன்ஆண்டி	தேவர்	சேடபட்டி	21	தண்ணீர்
24.	கோவிந்தன்	அரிசன்	செல்லூர் (இராமநாதபுரம்)	36	திரி

25.	பச்சையப்பன்	அரிசன்	எ.சி.வி.மங்கலம்	53	திரி
26.	ஆல்பாடி	தேவர்	சூரங்குளம், முதுகுளத்தூர் தாலுகா	22	தண்ணீர்
27.	தவிடி	அரிசன்	வடபழஞ்சி	10	தண்ணீர்
28.	சுந்தர்ராஜ்	கோனார்	தங்கம்மாள்புரம்	27	தண்ணீர்
29.	ராமு	கோனார்	சிக்கல் (முதுகுளத்தூர்)	35	தண்ணீர்
30.	அழகர்	கோனார்	கொட்டகுடி	60	தண்ணீர்
31.	சிதம்பரம்	சக்கிலியர்	அஞ்சுகோட்டை (இராமநாதபுரம்)	50	திரி
32.	ராஜமாணிக்கம்	மூப்பனார்	மதுரை	16	தண்ணீர்
33.	சுந்தராஜ்	கோனார்	மாங்குளம்	52	தண்ணீர்
34.	பால்பாண்டியன்	தேவர்	ஆ.புக்குளம்	23	தண்ணீர்
35.	நாராயணன்	தேவர்	கீழ்க்குயில்குடி	38	தண்ணீர்
36.	கிருஷ்ணன்	அரிசன்	பறையன்குளம்	32	திரி
37.	கருப்பையா	கோனார்	சிக்கல்	50	தண்ணீர்
38.	சண்முகவேல்	கோனார்	பெரியகையகம் (முதுகுளத்தூர்)	22	தண்ணீர்
39.	துரைச்சாமி	நாயுடு	முனிச்சாலை மதுரை	27	தண்ணீர்
40.	அழகுமலை	நாயக்கர்	கரும்பாலை மதுரை	27	தண்ணீர்
41.	பிச்சை	ஆசாரி	குப்பலாம்பட்டி	26	தண்ணீர்
42.	அய்யாசாமி	கோனார்	வேப்பகுளம்	43	சாமி
43.	ஆதிமூலம்	சேர்வை	நாகமலைப் புதுக்கோட்டை	35	சாட்டை
44.	மொக்கை	அரிசன்	வடபழஞ்சி	35	தண்ணீர்
45.	மகாமணி	அரிசன்	மருதூர்(மேலூர்)	15	தண்ணீர்
46.	பச்சைமுத்து	சந்தனக் குறவர்	மேலூர்	20	தண்ணீர்
47.	கே.சோலை மலை	கோனார்	மதுரை	47	தண்ணீர்
48.	முனியசாமி	கோனார்	கருங்குளம்	40	தண்ணீர்

49.	எம்.பொத்தமாலை	கோனார்	ஆ.புதூர்	42	தண்ணீர்
50.	தங்கச்சாமி	வேளார்	சக்குடி(மேலூர்)	36	திரி
51.	மாயழகு	அரிசன்	மேலக்குயில்குடி	47	திரி
52.	ராக்கப்பன்	தேவர்	சேடபட்டி	10	தண்ணீர்
53.	சி.முனி	சேர்வை	சேடபட்டி	12	கோமாளி
54.	ஆதிநாராயணன்	சேர்வை	சேடபட்டி	50	திரி
55.	முனியாண்டி	சேர்வை	சேடபட்டி	12	கோமாளி
56.	கோவிந்தன்	கோனார்	சிறுகுடி (முதுகுளத்தூர்)	16	தண்ணீர்
57.	சுப்பிரமணி	கோனார்	அதலை,(மதுரை)	39	தண்ணீர்
58.	கே.துரைச்சாமி	ஆசாரி	புதுப்பட்டி	46	திரி
59.	முத்து	கோனார்	வேப்பங்குளம்	35	சாமி
60.	நாகமலை	கோனார்	மதுரை	55	திரி
61.	பெத்தணன்	சந்தனக் குறவர்	பாராபத்தி	50	தண்ணீர்
62.	ஆ.பூச்சி	சந்தனக் குறவர்	பாராபத்தி	60	தண்ணீர்
63.	சின்னக் கருப்பன்	அம்பலக்காரர்	பல்லவராயன் பட்டி(மேலூர்)	45	தண்ணீர்
64.	முனிசந்திரன்	சேர்வை	சேடபட்டி	5	தண்ணீர்
65.	கருப்பணன்	அரிசன்	கெர்புமங்களம்	60	தண்ணீர்
66.	சந்தனம்	அரிசன்	பொன்னமங்கலம்	49	தண்ணீர்
67.	சின்னச்சாமி	கோனார்	கீழக்குயில்குடி	35	தண்ணீர்
68.	முத்து	அரிசன்	கொட்டப்பசேரி	40	தண்ணீர்
69.	அய்யாவு	கோனார்	விளாச்சேரி	35	திரி
70.	முத்து	அரிசன்	லட்சுமிபுரம்	22	தண்ணீர்
71.	அய்யாவு	செட்டியார்	மதுரை	45	தண்ணீர்
72.	ராஜு	சேர்வை	சேடபட்டி	45	தண்ணீர்
73.	சுப்ரமணி	அரிசன்	வீரபாண்டி	30	திரி
74.	பிச்சை	அரிசன்	பூபேந்திரகுளம்	60	திரி
75.	பி.எம்.ஆண்டி	அரிசன்	குலமங்கலம்	67	திரி
76.	முனியாண்டி	அரிசன்	குலமங்கலம்	60	திரி

77.	கார்மேகம்	கோனார்	காமாட்சிபுரம்	25	தண்ணீர்
78.	ராமன்	சேர்வை	அவனியாபுரம்	40	தண்ணீர்
79.	அன்னக்கொடி	சேர்வை	அவனியாபுரம்	23	தண்ணீர்
80.	ராமுக்கோனார்	கோனார்	கமுதி	67	திரி
81.	கரந்தமலை	கோனார்	நல்லுகுறிச்சி	55	சாமி
82.	சேதுராமன்	பிள்ளை	வண்டியூர்	21	தண்ணீர்
83.	காமாட்சி	பிள்ளை	அனுப்பானடி	47	திரி
84.	சீனி	மூப்பனார்	தம்மனபட்டி (மேலூர்)	60	திரி
85.	அழகர்	மூப்பனார்	கல்லுப்பட்டி	50	சாமி
86.	அழகுமலை	சக்கிலியர்	கீழ்க்குயில்குடி	19	தண்ணீர்
87.	பிச்சை	சேர்வை	குன்னத்தூர்	32	தண்ணீர்
88.	கருப்பணன்	அரிசன்	கோசாகுளம்	22	தண்ணீர்
89.	முத்துவன்னி	கோனார்	மதுரை	49	தண்ணீர்
90.	பெருமாள்	கோனார்	ரெங்கராஜபுரம்	35	தண்ணீர்
91.	முத்தையா	சேர்வை	காளிகாடு சீரங்க நத்தம்	57	திரி
92.	அழகர்	சேர்வை	பனையூர்(மதுரை)	29	திரி
93.	பெரிய கருப்பன்	கோனார்	வேப்பங்குளம்	68	சாமி
94.	அழகுமலை	பிள்ளை	பொன்மேனி	60	தண்ணீர்
95.	பாண்டியன்	பிள்ளை	பொன்மேனி	45	தண்ணீர்
96.	கருப்பையா	கோனார்	கழனிக்கோடு (திருவாடானை)	50	தண்ணீர்
97.	மலைராசன்	சேர்வை	பெரியகோட்டை	40	திரி
98.	ராமசாமி	சேர்வை	திருப்புவனம்	62	திரி
99.	கருந்து	கோனார்	போலேரி	25	தண்ணீர்
100.	கருப்பணன்	சேர்வை	சோழவந்தான்	81	சாமி

கோனார் 34%, அரிசன் 20%, சேர்வை 16%, தேவர் 6%, பிள்ளை 5%, மூப்பனார் (வளையர்) 4%, சந்தனக்குறவர் 3%, சக்கிலியர் 3%, ஆசாரி 2%, நாயுடு 2%, அம்பலம் (நாட்டுக்கள்ளர்) 1%, செட்டியார் 1%, நாயக்கர் 1%, வேளார் 1%,

திரியெடுத்தாடுவோர் 32%, திரியின்றி ஆடுவோர் 5%, துருத்தி நீர் தெளிப்போர் 63%.

வினாப்பட்டி - மாதிரி

மதுரை காமராசர் பல்கலைக்கழகம்
தமிழியல்துறை - களஆய்வு

நடத்துபவர் தொ. பரமசிவன்.

ஆய்வாளர்,

1. பெயர் : 2. சாதி :

3. ஊர் : 4. வயது :

5. வேடம் : தண்ணீர் பீய்ச்சுவர் / திரியெடுப்பவர் / சாமியாடுபவர் சாட்டைக்காரரர்.

6. எத்தனை வருடமாக நீங்கள் இந்த வேடமிட்டு சாமி கும்பிடுகிறீர்கள் ?

...................வருடம்

7. பரம்பரையாக வருகிறீர்களா ? இல்லை நீங்கள் புதிதா?

பரம்பரை / புதியவர்

8. நேர்த்திக்கடனாக செய்கிறீர்களா ? இல்லை விருப்பத்தின் பேரிலா?

நேர்த்திக்கடன் / விருப்பம்

9. விரதம் இருப்பதுண்டா ? எப்போதிருந்து ?

உண்டு ! இல்லை

..............தொடங்கி

10. ஆண்டாரிடம் முத்திரை வாங்கியுள்ளீர்களா ?

ஆம் / இல்லை

11. பூ முத்திரையா ? கட்டி (அக்கினி) முத்திரையா ?

பூ / அக்கினி

12. இப்படி ஆடை அணிவதற்கு என்ன காரணம் ?

13. அழகர், ஏன் கள்ளர் வேடம் போடுகிறார் ?

14. அழகர், ஏன் மதுரைக்குள் போகவில்லை ?

15. ஆடைகளின் பெயர் :
    தலையில்   ....
    கழுத்தில்   ....
    கையில்   ....
    தோளில்   ....
    இடுப்பில்   ....
    காலில்   ....

பிற்சேர்க்கை IV:2

2. சித்திரைத் திருவிழாவிற்கு மாட்டுவண்டி கட்டிவந்த அடியவர்களின் ஊர்கள் -ஒரு மாதிரி ஆய்வு

1979ஆம் ஆண்டு சித்திரைத் திருவிழாவில் மே மாதம் 9 ஆம் தேதி இரவு 1 மணியளவில் அழகர் ஊர்வலம் அழகர் கோயிலிலிருந்து மதுரைக்குப் புறப்பட்டது. அன்று மாலை 5.45லிருந்து மறுநாள் மாலை 5.45 வரை தொடர்ச்சியாக அழகர்கோயில் வெளிக்கோட்டை வாசலில் அமர்ந்து, வெளிக்கோட்டைக்குள் இருந்து வெளியே செல்லும் மாட்டு வண்டிகள் மட்டும் கணக்கிடப்பட்டன. ஒவ்வொரு வண்டியும் எந்த ஊரைச் சேர்ந்தது என வண்டியோட்டி வருபவர்களிடம் கேட்டுத் தெரிந்து கொள்ளப்பட்டது. இந்தக் கால எல்லைக்குள் கோட்டைக்குள் வந்த வண்டிகளும், இதன் பின்னர் வெளியே சென்ற வண்டிகளும் கணக்கிடப்படவில்லை.

கோட்டையிலிருந்து வெளியே செல்லும் வண்டிகள் கோட்டைக்குள் நுழையக் கட்டணம் செலுத்திப் பெற்றிருந்த சீட்டைக் கோயிற் பணியாளரிடம் காட்டிய பின்னரே வெளியே செல்ல முடியும். எனவே இந்த இடம் தேர்வு செய்யப்பெற்றது. வெளிக்கோட்டைக்கு வெளியே சாலை ஓரத்தில் நிறுத்தப்பட்ட வண்டிகள் கணக்கில் எடுத்துக் கொள்ளப்படவில்லை:

சிவகங்கை தாலூகா 21.8% மதுரை தாலுகா 8.5%, முதுகுளத்தூர் தாலுகா 18.8%, சாத்தூர் தாலுகா 6.2%, அருப்புக்கோட்டை தாலுகா 16.3%, நிலக்கோட்டை தாலுகா 5.1%,

ஏனைய தாலுகாக்களிலிருந்து வந்த வண்டிகள் 5% க்கும் குறைவானவை.

அருப்புக்கோட்டை தாலுகா:

1. பனையூர் (3)
2. கட்டங்குடி (1)
3. காரியாபட்டி (2)
4. சுந்தரம்குண்டு (1)
5. கரிசல்குளம் (2)
6. நெடுங்குளம் (3)
7. காரியாபட்டி (1)
8. காரியாபட்டி (3)
9. பொதையனேந்தல்(1)
10. மல்லாங்கிணறு (1)

தொ.பரமசிவன்

11. அச்சங்குளம் (4)
12. அருப்புக்கோட்டை (1)
13. குள்ளம்பட்டி (1)
14. வறளுப்பட்டி (2)
15. காரியாபட்டி (1)
16. தோப்பூர் (2)
17. கரிசல்குளம் (1)
18. தரகநேந்தல் (4)
19. ஆவியூர் (0)
20. பாம்பாட்டி (1)
21. காரியாபட்டி (1)
22. கட்டங்குடி (1)
23. நெடுங்குளம் (1)
24. வறளுப்பட்டி (1)
25. திருச்சுளி (1)
26. ஆலங்குலம் (2)
27. குள்ளம்பட்டி (1)
28. மல்லாங்கிணறு (1) 45

சிவகங்கை தாலுகா:

1. முத்தரசன் (7)
2. கருமத்தங்குடி (1)
3. செல்லையாஊரணி (3)
4. சித்தனூர் (2)
5. பில்லூர் (0)
6. கண்டாங்கிபட்டி (5)
7. பூவந்தி (1)
8. கரமத்தங்குடி (2)
9. பூவந்தி (1)
10. வாணியங்குடி (2)
11. காளையார்கோவில் (1)
12. ஆலங்குளம் (3)
13. கரிசல்குளம் (3)
14. ஆலங்குளம் (1)
15. கல்குறிச்சி (4)
16. புதுக்கோட்டை (1)
17. கள்ளங்குடி (1)
18. ஏனாதி (4)
19. செங்களத்தூர் (2)
20. ஆலம்பச்சேரி (10)
21. சிவகங்கை (1)
22. மல்லல் (1)
23. குருந்தருளம் (1)
59

திருமங்கலம் தாலுகா:

1. வடக்கம்பட்டி (1)
2. சாத்தங்குடி (8)
3. வில்லூர் (1)
4. உன்னிப்பட்டி (1)
5. வடக்கம்பட்டி (1)
6. பிள்ளையார் நத்தம் (1)
7. வடக்கம்பட்டி (2)
8. திருமங்கலம் (1)
9. வடக்கம்பட்டி (2)
18

முதுகுளத்தூர் தாலுகா :

1. கமுதி (2)
2. நல்லூர் (3)
3. புதுக்கோட்டை (1)
4. ஏனதி (1)
5. பனையூர் (1)
6. மருதகம் (1)
7. சோழிகுளம் (3)
8. கீழச்சிறுபோது (1)
9. கமுதி (2)
10. ரெட்டியபட்டி (2)
11. நல்லூர் (2)
12. பெருங்கருணை (10)

13. சொக்காணை (4)   14. பெருநாழி (9)
15. புதுப்பட்டி (3)   16. அப்பனேந்தல் (2)
17. நல்லூர் (6)   18. கொழுந்தரை (4)
19. ஆப்பனூர் (1)   20. மேலப்பருத்தியூர் (2) 51

நிலக்கோட்டைத் தாலுகா
1. நிலக்கோட்டை (3)   2. வாடிப்பட்டி (2)
3. சோழவந்தான் (1)   4. செம்மணப்பட்டி (1)
5. நாச்சிகுளம் (3)   6. ரெட்டியபட்டி (1)
7. கட்டக்குளம் (2)   13

திருப்பத்தூர் தாலுகா :
1. கல்லத்தூர் (3)

இராமநாதபுரம் தாலுகா :
1. பாண்டிக்கண்மாய் (2)   2. மாவிளக்கால் (1)
3. சோடனேந்தல் (1)   4. புதையனேந்தல் (1)
5. இராமநாதபுரம் (1)   6. சின்னப்போராளி (1)   7

திருமயம் தாலுகா :
1. பொன்னமராவதி (2)   2. பொன்னமராவதி (1)
3. பொன்னமராவதி (2)   4. கீழக்கோட்டை (3) 8

திருவாடனை தாலுகா :
1. முகில்தகம் (1)

உசிலம்பட்டித் தாலுகா :
1. மங்கல்ரேவ் (1)

பரமக்குடித் தாலுகா :
1. பகைவென்றி (2)   2. இளையாங்குடி (1)
3. இளையாங்குடி (2)   4. இளையாங்குடி (2)
5. முத்தப்பட்டினம் (1)   6. குறிச்சி (1)
7. குமாரக்குறிச்சி (1)   8. மஞ்சப்பட்டினம் (2) 12

சாத்தூர் தாலுகா :
1. சின்னப்பேராளி (2)   2. ராமலிங்காபுரம் (4)
3. ஆமந்தூர் (5)   4. ராமலிங்காபுரம் (1)
5. வெள்ளூர் (1)   6. நமச்சிவாயபுரம் (1)
7. ராமலிங்காபுரம் (3)   17

தொ.பரமசிவன்

1. பேரையூர் (1)	2. செல்லூர் (1)
3. பட்டினம் (1)	4. மாரளி (3)
5. மருதூர் (3)	6. கருப்பாயி ஊரணி (1)
7. கள்ளந்திரி (5)	8. அலங்காநல்லூர் (4)
9. வலையங்குளம் (4)	23

மேலூர் தாலுகா

1. தும்பைப்பட்டி (2)	2. நத்தம் (0)
3. உறங்கான்பட்டி (1)	4. கீழவளவு (1)
5. தெற்குத்தெரு (1)	6. மாங்குளம் (1)
7. அழகாபுரி (1)	8. பொய்கைக்கரைப்பட்டி (1)

அடையாளம் தெரியாதவை :
1. சீரம்பட்டி - மோக்கோட்டை (2)   2. பேரனூர் (1)   3

மதுரை மாவட்டம்

மதுரை வடக்கு
மதுரை தெற்கு
நிலக்கோட்டை
மேலூர்
திருமங்கலம்
உசிலம்பட்டி
வட்டங்கள்

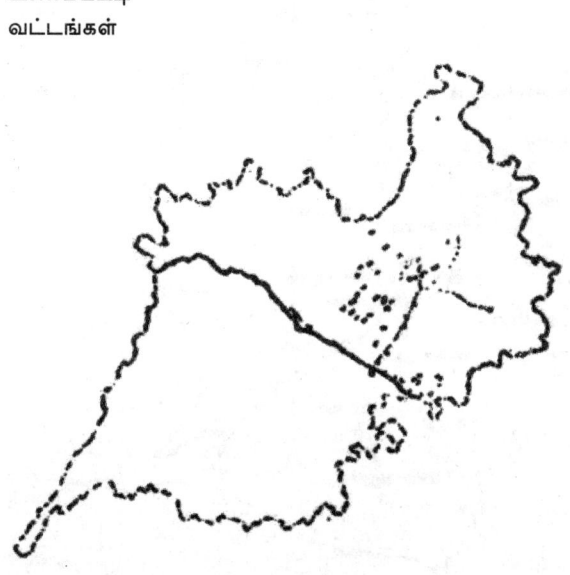

1. அழகர்கோயில்	16. குள்ளத்தூர்	31. குமாரம்
2. கள்ளந்திரி	17. பறையன்குளம்	32. வடுகபட்டி
3. அப்பன்திருப்பதி	18. வரிச்சியூர்	33. குலமங்கலம்
4. காதக்கிணறு	19. வலையப்பட்டி	34. கருவனூர்
5. புதூர்	20. மேட்டுப்பட்டி	35. வெளிச்சநத்தம்
6. தல்லாகுளம்	21. லிங்காவாடி	36. பூலாம்பட்டி
7. இராமராயர் மண்டபம்	22. பாலமேடு	37. சின்னப்பட்டி
8. வண்டியூர்	23. KNT கோணப்பட்டி	38. காவனூர்
9. ஆண்டார் சொட்டாரம்	24. எர்ரம்பட்டி	39. சத்திரப்பட்டி
10. எலமனூர்	25. மூடுவார்பட்டி	40. திருப்பாலை
11. மொட்டப் பனையூர்	26. ஊர்ச்சேரி	41. மேலூர்
12. கோயில்குடி	27. அலங்காநல்லூர்	42. கப்பலூர்
13. சக்கிமங்கலம்	28. கல்லணை	43. மதுரை
14. காரைசேரி	29. பிள்ளையார்நத்தம்	
15. களிமங்கலம்	30. பரளி	

18-ம் படிக்கருப்பன்
சன்னிதி அமைப்பு

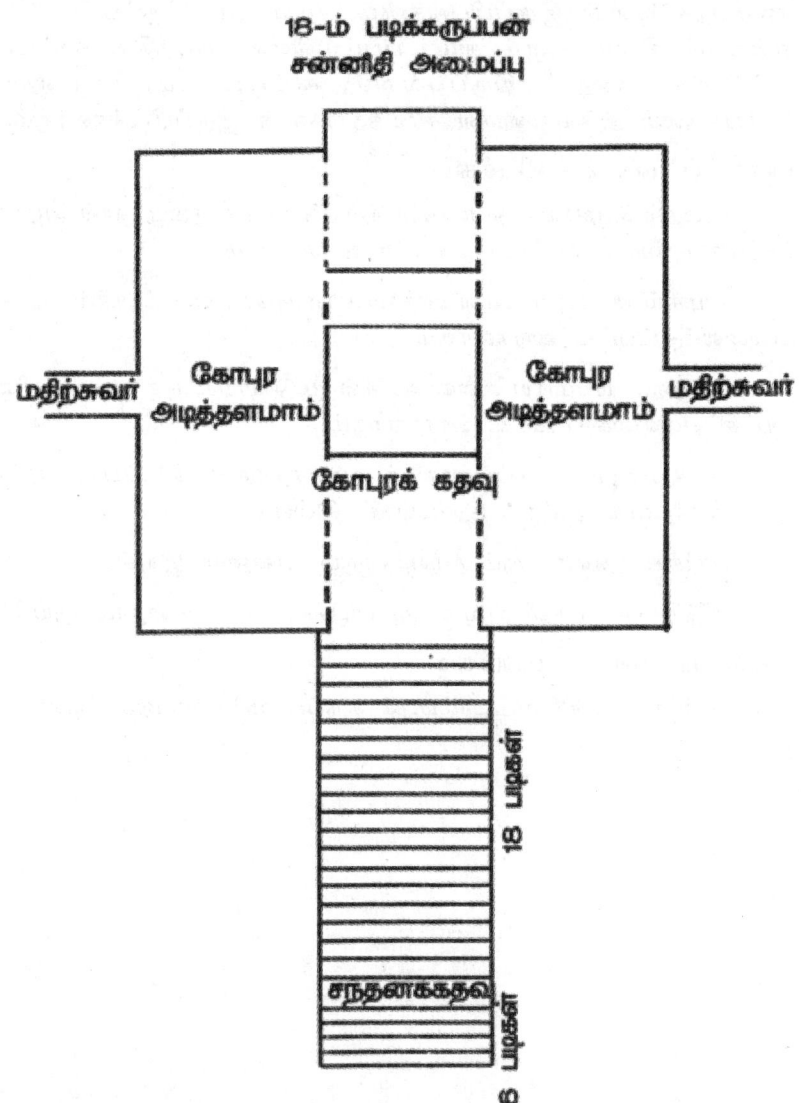

வரைபடம் எண் 1 - விளக்கம்

இவ்வரைபடத்தில் முன்னைய கிழக்கு முகவை மாவட்டத்திலுள்ள சமையத்தார்களின் இருப்பிடங்களும், சமய ஆட்சிக்குட்பட்ட சில எல்லைக் கிராமங்களும் காட்டப்பட்டுள்ளன. படத்தில் காட்டப் பட்டுள்ள மணலூர், திருப்புவனம், கூட்டப்பட்டி, கட்டனூர், சாம்பக்குளம் ஆகிய ஊர்கள் சமயத்தார்களின் இருப்பிடங்களாகும்.

வரைபடம் எண் 2 - விளக்கம்

1 முதல் 8 முடிய உள்ள ஊர்கள் சித்திரைத் திருவிழாவில் அழகர் ஊர்வலம் வரும் வழியிடை உள்ள ஊர்களாகும்.

9 முதல் 18 முடிய உள்ள ஊர்கள் காரைச்சேரி சமயத்தாரின் ஆட்சி எல்லைக்குட்பட்ட ஊர்களாகும்.

19 முதல் 40 முடிய உள்ள ஊர்கள் முடுவார்பட்டிச் சமயத்தாரின் ஆட்சி எல்லைக்குட்பட்ட ஊர்களாகும்.

42 கப்பலூர் - கப்பலூரைச் சமயத்தாரின் இருப்பிடமாகும் இவர்க்குச் சமய ஆட்சிக் கிராமங்கள் இல்லை.

பார்க்க: 'ஆண்டாரும் சமயத்தாரும்' என்னும் இயல் :

'சித்திரைத் திருவிழாவும் பழமரபுக்கதையும்' என்னும் இயல்.

வரைபடம் எண் 3 - விளக்கம்

பார்க்க : 'பதினெட்டாம்படிக் கருப்பசாமி' என்னும் இயல்.

துணைநூற் பட்டியல்

1. தமிழ்
   - I அழகர்கோயில் தொடர்பான நூல்கள்
     - i. எழுத்திலக்கியங்கள்
     - ii. வர்ணிப்புகள்
     - iii. கையெழுத்துப்படி
     - iv. ஆவணங்கள்
   - II. மலர்களும் இதழ்களும்
   - III. இலக்கியங்கள்
   - IV. பிற நூல்கள்
2. English
   - I. Books and Articles
   - II. Other Publications

1. தமிழ்

I. அழகர்கோயில் தொடர்பான நூல்கள்

I எழுத்திலக்கியங்கள் :

1. அலங்காரர் மாலை, ஸ்ரீ நிவாசையங்கார், திருவல்லிக் கேணி தமிழ்ச் சங்க வெளியீடு சென்னை, 1955.
2. அழகர் அந்தாதி, பிள்ளைப் பெருமாளையங்கார், வை.மு.கோ. பதிப்புசென்னை, 1914.
3. அழகர் கலம்பகம் கவிகுஞ்சரமையர், வேம்பத்தூர்.. (Radha Krishna, K.N., Thirumali runjolaimalai நூலின் அநுபந்தம்), மதுரை, 1942.)
4. அழகர் கிள்ளைவிடு தூது சொக்கநாதபிள்ளை, பலபட்டடை, சாமிநாதையர், உ.வே.(ப.ஆ.) சென்னை, ஆறாம் பதிப்பு 1957.
5. அழகர் குறவஞ்சி கவிகுஞ்சரபாரதி, நாகமணி, கே. (ப.ஆ.), சென்னை, முதற்பதிப்பு, 1963.
6. அழகர் பிள்ளைத்தமிழ் நாராயணையங்கார் (ப.ஆ.), கவிகாளருத்திரர். செந்தமிழ்ப் பிரசுரம், மதுரைத் தமிழ்ச் சங்கம், மதுரை, 1919.
7. அழகர் வருகைப்பத்தும் இல்லையென்பதாரடா என்பதும் சக்திவேல் ஆச்சாரி, வி.(ப.ஆ),கே. வன்னியக்கோன் வெளியீடு, மதுரை, 1953
8. சோலைமலைக்குறவஞ்சி கிருஷ்ணய்யங்கார், ஜம்புலிபுத்தூர், கிருஷ்ணசாமி அய்யங்கார் (ப.ஆ.). திருச்சி, 1975.
9. திருமாலிருஞ்சோலை பிள்ளைத்தமிழ் பைரவையங்கார், நெற்குப்பை. மதுரை, 1923.

ii. வர்ணிப்புகள்

10. கூர்மாவதாரன் வர்ணிப்பு, ஸ்ரீ சங்கு கம்பெனி வெளியீடு, மதுரை. (பதிப்பாண்டு இல்லை).

11. *சோலைமலைக் கள்ளழகர் வைகையாற்றுக்கு வந்த தசாவதார வர்ணிப்பு* — P.R.M.சாமிக்கண்ணுக் கோனார் இயற்றியது, குரு.ராமசாமிக்கோன் வெளியீடு, மதுரை, 1955.

12. *திருமாலிருஞ் சோலை மலை பெரிய அழகர் வர்ணிப்பு* — இராமசாமிக் கவிராயர் இயற்றியது குரு. ராமசாமிக்கோன் வெளியீடு. மதுரை, 9-ஆம் பதிப்பு 1970.

13. *ஸ்ரீ கள்ளழகர் அட்டாக்கா மந்திர வர்ணிப்பு* — மூக்கன் பெரியசாமிக் கோனார் இயற்றியது. மதுரை. 1979.

14. *ஸ்ரீகிருஷ்ணாவதாரன் வர்ணிப்பு* — இ.ராம.குருசாமிக்கோன் வெளியீடு மதுரை, 1930.

15. *ஸ்ரீகிருஷ்ணாவதாரன் வர்ணிப்பு* — விவேகானந்தா அச்சுக்கூடம், மதுரை, 1947.

16. *ஸ்ரீகிருஷ்ணாவதாரன் வர்ணிப்பு* — ஸ்ரீமகள் கம்பெனி வெளியீடு, சென்னை. (பதிப்பாண்டு இல்லை)

iii. கையெழுத்துப்படி

17. *அழகர் அகவல்,* — கையெழுத்துப்படி, R.5890, கீழ்த் திசைச் சுவடி நூலகம், சென்னை-6.

18. *திருமாலிருஞ்சோலை* — கையெழுத்துப்படி, R.8551. மலை அழகர் மலை, கீழ்த்திசைச் சுவடி நூலகம், சென்னை-6.

iv. ஆவணங்கள்

19. *திருமலைநம்பிகள் மிராசு வகையறா* — மதுரை. 1934.

20. *திருமாலிருஞ்சோலை ஸன்னதி கைங்கர்ய பாராளின் தொழில் ஷ சுதந்திர அட்டவணை (28.6.1803)* — ஸ்ரீ ராமானுஜ ஜீயர் ஸ்வாமிகள் ராதாகிருஷ்ணன் (ப.ஆ.), ஸ்ரீகள்ளழகர் தேவஸ்தானம். மதுரை, 1937.

21. *திருமாலையாண்டான் பரம்பரைத் தனியன் களும் வாழித் திருநாமங்களும்,* — கிருஷ்ணஸ்வாமி அய்யங்கார்.உ.வே. எஸ்.(ப.ஆ.)., ஸ்ரீரங்கம், 1975.

22. ஸ்ரீ கள்ளழகர் கோயில் வரலாறு — கோயில் வெளியீடு, அழகர்கோயில் 1371.

II. மலர்களும் இதழ்களும்

23. கல்கி — (வார இதழ்), நாள் 9.9.1979. சென்னை

24. கல்வெட்டு, — (காலாண்டு இதழ்), இதழ் II, நடு ஆண்டு ஐப்பசித் திங்கள். தமிழ்நாடு அரசு தொல்பொருள் ஆய்வுத்துறை வெளியீடு, சென்னை.

25. சிவகங்கை மன்னர் கல்லூரி வெள்ளிவிழா மலர் — சிவகங்கை, 1973.

26. செந்தமிழ்ச் செல்வி — சிலம்பு 26, கழக வெளியீடு, சென்னை.

27. திருக்கோயில், — (மாத இதழ்), பத்தாம் ஆண்டுத் தொகுதி, இந்து சமய அறநிலைய ஆட்சித்துறை வெளியீடு. சென்னை.

28. தினமலர், — (நாளிதழ், நெல்லைப்பதிப்பு), நாள் 12.5.1979.

29. பாரதீய பூர்வசிக ஸ்ரீவைஷ்ணவ சபையின் பொன்விழா மலர் — ஸ்ரீரங்கம், 1978.

30. மங்கை — (திங்களிருமுறை). பெண்கள் இதழ், 15.4.1978, சென்னை.

III. இலக்கியங்கள்

31. அண்ணன்மார் சுவாமி கதை — சக்திக்கனல் (ப.ஆ.). வெற்றிவேல் பதிப்பகம், கோவை-26. 1971.

32. இராமய்யன் அம்மானை, — ராமச்சந்திர செட்டியார், சி.எம். (ப.ஆ.), சரசுவதி மகால் வெளியீடு, தஞ்சை முதற்பதிப்பு. 1950.

33. இன்னா நாற்பது — நாவலர் ந.மு.வே. உரையுடன், கழக வெளியீடு, 1964.

34.	கந்தரபுராண வசனம்	இராமசாமிப் புலவர், சு.அ., கழக வெளியீடு, சென்னை.1973.
35.	சிலப்பதிகாரம்,	அடியார்க்கு நல்லார் உரையும் அரும்பத உரையும், சாமிநாதையர், உ.வே.(ப.ஆ.).. சென்னை, 1968.
36.	சீவகசிந்தாமணி,	சாமிநாதையர், உ.வே.(ப.ஆ.). சென்னை, ஆறாம் பதிப்பு, 1957.
37.	செவ்வைச்சூடுவார் பாகவதம் (இரண்டு பகுதிகள்).	திருமலை திருப்பதி தேவஸ்தான வெளியீடு, திருப்பதி, 1953.
38.	திருஒற்றியூர் ஒருபா ஒருபஃது	பட்டினத்துப் பிள்ளையார் திருப்பாடல்கள், கழகப்பதிப்பு, சென்னை. 1967.
39.	திருநாவுக்கரசர் தேவாரம்	5-ஆம் திருமுறை. திருவாவடுதுறை மடத்துப் பதிப்பு.
40.	திருவிளையாடற்புராணம் (கூடற் காண்டம், திருவாலவாய்க் காண்டம்)	பரஞ்சோதிமுனிவர், சாது அச்சுக்கூடம், சென்னை. 1937,
41.	திருவிளையாடற் புராணம் (மதுரைக் காண்டம்),	பரஞ்சோதிமுனிவர், சாது அச்சுக் கூடம், சென்னை. 1937.
42.	நாலாயிர திவ்விய பிரபந்தம்,	வேங்கடசாமிரெட்டியார்.கி. (ப.ஆ.) திருவேங்கடத்தான் திருமன்றம், சென்னை - 14, 1973.
43.	நீலகேசி மூலமும் சமய திவாகர வாமனமுனிவர் இயற்றிய உரையும்	சக்கரவர்த்தி நயினார், அ.(ப.ஆ.), சென்னை, 1936.
44.	பரிபாடல் மூலமும் பரிமேலழகர் உரையும்,	சாமிநாதையர்,உ.வே.(ப.ஆ.), கமர்ஷியல் அச்சுக்கூடம், சென்னை, 1918.
45.	புறநானூறு (பழைய உரையுடன்)	சாமிநாதையர், உ.வே.(ப.ஆ.), சென்னை. 1971.
46.	மதுரைவீர சுவாமி கதை	பி. நா. சிதம்பர முதலியார் வெளியீடு, வித்யாரத்நாகா அச்சுக்கூடம், சென்னை, 1929.

47. ஸ்ரீ மத் பாகவத அம்மானை சங்கரமூர்த்திக் கோனார், ராம.குருசாமிக் கோன் வெளியீடு மதுரை, 1932.

IV. பிற நூல்கள்

48. ஆசீர்வாதம், தேவ.. மூவேந்தர் யார், இராமதேவன் பதிப்பகம், தஞ்சாவூர். முதற்பதிப்பு. 1977.

49. இராகவையங்கார்,மு. ஆராய்ச்சித் தொகுதி, இரண்டாம் பதிப்பு. 1964.

50. இராகவையங்கார்,மு. (தொ. ஆ.), பெருந்தொகை, மதுரைத் தமிழ்ச் சங்க வெளியீடு, மதுரை, 1935.

51. இராசமாணிக்கனார். மா. சைவசமய வளர்ச்சி, பாரிநிலையம், சென்னை. 1972

52. இராசமாணிக்கனார், மா. பத்துப்பாட்டு ஆராய்ச்சி, சென்னை பல்கலைக்கழக வெளியீடு, சென்னை. 1970).

53. காசிநாதன், நடன.(ப.ஆ.), கன்னியாகுமரி கல்வெட்டுகள், தமிழ்நாடு அரசு தொல்பொருள் ஆய்வுத்துறை வெளியீடு, சென்னை, 1976.

54. கோமதிநாயகம், தி.சி., தமிழ் வில்லுப்பாட்டுகள், தமிழ்ப் பதிப்பகம், சென்னை. 1979.

55. கோவிந்தசாமி, மு.. தமிழ் இலக்கிய வரலாறு (இலக்கியத் தோற்றம்), பாரி நிலையம், சென்னை, இரண்டாம் பதிப்பு, 1969.

56. சஞ்சீவி. ந., மருதிருவர், பாரி நிலையம், சென்னை. 1956.

57. சாமிநாதையர், உ.வே., புத்தசரித்திரம், பௌத்த தருமம், பௌத்த சங்கம், தியாகராச விலாஸம், சென்னை, எட்டாம் பதிப்பு, 1951.

58. சாரங்கபாணி.இரா., பரிபாடல் திறன், மணிவாசகர். நூலகம், சிதம்பரம், 1972.

59. சீனிவாசன், பி.ஆர்.. நாம் வணங்கும் தெய்வங்கள். இளங்கோ பதிப்பகம், சென்னை. முதற்பதிப்பு, 1959.

தொ.பரமசிவன் 363

60. தங்கராஜ், பி. — பள்ளர் யார்? புரட்சிக்கனல் வெளியீடு, சென்னை-14, முதற்பதிப்பு 1975.

61. தமிழண்ணல் (தொ.ஆ.) — தாலாட்டு பாவை பதிப்பகம். காரைக்குடி, நான்காம் பதிப்பு 1966

62. துரைசாமி பிள்ளை, ஒளவை சு., — பத்துப்பாட்டு சொற்பொழிவுகள், கழக வெளியீடு, சென்னை. 1952.

63. நாகசாமி, இரா. (ப.ஆ.). — செங்கம் நடுகற்கள், தமிழ்நாடு அரசு தொல்பொருள் ஆய்வுத்துறை வெளியீடு, சென்னை, 1972.

64. நாகசாமி.இரா.(ப.ஆ.), — தஞ்சைப் பெருவுடையார் கோயில் கல்வெட்டுகள், தமிழ்நாடு அரசு தொல் பொருள் ஆய்வுத்துறை, வெளியீடு , சென்னை முதற்பதிப்பு, 1961.

65. பழனியப்பன்.. கி., — பழ முதிர்ச்சோலை விவேகானந்தா அச்சகம், மதுரை, 1961.

66. பாண்டித்துரைத் தேவர் (பொ.ப.ஆ.), — திருவாலவாயுடையார் கோயில் திருப்பணி மாலையும் மதுரைத் தல வரலாறும், மதுரைத் தமிழ்ச் சங்கம் மதுரை, விபவ வருஷம் (1928 -29).

67. பார்த்தசாரதி ஐயங்கார், — நாலாயிர திவ்விய பிரபந்த அகராதி, தேவஸ்தான பத்திரிகை வெளியீடு ஸ்ரீரங்கம், முதற்பதிப்பு, 1963.

68. பாலசுப்பிரமணியம், எஸ்.ஆர். — சோழர் கலைப்பாணி, பாரிநிலையம், சென்னை, முதற்பதிப்பு, 1966.

69. பாஸ்கரத் தொண்டைமான், தொ.மு. — வேங்கடம் முதல் குமரி வரையில் (பொருநைத்துறையிலே), எஸ். ஆர்.எஸ்.பப்ளிஷர்ஸ், திருநெல்வேலி, முதற்பதிப்பு, 1962.

70. புருஷோத்தமநாயுடு.ரா., ஈட்டின் தமிழாக்கம் (பத்து தொகுதிகள்), சென்னைப் பல்கலைக்கழகம், சென்னை, 1962

71. பெரியவாச்சான்பிள்ளை சிறிய திருமடல் வ்யாக்யானம், கிருஷ்ணசாமி அய்யங்கார் (ப.ஆ.).திருச்சி 17. முதற்பதிப்பு 1975.

72. பெரியவாச்சான்பிள்ளை, திருமாலை வ்யாக்யானம், ஸ்ரீ நிவாச அய்யங்கார் (ப.ஆ.). திருச்சி, விக்ருதி வருஷம்.

73. பெரியவாச்சான்பிள்ளை, பெரிய திருமடல் வ்யாக்யானம், ஸ்ரீ கிருஷ்ணசாமி அய்யங்கார் (ப.ஆ.), திருச்சி -17, முதற்பதிப்பு, 1976.

74. ராமானுஜ தாத்தாச்சாரியார், அக்னிகோத்ரம் வரலாற்றில் பிறந்த வைணவம், ஸ்ரீ சாரங்கபணி சுவாமி தேவஸ்தானம், கும்பகோணம். 1973.

75. வரதராஜய்யர், இ.எஸ்.. தமிழ் இலக்கிய வரலாறு-சமண பௌத்த வைணவ இலக்கியம் (கி. பி 1 முதல் 1 1100) அண்ணாமலைப் பல்கலைக்கழக வெளியீடு, 1957.

76. வானமாமலை.நா.(ப.ஆ.), கான்சாகிபு சண்டை, மதுரைப் பல்கலைக்கழக வெளியீடு, மதுரை, 1972

77. வேங்கடசாமி, மயிலை, சீனி சமணமும், தமிழும், கழகப் பதிப்பு, மறுபதிப்பு. 1970.

78. வேங்கடசாமி, மயிலை, தமிழர் வளர்த்த அழகுக் கலைகள், சாந்தி நூலக வெளியீடு, சென்னை, 1967.

79. வேங்கடசாமி,மயிலை சீனி பௌத்தமும் தமிழும், கழகப் பதிப்பு. சென்னை, இரண்டாம் பதிப்பு, 1972.

80. வேதாசலம், பாண்டிய நாட்டில் வானாதிராயர்கள், (வெளியிடப்பெறாதது), மதுரை.

81. ஸ்ரீகிருஷ்ணஸ்சுவாமி அய்யங்கார் (ப.ஆ.), ஆறாயிரப்படி குருபரம்பராப்ரபாவம், திருச்சி - 17. முதற்பதிப்பு 1968.

2. English

1. Books and Articles

82. Benoy Kumar Sarkar, Folk Elements in Hindu Culture, Oriental Books Reprint Corporation, New Delhi - 55, I Indian Edition, 1972.

83. Burgess, JAS., Buddhist Art in India, S.Chand & Co., New Delhi - 55 Reprint 1972.

84. Dennis Hudson, "Siva, Minakshi, Visnu Reflection on a popular myth in Madurai", South Indian Temples, Burton Stein (Ed.,) 1978.

85. Desai, P.B., Jainism in South India and Some jaina Epigraphs, Jaina Sanskrit Sam raksha Sangha, Sholapur, 1957.

86. Edgar Thurston, Caste and Tribes of Southern India, Vol.I to VII Cosmo Publications, Delhi - 6, Reprint 1975.

87. Edgar Thurston, Ethnographic Notes in Southern India (Part II), Cosmo Publications, Delhi - 6, Reprint 1975.

88. Fuchs, Mother, "Folk Religion, Magic and Cults" Folklore (Quarterly), Calcutta 1975.

89. Gopalakrishnan, M.S., "Velichapad" Madras University Journal, Vol.31A, 1959.

90. Gustav Oppert, The Original Inhabitants of India Madras, 1971
91. Hanumanthan, K.P., Untouchability - A Historical Study, Koodal Publishers, Madurai, 1979.
92. Hanpada Chakraborti, Early Brahmi Records in India (C.300B.C - C. 300 A.D.), Sanskrit Pustak Bhandar, Calcutta - 6, IEd. 1974.
93. Hari Rao, Dr.V.N.(Ed) Koil Olugu - The Chronical of the Sri Rangam Temple with Historical Notes. Rockhouse Sons Pvt. Ltd.,3 Sunkurama Chetti ST., Madras - 1, I Ed. 1961
94. Hutton, J.H. Caste in India, Oxford University Press. Bombay - 1. B.R., Reprint; 1969.
95. Jeyachandran.A.v.,(Ed) The Madurai Temple Complex Kumbabhisheka Souvenir, Madurai, 1974.
96. Jegadeesan, N., History of the Sri Vaishnavism in the Tamil Country (Post Rammanuj), Koodal Publishers, Madurai 1977.
97. John Dowson, A Classical Dictionary of Hindu Mythology, London, II Ed., 1968.
98. Kosambi,D.D., The Culture & Civilization of Ancient India in Historical Outline, Vikas Publishing House, Delhi - 6 Reprint 1975.
99. Krishnamurthy, C., The Thiruvotrriyur Temple Unpublished Theses, Madras University, 1967.
100. Manickavasagam pillai, M.E., culture of the ancient Charas, manjula Publications, Kovilpatti, I Ed., 1970.

101. Minendra Nath basu Malay Nath Basu	A study on Material Culture, the World Press Private Ltd., Calcutta 1975
102. Radhakrishna, K.N.	Thirumalirunjolaimalai (Alakarkoil) Sthalapurana, Sri Kallalagar Devasthanam Madurai, 1942.
103. Sathyanathan Aiyar, R	History of the Nayaks of Madura, Krishnaswami Aiyangar (E.d) Humphrey Milord, oxford University Press, 1924, Printed in India, 1924.
104. Shakti, M.Gupta	From Daityas to Devatas in Hindu mythology, Somaiya Publications Pvt. Ltd., Bombay, Delhi, I Ed., 1973.
105. Sherring Rev, M.A.,	Hindu Tribes and Castes, Vol.III Reprint 1974.
106. Sirear, D.C..,	Studies in the Religious Life of Ancient and Medieval India, Motilal Banarsidass, New Delhi - 7, I Ed., 1971.
107. Soundararajan, K.V.,	Art of south India - Tamil Nadu and Kerala, Sundeep Prakasham, New Delhi, I Ed.1978.
108. soundararajan, K.V.,	"Vaishnavism in Chola Times in Tamil Nadu", Homage to a Historical N.Jegadeesan, 2s. Jeyapragasam (Ed.) Madurai, I Ed. 1976.
109. Sreedhara Menon, A.,	Cultural Heritage of Kerala - An Introduction, East West Publications Pvt. Ltd. Cochin (VII/92.. H.M.T. Colony Post), I Ed.January 1978.

110.	Srinivasa Iyengar,M.,	Tamil Studies, Madras, 1924.
111.	Srinivasan, K.R.,	Some Aspects of Religion as revealed by Early Monuments and Literature, The Madras University Journal, Madras, 1960.
112.	Sri Vastava, S.C.,	Folk Culture and Oral Tradition, Abhinave Publications, New Delhi, 1974.
113.	Suresh , B.Pillai,	Introduction to the Study of Temple Art.Equator and Meridian, Thanjavur, I Ed. Oct. 1976.
114.	Venkataraman, K.R.,	"Vaikhanasas", The Cultural heritage of India, Vol IV, The Ramakrishna Mission Institute of Culture, Calcutta Reprint, 1969.
115.	Walhouse, A.J.,	Archaeological Notes, The Indian Antiquary, July 1874, Burgess (Ed.,) New Delhi, 1971.
116.	Wilkins, W.J.,	Hindu Mythology (Vedic and Puranic). Delhi Book Store, Delhi - 6, First Indian Edition 1972.

ii. Other Publications

117. Annual Report on Epigraphy

    1. for the year 1928 - 29, Madras, 1929.

    2. for the year 1929 - 30, Madras, 1930

    3. for the year 1931 - 32, Madras, 1932

117. Annual Report on Epigraphy

118. Census of India 1961, Vol. XI, Madras: Fairs and Festivals Part VII B, Madras. 1968.

119. classified Catalogue of Books Registered,

　　from 1867 - 1886
　　from 1180 - 1900

120. Court Proceedings:

　　1. Principal Subordinate Judge of Madurai, Original Suit No. 87 - 91, 1939, Judgement, dated 21 - 2. 1940.

　　2. High Court of Judicature at Madras, Kallazagar Case Second Appeal 839 of 1962 Judgement, dated 23 - 19 - 1967.

121. Imperial Gazetteer of India, Provincial Series - Madras, Supdt. of Govt. Printing, Calcutta, 1908.

122. List of Historical Inscriptions of South India, Robert Sewell (Ed.), Madras. 1905.

123. Register of Inams Copy issues by the Madurai Collectorate, dated 13.02.1864.

124. South Indian Inscriptions, Vol, XIV

புகைப்படங்கள்

மலைப் பின்னணியில் அழகர்கோயிலின் தோற்றம் எதிரில் தெரிவது இரணியன் வாசல்

பதினெட்டாம்படிக் கருப்பசாமி - சன்னிதி அடைத்துக் கிடக்கும் சந்தனக் கதவு

புகைப்படங்கள்

பதினெட்டாம்படிக் கோபுர வாசலுக்கு வடக்கேயுள்ள வண்டிவாசல்

யதிராஜன் திருமுற்றத்திலிருந்து கோயிலின் தோற்றம்

கள்ளர் திருக்கோலத்தில் அழகர்

வசந்த மண்டபத்துக் கற்கூரையில் உள்ள இராமாயண ஓவியங்கள்

ஆற்றிலிறங்கும் அழகரைக் காண வரும் மக்கள் கூட்டம்

வைகையாற்றின் நடுவிலுள்ள தேனூர் மண்டபம்

துருத்திநீர் தெளிக்க வேடமிட்டிருக்கும் சிறுவர்களின் தோற்றம்

துருத்திநீர் தெளிப்போர் கூடி ஆடுகின்ற காட்சி.

மதுரை வந்த அழகர் மீண்டும் மலைக்குத் திரும்பும் காட்சி

சித்திரைத் திருவிழாக் கூட்டத்தில் உண்டியல்கள் வரும் காட்சி.

24. துருத்திநீர் தெளிப்போரின் அரையாடை மதுரை புதுமண்டபத்துக் கடைகளில் விற்பனைக்குத் தொங்கவிடப்பட்டிருக்கும் காட்சி

33. பதினெட்டாம்படிச் சந்நிதி அடைத்த கதவும் படிகளும்